भारतातील पवित्र वनस्पती

नंदिता कृष्णा
आणि
एम. अमिर्तलिंगम

अनुवाद
वर्षा गजेंद्रगडकर

सकाळ प्रकाशन

सकाळ प्रकाशन

भारतातील पवित्र वनस्पती

नंदिता कृष्णा

एम. अमिर्तलिंगम

Sacred Plants of India

First published by Penguin Books India 2014

प्रथमावृत्ती : नोव्हेंबर २०१५

दुसरी आवृत्ती : ऑगस्ट २०१८

मांडणी : अश्विनी महाजन

मुखपृष्ठ : संदीप देशपांडे

प्रकाशक

सकाळ पेपर्स प्रा. लि.

५९५, बुधवार पेठ, पुणे ४११ ००२

ISBN : 978-93-84316-61-7

अधिक माहितीकरिता

०२०-२४४० ५६७८ / ८८८८८ ४९०५०

sakalprakashan@esakal.com

प्रेरणा, प्रोत्साहन आणि प्रेम यांचा झरा असणारे
शकुंतला आणि ए. आर. जगन्नाथन
यांच्या स्मृतीस

नंदिता कृष्णा या इतिहासतज्ज्ञ, पर्यावरण अभ्यासक आणि लेखिका आहेत. त्या चेन्नईत असतात. 'प्राचीन भारतीय संस्कृती' या विषयात त्यांनी डॉक्टरेट मिळवली असून सी. पी. राम स्वामी अय्यर फाउंडेशन आणि सी. पी. आर. एनव्हिरॉनमेंटल एज्युकेशन सेंटरच्या त्या संचालिका आहेत. पन्नासहून अधिक देवरायांमध्ये जतन केल्या गेलेल्या भारताच्या पर्यावरणीय परंपरांच्या दस्तावेजीकरणाची सुरुवात त्यांनी केली आहे. अनेक शाळा, सी. पी. आर. इंडॉलॉजिकल रिसर्च सेंटर आणि शकुंतला जगन्नाथन् म्युझियम ऑफ फोक आर्ट या संस्था त्यांनी स्थापन केल्या आहेत. *सेक्रेड ॲनिमल्स ऑफ इंडिया, बुक ऑफ डेमन्स, बुक ऑफ विष्णू, मद्रास देन चेन्नई नाऊ, बालाजी वेंकटेश्वरा, गणेशा, पेंटेड मॅन्युस्क्रिप्ट्स ऑफ अ सरस्वती महल लायब्ररी, आर्टस् अँड क्राफ्ट्स ऑफ तामिळनाडू,* आणि *आर्ट अँड आयकोनोग्राफी ऑफ विष्णू नारायण* ही त्यांची प्रकाशित पुस्तके आहेत. याखेरीज त्यांचे असंख्य शोधनिबंध आणि वृत्तपत्रीय लेखनही प्रकाशित झाले आहे. चेन्नई विद्यापीठात त्या प्रोफेसर आणि पीएच.डी.साठी रिसर्च गाईड आहेत. राष्ट्रीय आणि आंतरराष्ट्रीय स्तरावरील अनेक पुरस्कारांच्या त्या मानकरी आहेत.

एम. अमिर्तलिंगम हे वनस्पतिशास्त्रज्ञ आणि सी. पी. आर. एनव्हिरॉनमेंटल एज्युकेशन सेंटर, चेन्नई येथे शिक्षणाधिकारी आहेत. *सेक्रेड ग्रोव्ह्ज ऑफ तामिळनाडू, सेक्रेड ट्रीज ऑफ तामिळनाडू, टेंपल टँक्स ऑफ चेन्नई* आणि *फ्लोरा अँड फॉना ऑफ वाल्मिकीज रामायणा* ही त्यांनी संशोधित आणि प्रकाशित केलेली पुस्तके आहेत. याखेरीज विविध परिसंवाद / मासिके, अनियतकालिके आणि संशोधन पत्रिकांमध्ये त्यांचे अनेक शोधनिबंध आणि लेख प्रकाशित झाले आहेत. सध्या केंद्र सरकारच्या वन आणि पर्यावरण मंत्रालयाने प्रायोजित केलेल्या 'ऑल इंडिया कोऑर्डिनेटेड रिसर्च प्रोजेक्ट ऑन सेक्रेड ग्रोव इकोसिस्टिम सर्व्हिस असेसमेंट इन द इनलँड प्लेन्स ऑफ तामिळनाडू' या प्रकल्पावर ते काम करत आहेत.

अनुक्रमणिका

प्रस्तावना

भारत हा जैववैविध्याने समृद्ध देश आहे. प्राणी आणि वनस्पतींच्या जनुकीय संपत्तीच्या देणगीला किमान चार मुख्य घटक जबाबदार आहेत; ते म्हणजे - सांस्कृतिक विविधता (आध्यात्मिक मूल्यांसह), पाककलेतील विविधता, औषधोपचारांची विविधता (औषधी वनस्पतींच्या असंख्य प्रजाती) आणि परिसंस्थांची विविधता. यातील आध्यात्मिक मूल्यांनी अनेक महत्त्वाच्या वृक्ष-वनस्पतींच्या संरक्षणाला योगदान दिले आहे. भारतातील अनेक पवित्र वनस्पती आणि वृक्षराजींविषयीची चित्तवेधक माहिती या पुस्तकाने वाचकांसमोर ठेवली आहे. निवडक वनस्पतींना पावित्र्य बहाल करण्यासाठी प्राचीन काळापासून केल्या गेलेल्या प्रयत्नांचा उल्लेखही या पुस्तकात आहे. मंदिरांचे स्थळ वृक्ष हे आपला जैविक वारसा साजरा करण्याच्या परंपरेचे उत्तम उदाहरण आहे.

हे पुस्तक वाचत असताना मला जॉईस किलमर यांची कविता आठवली -

I think that I shall never see
A poem as lovely as a tree.

A tree whose hungry mouth is prest
Against the earth's sweet flowing breast;

A tree that looks at God all day,
And lifts her leafy arms to prey;

A tree that may in summer wear
A nest of robins in her hair;

Upon whose bosom snow has lain;
Who intimately lives with rain.

Poems are made by fools like me,
But only God can make a tree

१९७६ मध्ये मी भारतातील प्राचीन झाडांचा अभ्यास हाती घेतला. मी सगळ्या राज्यांच्या मुख्य वनसंरक्षकांना पत्र लिहून त्यांच्या राज्यातील सर्वात प्राचीन झाडांविषयीची माहिती कळवण्याची विनंती केली. बहुतेक उत्तरे वटवृक्षाविषयीची होती. त्यात चेन्नई येथील थिऑसॉफिकल सोसायटीच्या वटवृक्षाचाही समावेश होता. अनेक प्रसिद्ध वटवृक्ष संत आणि मंदिरांशीही संबंधित होते. चिदंबरम येथील प्रसिद्ध नटराज मंदिराच्या *Excoecaria agallocha* या मंदिर-वृक्षांसारख्या अनेक वृक्षांची पूजा होत आली, ती एकूणच जगण्यासाठी आणि उपजीविकेसाठी असलेल्या त्यांच्या महत्त्वामुळे. उदाहरणार्थ, चिदंबरम येथील हा मंदिर-वृक्ष आहे खारफुटी. किनारी प्रदेशातील वादळे आणि त्सुनामीपासून संरक्षण देणाऱ्या सुरक्षाकवचाची भूमिका खारफुटी पार पाडत असल्यामुळे मंदिर-वृक्षाचे स्थान या वनस्पतीला दिले गेले असावे.

भारतातील सर्वाधिक प्राचीन वृक्षाविषयीच्या माझ्या अभ्यासातून तुती *(Morus serrata)* या प्रजातीचा वृक्ष सर्वात प्राचीन (१२०० वर्षांहून जास्त) असू शकतो, हे स्पष्ट झाले. जोशी मठाच्या परिसरात एका भव्य मलबेरी वृक्षाखाली आद्य शंकराचार्यांनी ध्यानधारणा केली होती. ज्या वेळी शंकराचार्यांनी या झाडाखाली उपदेश केला, त्या वर्षापासूनच आपण या झाडाचे वय मोजू शकतो. याचाच अर्थ, आपला आध्यात्मिक इतिहास आणि पवित्र वृक्षांचा इतिहास यांच्यामध्ये घट्ट नाते आहे (*Indian Farming*, फेब्रुवारी, १९७७). प्रस्तुत पुस्तकात भारताच्या अत्यंत सुंदर अशा जीवशास्त्रीय आणि आध्यात्मिक वारशाचे कवडसे दाखवल्याबद्दल नंदिता कृष्णा आणि एम. अमिर्तलिंगम या दोघांचे आपण सर्वांनीच मन:पूर्वक आभार मानायला हवेत.

चेन्नई

प्रा. एम. एस. स्वामिनाथन
अध्यक्ष
सी. पी. आर. एनव्हिरॉनमेंटल एज्युकेशन सेंटर

मनोगत

सकाळी उठून मी खिडकीबाहेर बघते, तेव्हा प्रथम मला दिसतो, तो कैलासपतीचा वृक्ष. त्याच्या विस्कटलेल्या फांद्या फुलांच्या झुबक्यांचे वजन न पेलवून जमिनीकडे झुकलेल्या असतात. जमिनीवरही गळून पडलेल्या फुलांचा सडा असतो. माझा माळी ही फुलं काळजीपूर्वक गोळा करून डायनिंग टेबलवरच्या पाण्यानं भरलेल्या मोठ्या वाडग्यात ठेवतो. यामुळे मनावरचा ताण हलका होतो. कैलासपतीच्या फुलांचा तो गुणधर्मच आहे.

माझा जन्म एका जुन्या ब्रिटिशकालीन बंगल्यात झाला. माझ्या वाडवडिलांपासूनचं मद्रासमधलं ते घर 'द ग्रोव्ह' म्हणून ओळखलं जायचं. घराभोवतीच्या बागेच्या लांबलचक पट्ट्यात एक पिंपळाचं झाड होतं, आजही आहे. या झाडाखाली वेगवेगळ्या आकाराच्या लहान-मोठ्या पाच नागशिळा आणि एक गणपतीची उठावाची मूर्ती होती. नागशिळा माझ्या आजीनं १९०३ ते १९०५ या काळात स्थापन केल्या होत्या. गणपती पल्लव कालखंडातला होता. पिंपळाला, गणपतीला आणि नागशिळांना प्रदक्षिणा घालून दररोज सकाळी माझ्या मॉर्निंग वॉकची सुरुवात होते. सोमवारच्या दिवशी पौर्णिमा यायची, तेव्हाचे दिवस मला अजून आठवताहेत. तिनांपेट गावातल्या बायकांचे घोळकेच्या घोळके या झाडाला १०८ प्रदक्षिणा घालण्यासाठी यायचे. माझी आजीही हा नवस बोलली होती; पण तिची तब्येत बरी नसल्यामुळे तिला ते शक्य होत नव्हतं. म्हणून मग तिच्याऐवजी मी प्रदक्षिणा घालायचे आणि ती पिंपळाच्या झाडाखाली बसून प्रार्थना म्हणत राहायची आणि ध्यानधारणा करायची. आणि सर्वत्र संचार असणारी तुळस तर आजही घराच्या मधल्या खुल्या चौकात अभिमानपूर्वक आपलं स्थान टिकवून आहे. भारताच्या प्राचीन भूतकाळातल्या या पवित्र वनस्पती माझ्या व्यक्तिगत परंपरेचा असा अतूट भाग होऊन राहिल्या आहेत. त्यामुळेच आपला समृद्ध वारसा समजून घेण्यासाठीचं पुढचं संशोधन माझ्यासाठी आवश्यक ठरणं अटळच होतं.

मी भारतभरात अनेक ठिकाणच्या पवित्र वनस्पती पाहिल्या आहेत. हृषिकेशमधला पिंपळ, वृंदावनातली तुळस, कुंभकोणममधल्या वैदिश्वरन मंदिराचा औषधी कडुनिंब आणि राजस्थानातल्या देवरायांमधलं खेजडीचं झाड! या वनस्पती पाहताना आपल्या प्राचीन परंपरेचं ज्ञान जाणवून मी थक्क झाले. या पुस्तकात सांगितलेल्या अनेक कथा मला माझ्या कुटुंबातल्या ज्येष्ठांकडून आणि मला किंवा अमिर्तलिंगमला आमच्या प्रवासांत

भेटलेल्या वयस्कर व्यक्तींकडून कळल्या. उरलेल्या काही कथा संस्कृत आणि तामिळ साहित्यातल्या किंवा त्या-त्या मंदिरांच्या स्थळ पुराणांतल्या (स्थानिक इतिहास) आहेत. या सगळ्या मौखिक परंपरा आहेत आणि त्यांनीच आपल्या भारतीय समाजाला एका सूत्रात ओवलं आहे.

एम. अमिर्तलिंगम वैज्ञानिक आहेत. सी. पी. आर. एनव्हिरॉनमेंटल एज्युकेशन सेंटरमध्ये ते पर्यावरणशिक्षण अधिकारी आहेत. तामिळनाडूमधल्या आणि तामिळ साहित्यातल्या देवराया आणि पवित्र वनस्पतींच्या दस्तावेजीकरणाचं अतिशय अजोड असं काम त्यांनी केलं आहे. हे पुस्तक लिहिण्यासाठी त्यांनी माझ्यासोबत महत्त्वाचं काम केलं आहे. थोडक्यात, हे पुस्तक म्हणजे इतिहासतज्ज्ञ आणि वनस्पतिशास्त्रज्ञ, संस्कृततज्ज्ञ आणि तामिळतज्ज्ञ यांच्या एकत्रित संशोधनाचा परिपाक आहे.

ज्येष्ठ वैज्ञानिक आणि हरितक्रांतीचे जनक डॉ. एम. एस. स्वामिनाथन यांनी या पुस्तकाला प्रस्तावना लिहिण्याचं मान्य केलं, हा आमचा मोठा सन्मान आहे. आम्ही त्यांचे मनापासून ॠणी आहेत.

या पुस्तकासाठी अनेक जणांची अनेक प्रकारे मदत झाली आहे. डॉ. पी. सुधाकर यांनी फोटो काढले आणि वर्गीकरण तपासलं. विशेषतः लॅटिन नावं, वनस्पतितज्ज्ञांनी शोधलेल्या वनस्पतींची नावं याविषयी त्यांनी खात्री करून घेतली. वाय. वेंकटेश आणि प्रेमा श्रीनिवासन यांनी रेखाचित्रं काढली. जी. बालाजी आणि आर. सत्यनारायणन यांनी रेखाचित्रं आणि छायाचित्रं यांवर आवश्यक संगणकीय प्रक्रिया केली. सी. पी. आर. एनव्हिरॉनमेंटल एज्युकेशन सेंटरच्या ग्रंथपाल एस. पी. विजयाकुमारी आणि सी. पी. रामस्वामी अय्यर फाऊंडेशनचे ग्रंथपाल व्ही. कामेश राज यांनी आम्हांला हव्या असलेल्या पुस्तकांचा आणि लेखांचा शोध घेऊन ती मिळवली आणि एच. मणिकंदन यांनी आम्ही जमा केलेल्या साधनांचा अखंड पुरवठा काळजीपूर्वक सांभाळण्याचं काम केलं.

पेंग्विन इंडियाचे उदयन मित्र आणि अमेय नागराजन, पेंग्विन इंडियात पूर्वी असलेले रवी सिंग यांनी या पुस्तकात दाखवलेला रस आणि उत्साह, यामुळेच हे पुस्तक प्रसिद्ध होऊ शकलं. पेंग्विन इंडियाच्या कॉपी एडिटर श्रुती नारायण यांनी खूप वेळ घालवून आणि कष्ट घेऊन या पुस्तकातला प्रत्येक शब्द आणि ओळ तपासली आणि पुस्तक सुधारण्यासाठी फार उत्तम सूचना केल्या.

शेवटी मला एवढंच सांगावंसं वाटतं की झाडं आणि जंगलं यांना पवित्र मानलं गेलं, कारण आपल्या पूर्वजांना पर्यावरणातील त्यांची महत्त्वाची भूमिका माहीत होती– झाडं आपल्याला प्राणवायू देतात, प्रदूषकं शोषून घेऊन हवा शुद्ध करतात, खायला अन्न देतात, घरं बांधण्यासाठी आवश्यक साहित्य देतात, पक्षी-प्राण्यांना राहायला निवारे देतात, आपल्याला औषधं देतात आणि आणखीही अनेक गोष्टी करतात. त्यांच्या जवळचं ज्ञान आणि वैज्ञानिक माहितीविषयी त्यांना असणारा आदर आपल्या ज्ञानापेक्षा आणि आदरापेक्षा

कितीतरी जास्त होता. पर्यावरणावरच्या परिणामांचा विचारही न करता आपण झाडं तोडतो आणि जंगलं नष्ट करतो. यामुळे जागतिक तापमानवाढ आणि हवामान बदलासारख्या अनेक मोठ्या संकटांना आमंत्रण देऊन आपण पृथ्वीला कडेलोटाच्या बिंदूपर्यंत आणलं आहे. निसर्ग मनुष्यापेक्षा अधिक सामर्थ्यशाली आहे आणि तोच अंतिम युद्ध जिंकणार; हे लक्षात घ्यायला अजूनही उशीर झालेला नाही. आपल्या स्वतःच्याच हितासाठी, निसर्गातील अनेकानेक सुंदर वनस्पतींचं संवर्धन करण्याची गरज आहे.

चेन्नई

नंदिता कृष्णा

अनुवादकाच्या नजरेतून

नंदिता कृष्णा आणि एम. अमिर्तलिंगम यांचं हे पुस्तक अनुवादासाठी माझ्या हातात आलं ते एक व्यावसायिक काम म्हणून. सकाळ प्रकाशनानं याबाबत विचारणा केली आणि माझ्या आवडीचा आणि अभ्यासाचा विषय असल्यामुळे मी लगेच होकारही दिला.

अनुवाद प्रत्यक्ष सुरू करण्याआधी मी हे पुस्तक चाळायला घेतलं आणि चाळण्याऐवजी सलग वाचतच गेले. वनस्पतिविश्वाविषयी गाढ आत्मीयता असणाऱ्या आणि या वनस्पतींविषयीचं सखोल आणि साक्षेपी ज्ञान असणाऱ्या भारतीय परंपरेची ओळख करून देणारं हे पुस्तक आहे. इतिहास, संस्कृती, साहित्य, वनस्पतिशास्त्र, औषधविज्ञान, धर्मेतिहास आणि लोकमानस या सगळ्या विषयांचा स्पर्श असणारं हे पुस्तक कुठेही क्लिष्ट तर झालेलं नाहीच; उलट इतक्या रंजक आणि रसाळ पद्धतीनं हे लेखन झालं आहे की सर्वसामान्य वाचकांनाही ते खिळवून ठेवेल.

हे पुस्तक दोन भागांत विभागलं आहे. पहिला भाग काहीसा सैद्धान्तिक स्वरूपाचा आहे. भारतातली वृक्षपूजेची परंपरा, शिल्पकलेत आणि चित्रकलेत पडलेलं वृक्षपूजेचं प्रतिबिंब, वेद, पुराणं, महाकाव्यं आणि जैन आणि बौद्ध धर्मातील वृक्षपूजा, विशेष महत्त्वाचे वृक्ष, स्त्री आणि वृक्ष यांच्यातलं नातं, देवराया आणि स्थळ वृक्षांची संकल्पना आणि भारताबाहेरची वृक्षपूजा यांची चित्रं-छायाचित्रांसह होणारी ओळख निसर्गकेंद्रित प्राचीन भारतीय जीवनशैलीचा एक शांत-सुंदर पट उलगडणारी आहे. अनेक आदिम लोकश्रद्धा आणि समजुती आज पोकळ, निरर्थक वाटत असल्या तरी याच श्रद्धांनी भारतीय निसर्ग विशेषत: इथल्या वृक्ष-वनस्पतींचं संरक्षण केलं आहे. शिवाय या श्रद्धांमागेही त्या त्या लोकसमूहांचं तर्कशास्त्र आणि निसर्गाचं सूक्ष्म निरीक्षण आणि ज्ञान आहेच. पुस्तकाच्या पहिल्या भागानं प्राचीन भारतीय परंपरेची ही साक्षेपी निसर्गदृष्टी अधोरेखित केली आहे. दुसऱ्या भागात भारतातल्या पवित्र वनस्पतींचा परिचय आहे. या वनस्पतींची शास्त्रीय ओळख, दैनंदिन आयुष्यातले त्यांचे उपयोग, पौराणिक आणि धार्मिक संदर्भ आणि औषधी गुणधर्म यांविषयीचं विवेचन या विभागात आहे. स्थानिक वृक्ष-वनस्पतींच्या प्रत्येक भागाचं औषधी मूल्य प्राचीन भारतीयांना किती अचूक ठाऊक होतं आणि भारतीय वैद्यकशास्त्र किती विकसित झालेलं होतं, याची कल्पना या विभागातून येते. त्या-त्या वृक्षाच्या

उगमाविषयीच्या, त्यांच्या शारीरिक वैशिष्ट्यांविषयीच्या अनेक मिथककथा (myths), दंतकथा हे या विभागाचं वैशिष्ट्य. वृक्ष-वनस्पतींविषयीची वैज्ञानिक माहिती, दैनंदिन जीवनातील त्यांच्या उपयुक्ततेचं ज्ञान, भावी पिढ्यांसाठी आणि एकूणच व्यापक मानवी कल्याणासाठी या वनस्पतींचं संवर्धन व्हायला हवं, ही जाणीव आणि त्यामुळे त्यांना देवत्व बहाल करण्याची असोशी स्पष्ट करणाऱ्या या कथा आहेत.

भाकडकथा किंवा अंधश्रद्धा समजून या कथांकडे दुर्लक्ष करणं ही मोठी चूक ठरेल. कारण निसर्गाच्या प्रत्येक घटकाला पवित्र मानणाऱ्या इथल्या प्राचीन परंपरेनं आणि हा परंपरागत वारसा जपणाऱ्या ग्रामीण समूहांनीच भारतीय निसर्ग आजपर्यंत बऱ्याच प्रमाणात राखला आहे. भारतात आजही ठिकठिकाणी टिकून असलेल्या अनेक देवरायांपैकी काही फक्त नावापुरत्या असल्या तरी इतर अनेक देवरायांनीच भारतातील स्थानिक दुर्मीळ वनस्पतींचं आणि त्यांच्यासह धोक्यात आलेल्या अनेक पशु-पक्ष्यांचं अस्तित्व टिकवलं आहे.

या दृष्टीनं विचार केला तर भारतीय परंपरेतलं वृक्षप्रेमाचं आणि वनस्पतिविश्वाविषयीच्या डोळस ज्ञानाचं सत्त्व वेचून या पुस्तकाने वाचकांसमोर ठेवलं आहे. त्याची आधुनिक विज्ञानाशी सांगड घालून स्थानिक परिस्थितीला अनुरूप अशा रीतीने भारतीय वृक्षसंपदेचं संरक्षण-संवर्धन झालं तर ते या पुस्तकाचं खरं श्रेय ठरेल. हे पुस्तक लिहिताना लेखकद्वयीच्या मनात हाच उद्देश असणार, याची खात्री आहे.

काही झाडाझुडपांची स्थानिक नावं फारशी प्रचलित आणि परिचित नाहीत; त्याऐवजी संस्कृत नावंच अधिक ओळखीची आहेत, असं अनुवाद करताना जाणवलं. अशा वेळी स्थानिक मराठी आणि परिचित संस्कृत अशी दोन्ही नावं दिली आहेत.

औषधी उपयोगांविषयीच्या भागात काही आजारांची नावंही इंग्लिशच ठेवली आहेत. आकलनाच्या दृष्टीने ते जास्त सोयीचं आहे, असं वाटलं. तामिळ शब्दांच्या उच्चारांसाठी मालाकृष्णन यांनी मदत केली. त्यांचे मनापासून आभार.

एके काळी आपल्या परिसरातच असणाऱ्या आणि आता दुर्मीळ झालेल्या अनेक झाडाझुडपांची ओळख या पुस्तकाच्या निमित्तानं वाचकांना होणार आहे. दिवसेंदिवस कमी होत जाणारी वृक्षसंपदा पाहून नुसती हळहळ व्यक्त करणं किंवा वनीकरणाच्या 'हौसे'पायी विदेशी / परप्रांतातली झाडं लावणं असे प्रकार वारंवार घडताना अलीकडे दिसतात. स्थानिक हवामान आणि जमिनीचा प्रकार लक्षात घेऊन प्रदेशविशिष्ट वृक्ष लावण्यासाठीही या पुस्तकाची चांगली मदत होऊ शकते. मराठीमध्ये इतका महत्त्वाचा विषय या अनुदानाच्या निमित्ताने प्रथमच उमटतो आहे, हे या पुस्तकाचं आणखी एक वैशिष्ट्य. सर्व स्तरातील वाचक त्याचं स्वागत करतील, असा विश्वास आहे.

– वर्षा गजेंद्रगडकर

भाग पहिला

विषय परिचय

धनुष्याच्या दोऱ्या करकचून ताणलेल्या आहेत, प्राणघातक बाणांची टोके सूर्यकिरणांमध्ये चकाकत आहेत, मध्य प्रदेशातील दिंडोरी जिल्ह्यातील रांजरा जंगलात आपले अस्तित्व जेमतेम टिकवून असणारे बैगा आदिवासी आपल्या देवांच्या रक्षणार्थ पूर्ण तयारीनिशी उभे आहेत. राज्य सरकारने नेमलेल्या लुटारूंना थोपवण्याचा चंगच त्यांनी बांधला आहे.

हीं हिरवीगार जंगले म्हणजे बैगांना पिढ्यान्‌पिढ्या आश्रय देणारे त्यांचे घर आहे. झाडांना देव मानून बैगा त्यांची पूजा करतात. आदिवासी पुरुष, स्त्रिया आणि मुले असे सगळे जण आता कुऱ्हाडी आणि करवतींपासून झाडांचे रक्षण करण्यासाठी सशस्त्र उभे आहेत. मुख्य म्हणजे ही लढाई वनाधिकाऱ्यांविरुद्ध आहे. कारण बैगांच्या दृष्टीने हे लोकच 'कत्तली'ला मदत करत आहेत.

झाडे तोडण्याच्या वन खात्याच्या धोरणाला विरोध करण्यासाठी स्थानिक ग्रामपंचायतीने अनेक बैठका घेतल्या. शेवटी सगळ्यांचा संयम सुटला. परिसरातले एकही झाड तोडले जाऊ नये म्हणून गावातल्या प्रत्येक स्त्री-पुरुषाने आणि मुलांनी आपली पारंपरिक शस्त्रे उचलून सज्ज राहावे, असे आवाहन पंचायतीने नुकत्याच झालेल्या बैठकीत केले.

निसर्गपूजक असलेले बैगा म्हणतात की, झाडे हे त्यांचे देव आहेत आणि झाडे तोडली तर सगळा निसर्गच उद्‌ध्वस्त होईल.

(*द टाइम्स ऑफ इंडिया*, चेन्नई, १२ एप्रिल, २०१२)

पवित्र वृक्ष हा भारताच्या नैसर्गिक वारशाचा महत्त्वपूर्ण घटक आहे. भारतातील बहुतेक मंदिरे, शहरे आणि गावे– काही वेळा शीख धर्मस्थळे आणि मुस्लीम दर्गेही– झाडांशी निगडित आहेत. काही वृक्ष त्या-त्या व्यक्तिगत देवतेसाठी पवित्र मानले जातात तर काही वृक्ष स्थानासाठी पवित्र असतात. काही वेळा एखादा वृक्ष हा त्या देवस्थानाच्या पावित्र्याचा अविभाज्य किंवा महत्त्वाचा भाग असतो. पुष्कळदा शहरे, गावे किंवा राजघराणी यांचे नामकरणही पवित्र वृक्षांवरून होते.

आदिम काळापासून भारतात अनेक वृक्षांची पूजा होत आली आहे. तुळस तर काश्मीरपासून कन्याकुमारीपर्यंत जिथेजिथे वाढते, तिथेतिथे घरोघरी तिला मानाचे स्थान असते आणि प्रत्येक गृहिणी या झाडाची जातीने काळजी घेत असते. भारतीय परंपरेत तुळस आणि कृष्ण यांचे नाते सांगणाऱ्या अनेक कथा आहेत; पण त्याखेरीजही तुळशीचे अनेक औषधी गुणधर्म आहेत. (आकृती १) तुळशीची पाने सर्दी-खोकला, डोकेदुखी, अपचन आणि अगदी हृदयविकारावरसुद्धा गुणकारी आहेत. अनेक आयुर्वेदिक औषधांत तुळशीच्या पानांचा उपयोग केला जातो. ही पाने नुसती खातात किंवा पानांचे चूर्ण करून त्याचा काढा घेतात. इतके औषधी गुण असलेल्या या झाडाचे रक्षण व्हावे आणि त्याचा मान राखला जावा म्हणून त्याला पावित्र्य बहाल केले गेले. अतिशय अमूल्य अशी आरोग्यसेवा पुरवण्याची जी भूमिका या लहानशा झाडाने बजावली आहे, त्यासाठी आदर व्यक्त करण्याची दुसरी योग्य पद्धत कुठली असणार?

आकृती १

वृक्षपूजा ही भारतातील फार प्राचीन परंपरा आहे. बहुधा वृक्षपूजा हेच भारतातील उपासनेचे सर्वात प्राचीन रूप असावे. पवित्र स्थळाशी निगडित असणारा वृक्ष, चैत्य वृक्ष आणि स्थळ वृक्षाच्या रूपात साहित्य आणि संस्कृतीतही प्रतिबिंबित झालेला दिसतो.

पवित्र मानले गेलेले वृक्ष प्राचीन समूहांच्या सामाजिक-आर्थिक आणि आरोग्यविषयक जाणिवा स्पष्ट करतात. काही वृक्ष पवित्र मानले गेले ते त्यांच्या आर्थिक लाभांमुळे, काही त्यांच्यापासून मिळणाऱ्या उत्पादनांमुळे, काही वृक्षांची पशुपक्ष्यांना निवारा पुरवण्याची भूमिका महत्त्वपूर्ण असल्यामुळे त्यांना पावित्र्य मिळाले; तर काहींचा औषधी उपयोग आणि हवा शुद्ध करण्याचा गुण लक्षात आल्यामुळे प्राचीन परंपरेच्या लेखी ते पवित्र ठरले. या सगळ्या प्रक्रियेतून पर्यावरणाविषयीचे आणि त्याच्या संवर्धनाविषयीचे प्राचीन समूहांचे ज्ञान अधोरेखित होते.

जगभरातल्या सगळ्या प्राचीन संस्कृतीमध्ये वृक्षपूजा अस्तित्वात होती, याच्या नोंदी इतिहासात ठिकठिकाणी आहेत. वृक्षाला पूजनीय समजणे हाच कदाचित उपासनेचा आरंभबिंदू असू शकेल. माणूस जेव्हा जमिनीतून अन्न उत्पादन करायला लागला, तेव्हा पृथ्वी किंवा भूदेवी म्हणजेच मातृदेवता ही प्रमुख देवता बनली. आणि सुफलन, निर्माणशक्ती आणि पशुपक्ष्यांचे सुंदर जग हा या देवतेने तिच्या भक्तांना दिलेला आशीर्वाद ठरला. वृक्षपूजा म्हणजे पृथ्वीच्या सर्जक क्षमतांविषयी आदिम समूहांना वाटणारे सुफलनाचे महत्त्व वृक्षपूजेतून प्रतीत होते. वृक्षांमध्ये अनेक चांगल्या-वाईट चैतन्यांचा निवास असतो, अशी आदिम समूहांची श्रद्धा होती. झाडांची पूजा केल्याने त्यांच्यात असणारे चैतन्य आपल्यावर कृपादृष्टी ठेवेल, अशी त्यांची समजूत होती. नंतरच्या काळात जेव्हा शेतीसाठी

देवराया तोडल्या गेल्या तेव्हा तिथला एकच वृक्ष शाबूत ठेवून त्याला पवित्र मानले गेले.

अगदी प्रारंभी, देऊळ म्हणजे झाडाखाली ठेवलेली मूर्ती असायची. नंतर झाड आणि मूर्ती यांच्या भोवती लाकडी कुंपण आले. हळूहळू लाकडाऐवजी दगडी भिंती आल्या. आजचे देऊळ हे पुष्कळ नंतरच्या काळातील बांधकाम आहे. वृक्ष हे देवादिकांचे निवासस्थान असल्याचे असंख्य संदर्भ साहित्यात आहेत. या वृक्षांनी उपासनेच्या प्रतीकाला म्हणजे मूर्ती, दगड, शस्त्र किंवा इतर वस्तूंना आश्रय दिला. मोकळ्या आकाशाखाली एखाद्या वृक्षाच्या सावलीत असलेली देवता नंतर देवळात स्थलांतरित झाली आणि तो वृक्ष त्या मंदिराचा स्थळ वृक्ष बनला. वृक्ष हा कायमस्वरूपी त्या दैवताशी जोडला गेला आणि तो स्थानिक दंतकथांचा अविभाज्य घटकही बनून गेला. भारतातील स्थळ वृक्ष हे विविध वनस्पतींच्या प्रजातींच्या संवर्धनासाठी उपयुक्त असा एकमेव स्रोत आहेत. स्थळ वृक्षांनी एके काळी स्थानिक पर्यावरणात महत्त्वपूर्ण भूमिका बजावली आहे. आणि अशा वृक्षांची पूजा म्हणजे आपला जीवशास्त्रीय वारसा साजरा करण्यासारखे आहे.

पवित्र वृक्षाला अनेक समानार्थी संज्ञा आहेत– कल्पवृक्ष (इच्छा पूर्ण करणारा जीवन वृक्ष), चैत्य वृक्ष (वृक्षरूपी देवता), आणि स्थळ वृक्ष (पवित्र स्थानाशी निगडित वृक्ष), पवित्र वृक्षांवरून अनेक ठिकाणांना वैशिष्ट्यपूर्ण नाव मिळाले आहे. उदाहरणार्थ, उत्तर भारतातील मथुरेजवळचे वृंदावन (वृन्देचे वन) हे ठिकाण. तुळशीच्या झाडावरून हे नाव मिळाले आहे. दक्षिणेकडे चेन्नईजवळ कांचीपुरम या गावाला त्याचे नाव कांची वृक्ष (इंडियन ट्युलिप) या झाडावरून मिळाले आहे. कौशिक, पल्लव, कदंब या राजघराण्यांना त्यांची नावे अनुक्रमे गवत, पान आणि फुलावरून मिळाली आहेत.

पवित्र वृक्ष सर्वसाधारणपणे हिंदू दैवते, जैन तीर्थंकर आणि भगवान बुद्धाशी निगडित आहेत. मध्य युगात प्रत्येक मंदिराचे स्वतःचे एक स्थळ पुराण लिहिलेले असे. म्हणजेच त्या पवित्र ठिकाणाची एक कथा सांगितली जाई. त्या कथेत त्या-त्या मंदिराशी निगडित वृक्ष आणि जलाशय यांचे पावित्र्य अधोरेखित केलेले असे.

वृक्षांविषयी माणसाला आदर वाटण्याची चार प्राथमिक कारणे होती– त्यांचे औषधी गुणधर्म - उदाहरणार्थ, तुळस आणि कडूनिंब. त्यांचे आर्थिक मूल्य– उदाहरणार्थ, नागचंपा. या झाडाचे लाकूड लहान बोटी आणि जहाजे बांधण्यासाठी कोरोमंडलच्या किनारपट्टीवर वापरले जायचे, पर्यावरणीय महत्त्व–उदाहरणार्थ, चिदंबरममधील खारफुटी आणि झाडांची सामाजिक-आर्थिक भूमिका– उदाहरणार्थ, वटवृक्ष हे झाड म्हणजे मुळात बनियांचे म्हणजे व्यापारी समूहाचे भेटण्याचे ठिकाण होते.

उगमापूर्वी...

वृक्षपूजा हे बहुधा धर्माचे सर्वात प्राचीन स्वरूप आहे. महावृक्षांची भव्यता आणि शेकडो वर्षांचे त्यांचे आयुष्य पाहून वृक्षपूजेचा प्रारंभ झाला असावा. ऋग्वेदाने (१०.९७) म्हटले आहे, 'प्राचीन काळी... देवांच्याही आधी ती वाढत राहिली... आणि वेगवेगळ्या ठिकाणी त्यांचे स्वरूप वेगळे आहे...' वनस्पती हा ऊर्जेचा स्रोत आहे, त्या आरोग्यकारक आहेत आणि दैवी शक्तींचे ते प्रकटीकरण आहे अशी प्राचीन काळी श्रद्धा होती. अग्नी म्हणतो, 'झाडाझुडपांमध्ये... मी वाढीचे बीज ठेवले आहे,' (ऋग्वेद १०.१८३.३). 'वृक्ष हा वनांचा स्वामी आहे... आणि त्याची स्तुती कधीच व्यर्थ ठरणार नाही' (ऋग्वेद ९.१२.७). स्वतः स्वतःचे पुनर्निर्माण करणाऱ्या जीवनाचे आणि अमर्त्यतेचे वृक्ष हे प्रतीक आहे. औषधी वनस्पती ही पृथ्वीच्या पोटी जन्माला आलेली देवता आहे, असे अथर्ववेदात म्हटले आहे (अथर्ववेद ६.१३६). वैदिक काळात वृक्षाला 'वनस्पती' किंवा 'वनांचा स्वामी' म्हणून संबोधले जायचे आणि जल व पर्वतांप्रमाणे त्याचीही मनःपूत प्रार्थना केली जायची. ऋग्वेदाने 'अरण्यानि' म्हणजेच वनदेवता म्हणून वनपूजा केली आहे (ऋग्वेद १०.१४६).

सिंधू-सरस्वती संस्कृती

सिंधू-सरस्वती संस्कृतीच्या मुद्रांवर वृक्षपूजेची अनेक उदाहरणे आढळतात. त्यातही पिंपळ *(Fibus religiosa)* आणि शमी *(Prosopis spibigera)* हे वृक्ष वारंवार आढळतात. काही वृक्षांची ओळख नेमकी पटू शकलेली नाही; पण वृक्षपूजा हा सिंधू संस्कृतीचा महत्त्वपूर्ण पैलू होता, हे या मुद्रांवरून लक्षात येते. या वृक्षांना मुळाशी आधार दिलेला आहे किंवा गावातील झाडांप्रमाणे आणि मंदिरांमधील पवित्र वृक्षांप्रमाणे त्यांना कुंपण घातले आहे. (आकृती २ (अ) आणि (ब)).

मोहेंजोदडो इथल्या उत्खननात एका शिळेवर कोरलेली आकृती आढळली आहे. या आकृतीच्या शिरावर शिंग असलेले आवरण आहे. लांब केसांची वेणी आणि दोन्ही हातांत बांगड्या घातलेली ही आकृती पिंपळ वृक्षामध्ये उभी आहे. तिच्या एका बाजूला गुडघे टेकून प्रार्थना करणारा उपासक आणि महाप्रचंड मेंढा आहे. हा मेंढा म्हणजे कदाचित देवतेला अर्पण करण्याचा बळी असावा. एका चौथऱ्यावर माणसाचे शिर आहे. खाली ओळीने

सात पुरुषाकृती आहेत. हे वैदिक धर्मातील सप्तर्षी असावेत. सप्तर्षी म्हणजे ईश्वरी मार्गदर्शनानुसार काम करणारा लोकसमूह. आकाशातील 'सप्तर्षी' या नक्षत्रसमूहाशी याची सांगड घातलेली आहे. या सातही आकृत्यांची वेषभूषा एकसारखी आहे. डोक्यावरच्या मुकुटवजा आवरणात एक पीस खोचलेले आहे. हातात बांगड्या आहेत आणि धोतरे गुडघ्यापर्यंत दुमडलेली आहेत. शिळेच्या अगदी वरच्या भागातही काही आकृत्या आहेत आणि त्यांच्या अधेमधे काही चित्रांकने आहेत. झाडाच्या पायाशी एकच चिन्ह आहे (आकृती ३).

आकृती २ (अ)

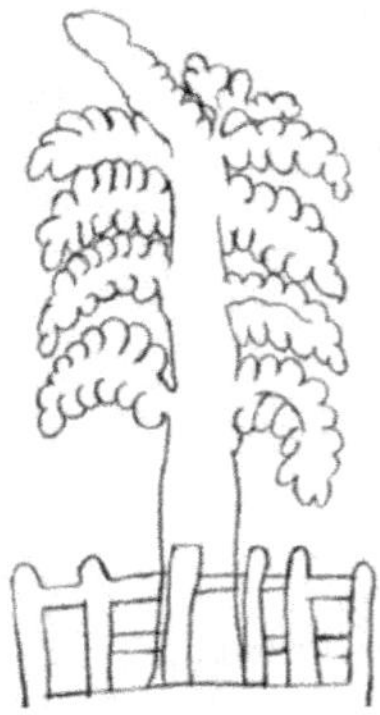

आकृती २ (ब)

आकृती ३

बौद्ध ग्रंथांनुसार यक्षांना किंवा वृक्षदेवतांना आत्म्यांना बळी अर्पण केले जात असत (कुमारस्वामी {१९२८} १९८०, १.२५, २.९). आजही *'वृक्षराजाय नमः'* अशी प्रार्थना म्हणत हिंदू भाविक पिंपळाला सात प्रदक्षिणा घालतात. ही शिळा म्हणजे या विधीचा हडप्पा संस्कृतीतील उगम असावा. पिंपळाच्या पूजेचे इतरही काही पुरावे सापडले आहेत. एका शिळेवर नाभिकेंद्रातून वाढणारे पिंपळाचे झाड आहे. या झाडाच्या दोन्ही बाजूंना, नाभिकेंद्रातूनच बाहेर आलेले एकशिंगी अश्व आहेत. शिळेच्या खालच्या बाजूला काही चिन्हे कोरलेली आहेत (आकृती ४). चित्रमय शैलीतील पिंपळाच्या झाडाखाली उभी असलेली एक पुरुषाकृती (कदाचित यक्ष किंवा वृक्षाचा आत्मा) मोठ्या प्रमाणात तयार केलेल्या ओतीव तुकड्यांवर आणि शिळांवरही वारंवार आढळली आहे (आकृती ५). आणखी एका शिळेवर एका निर्वस्त्र पुरुष देवतेच्या मुकुटाच्या मध्यातून तीनच पाने असलेली पिंपळाची एक फांदी वर गेलेली दिसते आहे. या आकृतीला तीन मुखे आहेत–

आकृती ४

आकृती ५

आकृती ६

एक मुख समोर बघणारे, तर दुसरे डावीकडे आणि तिसरे उजवीकडे वळलेले आहे. आकृती ध्यानावस्थेत बसलेली आहे. तिच्या दोन्ही हातांत बांगड्या आहेत. शिरावर मोठा मुकुट आहे. त्याला बैलाप्रमाणे बाहेर आलेली दोन शिंगे आहेत (आकृती ६). ही पुरुषाकृती म्हणजे शिवच असू शकतो. तीन मुखे असलेल्या– त्रिमुख किंवा त्रिमूर्तीमध्ये– शिवामध्ये– निर्माणकर्ता, रक्षणकर्ता आणि विनाशकर्ता अशी तीन स्वरूपे समाविष्ट आहेत. मुंबईजवळच्या घारापुरीच्या लेण्यां (एलिफंटा केव्हूज)मध्ये आठव्या शतकातला जो कलाविष्कार दिसतो, त्यात अशाच स्वरूपाच्या शिवाचे दर्शन घडते. हे पिंपळवृक्षाखाली बसलेल्या गुरुरूपातील शिवाचे किंवा दक्षिणामूर्तीचेच प्रारंभिक रूप आहे. ऋग्वेदाने (१०.९७.५) ईश्वराला उद्देशून म्हटले आहे, 'अश्वत्थ (पिंपळ) हे तुझे निवासस्थान आहे, त्याच्या पानांपासूनच तुझा निवारा बनला आहे.'

पुरुषाकृती पिंपळ वृक्षामध्ये उभ्या असलेल्या दिसतात, तर स्त्रीची आकृती मात्र शमी किंवा खेजडीच्या वृक्षावर दोन्ही हात दोन बाजूंना विस्तारून बसलेली दिसते. तिच्याकडे वळून बघणारा व्याघ्रही एका शिळेवर दिसतो (आकृती ७). हेच सूत्र मोहेंजोदडोमधील अनेक मुद्रांवर आणि उठावचित्रांवर पुनरावर्तित झाले आहे. शमीच्या झाडावर बसलेल्या स्त्रीचा एक पाय दुसऱ्या पायाखाली दुमडलेला दिसतो. हे संभवतः योग्याचे ध्यान असावे आणि मागे वळून या स्त्रीकडे पाहणारा व्याघ्रही सर्वत्र दिसतो. व्याघ्रासह असणारी स्त्री म्हणजे शमी वृक्षाची देवता असणार, हे उघड आहे. कारण हाडामांसाची सर्वसामान्य व्यक्ती वाघाबरोबर असणे एरवी शक्य नाही. काही मुद्रांमध्ये स्त्रीकडे तोंड असणारा उडता पक्षी आणि वाघाच्या पुढे एक बैलही दिसतो (आकृती ८).

आकृती ७

आकृती ८

एक मुद्रा मात्र अगदीच वेगळी आहे. त्यावर दर्शवलेल्या स्त्रीच्या माथ्यावर शिंगे असलेले आवरण आहे. ही स्त्री वाघाबरोबर एक तर युद्ध करते आहे किंवा नृत्य करते आहे. स्त्रीच्या मागे असलेल्या वृक्षाला नेच्यासारखी पाने दिसत आहेत. त्यामुळे हा खेजडी वृक्ष नाही (आकृती ९).

आकृती ९

आकृती १०

भाजलेल्या मातीच्या आणखी एका मुद्रेवर एका चौकटीत स्वस्तिक दर्शवले आहे. एका बाजूला खेजडीच्या वृक्षावर गुडघे टेकून बसलेली स्त्री आहे. तिच्याकडे मागे वळून बघणारा व्याघ्र या मुद्रेवरही पुन्हा आहेच. स्वस्तिकाच्या दुसऱ्या बाजूला हत्ती दर्शवला आहे (आकृती १०). दुसऱ्या एका मुद्रेवर वाघ आणि स्त्री यांचा मिलाप असलेली आकृती आहे. वाघाच्या शरीरावर स्त्रीचे शिर आहे. तिने लांब वेणी घातलेली आहे आणि तिच्या डोक्यावर शिंगे आहेत. डोक्याच्या मध्यातून खेजडी वृक्ष वाढलेला दिसतो आहे (आकृती ११).

आकृती ११

वाघ हे दुर्गेचे वाहन आहे, तो तिचा सोबती आहे. सुफलनशक्तीचे प्रतीक असलेल्या या उग्र, मांसभाक्षक प्राण्याला फक्त दुर्गाच नमवू शकते. मग वृक्षावरची स्त्री ही दुर्गेचेच मूळ रूप असू शकेल का? पुढच्या कालखंडात तिचेच रूपांतर व्याघ्रावर आरूढ होणाऱ्या दुर्गेत झाले असेल का? खेजडी हा कात्यायनीचा–दुर्गेच्याच एका रूपाचा–वृक्ष आहे. भूमीच्या पाच भौगोलिक विभागांविषयीचे जे तामिळ साहित्य (aindu tinai) (कृष्णन्, २००५, ३४-३६) आहे, त्यानुसार कोट्रावई (म्हणजेच दुर्गा, युद्धदेवता) ही वाळवंटातली देवता आहे. *तोलकाप्पियम* या आजही प्रचलित असलेल्या (रामन २००५, १८) तामिळ भाषेतील आद्य ग्रंथात (अंदाजे ख्रिस्तपूर्व २०० वर्षे) तिचे वर्णन आहे. नंतरच्या संगम साहित्यातही तिच्याविषयीचे उल्लेख आहेत. 'कोत्रावई' हा शब्द 'कोत्रान' या तामिळ शब्दावरून तयार झाला आहे. 'कोत्रान' हे वाळवंटी प्रदेशातले झाड आहे. पण त्याच्या नेमक्या ओळखीबाबत शंका आहेत (*Tamil Lexicon* १९८२, २.१९६७). स्त्री, वृक्ष आणि वाघाच्या सगळ्या मुद्रांमध्ये वृक्ष हा अटळपणे शमीचा म्हणजे खेजडीचाच आहे. हे मुख्यत: वाळवंटातले झाड आहे. नदी सुकायला लागल्याबाबत सिंधू-सरस्वती संस्कृतीचा जो सिद्धान्त आहे, त्याला पुष्टी देणारा हा वृक्ष आहे. आजही राजस्थानच्या वाळवंटातले बिश्नोई खेजडीला पवित्र मानतात. त्यांच्या अस्तित्वासाठी हा वृक्ष अत्यावश्यक आहे. त्यामुळेच खेजडीची झाडे वाचवण्यासाठी बिश्नोईंनी आपल्या प्राणांची आहुतीही दिली आहे. संपूर्ण 'चिपको चळवळ' पवित्र खेजडी किंवा शमी वृक्षाच्या संरक्षणाच्या मुद्द्यावरच आधारलेली आहे.

आकृती १२

आकृती १३

१७३१मध्ये हेच वृक्ष वाचवण्यासाठी ३६३ बिश्नोईंनी मरण पत्करले. या घटनेनेच आंतरराष्ट्रीय चिपको (Hug a Tree) चळवळीला जन्म दिला. खेजडीच्या उपासनेची परंपरा भारतातील आद्य संस्कृतीइतकी प्राचीन आहे असे दिसते. खेजडी वृक्षाशेजारी उभी असलेली स्त्री दोन भांडणाऱ्या वाघांच्या मधे आहे (आकृती १२) किंवा शिरावरच्या दोन शिंगांमधून वाढणाऱ्या रोपासह ही स्त्री दिसते. हडप्पा संस्कृतीतील एका शिळेवर वनस्पतीला जन्म देणारी स्त्री दाखवली आहे (आकृती १३).

वैदिक परंपरेत अग्नी निर्माण करण्याची क्षमता असणारा वृक्ष म्हणून शमीला महत्त्वपूर्ण स्थान आहे. ऋग्वेदातील एका आख्यायिकेत (१०.९५.१-१८) पुरुरव्याने शमी वृक्षाची फांदी पिंपळाच्या फांदीवर घासून अग्नी निर्माण केल्याचा उल्लेख आहे. नंतरच्या कालखंडातील साहित्यात आणि परंपरेत खेजडी ही स्त्रीरूपा वनस्पती म्हणून उल्लेखली गेली आहे. 'शमीदेवी' या नावाने तिला संबोधून 'मातृदेवतेशी' तिचे नाते या नंतरच्या परंपरेने जोडले आहे (स्टटले १९८५, १२२). शिव (दक्षिणामूर्तीच्या स्वरूपातला), बुद्ध आणि अनंतनाथ हे जैन तीर्थंकर– सगळे पुरुष– मात्र पिंपळवृक्षाखाली ध्यानाला बसलेले दिसतात.

झाडाची देवता म्हणजेच यक्ष किंवा यक्षीण– ही संकल्पनाही सिंधू-सरस्वती संस्कृतीइतकीच प्राचीन आहे. ज्या झाडांत ही देवता निवास करते त्या झाडाला ती पावित्र्य देते.

मध्य भारतातील गुहांमध्ये आढळणाऱ्या चित्रांतील वृक्ष पूजा

भारतीय उपखंडाच्या मध्यभागात, मध्य प्रदेशातील विंध्य आणि सातपुडा पर्वतांच्या रांगांमध्ये भीमबेटका (रायसेन जिल्हा) या ठिकाणी प्राचीन गुहा आहेत. या गुहा म्हणजे अश्मयुगातील लोकांचे जिवंत कलादालनच आहे. या ठिकाणच्या चित्रांमध्ये त्या काळातील लोकांचे आयुष्य, त्यांच्या जीवनधारणा, भोवतीचे वन्यजीवन अबाधित ठेवण्यासाठीचे त्यांचे प्रयत्न याचे स्पष्ट दर्शन घडते. या गुहांनी भावी पिढ्यांसाठी अश्मयुगातील प्राचीन चित्रांचे जतन केले आहे. भीमबेटकाच्या या सगळ्या प्रदेशात दाट वनराजी आहे. पशु-पक्षी-

वनस्पती आणि इतर नैसर्गिक संपत्तीच्या दृष्टीने हे क्षेत्र समृद्ध आहे. गुहांमध्ये राहणाऱ्या आणि नैसर्गिक पर्यावरणाच्या आधाराने जगणाऱ्या माणसांचे जगणे आणि तो काळ याचे प्रतिबिंब भीमबेटका येथील चित्रांमध्ये दिसते.

वृक्षपूजा हे संभवतः उपासनेचे आद्य स्वरूप असले तरी खडक खोदून केलेल्या कोरीवकामात वृक्षपूजा अभावानेच आढळते. दहा क्रमांकाच्या गुहेत एका झाडाचे चित्र आहे. या झाडावर मोर बसलेला आहे. एका माणसाच्या हातात तलवार आहे आणि तो झाडाच्या उजव्या बाजूला गुडघा टेकून बसला आहे. चित्रात नृत्य करणाऱ्या माणसांची एक रांगही दिसते. चित्राचा दर्जा उत्तम नसला तरी ही पाषाणयुगातली वृक्षपूजा (ख्रिस्तपूर्व १०,००० ते ४००० वर्षे) आहे, याबद्दल मला शंका नाही (आकृती १४).

आकृती १४

पाषाणयुगातील आणखी एका चित्रात एका मानवी आकृतीने वृक्ष हातात धरलेला दिसतो आणि उत्सवी वेशभूषा असणाऱ्या व्यक्ती गुडघे टेकून बसलेल्या आकृतीने हातात धरलेल्या झाडाभोवती नृत्य करताना दर्शवल्या आहेत. झाडाच्या एका बाजूला रांगोळीसदृश दिसणारी नक्षी हे कुठल्याशा उत्सवाचे चित्र असल्याचे सूचित करते (वाकणकर १९७५, २०) (आकृती १५)

आकृती १५

मध्य प्रदेशात रायसेन जिल्ह्यामध्येच खारवाई या ठिकाणीही (वर्तमानपूर्व २५००-२००० वर्षे) काही चित्रे आढळतात. यातील एका चित्रात गडद लाल रंगाचा वृक्ष आढळतो. हा बहुधा कल्पवृक्ष असावा. या वृक्षाच्या उजव्या बाजूला दोन मोर आहेत. सांची, विदिशा या ठिकाणच्या आणि इतरत्रही अस्तित्वात असलेल्या कलांमध्ये आढळणाऱ्या कल्पवृक्षाशी या वृक्षाचे साम्य आहे (आकृती १६).

आकृती १६

वेदांमधील वृक्षपूजा

पुढील पानावर दिलेल्या रकान्यातील वनस्पतींचा उल्लेख ऋग्वेदात आहे. नंतरच्या कालखंडातील साहित्यात या वनस्पती पवित्र मानल्या गेल्या आहेत. ऋग्वेदात ज्या वनस्पतींचा उल्लेख आहे, त्या पवित्र मानल्या गेल्या आहेत, कारण त्या संहितेत दिसतात. वैदिक कालखंडाच्या प्रारंभिक पर्वातील आर्य निसर्गपूजक होते. निसर्ग हाच त्यांच्या लेखी ईश्वर होता. हडप्पा संस्कृती आणि वेदांमध्ये एकसारख्या पद्धतीची वृक्षपूजा दिसून येते. या दोहोंची संस्कृती आणि परंपरा एकच असल्याचे यावरून सूचित होते.

ग्रंथांचे उगमस्थान निश्चित करण्यासाठी वृक्ष अतिशय महत्त्वपूर्ण आहेत. ऋग्वेदातील वनस्पतींवरून, वेदांचा उगम भारत आणि पाकिस्तानच्या उपउष्णकटिबंधीय प्रदेशांतील असल्याचे निश्चित होते. मोर, हंस, म्हैस, गवा, उंट, माकड, मगर, हत्ती आणि घोडे हे ऋग्वेदातले प्राणी भारतात सहज आढळणारे आहेत. वेदांच्या उगमाबाबत अभ्यासकांमध्ये मतभेद असले तरी त्यात स्पष्ट झालेला भूगोल नाकारण्याचा प्रश्न उपस्थित होऊच शकत नाही. आपल्या ओळखीच्या, आपल्याला माहीत असलेल्या वनस्पती आणि प्राण्यांबद्दलच माणूस लिहील. त्यामुळेच ऋग्वेदात शीत किंवा समशीतोष्ण प्रदेशातील वनस्पतींचा, अगदी काश्मीरमधील देवदाराचासुद्धा उल्लेख नाही.

ऋग्वेदातली सर्वात महत्त्वपूर्ण वनस्पती म्हणजे सोम. ऋग्वेदातले नववे मंडल 'सोममंडल' म्हणूनच प्रसिद्ध आहे. हे मंडल 'सोम पवमाना'च्या म्हणजेच सोमाच्या शुद्धीकरणाच्या विधीला वाहिले आहे. इतर मंडलांमधील सहा ऋचा सोमस्तुतीला वाहिलेल्या आहेत. सोम हे पेय म्हणजे सोम वनस्पतीपासून मिळालेला अर्क असून तो काही विशिष्ट विधींच्या वेळी प्राशन केला जात असे. सोम ही वनस्पती कुठे वाढत असे? महाभारतानुसार (१०.७८५; १४.१८०) हिमालयातील मुजावंत या पर्वतावर तिचे अस्तित्व होते. उत्तर भारतात अनेकानेक पर्वत आहेत. मुजावंत पर्वत हिमालयाच्या पायथ्याशी कुठेही असू शकतो. या वनस्पतीला लांब देठ होते आणि तिचा रंग पिवळा होता. सोमरस तयार करण्याचे काम पुरोहित करायचे आणि दगडाने ठेचून हा रस काढला जायचा. मेंढीच्या लोकरीतून हा रस गाळला जात असे. मग त्यात इतर काही घटक (गायीच्या दुधासह) मिसळून सोमरस प्राशन केला जाई. सोमरस प्राशन करणाऱ्या व्यक्तीला अमरत्व प्राप्त

होई. (ऋग्वेद, ८.४८). हे विधान म्हणजे सोम वनस्पतीबाबतचा कल्पनाविलास आहे की काय, असे वाटते. कारण अमरत्वाबाबत अद्याप आपल्याकडे ठोस पुरावे नाहीत. 'सोम' या वनस्पतीला 'औषधीपती' मानले जात असे. दैवत म्हणून तिचा आदर केला जात असे. या गूढ वनस्पतीविषयी ऋग्वेदात पुष्कळ वर्णने आहेत. हिमालयासारख्या पर्वतीय प्रांतात वाढणारी जी बुरशीसारखी वनस्पती आहे, तिच्याशी हे वर्णन पुष्कळ मिळतेजुळते आहे. तिचे शास्त्रीय नाव *Amanita muscaria* असे आहे. वैदिक कालखंडातील इतर सगळ्या वनस्पती हिमालयीन प्रदेशातील असताना ही वनस्पती मध्य आशियाई प्रदेशातील असल्याचा सिद्धान्त समर्थनीय ठरत नाही.

ऋग्वेदातील पवित्र वनस्पती

वनस्पतीचे नाव (ऋग्वेदातील)	वनस्पतीचे नाव (देशी भाषेतील)	वैज्ञानिक नाव	ऋग्वेदातील संदर्भ
वृक्ष आणि झुडपे			
अश्वत्थ	पिंपळ / पीपल	*Fibus religiosa*	६.२४; १.६११; १.१३५.८
पिप्पला	पिंपळ / पीपल	*Fibus religiosa*	१.१६४, २०
भांग*	भांग	*Cannabis sativa*	९.६१, १३
करंज	करंज	*Pongamia glabera*	१.५३, ८; १०.४८, ८
करकंधू		*Ziziphus oenoplia*	१.११२, ६
खदिर	कात	*Acacia catechu*	३.५३, १९
किंशुक	पळस	*Butea monosperma*	१०.८५, २०
पळस, पर्ण	पळस	*Butea monosperma*	१०.९७, ५
न्यग्रोध	वड	*Ficus indica / Ficus benghalensis*	१.२४, ७
शाल्मली	शेवरी / काटेसावर	*Salmalia malabarica*	७.५०,३
शिंबल	शेवरीचे फूल	*Salmalia malabarica*	३.५३, २२
शमी	शमी	*Prosopis spicigera*	१०.९५.१-१८
शिंशाप	सिसू , शिसम	*Dalbergia sisu*	३.५३, १९
सोम	-	-	मंडल ९
उर्वरूक	काकडी	*Cucumis sativus*	७.५९, १२
विभैदक	बेहाडा	*Terminalia bellarica*	८.८६, ६; १०.३४.१
जल वनस्पती			
कियंबू	जलकमळ / कुमुदिनी	*Nymphaea alba*	१०.१६, १३

वनस्पतीचे नाव (ऋग्वेदातील)	वनस्पतीचे नाव (देशी भाषेतील)	वैज्ञानिक नाव	ऋग्वेदातील संदर्भ
पुंडरीक	श्वेतकमळ	*Nelumbo nubifera*	१०.१४२,८
पुष्कर	नीलकमल	*Nymphaea caerulea*	६.१६, १३; ७.३३, ११
तृण			
दूर्वा	दूर्वा	*Panicum dactylon*	१०.१६, १३; १३४, ५; १४२, ८
काश	कमीस / डुक्कर कंद	*Saccharum spontaneum*	१०.१००, १०
कुश	दर्भ	*Poa cynosuroides*	१.१९१, ३
मुंज	मुंज / मुंजक	*Saccharum munja*	१.१९१, ३
पाक दूर्वा	दूर्वा	*Panicum dactylon*	१०.१६, १३
शर		*Saccharum sara*	१.१९१, ३
तृण	गवती चहा	*Cymbopogon citrates*	१.१६१,१; १६२, ८, ११; १०.१०२,१०
उल्प	दर्भ	*Imperata arundinacea*	१०.१०२, १०
वंश	बांबू	*Bambusa arundinaceae*	१.१०, १
यव	बार्ली	*Hordeum vulgare*	१.२३.१५; ६६.३; ११७.२१; १३५.८; ७६.२; २.५, ६; १४,११; ५.८६; ७.३, ४; ८.२, ३; २२, ६; ९, ७८ ७८

* भांग हा शब्द ऋग्वेदात सोम या वनस्पतीचे गुणवाचक विशेषण म्हणून वापरला गेला आहे.

उत्तर भारतात लग्न आणि उत्सवांच्या वेळी आजही मद्याप्रमाणे भांगेचे सेवन केले जाते. ऋग्वेदात (९.६१, १३) सोम वनस्पतीला जी विशेषणे वापरली गेली आहेत, त्यातले 'भांग' हे एक विशेषण किंवा विशेषनामही आहे. हिमालयाच्या पायथ्याशी असलेल्या प्रदेशात किंवा पाकिस्तानातील टेकड्यांमध्ये वाढणारे सोम हे एक औषधी झुडूप आहे, हेच यावरून सूचित होते. त्यामुळे सोमाभोवती अकारण गूढतेचे वलय निर्माण करण्यात अर्थ नाही.

वैदिक कालखंडात संपूर्ण सृष्टी ही एका अर्थी दैवीच होती. माणूस, पशुपक्षी आणि वनस्पतींचे जग एकत्र सांधणाऱ्या, अविभाज्य अशा एका जीवनशक्तीचा तो एक अंश होता. वृक्षांच्या बरोबरीने तृण प्रकारच्या वनस्पती, औषधी वनस्पतीही त्या काळातील मानवी समूहांसाठी पवित्र होत्या. 'वृक्ष ही देवतांची निवासस्थाने आहेत', असे ऋग्वेद

सांगतो (१०.९७.४). त्या वेळी यज्ञस्तंभ बनवण्यासाठी औदुंबराचा उपयोग केला जायचा. औदुंबर आणि खदिराच्या लाकडाच्या साहाय्याने डाव बनवले जायचे. यज्ञविधीत वापरले जाणारे द्रोण वडाच्या पानांपासून तयार केले जायचे. बेलाची फळे तर उपयुक्त होतीच, त्याच्या लाकडापासूनही यज्ञशिखा बनवली जायची.

वरुण हे तर जीवनवृक्षाचे मूळ आहे, सगळ्या निर्मितीचा तो स्रोत आहे, (ॠग्वेद, १.२४,७) अर्थववेदाने (१०.७,३८) त्याला 'ध्यानावस्थेत जलाशयावर बसलेला यक्ष' म्हटले आहे. या यक्षाच्या नाभीतून वृक्ष बाहेर येतो, असे अथर्ववेद सांगतो. यजुर्वेदात (५.६४) हा वारसा प्रजापतीकडे आहे तर महाभारतात तो नारायणाकडे आहे. हा वृक्ष अश्वत्थ आहे, पण नंतरच्या कालखंडात सृष्टिनिर्मात्याला कमळावर बसवले गेले. हे कमळ नारायणाच्या नाभीतून उगम पावले होते. वैदिक काळात पिंपळ किंवा अश्वत्थ वृक्ष हा अतिशय आदराचा विषय होता. हा अतिविशाल वृक्ष म्हणजे विश्वाचे आणि ब्राह्मणांचे प्रतीक होता. चिरंजिवी पिंपळ वृक्षालाच नंतरच्या काळात 'अक्षय वट' म्हणजे चिरंतन वृक्ष असे नाव मिळाले. हा वृक्ष म्हणजे वैदिक आणि वैदिकोत्तर कालखंडातील साहित्यातील अधिभौतिक तत्त्वप्रणालीचा भक्कम पायाच होता.

'वनस्पती ईश्वराचाच अवतार आहेत आणि वृक्ष म्हणजे वनांचे स्वामी आहेत, ते स्वनिर्माणक आणि चिरंतन आहेत,' असे ॠग्वेद (१०.९७) सांगतो. अथर्ववेदानुसार औषधी वनस्पती देवताच आहेत. वने 'अरण्यानि' नावाच्या देवता आहेत. अथर्ववेदात (१९.३९,६) वृक्षपूजेचे अनेक ठळक संदर्भ आहेत. या संदर्भांनुसारही अश्वत्थ म्हणजे पिंपळ हे ईश्वराचे वसतिस्थान आहे *(अश्वत्थो देवा सदनः)*. अथर्ववेद सांगतो, 'स्वर्गात देव पिंपळ वृक्षाखाली बसतात.' अथर्ववेदात अनेक लोकसंप्रदायांचे उल्लेख आहेत. यात वृक्षांची, वृक्षदेवतांची आणि राक्षसांचीही पूजा करणाऱ्या समूहांचा समावेश आहे. याखेरीज यात अनेक स्तोत्रे आणि ॠचाही आहेत. या स्तोत्रांमध्ये वृक्ष ही फक्त उपासनायोग्य बाब नाही, तर वृक्ष वैश्विक जीवनवृक्षाचे प्रतीक आहे. भगवान बुद्धांना बोधिवृक्षाखाली ज्ञानप्राप्ती होण्यापूर्वी कित्येक शतके पिंपळ वृक्ष हा विश्वाचे प्रतीक मानला जात होता.

श्वेताश्वतार उपनिषदाने (३.९) म्हटले आहे, ''मोठे खोड असलेला, आकाशाच्या दिशेने जाणारे अनेक बुंधे असलेला आणि अनेक फांद्या आणि दाट पर्णसंभाराने भोवतीची जागा व्यापणारा विशाल वृक्ष म्हणजे वैश्विक वृक्षाचे किंवा ब्राह्मणाचे प्रतीक आहे. छांदोग्य उपनिषदानुसार (६.११) वैश्विक वृक्ष हे आयुष्याचेच प्रतीक आहे तर तैत्तिरीय ब्राह्मणाने ब्रह्माची वनाशी आणि वृक्षाशी सांगड घातली आहे. *'ब्रह्मा तद् वनम्, ब्रह्मा सा वृक्षा असा'* (ब्रह्म म्हणजे वन, ब्रह्म म्हणजे वृक्ष, ॠग्वेद १०.८१.४; तैत्तिरीय ब्राह्मण २.८.९.६). हे वर्णन वटवृक्षाशी मिळतेजुळते आहे. पिंपळ, वड, शमी, पळस, उंबर आणि आवळा अशी अनेक झाडे पवित्र म्हणून नोंदवली गेली आहेत (छांदोग्य उपनिषद, ६.११). शमी आणि पिंपळाच्या फांद्या यज्ञासाठीचा अग्नी चेतवण्यासाठी वापरल्या जात असत. अथर्ववेदात बोर

या वृक्षाचाही वारंवार उल्लेख आहे. हा वृक्ष ऋग्वेदामधील कालखंडातही बहुधा लोकप्रिय असावा. कारण यज्ञविधीत वापरले जाणारे द्रोण या वृक्षाच्या लाकडापासून बनवले जात असत.

दु:ख-क्लेश दूर करण्यासाठी अथर्ववेदातील पापविमोचन सूक्तात (११.५,१-२३) असंख्य देवतांना आवाहन केले आहे. त्यात वृक्ष, औषधी झुडपे, वनस्पती यांचाही समावेश आहे. यज्ञाचा अग्नी पेटवण्यासाठी शमी आणि पिंपळाच्या झाडाचे लाकूड समिधा म्हणून वापरले जात असे. शमीवृक्षाचे फळ 'शमि धान्य' म्हणून ओळखले जाते (अग्रवाल, १९७०, ११५).

ऋग्वेदात 'वटवृक्षाचे पूजक' या अर्थाचा एक शब्द आहे. या उपासकांविषयी वेदकारांच्या मनात नाराजी आहे. कारण या उपासकांचा भर यज्ञात माणसांचा बळी देण्यावर आहे. यावरून सिंधू संस्कृतीची खूण सांगणाऱ्या एका मुद्रेची (आकृती ३) आठवण येते. त्यात कुणी एक उपासक पिंपळाच्या झाडाला मानवी शिर आणि मेष अर्पण करतो आहे. पिंपळाच्या झाडात एक पुरुषाकृती उभी असलेली दिसते आहे.

महाकाव्ये, पुराणे, जैनधर्म आणि बुद्धधर्म यांतील वृक्षपूजा

प्रत्येक युगाचे विशिष्ट असे पवित्र वृक्ष आहेत.* चंदन *(Santalum album)* हा सत्य किंवा कृत युगातला पवित्र वृक्ष आहे. त्रेता युगातला पवित्र वृक्ष आहे, चंपक किंवा चाफा *(Michelia champaca)*. द्वापारयुगाने काबरा *(Cleome fruiticosa)* या झाडाला पवित्र मानले तर कलियुगात 'फणस' *(Jack fruit)* हा पवित्र वृक्ष आहे. म्हणजे प्रत्येक युगाला स्वतःचा पवित्र वृक्ष आहे.

रामायण-महाभारतात पवित्र वृक्ष आणि वनस्पतींच्या पूजनाचे अनेक संदर्भ आहेत. रामायण हा ग्रंथ म्हणजे महाकवी वाल्मिकींच्या कल्पनाशक्तीचे फळ नाही आणि ती ओढून-ताणून केलेली निर्मिती नाही, हे स्पष्ट आहे. वाल्मिकींच्या भौगोलिक ज्ञानाइतकेच त्यांचे वनस्पतिशास्त्रीय ज्ञानही निखळ आहे. एखाद्या वनस्पतीच्या भूगोलाकडे आणि विस्ताराकडे वाल्मिकी वाचकांचे लक्ष वेधतात आणि त्यांच्या कालखंडातील त्या वनस्पतीच्या कुळाशी संबंधित माहितीही पुरवतात. आज विस्मृतीत गेलेले झाडांचे, वनस्पतींचे उपयोगही वाल्मिकी सातत्याने अधोरेखित करतात. त्यांचे रामायण ही एकाच लेखकाची निर्मिती आहे. हा ग्रंथ म्हणजे त्या कालखंडाचे अत्यंत विश्वासार्ह असे वर्णन आहे. यात खाद्य आणि अखाद्य वनस्पती, पवित्र वृक्ष, औषधी वनस्पती आणि जंगल परिसंस्था या सगळ्यां-विषयीच्या वर्णनाचा समावेश आहे.

जंगलाच्या पर्यावरणावर चार भावनांचा अंमल चालतो– शांती, माधुर्य, संताप (रौद्र) आणि बीभत्स (अमिर्तलिंगम आणि सुधाकर २०१२, २०१३). घनदाट अरण्यांमध्ये नैमिष अरण्य, चित्रकूट आणि दंडकारण्य, पंचवटी, किष्किंधा आणि अशोकवनाचा समावेश आहे. सध्याच्या उत्तर प्रदेशातील अयोध्येपासून श्रीलंकेपर्यंत ही वने विखुरलेली आहेत. या विस्तृत प्रदेशातील विविध नैसर्गिक क्षेत्रांची सर्वसमावेशक कल्पना या वनांद्वारे मिळते.

---

* युग म्हणजे पर्व. पहिले युग म्हणजे सत्य किंवा कृतयुग. ते १७,२८,००० मानवी वर्षे टिकले. त्यानंतरचे त्रेता युग १२,९६,००० वर्षे तर द्वापार हे तिसरे युग ८,६४,००० वर्षे टिकले. सध्याचे कलियुग ४,३२,००० वर्षे चालेल.

ही नैसर्गिक क्षेत्रे म्हणजे विभिन्न प्रकारच्या प्रमुख परिसंस्थांचे दर्शन आहे. उष्णकटिबंधीय कोरडी पानझडीची जंगले (पंचवटी), कोरडी आणि दमट पानझडीची जंगले (किष्किंधा), आल्प्स प्रदेशातील वनांसारखी उपवने (हिमालयातील मेरू पर्वतावरूनच हनुमानाने मूर्च्छित लक्ष्मणासाठी संजीवनी वनस्पती खुडून आणली), सदाहरित उष्णकटिबंधीय जंगले (श्रीलंका).

रामायणातील उल्लेखांनुसार त्या काळात अनेक प्रकारचे पवित्र वृक्ष होते. 'रथ्य वृक्ष' म्हणजे रस्त्यालगतचे वृक्ष आणि 'देवता निष्ठान वृक्ष' म्हणजे देवतांचे निवास असलेले वृक्ष यांचे आणखी विभाग पडून यक्ष चैत्य (यक्षांचे वृक्षमंदिर) आणि चैत्य वृक्ष (वृक्षमंदिर) अस्तित्वात आले. याखेरीज, चौरस्त्यावरची पार असलेली झाडे (चतुर्पथ वर्थी वृक्ष) आणि स्मशानवृक्षही त्या काळात होते (रामायण, २.३.१; ५०.८; ५.१२.१८; २२-२९). सीतेने वनात जाताना कालिंदीच्या तीरावरील एका भव्य वटवृक्षाची पूजा करून त्याला प्रदक्षिणा घातल्या होत्या, आणि 'आपल्या नवऱ्याला त्याची प्रतिज्ञा पूर्ण करण्यासाठी शक्ती दे,' अशी विनवणीही केली होती (अमिर्तलिंगम आणि सुधाकर २०१३, १८). ज्या दंडकारण्यात राम, लक्ष्मण आणि सीता राहिले, ते अरण्य आणि रावणाने पळवून नेल्यावर लंकेतील ज्या अशोकवनात सीतेला डांबून ठेवले गेले होते, ते वन आजही पवित्र मानले जाते. पवित्र वृक्षांच्या पूजेचे आणि तुळस, पिंपळ, वड, आवळा अशा झाडांचे रामायणात अनेक उल्लेख आहेत.

रामायणात श्लेश्मातकाच्या लाकडापासून बनवलेल्या विधिविधानांसाठीच्या जागेचे वर्णन आहे (१.१४.२२-२३). बेलाच्या झाडाचे सहा खांब यज्ञाच्या ठिकाणी युप म्हणून उभारले गेल्याचाही उल्लेख आहे (१.४.२२). असेच खांब यज्ञासाठीचे स्तंभ म्हणून खैराच्या झाडापासून उभारल्याची नोंद रामायणात आहे (१.४.२).

जेव्हा राम-लक्ष्मण सीतेच्या शोधार्थ रानात हिंडत होते, तेव्हा त्यांना वाटेत बोराचे झाड दिसले. 'सीतेला कुठे पाहिले का?' असे रामाने विचारल्यावर झाडाने होकारार्थी मान हलवली आणि सीता ज्या दिशेला गेली होती, ती दिशा दाखवली. यामुळे रामाला आनंद झाला आणि त्याने झाडाला 'तू कधीच मरणार नाहीस,' असा आशीर्वाद दिला. दुसऱ्या एका प्रसंगात शबरी ही गरीब आदिवासी स्त्री रामाला भेटली. ती निस्सीम रामभक्त होती. तिने प्रत्येक बोर चाखून ते गोड असल्याची खात्री करून घेतली आणि मगच रामाला ती फळे दिली. शुद्ध मनाने आणि निखळ प्रेमाने अर्पण केलेली कुठलीही गोष्ट स्वच्छ आणि शुद्धच असते, असे राम म्हणाला. तेव्हापासून बोराचे फळ पवित्र मानले गेले आहे आणि अनेक धार्मिक कार्यात त्याचा समावेशही केला गेला आहे.

लंकेमध्ये झाडे तोडण्याबाबतचे नियम अतिशय कडक होते. 'वैशाख महिन्यात आपण एकही झाड कधीच तोडलेले नाही, तरीसुद्धा दैवाने माझ्याशी इतक्या क्रूरपणे का वागावे, हे समजत नाही,' असे रावण म्हणाल्याचा रामायणात उल्लेख आहे. रावणाच्या

साम्राज्यातही वृक्षलागवड करणे हे फार मोलाचे कार्य समजले जायचे, असे रामायणात म्हटले आहे. झाडे तोडली तर लाकूडतोड्या आणि त्याच्या कुटुंबावर नष्टचर्य कोसळते, असा त्या काळी सार्वत्रिक समज होता. (भाटला, मुखर्जी आणि सिंग १९८४, ३७-४२)

शुभकार्याच्या वेळी दर्भाचे गवत कापून त्याचे आसन बनवले जायचे. दर्भाची टोके पूर्व दिशेला ठेवली जायची (रामायण १.३.२). श्राद्धाच्या किंवा मृत्यूनंतरच्या विधींमध्ये ही टोके नेमकी विरुद्ध दिशेला असायची (रामायण, २.१०४.८). या गवताच्या ताज्या पानाचे लांबट पाते रामाने क्षेपणास्त्राप्रमाणे वापरले होते. या पात्याच्या टोकाला नीलमण्यासारखे तेज होते. (रामायण, ५.३८.२९)

कुश या गवताच्या जन्माची कथा आणि त्याचे धार्मिक महत्त्व सीतेच्या भूमिप्रवेशानंतर अधोरेखित झाले. लौकिक जगाचा निरोप घेऊन भूमिप्रवेश करताना सीतेने 'आपल्या आईने– पृथ्वीने तिच्या पोटात आपल्याला घ्यावे,' अशी विनवणी केली. त्यानुसार धरणी दुभंगली. सीतेचा पुत्र कुश आपल्या आईला वाचवण्यासाठी पुढे धावला; पण त्याला फक्त तिचे केस मुठीत पकडता आले. या केसांचे रूपांतर गवतात झाले आणि कुशाने आईला वाचवण्याचा प्रयत्न केलेला असल्यामुळे त्या गवताला 'कुश' हे नाव मिळाले. तेव्हापासून 'कुश' गवत पवित्र मानले गेले आहे आणि विविध धार्मिक विधींमध्ये त्याचा वापरही होतो आहे (रामायणाचे उत्तरकांड).

महाभारत (दक्षिण भारतीय पाठ, १२.६९) सांगते की पवित्र वृक्ष ही देव, यक्ष, राक्षस आदींची निवासस्थाने असल्यामुळे त्यांना कोणत्याही प्रकारे इजा पोचवू नये. यक्ष वृक्षवासी (२.१०.३९९) असून वृक्षही इतर सजीवांप्रमाणेच जिवंत आहेत, असेही या महाकाव्याने सांगितले आहे (२.१८.१५-१७). वृक्षपूजेचे असंख्य संदर्भ महाभारतात आहेत. अनेक वृक्षांना दैवत मानून त्यांची आराधना या कालखंडात होत होती. सर्वसामान्य लोक तुळस, पिंपळ, वड, आवळा अशा झाडांची पूजा करत होते. 'वनस्पती आणि वृक्षांना पावित्र्य बहाल करण्याची आणि त्यांना पूजनीय मानण्याची प्रेरणा माणसाला त्याचे हृदय देते,' असे महाभारताच्या आदिपर्वाने म्हटले आहे.

महाप्रलयाच्या वेळी पाण्याच्या त्या प्रचंड विस्ताराभोवती मार्कंडेय ऋषी फिरत होते. त्या वेळी त्यांना वडाच्या पानावर तरंगत असलेले एक लहान मूल दिसले, असेही महाभारतात (३.१८७-८९) म्हटले आहे. हे मूल म्हणजे खुद्द नारायण होते - हाच सृष्टीचा निर्माणकर्ता आणि विनाशकर्ताही. हेच मनुष्याच्या आत्म्याला शांती देणारे ठिकाण. नंतरच्या काळातील तामिळ साहित्याला आणि कलांना पानावरच्या तान्ह्या बाळाच्या प्रतीकाने उदंड प्रेरणा दिली आहे. मणिमेखलाई (२५.१७८-१९२, २९.३-१०) या तामिळ महाकाव्यानुसार एक चोल राजा नागलोकात गेला आणि तिथे एका नाग-राजकुमारीच्या प्रेमात पडला. तिला राजापासून एक मुलगा झाला. या मुलाच्या शरीराभोवती खुणेसाठी तोंडाईची म्हणजेच करलीची वेल गुंडाळून नागकन्येने त्याला राजाकडे पाठवले. मुलगा

ज्या जहाजातून निघाला होता, ते जहाज वादळात भरकटले; पण समुद्राच्या लाटांनी या मुलाला किनाऱ्यावर आणले. त्यामुळे या मुलाला 'तिरई तरू' (लाटांनी बहाल केलेला) हे नाव मिळाले. पेरुम्बुनात्रूप्पडै (३०-३१) सांगते की, हा मुलगा नारायणच होता. तामिळनाडूच्या उत्तर भागाचा—तोंडाईमंडलमचा राजा असलेल्या तोंडाईमन इलान तिरईयानचा हा पूर्वजच. तोंडाईमंडलम हे नाव या भूमीला मिळाले, कारण हे मूल सापडले तेव्हा त्याच्या शरीराभोवती तोंडाईचा वेल गुंडाळलेला होता. अमरावतीतील एका शिलालेखात म्हटले आहे की द्रोणाचार्यांचा मुलगा अश्वत्थामा आणि एक अप्सरा (जलदेवता) यांना एक मूल झाले. तेही एका मोठ्या कोवळ्या पानावरच ठेवले होते. अशा प्रकारच्या कथा अनेक वनस्पतींशी जोडल्या गेल्यामुळे त्यांना पावित्र्य मिळाले. (कृष्णा, १९८०, ७-८)

पुष्कळ नंतरच्या कालखंडात समुद्रात तरंगणाऱ्या वडाच्या पानावर निजलेल्या कृष्णाच्या मूर्तींची ओळख पटली. या कृष्णाला 'वटपत्रशायी' असे नाव दिले गेले. कृष्णपूजकांच्या पंथाने वृक्षपूजेची परंपरा आणखी बळकट केली. कृष्ण ज्या गावात राहिला त्या गावाभोवती घनदाट जंगल होते. 'परोपकारासाठी जगणाऱ्या सुंदर वृक्षांचीच उपासना आपण करायला हवी,' असे कृष्ण आपल्या सवंगड्यांना नेहमी सांगायचा. 'झाडाचा प्रत्येक भाग उपयुक्त आहे,' 'झाडांच्या सहवासात असणाऱ्या प्रत्येकाला त्यांच्यापासून लाभ मिळतोच,' असे तो म्हणायचा. झाडांचा आदर्श समोर ठेवून जीवन जगण्याचा सल्ला कृष्ण सगळ्या गोपालकांना नेहमीच देत असे. बासरी आणि कृष्ण यांचे नाते तर अतूट आहे. बांबूपासून बनवलेले हे अगदी साधेसे वाद्य. यमुनेच्या काठी, तुळशीच्या रानात, चंद्रपकाशाने उजळलेल्या रात्री कृष्ण बासरी वाजवायचा. कदंब हा त्याचा आवडता वृक्ष. त्याच्या प्रत्येक मूर्तीशेजारी कदंब असतोच. द्वारकानगरी वसवताना कृष्णाने इंद्राशी युद्ध करून स्वर्गातील पारिजातकाचे झाड पृथ्वीवर आणले. वृंदावनातील प्रेमोपासक संप्रदायींनी कृष्णाचे वृक्षप्रेम निकुंज लीलेमध्ये स्पष्ट केले आहे. या संप्रदायानुसार, भक्तगणांनी राधा-कृष्णाच्या कलाकुंजातील विहाराचे ध्यान करून विशुद्ध सुखप्राप्तीचा मार्ग म्हणून आध्यात्मिक आनंद मिळवायला हवा.

मुंडकोपनिषदामध्ये जीवनवृक्षाचे वर्णन दिलेले आहे. या वृक्षावर दोन पक्ष्यांचे चिरंतन साहचर्य आहे. यापैकी एक पक्षी फळे खातो, तर दुसरा शांतपणे बघत राहतो. एक पक्षी चैतन्याचे, जिवंतपणाचे प्रतीक आहे तर दुसरा त्याचे प्रतिबिंब आहे. थोडक्यात, हे दोन पक्षी म्हणजे नर आणि नारायण, माणूस आणि दैवी शक्ती आहेत. या प्रतीकात्मकतेचे मूळ ऋग्वेदातील 'दीर्घतमस' ऋचेमध्ये आहे. जीवनवृक्षाची कल्पना यात प्रथम मांडलेली आहे. (ऋग्वेद, १.२२.१६४.२०)

पौराणिक आणि पुराणोत्तर साहित्य

वामन पुराणाने (लाल, सिंग आणि मिश्रा २०१४,१८) काही वनस्पतींची सांगड विशिष्ट

देवदेवतांशी घातली आहे.

- कमळ : विष्णूच्या नाभीतून जन्माला आलेली ही जलवनस्पती ब्रह्मदेवाचे– सृष्टीच्या निर्मात्याचे आसन आहे.
- कनक धोत्रा : शिवाच्या छातीतून उगम पावला.
- खदिर (कात) वृक्ष : ब्रह्मदेवाच्या शरीराच्या मध्यातून निर्माण झाला.
- चिंच : पार्वतीच्या तळव्यापासून निर्माण झाली.
- राननिर्गुडी : गणेशाच्या मस्तकातून निर्माण झाले.
- पळस : यमाच्या उजव्या बाजूतून बाहेर आले.
- उंबर : यमाच्या उत्तर-दक्षिण बाजूतून बाहेर आले.
- बांबू : रुद्राच्या शरीरातून बांबूचा उगम झाला. स्कंदाच्या शरीरातूनही बांबूची निर्मिती झाली.
- पिंपळ : सूर्यापासून निर्माण झाले.
- शमी वृक्ष : कात्यायनी (दुर्गा)पासून तयार झाला.
- बेल : लक्ष्मीपासून उगम पावला.
- तृण वनस्पती : सर्पांचा राजा नागराजापासून निर्माण झाल्या.
- दर्भ / कुश (गवत) : सर्पांचा राजा, वासुकीपासून निर्माण झाले.

मत्स्य पुराण आणि पद्म पुराणात भव्य वृक्षलागवड कार्यक्रमाचे, वृक्ष महोत्सवाचे सविस्तर वर्णन आहे. मत्स्य पुराणानुसार (१५४, ५०६-१२) एक वृक्ष लावणे हे दहा पुत्रांच्या तोडीचे कर्म आहे. नरसिंह पुराणाने वृक्ष म्हणजे स्वतः ब्रह्मदेवच आहे, असे सांगितले आहे.

एका दंतकथेनुसार शिव-पार्वती एकदा एकांत अनुभवत होते. त्या वेळी अग्निदेव परवानगी न घेता अचानक त्यांच्या खोलीत शिरला. यामुळे पार्वती चिडली. अग्नीच्या या कृत्यात काही चूक असल्याचे शिवाला जाणवलेही नाही, हे कळल्यावर तर तिचा संताप अनावर झाला. तिने सगळ्याच देवांना वृक्षस्वरूपात पृथ्वीवर अवतार घेण्याचा शाप दिला. या शापामुळे घाबरून गेलेले देव पार्वतीकडे गेले आणि म्हणाले, "आमचे सगळ्यांचेच रूपांतर जर झाडांमध्ये झाले तर दानवांची ताकद वाढेल. आणि एकदा का ते बलशाली झाले की सगळ्या विश्वावर अधिराज्य करतील. त्यांना काबूत ठेवणारे कुणी नसेल आणि मग सगळीकडे अंदाधुंदी माजेल." देवांनी पार्वतीची विनवणी करून शाप मागे घेण्याबाबत गळ घातली. यावर पार्वती म्हणाली, "मला शाप मागे घेता येणार नाही. तुमचे रूपांतर संपूर्ण झाडात होणार नाही, पण तुम्ही अंशतः वृक्षांमध्ये निवास कराल." म्हणून भगवान विष्णूंनी पिंपळामध्ये, शिवशंकराने वटवृक्षामध्ये, देवी लक्ष्मीने कडुनिंबामध्ये प्रवेश केला म्हणून या वृक्षांना पावित्र्य प्राप्त झाले.

'विष्णूसहस्त्रनाम' या ग्रंथात उंबर, पिंपळ, अशोक आणि वड ही विष्णूची काही नावे

आहेत तर शमीवृक्षाच्या लाकडापासून बनवलेला युप म्हणजे 'शिव' असेही त्यात म्हटले आहे. पार्वती म्हणजे अपर्णा (पर्णहीन) आहे. जर ती देवी पार्वतीशी निगडित असेल तर सुकलेल्या खोडालाही फांद्या फुटतात, असे यातून सुचवायचे आहे.

पुराणांमध्ये असलेल्या वनदेवता या जंगलांमधील आनंदी अशा देवताच आहेत. माणसांच्या भल्याबुऱ्या कृत्यांचे साक्षीदार असणाऱ्या चंद्र-सूर्याच्या नजरेइतकीच वनदेवतांची (जागरूक) नजर प्रभावी असते, असे *मृच्छकटिका*तील चेता म्हणते. भारतातील पारंपरिक श्रद्धेमुळेच वृक्ष-वनांकडे देवदेवतांचे पृथ्वीवरचे प्रतिनिधी म्हणून पाहिले गेले आहे.

शेवटी, विष्णुधर्मोत्तरानुसार सप्तमातृकांमधील प्रत्येक मातृका वृक्षाखाली बसते. सात माता आणि त्यांचे वृक्ष खालीलप्रमाणे (गोपीनाथ राव, १९७१, १४५-५८)

१.	ब्राह्मणी	पळस	५.	माहेश्वरी	पुंडरीक (श्वेतकमळ)
२.	वैष्णवी	राजवृक्ष / बहावा	६.	कौमारी	प्लक्ष (उंबर)
३.	इंद्राणी	कल्पक (हळद)	७.	वराही	कल्पक (हळद)
४.	चामुंडा	प्लक्ष (उंबर)			

मगध साम्राज्यातील (ख्रिस्तपूर्व ६००-४००) छाप असलेल्या नाण्यांवर नक्षीदार पद्धतीने काढलेली, कुंपण असलेली झाडे दिसतात. या झाडांच्या खोडाच्या दोन्ही बाजूंना वाढणाऱ्या फांद्या आहेत. नंतरच्या कालखंडातील छापाच्या नाण्यांवर वर्तुळाच्या आत आणि बाहेरही झाडे दिसतात. ख्रिस्तपूर्व तिसऱ्या शतकात राजगृह, सारनाथ आणि कौसंबी या ठिकाणच्या ओतीव तांब्याच्या नाण्यांवरची झाडं पुन्हा कुंपण घातलेली दिसतात. कुंपण घातलेले झाड हे पवित्र झाड मानले जात होते. अई खानुम (कुंडझ प्रांत, उत्तर अफगाणिस्तान) मधील ॲगाथोकल्सच्या एका नाण्यावर कठड्याच्या आत असलेले झाड दाखवले आहे. (आकृती १७). आजही पाकिस्तान आणि अफगाणिस्तानातील अनेक मुस्लीम नागरिक संतती प्राप्त होण्यासाठी झाडांना दोरे आणि छोटे पाळणे बांधतात.

आकृती १७

जैन धर्म

बौद्ध आणि जैन हे दोन्ही धर्म म्हणजे वैदिक धर्माच्याच उपशाखा असल्यामुळे या दोन्ही धर्मांनी आधीच्या अनेक परंपरा पुढे चालू ठेवल्या. यातील एक परंपरा म्हणजे झाडांचे पावित्र्य. विशेषतः पिंपळाच्या झाडाविषयीचा आदर या दोन्ही धर्मांनी अधोरेखित केला आहे. भगवान बुद्धाचे प्रत्येक रूप आणि प्रत्येक जैन तीर्थंकर आपापल्या विशिष्ट वृक्षाशी निगडित होते. याच झाडाखाली त्यांना ज्ञानप्राप्ती झाली. जैन धर्मात वनस्पतींचे आणि वृक्षांचे

महत्त्वपूर्ण योगदान आहे. ऐतिहासिकदृष्ट्या जैन धर्माची स्थापना महावीरांनी (ख्रिस्तपूर्व ५९९-२७ वर्षे) केली असली तरी जैन पुराण आणि चरित्रातील उल्लेखानुसार महावीर हे चोविसावे तीर्थंकर आहेत. जैन धर्म हिंदू धर्माशी घट्ट जोडलेला होता आणि आजही जैनधर्मीय स्वतःला हिंदू समाजाचे घटक मानतात. त्यामुळेच दोनही धर्मातील अनेक सण-उत्सव सारखे आहेत आणि हिंदू-जैन धर्मीयांचे परस्पर विवाहही होतात.

जैनधर्मीयांनी असंख्य वनस्पती आणि वृक्षांना पवित्र मानले आहे आणि सगळ्या तीर्थंकरांशी त्यांचे नाते जोडले आहे. प्रत्येक तीर्थंकराचा स्वतःचा असा वैशिष्ट्यपूर्ण वृक्ष होता (खालील तक्ता पाहा). बोधिसत्त्वाप्रमाणे तीर्थंकरांनाही या विशिष्ट वृक्षाखाली आत्मसाक्षात्कार झाला, अशी जैनधर्मीयांची श्रद्धा आहे. याशिवाय प्रत्येक तीर्थंकराचे स्वतःचे प्राणी प्रतीकही होते.

त्या-त्या झाडाची देवता असलेला यक्ष किंवा यक्षीणही प्रत्येक तीर्थंकराशी निगडित होते. जैनांच्या धार्मिक परंपरेत वृक्ष-वनस्पतींनी अशा प्रकारे महत्त्वपूर्ण भूमिका बजावली आहे.

नैसर्गिक जगाविषयी जैन धर्माला मनापासून आस्था होती. अर्थात, झाडे आणि फुलांचा उपयोग या धर्मात सुशोभीकरणासाठी मोठ्या प्रमाणावर होत असला तरी पूजेचे साधन म्हणून त्यांच्याकडे क्वचितच पाहिले जाई. पण उदयगिरी (ओडिशा) येथील क्रमांक ५च्या जय-विजय या गुहेत, भिंतीवर छताजवळ जो नक्षीदार पट्टा आहे, त्यावर पवित्र वृक्षाचे एक दृश्य कोरलेले आहे. त्यावरचा पवित्र वृक्ष हा बहुधा पिंपळ आहे. त्याच्याभोवती कुंपण घातलेले आहे. झाडावर एक छत्र आहे आणि दोन्ही बाजूंना निशाणे (झेंडे) आहेत. दोन्ही बाजूंना दोन जोडपी वृक्षाची पूजा करताहेत. पुरुषांचे हात नमस्कारासाठी जोडलेले आहेत; तर स्त्रियांच्या हातातल्या तबकांमध्ये फुले आणि हार आहेत. जैन धर्मावर बौद्ध धर्माचा प्रभाव नसल्यामुळे, पिंपळवृक्षाची पूजा बुद्धाच्या आधी कित्येक वर्षांपासून प्रचलित होती आणि बौद्धधर्मीयांनीही तिचा स्वीकार केला, हेच या दृश्यावरून सिद्ध होते. अशाच प्रकारचे दृश्य खंडगिरी (ओडिशा) इथल्या अनंतगुंफा या क्रमांक ३च्या गुहेत कोरलेले आहे. कुंपण घातलेल्या आणि वर छत्र असलेल्या पिंपळ वृक्षाची पूजा एक जोडपे आणि इतर दोन व्यक्ती करताना या दृश्यात दिसतात.

अप्रतिम सौंदर्य लाभलेल्या कमळपुष्पाचा विशेष उल्लेख करायला हवा. याला बहाल केले गेलेले पावित्र्य आणि त्याची तत्त्वज्ञानात्मक प्रतीकात्मता या दोन्हीमुळे भारतीय कलांमध्ये कमळाला विशेष स्थान आहे आणि विविध कलांमध्ये त्याचे वारंवार दर्शन घडते.

जैन तीर्थंकर आणि त्यांचे वृक्ष

ीर्थंकर	निगडित वृक्ष (संस्कृत नाव)	देशी नाव
आदिनाथ किंवा रिषभनाथ	न्याग्रोध	वड
अजितनाथ	साल	साल *(Shorea robusta)*
ांबवनाथ	साल	साल *(Shorea robusta)*
अभिनंदननाथ	प्रियंगू किंवा वेसली	कानफुलिया
ुमतीनाथ	साल किंवा प्रियंगू	साल
ाद्मप्रभा	श्रीश किंवा प्रियंगू	कानफुलिया
ुपार्श्वनाथ	सुशिर	बाभूळ
ंद्रप्रभा	नागद्रम	थोरलाचंपा / नागचंपा / नागकेशर
ुविधिनाथ	नाग किंवा मल्ली	थोरलाचंपा / नागचंपा / नागकेशर
ीतलनाथ	बिल्व	बेल
श्रेयसन्मथ	तुंबारा किंवा तिंडक	पळस
ासुपूज्य	पटलिका / कदंब	वृक्षपाडळ / कदंब
वेमलनाथ	जंबू	जांभूळ
अनंतनाथ	अश्वत्थ	पिंपळ
ार्मनाथ	दधिपर्ण किंवा सप्तछडा	सप्तपर्णी
ांतिनाथ	नंदीवृक्ष	कुणंत
कुंथुनाथ	तिलकतरू	लोध्र / तिल्व
अरानाथ	अमरा	आंबा
ालिलनाथ	अशोक	अशोक *(Saraca indica)*
ुलसुव्रत	चंपक	चाफा *(Michelia champaka)*
ामिनाथ	बकुळ	नीलकमल
ामिनाथ	महावेणू / वेतस	बांबू
ार्श्वनाथ	धतकी	धतकी / धायती
महावीर	साल	साल *(Shorea rofusta)*

्रोत : बी.सी. भट्टाचार्य १९७४, ३४-६०

ौद्ध धर्म

ारंभीच्या बौद्ध स्मारकांमध्ये भगवान बुद्ध (ख्रिस्तपूर्व ५६३-४८३ वर्षे) मानवी स्वरूपात कधीच दाखवला गेले नव्हते, तर वृक्षाच्या प्रतीकात्मक रूपात त्यांचे दर्शन होत असे. ार्मचक्र, पावले यांसारख्या प्रतीकांप्रमाणेच वृक्ष हे खुद्द बुद्धाचेच रूप आहे. उंच चौथऱ्यावर असलेल्या, हार-माळांची तोरणे लावलेल्या वृक्षरूपी बुद्धाची पूजा सर्वसामान्य लोक, राजे-ाण्या आणि ब्राह्मण करत असल्याची कितीतरी दृश्ये आहेत. भारहूत आणि सांची या

ठिकाणच्या शिल्पांमध्ये अनेक पवित्र वृक्षांना वाकून नमस्कार करणारे वृक्ष आणि प्राणी आपल्याला दिसतात. हे वृक्ष म्हणजे बुद्धाचे ज्ञानप्राप्तीचे विविध टप्पे आहेत. भगवान बुद्धाने अनुयायांना उपदेश करण्यासाठी कायम वनांची निवड केली. झाडांची मुळे म्हणजे ज्ञानाचा स्रोत असतो, असे ते सांगत. वृक्ष-वनस्पतींच्या सोबतीने वनांमध्ये निवास करावा, असा सल्ला ते अनुयायांना देत असत. नंतरच्या कालखंडातील साहित्याने– पाली जातके आणि सूत्रे यांनी– सविस्तर मिथककथा रचल्या आणि तीन प्रकारचे बुद्ध या साहित्याने निश्चित केले– ध्यानी (ध्यानमग्न), मानुषी (हाडांमांसाचा, मर्त्य) आणि बोधिसत्त्व (भविष्यकालीन बुद्ध). या सगळ्या बुद्धांना विविध बोधिवृक्षांखाली ज्ञानप्राप्ती झाली. रूक्खख धम्म जातकात वृक्षपूजेला 'रूक्खमहा' असे संबोधले जात होते (गुप्ते १९७२, १०८-१०).

बुद्धाच्या ज्ञानप्राप्तीशी निगडित असलेले चार वृक्ष आहेत. पहिले सात दिवस ज्ञानप्राप्तीच्या विलक्षण आनंदात, निरंजना नदीच्या काठावर पिंपळ वृक्षाखाली भगवान बुद्ध बसले. मग ते उठले आणि पुढचे सात दिवस स्वत: प्रकाशमान झाल्याच्या आनंदात ते वटवृक्षाखाली बसले. त्यानंतरचे सात दिवस आत्मशांतीच्या आनंदात ते मुचलिंद वृक्षाखाली बसले. आणि अखेर मुक्तीच्या आनंदात ते राजयतन (*Bubhanania latifolia*) या वृक्षाखाली सात दिवस बसले. हे चार वृक्ष अनुक्रमे बोधिवृक्ष (ज्ञानप्राप्तीचा वृक्ष), मेंढपाळाचा वृक्ष *(Tree of Goatherd)*, मुचलिंद वृक्ष आणि मुक्ती वृक्ष *(Tree of Emancipation)* म्हणून ओळखले जातात. बुद्ध ध्यानधारणा करत असताना उद्भवलेल्या प्रचंड वादळात ज्याने बुद्धाचे रक्षण केले त्या सर्पराजावरून मुचलिंद हे नाव रूढ झाले. पाली तत्त्वांनुसार प्रत्येक बुद्धाचा स्वतंत्र बोधिवृक्ष आहे. (कानिटकर, २०११, १७५)

- सिखिनचा बोधिवृक्ष आहे श्वेतकमळ
- उंबर हे कनकमुनींचे किंवा कोनगमनाचे प्रतीक आहे. बुद्धघोषांच्या वर्णनानुसार या वृक्षाला फुले असू शकत नाहीत. 'उंबराच्या झाडाला आलेली फुले ज्याला दिसतात, तो सम्राट होतो,' अशी भारतातील एक जुनी श्रद्धा आहे.
- बुद्ध काकत संघाचा बोधिवृक्ष आहे बाभूळ. या झाडाला विपुल फळे-फुले येतात.
- सांची इथल्या एका गोलाकार पदकावरच्या कोरीव कामात बोधिवृक्ष म्हणून वृक्षपाडळीचा वृक्ष दाखवला आहे. या वृक्षाखाली विपाचित बुद्धाला ज्ञानप्राप्ती झाली.
- विश्वभ्रित बुद्धाचा बोधिवृक्ष विपाचित बुद्धाच्या बोधिवृक्षाशी साम्य असाणारा आहे.
- आणखी एका बौद्ध परंपरेनुसार, सिखिनचा बोधिवृक्ष श्वेतआम्र आहे. या वृक्षाला सुगंधी फुले आहेत आणि एकाच फांदीला लटकलेली मधुर चवीची, रसाळ फळे आहेत.
- विपस्वी बुद्धाचा बोधिवृक्ष म्हणजे अशोक वृक्ष. हिंदू आणि बौद्ध या दोन्ही धर्मांमध्ये हा वृक्ष पवित्र मानला जात होता. याच झाडाखाली गौतम बुद्धांचा जन्म झाला.
- कपिलावास्तू बुद्धाची सांगड जांभळाच्या झाडाशी घातलेली होती.

- बुद्धघोषानुसार विश्वभूचा पारंपरिक बोधिवृक्ष म्हणजे साल वृक्ष.
- आठवा बुद्ध म्हणजे बोधिसत्त्व मैत्रेय. त्याचे नाते चाफ्याच्या झाडाशी जोडले गेले होते.

बोधिवृक्षाभोवती विशेष प्रकारचे देऊळ बांधले होते. खांबांवर आधारलेला गोलाकार सौध झाडासभोवती होता. भारहूत, सांची, मथुरा आणि अमरावती या ठिकाणी या प्रकारच्या उपासनेचे पुरावे विविध शिल्पांमध्ये आढळतात. भारहूत आणि सांची इथल्या स्तूपांमध्ये सात वेगवेगळ्या मानुषी बुद्धांचे प्रतिनिधित्व सात बोधिवृक्ष करताना दिसतात– विपस्यिनेसाठी पातली (आकृती १८), विश्वभूसाठी साल (आकृती १९), क्रकुछंदासाठी शिरीष (आकृती २०) कनकमुनींसाठी औदुंबर (आकृती २१), कश्यपासाठी न्याग्रोध किंवा वटवृक्ष (आकृती २२), सिखिनसाठी पुंडरीक म्हणजे श्वेतकमळ (आकृती २३) आणि शाक्यमुनीं (गौतम बुद्ध)साठी पिंपळ (आकृती २४). एका शिल्पपट्टिकेच्या साहाय्याने बोधिवृक्षांच्या आधारे या बुद्धांची ओळख पटवली गेली. या पट्टिकेवर त्या-त्या बोधिवृक्षाच्या खाली बुद्धाची ही सात नावे कोरलेली आहेत (श्रीवास्तव १९८३, १३५). गमतीचा भाग म्हणजे

आकृती १८

आकृती १९

आकृती २०

आकृती २१

आकृती २२

आकृती २३

आकृती २४

सात बुद्धांच्या बोधिवृक्षांचा (यात अश्वत्थाचाही समावेश आहे) ओझरता उल्लेख फक्त महापादन सुत्तंतामध्ये आहे.

भारहूत स्तूपावरच्या शिल्पांपैकी सर्वांत प्रसिद्ध शिल्प म्हणजे नाग इरापात्राने केलेली शिरीषाची *(Albizia lebbek)* पूजा. नागराज इरापात्राला एका लेखाचा अर्थ लावायचा होता. तो नारदमुनींकडे गेला. त्यांनी आपला उजवा खांदा सारनाथजवळच्या हरीणउद्यानाकडे वळवला. तिथे स्वतः बुद्ध अनुयायांना उपदेश करत होते. या स्तूपावरच्या उठावाच्या शिल्पात इरापात्र बोधिवृक्षाच्या रूपातील बुद्धाची उपासना करत आहे. स्तूपावरच्या पट्टिकेवर *'इरापात्र नागराजा भगवतो वंदते'* ('नागराज इरापात्र ईश्वराला वंदन करतो') असा मजकूर कोरलेला आहे (आकृती २५). या चित्रात भगवान बुद्धाचे प्रतीक म्हणून पवित्र वृक्ष दर्शवला आहे.

आकृती २५

आकृती २६

भारहूत या ठिकाणच्या शिल्पकलेत ज्याचे वारंवार पूजन केलेले आढळते, असा आणखी एक वृक्ष म्हणजे आंबा *(Mangifera Indica)*. हा वृक्ष सुफलन आणि भाग्य सूचित करतो. अजातशत्रू स्तंभावर डोक्यावर केसांच्या दोन गाठी बांधलेला भगवान बुद्ध इतर अनेकांसोबत आम्रवृक्षाची पूजा करताना दिसतो. हे राजा अजातशत्रूने बुद्धाला दिलेल्या भेटीचे दृश्य आहे (आकृती २६). इथल्या अनेक पट्टिकांवर आम्रवृक्षाचे पूजन शिल्पांकित झाले आहे. भारहूतच्या संगन या कलेमध्ये बुद्ध कुठेही दिसत नाही. पण आम्रवृक्षाची उपासना करणारा बुद्ध मात्र दिसतो, ही बाब लक्षात घेण्याजोगी आहे. कदाचित हे आम्रवृक्षाच्या महतीचे सूचन असावे. कारण आजही आम्रवृक्ष हे शुभचिन्ह मानले जाते.

भारहूतमधील बहुतांश पट्टिकांवर सर्वाधिक दिसतो, तो पिंपळ *(Ficus religiosa)* वृक्ष. पिंपळ हा आत्मसाक्षात्काराचा (Tree of Enlightenment) वृक्ष आहे. प्रसेनजित स्तंभावरच्या पिंपळाभोवती चैत्य आहे. वृक्षावर सुंदर नक्षीकाम असलेले छत्र आहे आणि खाली चौथरा आहे. वृक्षाला फुलांचे हार घातलेले आहेत. दोन बसलेले पुरुष, उभे असलेले पुरुष-स्त्री आणि चैत्यावरचे दोन पुरुष झाडाची पूजा करताहेत. पिंपळवृक्षाच्या पूजेचे जे आणखी एक दृश्य आहे, त्यात हत्तीवर आरूढ झालेले चार राजे दिसतात. हे राजे झाडावरच्या चार दिशांचे प्रतिनिधित्व करतात. आणखी एक शिल्प पिंपळाची महती अधोरेखित करणारे आहे. पिंपळवृक्ष एका चौथऱ्यावर असून त्याला फुलांच्या माळांनी सजवलेले आहे. दोन वानरे झाडाला मध अर्पण करत आहेत; तर दोन पुरुष आणि दोन बायका बाजूला उभ्या आहेत. दोन बायका आणि एक लहान मूल झाडापुढे गुडघे टेकवून

बसले आहेत (आकृती २७).

सांची येथील उठावचित्रांमधून वृक्ष पूजनाची अतिशय साधीसुधी धार्मिक कृती प्रतीत होते. चार दिशांना उघडणाऱ्या चार भव्य प्रवेशद्वारांसाठी सांचीचा प्रथम स्तूप प्रसिद्ध आहे. प्रत्येक प्रवेशद्वाराला दोन खांब आहेत. तीन आडव्या वक्राकार कमानींना या खांबांनी आधार दिला आहे. या कमानींची टोके पिळाप्रमाणे वळली आहेत. तीन कमानींच्या मध्ये पुन्हा आधाराचे तीन खांब आहेत. बुद्धाच्या जीवनातील आणि पाच बौद्ध जातकांतील कथा कमानींवर चित्रित केल्या आहेत. प्रवेशद्वारांवर सगळीकडे बुद्ध वृक्षरूपातच दर्शवला आहे. त्रयस्त्रिंस स्वर्गातून ब्रह्म आणि शक्रासोबत शिडीवरून उतरतानाही तो वृक्षरूपातच आहे (आकृती २८). कल्पवृक्षाच्या स्वरूपातील बुद्धाला त्याच्या ज्ञानप्राप्तीच्या दिवशी सुजाता खीर देते. पश्चिमेकडील प्रवेशद्वारावर बोधगयेतील पवित्र वृक्षाला सम्राट अशोकाने दिलेली भेटही शिल्पांकित झालेली आहे (आकृती २९). कल्पवल्ली या इच्छापूर्ती करणाऱ्या वेलीच्या अनेक प्रजाती आहेत. ही वेल रत्नजडित दागिने आणि हार निर्माण करते, असे म्हटले जायचे. भारतीय कला आणि साहित्यात वारंवार प्रकट होणाऱ्या या संकल्पनेचे मूळ लोकश्रद्धा आणि धर्मामध्ये आहे. बौद्धधर्मीयांनी आपल्या श्रद्धेचा प्रसार करताना तिचा उपयोग केला.

आकृती २७

आकृती २८

आकृती २९

वटवृक्ष हा भारतातील प्राचीन असा भव्य वृक्ष आहे. सांचीच्या स्तूपावर एका दृश्यात हत्ती त्याची पूजा करतो; तर दुसऱ्या दृश्यात राजा आणि राणी आपल्या सेवकांसह त्याची पूजा करत आहेत (आकृती ३०).

आकृती ३०

फुललेल्या कमळावर बसलेल्या गजलक्ष्मीची दृश्ये तर पुष्कळच आहेत. तिच्या दोन्ही

आकृती ३१

बाजूंना असलेले दोन हत्ती सोंडेने तिच्यावर जलधारा सोडताना दिसतात. क्रमांक दोनच्या स्तूपावर कमळ विविध सौंदर्यपूर्ण पद्धतींनी चित्रित केलेले आहे. विशेषत: अप्रतिम पदकाच्या स्वरूपात ते अनेकदा दिसते. अशाच एका सुंदर पदकावर कमळावर बसलेली देखणी स्त्री आणि भोवती कमळाची फुले, देठ, मुळे कोरलेली आहेत (आकृती ३१).

बौद्ध धर्मातील निदानकथा सांगते की सोंडेत पांढरे कमळ धरलेल्या पांढऱ्या हत्तीने मायादेवीला तीन प्रदक्षिणा घातल्या आणि तो तिच्या उजव्या बाजूला शिरला. ललितविस्ताराने बुद्धाच्या शुद्धतेला पाण्यातील कमळाची उपमा दिली आहे. निदानकथा आणि बुद्धचरितानुसार एका विशाल कमळावर आरूढ होऊन बोधिसत्त्वाने चारही दिशा निरखल्या. जेव्हा तो चालायला लागला, तेव्हा त्याच्या प्रत्येक पावलासाठी एक अशी सात कमळे अवतरली. सांचीमध्ये माया कमलसिंहासनावर किंवा पद्मासनावर बसलेली आहे. जातकांमध्ये पाच प्रकारच्या कमळांचा उल्लेख आहे, त्यातील चार प्रकारची कमळे सांचीमध्ये दिसतात. काही पट्टिकांवर सिद्धार्थाचा जन्म फुलदाणीतील कमलगुच्छाच्या प्रतीकाद्वारे दाखवला आहे. भारहूत आणि सांचीपासूनच्या बौद्ध स्मारकांमध्ये वारंवार दिसणारे कमळ बौद्ध धर्मातले या फुलाचे महत्त्व सूचित करते. हिंदू धर्मात हे पुष्प म्हणजे ब्रह्मदेवाचे– सृष्टीच्या निर्मात्याचे– आसन आहे. सृष्टिरक्षक विष्णूनेही ते धारण केले आहे. समृद्धीची देवता असलेल्या लक्ष्मीचेही ते आसन आहे. विद्येची आणि सुबुद्धीची देवता सरस्वतीचा मंचही कमळाचाच आहे. अजंठ्याच्या लेण्यांमध्ये बोधिसत्त्व पद्मपाणीने हातात कमळ धरून त्याचा गौरव केला आहे. या ठिकाणी कमळ हे सौंदर्याचे प्रतीक आहे (एम. राव २०११, ७४-८०).

अनेक जातककथांमध्ये झाडांच्या आणि झाडांमध्ये निवास करणाऱ्या वृक्षदेवतांच्या उपासनेचे उल्लेख आहेत. लुंबिनीमध्ये साल वृक्षाखाली बुद्धाचा जन्म झाला. त्यामुळे या वृक्षाला पावित्र्य प्राप्त झाले. निदानकथेनुसार सुजाताने, पुत्रप्राप्तीसाठी वृक्षाची पूजा केली आणि बळी म्हणून खीर अर्पण केली. तिची इच्छा पूर्ण झाली तेव्हा बळी देण्यासाठी ती त्या झाडापाशी गेली. तिथे तिला बोधिसत्त्व सिद्धार्थ दिसला. तिला चुकून तो वृक्षदेव वाटला. त्यामुळे तिने त्यालाच खीर (बळी) दिली. अर्जुन वृक्षावर राहणाऱ्या देवतांचा उल्लेख महावग्गाने केला आहे. ज्ञानप्राप्तीनंतर ज्या मुचलिंद वृक्षाखाली भगवान बुद्ध बसले ते झाड म्हणजे शक्र किंवा इंद्राच्या निवासस्थानातली वृक्षदेवता आहे, अशी समजूत होती.

वृक्षदेवतांना 'नाग' म्हणूनही संबोधले जात असे आणि या देवता त्यांच्या इच्छेनुसार मानवी रूप घेऊ शकत असत. महावनिज जातकात वटवृक्षामध्ये निवास करणाऱ्या देवतेची आठवण सांगितली आहे. या देवतेने काही व्यापाऱ्यांना जाळून भस्म केले होते. अनेक

बौद्ध थेरागाथांनी वृक्ष आणि वनांची स्तुती केली आहे. सम्राट बिंबिसाराने भेट दिलेला पहिला बौद्ध विहार म्हणजे राजगीरमधले बांबूचे वनच होते. कपिलावास्तूमध्ये वटवृक्षांची जी विश्रांतीची जागा होती (न्याग्रोधआराम), तिथेच बुद्धाचे निवासस्थान होते. वैशाली हे नगर तर आमराईसाठी प्रसिद्ध होते. ही आमराई आम्रपालीने भेट दिलेली होती. आम्रपाली ही आमराईच्या मालकाने वाढवलेली प्रसिद्ध वारांगना होती. नालंदा हे बौद्ध विद्यापीठही पावरिकाच्या आमराईसाठी प्रसिद्ध होते. या विद्यापीठाला स्वतः बुद्धानेही भेट दिली होती. कुशीनगरातील साल वृक्षांच्या वनात बुद्धाचे महापरिनिर्वाण झाले. बुद्धाच्या सांगण्यानुसार, जो झाडाला कुठल्याही प्रकारे इजा पोहोचवत नाही, तो खरा माणूस. माणूस आणि निसर्ग परस्परांवर सारखेच अवलंबून आहेत आणि त्यांनी एकमेकांशी संवादी होऊन जगण्याची गरज आहे, अशी बुद्धाची शिकवण होती. वस्तुतः बुद्धाच्या जीवनातील अनेक प्रसंग आणि घटना वृक्ष-वनांशी निगडित आहेत आणि नैसर्गिक विश्वातील सौंदर्याचा सोहळा साजरा करणाऱ्या आहेत.

बुद्धपूर्व काळात पिंपळाला दिले गेलेले पावित्र्य नंतर बुद्धाला लागू झाले; कारण या पवित्र वृक्षाखालीच बुद्धाला ज्ञानप्राप्ती झाली. प्रारंभिक बौद्ध कलेत जेव्हा बुद्धाची आकृती रेखाटणे शक्य नव्हते, तेव्हा पिंपळाचा वृक्ष हे बुद्धाचे प्रतीक बनले. अर्थात, निरंजना नदीच्या काठावरचा बोधगयेतील जो पिंपळाचा वृक्ष आहे, त्याची पूजा मात्र, बुद्धाला ज्या वृक्षाखाली ज्ञानप्राप्ती झाली, त्या प्रसिद्ध वृक्षाच्या आधीचा वृक्ष म्हणून केली जाते. मात्र नंतरच्या कालखंडात अमरावती येथील कलाविष्कारात निसर्गदृश्यांची कमतरता आणि माणसांचे आधिक्य दिसते. या ठिकाणी निवेदनाचा भाग म्हणून निसर्ग दिसतो. पण उपासनेचे प्रतीक म्हणून त्याचे दर्शन होत नाही. वृक्ष-वनस्पती या कलाविष्कारात कलात्मक पद्धतीने प्रतिबिंबित होतात; पण आधीच्या कालखंडातील नैसर्गिक उत्स्फूर्तता त्यात दिसत नाही. साल वृक्ष बुद्धाच्या जन्माचे प्रतीक आहे; तर पिंपळ हे त्याच्या ज्ञानप्राप्तीचे चिन्ह आहे. अशा वेळी निसर्ग हे एक प्रतीक बनते. निसर्गसौंदर्याचा आविष्कार करू पाहणारा कलाकार आणि दिव्यत्वाची आस असणारा भक्त यांच्यातील दुवा बनते; पण नव्या कथा मात्र जुन्या तत्त्वांशी बांधलेल्या नाहीत. अमरावती येथील स्तूपांवर बोधिवृक्षाच्या किंवा पिंपळाच्या पूजेची शिल्पे आहेत. फर्ग्युसन (१९७१, २२३) यांच्या अभ्यासानुसार अमरावतीच्या स्तूपांवरची वृक्षपूजा ही बहुतांशी सांची स्तूपावरील वृक्षपूजेसारखीच आहे. मध्यवर्ती इमारतीत शिल्पांकित झालेली वृक्षपूजा हे आदराचे स्थान असले तरी अमरावतीचे शिल्पकाम पूर्ण होण्याआधीच हळूहळू या स्थानाचे महत्त्व कमी होत गेले.

तामिळ साहित्य

तामिळ संगम साहित्यानुसार वृक्ष म्हणजे दैवी अंशाचे मूर्त रूप. वृक्षांमध्ये देवदेवतांचा निवास असतो आणि त्यामुळे त्यांची पूजा-उपासना करायलाच हवी, असे हे साहित्य सांगते (आगम,

२७०.१२;७; पुरम, १९१.१;१९८). विविध संगम ग्रंथांमध्ये वेगवेगळे वृक्ष वेगवेगळ्या देवतांशी निगडित आहेत. देवदेवतांची निवासस्थाने असलेल्या वृक्षांचे विपुल उल्लेख या ग्रंथांमध्ये आहेत (नरीनई, ८३). वटवृक्षामध्ये मुळातच काही दैवी शक्ती असावी, अशी या प्रदेशात श्रद्धा होती. कारण या वृक्षाच्या छायेत कुठला ना कुठला देव आनंदाने आश्रय घ्यायला उत्सुक असायचा. वटवृक्षाचा उल्लेख तामिळ साहित्यात कायमच 'दैवी' किंवा कुठल्यातरी दैवताने निवासस्थान बनवलेला वृक्ष असा येतो (आगम, २८७; २७०.१२, पुरम, १९९; नरीनई, ३४३). वटवृक्षाखाली बसून शिवशंकर आपल्या चार शिष्यांना चिरंतन सत्य स्पष्ट करून सांगतो आहे, अशी कल्पना केली आहे. विष्णूलाही 'वटवृक्षाचा देव' म्हणून संबोधले आहे (पुरम, १९८). 'पुरूनानुरु' पुराणाच्या निवेदकानेही 'वटवृक्षाचा देव' हे विशेषण शिव किंवा विष्णूला लागू केले आहे; पण हे फारच क्वचित. साधारणपणे शिव हा वटवृक्षाचा देव मानला गेला आहे आणि त्याला 'आलमर सेल्वन्' असे संबोधले आहे (कलिथोगई ८३, सिरूपनपडुई, १७). वटवृक्षाखाली दक्षिणेकडे तोंड करून बसलेल्या शिवाला 'दक्षिणामूर्ती' असे 'सिलप्पडीकारम्' या महाकाव्यात म्हटले आहे (२३.१४४). तामिळनाडूमधील शिवमंदिरांच्या भिंतींवर दक्षिणामूर्ती न चुकता दिसते. प्राचीन तामिळ समूह वृक्षपूजा करायचे. कारण झाडांमध्ये देवांचे वास्तव्य असल्याची त्यांची श्रद्धा होती. अशा प्रकारे पूजले जाणारे वृक्ष कालांतराने त्या मंदिराचे स्थळ वृक्ष झाले. संगम साहित्यानुसार वटवृक्ष जसा शिव आणि विष्णूशी संबंधित होता, तसे कडुनिंब, बेल, बहावा हे वृक्षही काही विशिष्ट देवतांशी निगडित आणि म्हणून पवित्र होते. या देवतांच्या मूर्ती त्या त्या झाडांखाली उभारल्या जायच्या (पुरम, १९९; आगम, २८७, परिपडल, ४-६७). मुळात झाडांच्या सावलीत असलेल्या या देवतांसाठी नंतर मंदिरे उभारली गेली. पण तरीही ही झाडे न तोडण्याची काळजी मात्र लोकांनी घेतली. उलट या झाडांची उत्तम राखण आणि पूजाही होत राहिली.

याचे उत्तम उदाहरण म्हणजे कालहस्तीजवळ गुडिमल्लम या ठिकाणचे उत्तम, गुळगुळीत ग्रॅनाईटचे शिवलिंग. हे ख्रिस्तपूर्व ३०० वर्षांपूर्वीचे आहे. या ठिकाणी लिंगामधून बाहेर आलेली शिवाची पूर्ण आकृती आहे. तो यक्षाच्या खांद्यावर उभा आहे. लिंगोद्भवाचे हे अगदी प्रारंभीचे स्वरूप आहे. या शिवमूर्तीचे वैशिष्ट्य म्हणजे तिच्या भोवती दगडी कुंपण आहे. इथल्या उत्खननात या कुंपणाच्या आत मौर्यकाळातील सुवर्णमुद्रा आणि काही सेंद्रिय पदार्थांचे अवशेष सापडले. याचा अर्थ मोकळ्या जागेतील कुंपण घातलेल्या एखाद्या झाडाची पूजा इथे पूर्वी होत असावी. नंतर पल्लवांच्या कालखंडात या झाडाच्या जागी देऊळ उभारले गेले असावे (आकृती ३२).

त्रिचीजवळ तिरुवनईक्कामधील जंबुकेश्वर मंदिरात जांभळाच्या झाडाच्या बुंध्याशी शिवलिंग आहे. या शिवलिंगाभोवती बंदिस्त अशी भिंत आहे अणि या लहानशा देवळाला गर्भगृहही आहे.

कुंभकोणमजवळ वैदिश्वरन कोविल या ठिकाणी कडुनिंबाच्या झाडाखाली मूळ लिंग (आदिवैदिश्वर) अजूनही जपलेले आहे. कडुनिंब हा औषधी गुणधर्म असलेला वृक्ष आहे. शिव हा औषधी देणारा आणि वैद्यांचा देव होता, हे यावरून सूचित होते. मूळ देऊळ म्हणजे झाडाखालचे लहानसे शिवलिंग असावे. नंतरच्या राज्यकर्त्यांनी मोठे मंदिर उभारून भव्य शिवलिंगाची स्थापना केली असावी.

आकृती ३२

तामिळनाडूतील प्रत्येक प्रसिद्ध मंदिराला त्याचा असा विशिष्ट वृक्ष आहे; आणि त्याच्याशी संबंधित स्थानिक किंवा पौराणिक कथाही आहेत. काही वेळा पवित्र वृक्षांची नावेही काही ठिकाणांना मिळतात. उदाहरणार्थ, कांचीपुरम हे लहानसे गाव. कांची म्हणजे पातरी (river portia), या झाडामुळेच 'कांचीपुरम' हे नाव या गावाला मिळाले. तिरुवेरकडू (पांढऱ्या सालीची बाभूळ) आणि तिल्लई (खारफुटी) ही या संदर्भातील आणखी दोन उदाहरणे. आता तिल्लई (चिदंबरम)मध्ये खारफुटी अस्तित्वात नसल्या तरी नटराज मंदिरात या स्थळ वृक्षाच्या शिल्पाची पूजा आजही केली जाते (आकृती ३३) (अमिर्तलिंगम २००५, ६६).

आकृती ३३

प्रत्येक झाडाला स्वतःची अशी एक कथाही असते. उदाहरणार्थ, कांचीमधील एकाम्रेश्वर देवळातील आंब्याच्या झाडाला विविध प्रकारचे, चवीचे आणि विविध आकारांचे आंबे येतात, असे म्हणतात. त्यामुळे या झाडाची पूजा प्रत्यक्ष देव म्हणूनच केली जाते. या झाडाखालच्या शिवलिंगाची पूजा देवी पार्वतीने केली होती, असे सांगतात (आकृती ३४).

आकृती ३४

दक्षिण भारतातील पल्लव (पान, पर्ण) आणि कदंब ही राजघराण्यांची नावे पाहिली तर वृक्षांची कुलचिन्ह म्हणून भूमिकाही अधोरेखित होते.

तामिळनाडूमध्ये लोक अजूनही पिंपळ आणि कडुनिंबाच्या झाडाची पूजा करतात. काही झाडांची प्रत्यक्ष पूजा होते, तर काही झाडांच्या खाली लहानशी दगडी

आकृती ३५

आकृती ३६

आकृती ३७

देवळी असते. अनेकदा झाडाखाली नागशिळा किंवा गणपती ठेवलेला असतो (आकृती ३५). असा वृक्ष पवित्र असल्याची प्राचीन काळापासून श्रद्धा आहे. सुफलन आणि दीर्घायुष्याचे ते प्रतीक असल्यामुळे त्याच्याकडे वृक्षदेवता म्हणून पहिले जायचे, अशी इथल्या लोकांची श्रद्धा आहे. नंतरच्या कालखंडात जेव्हा देवतांना पहिले प्राधान्य मिळाले, तसे वृक्षांचे महत्त्व दुसऱ्या स्थानावर आले.

आकृती ३८

तामिळनाडूतील मध्ययुगीन मंदिरांमध्ये पवित्र वृक्षांची शिल्पे आहेत. मदुराईच्या मीनाक्षी मंदिरात समुद्रतटावरील इंगळीच्या वृक्षाचे शिल्प आहे (आकृती ३६). मैलापूर (चेन्नई)मधील कपालीश्वर मंदिरात सुलतानचंपा किंवा केसर *(Alexandrian laurel)* या झाडाचे शिल्प दिसते (आकृती ३७). आणि तिरुनेलवेली जिल्ह्यातील कुट्रालममध्ये फणसाच्या झाडाचे शिल्प आहे (आकृती ३८).

वृक्षपूजा आणि पवित्र वृक्षांच्या दृश्यांनी भारतीय शिल्पकलेचे सौंदर्य वाढवले आहे. पवित्र वृक्षाच्या पूजनाची ही प्राचीन परंपरा आजही चालू आहे. पवित्र वृक्षाच्या संकल्पनेशिवाय असलेले देऊळ अभावानेच सापडेल.

स्त्री आणि वृक्ष

यक्ष आणि यक्षिणी

वृक्षदेवतेच्या उपासनेच्या खुणा सिंधू-सरस्वती संस्कृतीपासूनच दिसतात (आकृत्या ३ आणि ५). या कालखंडातील मुद्रांवर झाडाच्या खोडात उभी असलेली अथवा बसलेली आकृती अनेकदा दिसते. यक्ष किंवा यक्षिण म्हणजेच वृक्षदेवतांच्या किंवा त्यांच्या प्रातिनिधिक रूपांच्या परंपरेची मुळे फार प्राचीन आहेत, हे उघड आहे.

अर्थववेदाने (१०.७, ३८) एका महायक्षाचे वर्णन केले आहे. पाण्याच्या पृष्ठभागाला टेकून तप करणारा हा यक्ष आहे. झाडाच्या बुंध्याला फांद्या फुटाव्यात तसे त्याच्या भोवती विविध देव आहेत. नंतरच्या कालखंडात, महाभारतामध्ये हे चित्र बदलून विष्णूच्या नाभीतून उगवलेले कमळ आणि त्यावर विराजमान असलेल्या सृष्टिनिर्मात्या ब्रह्मदेवाचे वर्णन आले.

पूर्वी प्रत्येक गावाची संरक्षक देवता असायची आणि ती विशिष्ट वृक्षातच, म्हणजे चैत्य वृक्षात निवास करायची. राजगृह, मथुरा आणि वाराणसीसारख्या मोठ्या नगरांना एकापेक्षा अधिक संरक्षक देवता असायच्या. यक्ष किंवा यक्षिण लग्न जुळवायचे, संतती द्यायचे आणि पातिव्रत्याचे रक्षणही करायचे. महाभारतात (२.५.१००) नगरांमधील पवित्र वृक्षांची नोंद आहे. प्रत्येक लहानशा गावातही पवित्र वृक्ष असायचा आणि हा वृक्ष यक्षाचे प्रतीक असायचा, असेही महाभारताने सांगितले आहे. ऋग्वेद, अथर्ववेद, उपनिषदे आणि ब्राह्मणांमध्ये 'यक्ष' या शब्दाचा अर्थ आहे 'जादुई अस्तित्व'. हे अस्तित्व भयकारक असू शकते किंवा आल्हाददायक असू शकते. संस्कृत साहित्यातील यक्षांच्या वारंवार दर्शनामुळे, त्यांना अनार्य ठरवण्याच्या अनेक प्रयत्नांचे आपसूकच खंडन होते. यक्ष या मुळात निम्न किंवा दुय्यम स्तरावरच्या देवता मानल्या गेल्या आहेत. त्यांनी अनिष्ट काही करू नये, या इच्छेने खरेतर यक्षांची उपासना होत होती. ही बाब ऋग्वेदात विशेषत्वाने स्पष्ट झाली आहे. यक्षांच्या उपासनेच्या संदर्भात दिल्या जाणाऱ्या मनुष्यप्राण्याच्या बळीबाबत ऋग्वेदाने एकूणच नाराजी व्यक्त केली आहे. मात्र वरुण आणि ब्रह्मदेवासारख्या अनेक वैदिक देवतांचा उल्लेखही यक्ष म्हणूनच केला गेला आहे. म्हणूनच यक्षांची भूमिका आणि स्थान या दोन्हींबाबत संदिग्धता आहे.

वृक्षामध्ये निवास करणाऱ्या यक्षाची उपासना ही वृक्षउपासनेइतकीच महत्त्वपूर्ण होती,

या वस्तुस्थितीवरून यक्षांचे महत्त्व लक्षात येते. वृक्ष ही अनेक देवदेवतांची नैसर्गिक निवासस्थाने होती आणि अनेक देवतांना त्यांच्या वृक्षांवरूनच नावे मिळाली होती. वृक्ष, वनस्पती, झुडपे, झाडे यांच्या उपासनेला वाहिलेले एक संपूर्ण बौद्ध जातक आहे. 'रूख्ख धम्म (वृक्षधर्म) जातक' या नावाने ते ओळखले जाते.

यक्ष आणि यक्षिणींचे अतिशय महत्त्वाचे आणि प्राचीन विश्वाला अत्यंत महत्त्वाचे वाटणारे वैशिष्ट्य म्हणजे सुफलनाशी असलेला त्यांचा घनिष्ठ संबंध. अपत्यप्राप्तीसाठी वृक्षांमध्ये जन्मलेल्या देवींची आराधना करण्याबाबत महाभारतात उल्लेख आहे. सुफलनाला साहाय्य करणाऱ्या अशा असंख्य भूमिका वृक्षांनी निभावल्या आहेत. महाभारतानुसार विश्वामित्र आणि जमदग्नींचा जन्म त्यांच्या मातांनी वृक्षाला मिठी मारल्यावर झाला, तर बाणभट्टाच्या कादंबरीतील (१३४) राणी वितस्वती अपत्यप्राप्तीसाठी पिंपळ आणि इतर वृक्षांची उपासना करत असल्याचा उल्लेख आहे. यक्ष समृद्धी देणारे होते, वंशवृद्धी करणारे होते. लग्न जुळवण्यासाठी त्यांची मदत व्हायची, स्त्रियांच्या पातिव्रत्याचे रक्षण ते करायचे *(रजतरंगिणी)*, मुले आणि नातवंडे द्यायचे *(आवश्यक सूत्र)* आणि गर्भाची राखण करायचे *(महावंश)*. आपल्या सात मुलांचा मूलस्रोत म्हणून वटवृक्षाकडे बोट करणाऱ्या गरीब स्त्रीचा उल्लेख हत्तीपाल जातकाने केला आहे. आजही संतानप्राप्तीसाठी गावातील किंवा देवळातील वृक्षाला प्रदक्षिणा घातल्या जातात. (कुमारस्वामी (१९२८), १९८०, १.१४-१६; २.१-१२)

यक्ष म्हणजे जीवनशक्ती असणाऱ्या वनस्पती देवता आहेत. भारहूत इथल्या एका छज्जावर यक्ष किंवा वृक्षदेवता झाडाखाली बसलेल्या माणसाला कटोरा (अन्नाचा) आणि कमंडलूतून पाणी देताना दाखवली आहे. धम्मपाद अष्टकथा (१.२०४)मधील 'खजिनदाराची गोष्ट' या कथेचे हे चित्र असण्याची शक्यता आहे. (आकृती ३९) बोधगयेमधील कठड्याच्या स्तंभावरही हेच चित्र दिसते. या चित्रात चौथऱ्यावरच्या एका झाडासमोर माणूस उभा आहे; या झाडातून बाहेर आलेले दोन हात त्याला थाळी आणि कमंडलू देत आहेत (आकृती ४०). मथुरेतील परिनिर्वाणामधील एका चित्रात झाडामध्ये लपून बसलेली वृक्षदेवता दाखवली आहे (आकृती ४१) (कुमारस्वामी (१९२८), १९८०, चित्र २५).

आकृती ३९

जैनधर्मामध्ये तीर्थंकरांच्या कल्याणाची काळजी यक्षिणी घेतात. प्रत्येक तीर्थंकराला अतींद्रिय शक्ती असणारा साहाय्यक यक्ष किंवा यक्षिण असते, असे जैनधर्माने सांगितले आहे. काही वेळा तीर्थंकरांसोबत यक्ष-यक्षिणींचीही पूजा केली जात असे. अंबिका (अंबा, अम्रा) ही नेमीनाथांची साहाय्यक यक्षिण होती. आम्रवृक्षावरून तिला हे नाव मिळाले आहे.

आकृती ४०

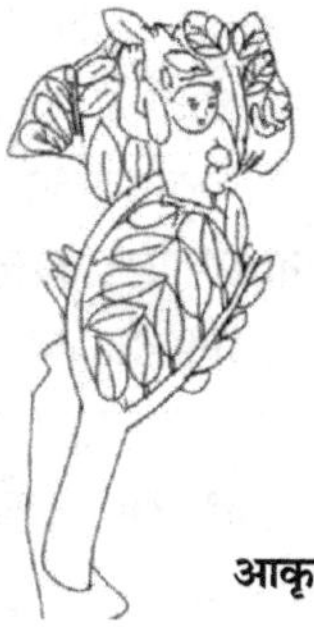

आकृती ४१

आदिनाथांची (ॠषभनाथांची) साहाय्यक यक्षिण चक्रेश्वरी होती. हातात आम्रफळ धारण करणारी कुशमंडी, समृद्धीचे प्रतीक असलेले कमळ हातात धरणारी लक्ष्मी, कमलासनावर असलेली सरस्वती, पार्श्वनाथांची साहाय्यक असलेली, हातात फळ धारण करणारी पद्मावती या सगळ्या महत्त्वपूर्ण जैन यक्षिणी आहेत.

सांचीमधील प्रवेशद्वारांवरचे यक्ष आणि यक्षिणी या संरक्षक देवता आहेत. नंतरच्या कालखंडात हे यक्ष आणि यक्षिणी गंगा आणि यमुना या नदीदेवता म्हणून ओळखल्या जाऊ लागल्या. अनेक मंदिरांच्या प्रवेशद्वारांवर त्यांची उपस्थिती आहे. शेवटी हे यक्ष-यक्षिणी लक्ष्मी आणि सरस्वती या देवता बनले. पवित्र अशा शुभ्र कमळावर बसलेल्या देवता म्हणजे शुद्धतेचे दैवी प्रतीक आहेत. बोधगया आणि अमरावती या ठिकाणी वृक्षांमधील यक्षांची शिल्पे आहेत. मथुरेतील कलाविष्कारात अशोक, चाफा आणि कदंब वृक्षाखाली उभे असलेले यक्ष आणि यक्षिणी दिसतात.

वैदिक साहित्य आणि महाकाव्यांनी पवित्र वृक्षांची नोंद करून त्यांच्या उपासनेचा जोरदार पुरस्कार केला आहे, तर भगवद्गीतेनुसार फक्त राजस गुण असलेल्या व्यक्तीच यक्षांची उपासना करतात. *मैत्रायिणी संहिता* आणि *ललितविस्तार* हे बौद्ध ग्रंथ मात्र यक्ष उपासना करणाऱ्यांवर टीका करताना दिसतात. प्राचीन जैन साहित्यानेही यक्ष-यक्षिणींच्या उपासनेला विरोध दर्शवला आहे. मात्र ब्राह्मण, क्षत्रिय, वैश्य, शूद्र आणि आदिवासी समाजातील सगळ्या वर्गांनी यक्षांची उपासना केल्याचा निर्वाळा *कथासरित्सागर*ासह अनेक संस्कृत ग्रंथांनी दिला आहे.

जातकांपैकी दम्मेध जातकाने (५०) केलेल्या वर्णनानुसार यक्ष उपासनेत काही वेळा यक्ष-यक्षिणीला रक्त, मांस आणि मदिरेचा नैवेद्य दाखवला जात असल्याचा उल्लेख आहे. यक्षांना माणसाचा बळीसुद्धा दिला जात असल्याचे महावंश आणि महासुतसोम जातकात म्हटले आहे. मनुष्यभक्षक यख्ख रतख्खीच्या रूपांतराचे वर्णन महावंशाने केले आहे. त्यात या यक्षाला मांस अर्पण केले जात असल्याचा उल्लेख आहे. आजही 'बळी' हा शब्द प्राण्याचा म्हणजेच त्याच्या मांसाचा नैवेद्य देवाला अर्पण करण्याचा विधी सूचित करतो. (कुमारस्वामी (१९२८) १९८०, २.७)

नंतरच्या काळात यक्षाशिवाय नुसत्या झाडाची उपासना अधिक सालस आणि सात्त्विक बनली, हे झाडाला फळांचा आणि फुलांचा नैवेद्य अर्पण करण्यावरून स्पष्ट होते. बौद्धधर्मीयांनी यक्षपूजेचे स्वरूप अधिक सौम्य-शांत करण्याची इच्छा मनात बाळगली तर जैनांनी ही उपासना संपूर्ण नाकारली. पण ब्राह्मण (हिंदू) धर्माने मात्र रक्ताला तहानलेल्या यक्षाला बळी देण्याची पद्धत बंद करून वृक्षांचे पावित्र्य जपले. यक्षपूजा हा उघडपणे प्राचीन जडवादी उपासनेच्या स्वरूपाचा एक अवशेष असल्याने ब्राह्मण धर्माने बाकी उपचारांचा त्याग करून वृक्षपूजा स्वीकारली. तीनही धर्मांमधील यक्ष पूजेच्या संदर्भातील हा फरक लक्षात घेण्याजोगा आहे.

Yaksas या पुस्तकात आनंद कुमारस्वामींनी त्यांचे मत नोंदवताना म्हटले आहे, 'अगदी दुर्मीळ अपवाद वगळता, यक्ष म्हणजे वृक्षातील देवता असते, यक्ष म्हणजे इच्छाधारी किंवा कृतिशील असा खुद्द वृक्ष नव्हे.' *मिलिंद पन्नलीया* सांगते की, (४.३,२०) ''हेदू' वृक्षाने भारद्वाजांशी संवाद साधला; पण या संवादाची भाषा सर्वसामान्य नव्हती. कारण वृक्ष हा संवेदनांनी युक्त नसल्यामुळे बोलू शकत नसला तरी 'वृक्ष' हा शब्द वृक्षामध्ये निवास करणाऱ्या यक्षाचा हुद्दा म्हणून वापरला जातो' (कुमारस्वामी (१९२८) १९८०, २.१-१२).

भारहूत आणि सांची इथल्या शालभंजिका

भारहूत, सांची आणि अमरावतीमधील स्तूपांवरच्या उठावचित्रांमध्ये यक्षिणी, वनदेवता किंवा वृक्षदेवता अशा स्त्रीरूपांशी निगडित वृक्ष दिसतात. आपल्या पायाने वनस्पतीला स्पर्श करणारी स्त्री वृक्षका (वृक्षसेविका) किंवा शालभंजिका (शाल / साल वृक्ष मोडणारी स्त्री) म्हणून ओळखली जाते. ही स्त्री अशोक, आंबा, कदंब किंवा चाफा अशा फुलणाऱ्या कोणत्याही वृक्षाची फांदी हातात धरते. अशी स्त्री प्रत्यक्षात वृक्षसेविका असते. ज्या वृक्षाची फांदी तिच्या हातात असते, त्या वृक्षाचे फुलांचे बहर आणि फलधारणा, या दोन्हींची जबाबदारी तिच्यावर असते.

भारहूत, सांची आणि मथुरा या ठिकाणच्या बौद्ध शिल्पांमधील शालभंजिका अधिक परिचित असल्या तरी ही संकल्पना प्रथम उमटली ती महाभारताच्या 'वनपर्व'मध्ये. इथे तिचा उल्लेख पुष्पशाखाधरा (फुललेली फांदी हातात धरणारी) असा अनेकदा दिसतो. यानंतर ही संकल्पना अश्वघोषाच्या बुद्धचरितात (पहिले शतक) आणि शिवमहापुराणाच्या सृष्टिकंदातही (१७.५७) दिसते. जैन *रयपासेनीयसूत्त*ाने तिचे वर्णन करताना म्हटले आहे, ''वेदिका स्तंभावर कोरलेल्या शालभंजिका स्त्रिया अतिशय आकर्षक मुद्रांमध्ये उभ्या होत्या, रंगीबेरंगी वस्त्रे परिधान केलेल्या, सुंदर दागिने घातलेल्या, गळ्यात वेगवेगळ्या नक्षीदार माळा घातलेल्या या स्त्रिया अशोकाच्या झाडाखाली, हातात फुलांनी बहरलेल्या फांद्या धरून उभ्या होत्या. नजरेच्या हालचालींनी त्या देवांना चिडवत होत्या आणि आपल्या कटाक्षांनी त्यांची हृदये चोरत होत्या.'' (एस. पी. गुप्ता १९८५, १.२५-३६)

शालभंजिका ही यक्षिण आहे. एक गौण स्त्री देवता आहे किंवा वृक्षामध्ये वास करणारी सृष्टिदेवता आहे. अशा प्रकारे वृक्षाला मिळालेली सुफलनक्षमता ही कालांतराने त्या वृक्षाचेच गुणवैशिष्ट्य, त्याचीच क्षमता बनून गेली.

अशोक दोहड हे प्राचीन कला आणि साहित्यातील आवडते सूत्र आहे. यामध्ये अशोक वृक्षाला लाथ मारून फुलायला लावणारी स्त्री दाखवली जाते. *मालविकाग्निमित्र* आणि *रघुवंशा*मध्ये कालिदासाने या विधीचे वर्णन केले आहे. दक्षिण आणि पूर्व भारतात हा वृक्ष लोकप्रिय आहे आणि आजही तो वृक्षिकांशी निगडित आहे. वृक्षिकांना 'सुरसुंदरी' असेही संबोधले जाते.

वृक्ष आणि सुफलनक्षमता यांच्यातील संबंधाचा विस्तार म्हणजेच स्त्री आणि वृक्ष यांच्यातील नात्याचा मूलबंध. हा मूलबंध भारतीय कलेमध्ये वारंवार प्रकट झाला आहे. भारहूत, बोधगया, सांची आणि मथुरेतील प्रवेशद्वारांवर, स्तंभांवर आणि दगडी कठड्यांवरही तो कोरीवकामात स्पष्ट दिसतो. बहुतेक वेळा स्त्रीचा एक पाय झाडाच्या बुंध्याभोवती वेढा घालून असतो; काही वेळा तो वर उचलून बुंध्याला टेकवलेला असतो.

कला आणि साहित्यात सर्वाधिक प्रतिनिधित्व मिळालेले वृक्ष म्हणजे आंबा आणि अशोक. बुद्धाची जन्मभूमी असलेल्या लुंबिनीमधील बागेत मायादेवीला– बुद्धाच्या मातेला आधार देणारा साल वृक्ष दाखवला आहे. नंतरच्या कालखंडात, सुंदर स्त्रीचा पदस्पर्श झाल्याखेरीज अशोक वृक्ष फुलत नाही, अशी कविकल्पना रूढ झाली. या दोन्ही ठिकाणी दिसणारा वनदेवतेचा मूलबंध सुफलनाच्या कल्पनेशीच निगडित आहे.

आकृती ४२

सर्वाधिक परिचित आणि देखण्या यक्षिणी म्हणजे सांचीच्या प्रवेशद्वारावरील शालभंजिका– या नग्न, नटलेल्या आणि कामुक आकृत्यांनी कदंब (आकृती ४२), अशोक किंवा आंबा (आकृती ४३) अशा वृक्षांना कवटाळले आहे. हे वृक्ष ऐन बहरात आहेत, फळांनी लगडले आहेत, त्यांचा पर्णसंभार विशाल आहे. एरवी बौद्धांच्या अतिशय धीरगंभीर आणि अत्यंत नैतिक वातावरणाच्या पार्श्वभूमीवर दिसणाऱ्या या स्त्री आकृत्या म्हणजे उघडपणे सुफलनाची प्रतीके आहेत. या आकृत्या पाहिल्या की वृक्षाला जीवन देण्यासाठी, रसरशीत, पिकलेली फळे निर्माण करण्यासाठी तिच्या पदस्पर्शाची आवश्यकता आहे, यावर विश्वास ठेवणे सोपे जाते. सांची येथील शालभंजिका कलात्मकदृष्ट्या फार सुंदर आहेत. कामोत्तेजक, लाज न बाळगता नग्नता मिरवणाऱ्या,

आकृती ४३

घसघशीत जाड बांगड्या, पैंजण, कर्णफुले, कंबरपट्टे अशा ग्रामीण घडणीच्या दागिन्यांनी सजलेल्या या स्त्रियांनी विविध झाडांच्या फांद्या हातात धरल्या आहेत. सर्वात प्रसिद्ध शालभंजिका या आम्रवृक्षाशी निगडित स्त्रिया आहेत.

मग वृक्षाशी निगडित असणारी स्त्री होती की कुणी देवता? सांचीतील शिल्पाने ही देवता असल्याचे सुचवले आहे. या शिल्पात यक्ष– एक माणूस– एका हातात पिकलेले आंबे घेऊन उभा आहे आणि त्याच्या दुसऱ्या खांद्यावर कदंबाची पाने झुलत आहेत. अर्थातच शिल्पामध्ये अमर झालेली ही वृक्ष देवताच होती. भारताच्या काही प्रांतांमध्ये ठरावीक काळात एक विधी केला जातो. यामध्ये स्त्रिया त्या झाडाला मिठी मारतात आणि झाडाची साल किंवा फुले खातात.

प्रवेशद्वारांवरील आणि जातकांमधील यक्ष-यक्षिणींच्या, नागराजांच्या आणि देवतांच्या कोरीव प्रतिमा आणि बुद्धाच्या आयुष्यातील दृश्ये यांमध्ये वृक्ष आणि त्याच्याशी निगडित बाबींचे व्यापक मूर्तीविज्ञान सामावले आहे.

वृक्षिका आणि कुशाण कालखंड

कुशाणांच्या काळात (पहिले ते तिसरे शतक) मथुरा हे कला आणि शिल्पांचे फार प्रसिद्ध केंद्र होते. इथल्या कलाविष्कारांमध्ये वृक्ष आणि स्त्री यांच्यातील नात्याचे प्राबल्य दिसते. विविध वृक्षांच्या खाली विविध मुद्रांमध्ये उभ्या असलेल्या स्त्रिया इथल्या शिल्पांमध्ये दाखवल्या आहेत. मथुरेमध्ये काही मोजके वृक्ष स्त्री-प्रतिमांशी विशेषत्वाने जोडलेले आहेत. इथला सर्वात लोकप्रिय वृक्ष म्हणजे अशोक. सुंदर तरुण मुलींचा पदस्पर्श त्याच्या मुळांना झाल्यावरच तो फुलायचा. इतर वृक्षांमध्ये कदंब, नागचंपा आणि सुगंधी फुलांच्या चाफ्याच्या झाडाचा समावेश आहे. वृक्षिका या सुफलनाचे प्रतीक होत्या. त्यामुळे वंध्यत्वाचा दोष असलेल्या स्त्रिया मुले होण्यासाठी त्यांची उपासना करायच्या. कुशाण काळातील गांधार कलावंतांनीही स्त्री आणि वृक्ष यांच्यातील मूलबंधाचे दर्शन आपल्या कलेतून घडवले. मथुरा जिल्ह्यातील भुतेश्वर, कंकली टिला, जमालपूर आणि गोविंदनगर या ठिकाणी दगडी कठड्यांवर वृक्षिका दिसतात.

पंजाबातील फतेहगड जिल्ह्यातील संघोल येथे एक महत्त्वपूर्ण शोध लागला. ख्रिस्तपूर्व २००० वर्षांपासून संघोलमध्ये सतत मानवी वस्ती होती. संघोलमधील एका लहानशा टेकाडावरील स्तूपावर ११७ शिल्पे सापडली. यात ६५ कोरीव स्तंभही आहेत. या स्तंभांवर विविध मुद्रांमधील, कमी वस्त्रे परिधान केलेल्या स्त्रियांच्या आकृत्या आहेत. या स्त्रिया सुंदर आणि अत्यंत आकर्षक आहेत. त्या यक्षिणी आहेत. शालभंजिका म्हणून त्या ओळखल्या जात असल्या तरी प्रत्यक्षात वृक्षिका आहेत. या वृक्षिका कुशाण कालखंडातील आहेत. हा काळ स्त्री आकृत्यांच्या विलोभनीय आविष्कारासाठी प्रसिद्ध आहे. शिल्पकलेच्या प्रारंभिक टप्प्याचे दर्शन संघोलमध्ये घडते. संघोलमध्ये सापडलेल्या ११७ कुशाणकालीन वृक्षिका

हा एवढ्या मोठ्या संख्येने सापडलेल्या कुशाण काळातील शिल्पांचा ऐतिहासिक शोध आहे; आणि मथुरा प्रदेशाबाहेरच्या उत्तम कलाविष्काराचाही शोध आहे. लाल ठिपके असलेल्या, गुळगुळीत दगडातून कोरून बनवलेली ही संघोलची शिल्पे स्तूपाभोवतीच्या दगडी कठड्यांवर आहेत. कठड्याच्या आडव्या खांबांवर गुलाब फुलांची शिल्पे आहेत आणि इतर नक्षी आहे, तर उभे स्तंभ या स्त्री आकृत्या आहेत. या स्त्री आकृत्यांमध्ये स्त्री आणि वृक्ष यांचा मूलबंध किंवा आई आणि बाळ ही संकल्पना व्यक्त झालेली दिसते. स्त्री आणि वृक्ष यांचा मूलबंध प्रकट करणाऱ्या आकृत्यांमध्ये वाढ खुंटलेल्या किंवा माणूस आणि पशू यांचा मिलाफ असलेल्या आकृत्यांवर स्त्री आकृत्या उभ्या असतात आणि त्यांनी एक हात वर करून डोक्यावर फांदी धरलेली असते. इतर काही शिल्पांमध्ये स्त्रिया स्वतःला सजवताना दिसतात किंवा प्रसाधनासाठी आवश्यक तबके आणि भांडी त्यांच्या हातात असतात. कुशाण कालखंडातील शिल्पकारांनी वृक्षांच्या अतिशय सुंदर प्रतिकृती बनवल्या. झाडांच्या उंच आणि नाजूक बुंध्यांवरच्या सालीचा पोतही त्यांनी शिल्पांमध्ये दाखवला. वृक्षिकेच्या अत्यंत देखण्या आणि कमनीय आकृतीला शोभतील असे हे वृक्षही सुंदर आणि कमानदार होते. संघोलच्या यक्षिणी म्हणजे वृक्षदेवतांना अर्पण केलेला सर्वोत्तम असा मानाचा मुजरा आहेत.

संघोलमधील कुशाणकालीन कलाविष्कारामध्ये अनेक वृक्ष यक्ष आणि यक्षिणींशी निगडित आहेत. यात अशोक *(Saraca indica)* (आकृती ४४); कदंब *(Anthocephalus cadumba)*(आकृती ४५); आणि साल / शाल *(Shorea robusta)* (आकृती ४६) यांचा समावेश आहे. काही शिल्पांमध्ये तर यक्षिणी अतिशय कामुक आणि मद्यधुंद वाटाव्या अशा मुद्रांमध्ये दर्शवल्या आहेत. मध्य प्रदेशातील एका समकालीन शिल्पामध्ये (पहिले ते दुसरे शतक) एक नग्न स्त्री घसघशीत बांगड्या, कंबरपट्टा, कर्णफुले आणि गळ्यात मोठा हार घालून त्रिभंग (तीन ठिकाणी शरीराला वाकवून) स्थितीत उभी आहे आणि तिने चाफ्याच्या *(Magnolia grandiflora Linn)* झाडाची फांदी हातात धरली आहे (आकृती ४७). हे झाड त्या ठिकाणी वृक्षिकेचे झाड म्हणून ओळखले आणि गौरवले जाते.

कुशाण शिल्पकलेचे यक्षिण आणि वृक्ष हे दोन महत्त्वपूर्ण पैलू आहेत. तारुण्याच्या ऐन बहरात असलेल्या या स्त्रिया म्हणजे रसरशीत जीवनाचेच प्रतीक होते. याउलट, यक्षिणीच्या पायाशी असलेल्या खुरटलेल्या कुरूप आकृती तिचे सौंदर्य आणखी अधोरेखित करणाऱ्या होत्या. ही कुरूप आकृती म्हणजे भारवाहक होता. अपस्मार पुरुषाचे ते प्रतीक होते.

मथुरेतील एका दुर्मीळ शिल्पामध्ये रबर वानस *(Fibus elastica)* या झाडाखाली एक यक्ष– यक्षी नव्हे– उभा आहे. हा वृक्ष मुळातील मथुरेमधील नाही आणि यक्षीची जागा यक्षाने घेणे, हेही वेगळे आहे. त्यामुळे वृक्षोपासनेच्या प्रचलित लोकप्रियतेचा हा एक भाग असावा, असेच अनुमान यावरून काढता येईल.

आपल्या प्रतिमेची पूजा करायला बुद्धाने नकार दिल्यामुळे, त्याला ज्या वृक्षाखाली

आकृती ४४

आकृती ४५

आकृती ४६

आकृती ४७

ज्ञानप्राप्ती झाली त्या बोधिवृक्षाची पूजा करण्याच्या कल्पनेला यक्षपूजेवरून किंवा वृक्षात निवास करणाऱ्या देवतेच्या पूजेवरून प्रेरणा मिळाली असण्याचीही शक्यता आहे. भारहूत, सांची, अमरावती आणि मथुरा या ठिकाणच्या शिल्पांमध्ये बोधिवृक्षाभोवती विशाल, अनेकमजली वास्तुबंध उभारले गेले आहेत.

बोधिवृक्ष म्हणजे खुद्द बुद्धाचेच प्रतीक आहे आणि त्याचे अनुयायी आजही भक्तिभावाने या वृक्षाची उपासना करतात. भारहूतमधील कलाविष्कारात बोधिवृक्षाभोवती स्तंभयुक्त सज्जा दाखवला आहे. बोधिवृक्षासाठीचे विशेष देऊळ यातून सूचित केले गेले आहे. मायादेवीच्या डोक्यावर असलेला साल वृक्ष हा बुद्धाच्या जन्माचे प्रतीक आहे.

नंतरचे कालखंड

दुसऱ्या आणि तिसऱ्या शतकामध्ये मध्य भारतात इक्ष्वाकू राजांची सत्ता होती. अमरावतीप्रमाणेच नागार्जुनकोंडा येथे असलेल्या स्तूपावर बुद्धजन्माचे दृश्य कोरलेले आहे. या दृश्यात फुललेल्या अशोकवृक्षाखाली मायादेवी उभी आहे. तिच्याजवळ चवऱ्या ढाळणारा सेवक आणि अंकुर फुटलेला घट आहे. नागार्जुनकोंडा या ठिकाणी यक्षिणीने वर उचललेला पाय अशोक वृक्षाला स्पर्श करतो आहे. एका कोरीव पट्टिकेवर बुद्ध बोधिवृक्षाखाली बसला आहे आणि काही दैवी आकृत्या त्याची प्रार्थना करत आहेत. दुसऱ्या एका पट्टिकेवर अप्सरा अशोक वृक्षाखाली उभ्या आहेत आणि अशोक वृक्षाच्या पानाफुलांचे घोस त्यांच्या डोक्यावर रूळताहेत. आणखी एका शिल्पामध्ये पुन्हा अशोक

ृक्ष एका युवतीसोबत दाखवला आहे. ही युवती सिंहावर आरूढ आहे आणि तिच्या हातात फुलांचा गुच्छ आहे (पी. आर. आर. राव १९५६, ३९-४६).

स्त्रिया आणि वृक्ष यांच्यातील नात्यांचे सातत्य मध्ययुगीन शिल्पकलेतही टिकून राहिले. खजुराहो आणि ओडिशामधील शिल्पांमध्ये हे नाते प्रकट झालेले दिसते. खजुराहोमधील लक्ष्मण मंदिराच्या भिंतींवर, भुवनेश्वरमधील राजाराणी मंदिरात, तसेच कोणार्कच्या सूर्य मंदिरावर स्त्री आणि वृक्ष यांच्यातील संबंध दाखवणारी शिल्पे आहेत.

वृक्ष आणि सर्प

वृक्ष आणि सर्प यांच्यातील नाते भारतीय संस्कृतीइतकेच प्राचीन आहे. हडप्पा येथे सापडलेल्या मुद्रांवर ते आढळले आहे. अशा एका मुद्रेवर झाडाच्या बुंध्यावर दोन सर्प दाखवले आहेत. नागसदृश एक आकृती शमी वृक्षाची राखण करताना एका मुद्रेवर दिसते. नंतरच्या कालखंडात भारहूत येथील संगा कालाखंडातील (दुसरे शतक) प्रतिमांमध्ये नाग- भुजंगाप्रमाणे फणा असलेले स्त्री / पुरुष– बोधिवृक्षाखाली ठेवलेल्या बुद्धाच्या प्रतीकांची उपासना करताना दिसतात (आकृती २५). हे नाग या आदिवासी जमातीचे सदस्य असल्याचे मानले जात असले तरी वृक्षामध्ये वास करणाऱ्या आणि त्या वेळच्या लोकसमूहांच्या लेखी आदराचे स्थान असणाऱ्या सर्पाची ही मानववंशशास्त्रीय प्रतीकेही असण्याची शक्यता नाकारता येत नाही.

भारताच्या ग्रामीण भागात झाडाखालच्या सर्पशिळा हे सार्वत्रिक दृश्य आहे. विशेषतः पिंपळ या सर्वाधिक पवित्र वृक्षाखाली अशा सर्पशिळा वारंवार दिसतात. देशातील बहुसंख्य खेड्यात पिंपळाचे झाड असतेच. ब्रह्मा, विष्णू, महेश या देवतांचे हे निवासस्थान असल्याचा विश्वास हिंदू भक्तमंडळींनी बाळगला आहे (आकृती ४८).

आकृती ४८

पिंपळ हा ज्ञानवृक्ष मानला जातो; तसाच तो जीवनवृक्ष, चिरंतन आयुष्याचा वृक्ष आणि निर्मितीचा वृक्षही मानला जातो. आपल्या फांद्यांचा विस्तार करून तो मनुष्यजातीला आशीर्वाद देतो, असे म्हटले जाते. हा वृक्ष सुफलनाशी घट्ट जोडलेला आहे. सर्प हे सुफलनाचे प्रतीक आहे. या वृक्षाची उपासना स्त्रिया विशेषत्वाने करतात ते अपत्यप्राप्ती आणि पतीचे दीर्घायुष्य या दोन्हीसाठी. हिंदू आणि बौद्ध या दोन्ही धर्मांत पिंपळवृक्ष पवित्र मानला गेला आहे.

असे म्हटले जाते की, जिथे पिंपळ असतो, तिथे कडुनिंबही असतोच. या दोन्ही वृक्षांचे बुंधे एकमेकांत गुंतलेले असतात. या झाडांभोवती मग पार बांधला जातो आणि पारावर सर्पाच्या एक किंवा अधिक प्रतिमाही ठेवल्या जातात. या प्रतिमांची नियमित पूजा केली जाते. अशी पूजा करणाऱ्याला समृद्धी मिळते, अशी भाविकांची श्रद्धा आहे. काही वेळा या नागप्रतिमांसोबत गणपती किंवा हनुमानाच्या मूर्तीचीही स्थापना केली जाते. अशा वेळी येणारेजाणारे लोक या पवित्र स्थानापाशी थांबून न चुकता नमस्कार करून पुढे जातात. चांगला पाऊस पडावा, यासाठी कडुनिंब आणि पिंपळ या वृक्षांचा विवाह साजरा करण्याचीही प्रथा आहे. इतरही अनेक धर्मांमध्ये वृक्ष आणि सर्प यांच्यात परस्पर नाते आहे. ग्रीक पुराणकथांमध्ये गार्डन ऑफ हेसपेरिडेसमधील एका झाडाला लॅडन या सर्पाने विळखा घातलेला आहे. या सर्पाचा उल्लेख 'ड्रॅगन' किंवा 'सर्पेंटाईन ड्रॅगन' असा केला जातो. बागेतील सोनेरी सफरचंदांचे रक्षण हा ड्रॅगन करतो, असे या पुराणकथा सांगतात. नोर्स दिव्यकथांमध्ये 'निहोग्र' (Niohoggr) हा सर्प यग्ड्राझिल (Yggdrasil) अर्थात विश्ववृक्षाच्या मुळांना खातो. मायन पुराणकथांमध्ये, विश्ववृक्षाच्या शेंड्यावर असलेल्या विश्वाच्या मध्य आसावर 'व्हिजन' हा सर्प आडवा पडलेला आहे. निंगिझिदा (Ningizzida) या सुरिअन देवाच्या सुफलनाच्या गजावर दोन सर्पांचा विळखा आहे. पॅपिरस या गवताभोवती इजिप्शिअन सर्पदेवता 'वाजेत' (Wadjet) हिचा विळखा असतो. बायबलच्या उत्पत्ती कथेत 'सॅटन' हा शपित देवदूत सर्पाच्या रूपात वृक्षावर राहून 'इव'ला विषारी फळ खाण्याच्या मोहात पाडतो (फर्ग्युसन १९७१, ५, ७-८, १२-१७, २४, ३७-३८).

विशेष वृक्ष

कल्पवृक्ष

कल्पवृक्ष हा (आकृती ४९) इच्छापूर्ती करणारा जीवनवृक्ष आहे. त्याचा प्रथम उल्लेख केला गेला तो ऋग्वेदात (१.७५). समुद्रमंथनातून निघालेल्या चौदा रत्नांमध्ये कल्पवृक्ष होता. इंद्राने, स्वर्गाच्या राजाने, हा वृक्ष स्वर्गात नेला. हा अत्यंत विशेष असा वृक्ष आहे. कुठल्याही प्रकारची फळे त्याला येऊ शकतात आणि त्यामुळेच विविध ठिकाणच्या विविध वृक्षांशी त्याचे नाते आहे. कल्पवृक्ष हे जीवनाचे आणि समृद्धीचे प्रतीक आहे आणि माणसाच्या आध्यात्मिक शोधासाठी तो केंद्रबिंदू आहे.

आकृती ४९

कल्पवृक्षाविषयीची एक दंतकथा आहे. ही कथा मुळात 'उत्तराकुरू'मध्ये सापडली. महाभारताच्या 'भीष्मपर्वा'नुसार (७.२) उत्तराकुरूमध्ये राहणाऱ्या सिद्धांनी कल्पवृक्षाची उपासना केली होती. त्या वेळी या वृक्षाच्या काही फांद्यानी अमृताची चव असणाऱ्या आणि षड्रसांचा सुगंध असणाऱ्या दुधाच्या धारा निर्माण केल्या. इतर फांद्यांनी वस्त्रे आणि अलंकार निर्माण केले, तर इतर काही फांद्यांपासून अत्यंत सुंदर आणि तरुण स्त्रिया व पुरुष निर्माण झाले. हा वृक्ष म्हणजे जीवनाचा सुवर्णवृक्ष होता. त्याच्या फांद्या सोनेरी होत्या आणि फळेही सोनेरी. त्याची पूजाअर्चा योग्य प्रकारेच करावी लागायची.

विदिशा (मध्य प्रदेश) येथील ख्रिस्तपूर्व २०० वर्षांपूर्वीचा एक स्तंभ वटवृक्षाप्रमाणे कोरून काढलेला आहे. या वृक्षाला एक शंख, कमळ, नाण्यांनी भरलेला कुंभ आणि दोरीने बांधलेली पिशवी टांगलेली आहे. उघडपणे हा प्राचीन दंतकथेतला कल्पवृक्ष आहे. बोधिवृक्ष हा जसा ज्ञानप्राप्तीचे प्रतीक आहे, तसा भोवती कठडे असलेला, फांद्यांना सुवर्णनाणी लगडलेला श्री किंवा कल्पवृक्ष हा श्रीलक्ष्मीचे, समृद्धीच्या देवतेचे प्रतीक आहे (श्रीवास्तव १९८३, १३५). कलाकुसरीचे अलंकार, सुवर्णनाणी आणि अशा इतर अनेक बाबींसह कल्पवृक्ष दाखवला जातो. हा उंच आणि झुडपासारखी पाने असलेला वृक्ष आहे. तो दागिन्यांनी सजलेला असतो. त्याला हातही आहेत. हे हात थकल्याभागल्या पांथस्थाला

अन्न-पाणी देतात. जैनांमध्येही कल्पतरूची कल्पना आहे. त्याला 'चैत्य वृक्ष' म्हटले जाते. (द्विवेदी २०११, ३९-४६) अनेक वृक्षांचा उल्लेख कल्पवृक्ष म्हणून केला जातो. यात वड, प्राजक्त, पिंपळ आणि नारळ (किनारी प्रदेशात नारळाला कल्पतरू म्हटले जाते) यांचा समावेश होतो.

कल्पवृक्ष ही देवता नाही. उलट तो देवतेचा सेवक आहे आणि तोच देवांपर्यंत पोहोचण्याचे साधन आहे. जीवन, समृद्धी, वाढ, धैर्य आणि औदार्य देणाऱ्या झाडाचे तो प्रतीक आहे. मनुष्यप्राणी नेहमी 'घेणाऱ्याच्या' भूमिकेत असतो. त्याला भौतिक गोष्टींची लालसा असते. याउलट, इतर वृक्षांप्रमाणे कल्पवृक्ष अन्न, छाया, फळे, मेवा आणि लाकूड देतो. शिवाय तो हवा स्वच्छ आणि शुद्ध करतो. वादळी पाऊस आणि जोरदार वाऱ्यांना तो थोपवतो आणि तो स्वयंपूर्ण आहे. खरेतर, माणसासाठी हा उत्तम धडा आहे. वृक्ष जसा शहाणा आणि नम्र असतो, वादळ आले तर स्वतःला तो जसा वाकवतो आणि तग धरतो, तसे आपणही दैवी इच्छेपुढे शरण जायला हवे. आपण जर झाडासाठी काही चांगल्या गोष्टी केल्या, त्याला पाणी घातले, सुकलेल्या फांद्या छाटल्या, झाडाची नीट काळजी घेतली तर तो परतफेड म्हणून आपल्याला फळे-फुले देतो, आपल्यासह पशुपक्ष्यांना आणि कीटकांना सुरक्षित आश्रय देतो. कल्पवृक्षाखाली रात्र घालवण्यासाठी वाटसरूंना नेहमी प्रोत्साहन दिले जाते; कारण हा वृक्ष म्हणजे प्राणवायू, औषधी वनस्पती आणि सुगंधाचा उत्तम स्रोत आहे. यामुळेच त्याच्या भोवतीची हवा स्वच्छ, शुद्ध आणि आरोग्यदायी राहते.

कल्पवृक्ष मनाला अध्यात्माच्या दिशेने नेतो. त्याच्याकडे केल्या जाणाऱ्या मागण्या आध्यात्मिक असोत वा भौतिक, हा वृक्ष कुणाला कधीच निराश न करणारा 'दाता' आहे. मात्र इतरांच्या मृत्यूची किंवा अवहेलनेची मागणी करणाऱ्या दुष्ट किंवा नकारात्मक इच्छा तो कधीच पूर्ण करत नाही.

कल्पवृक्ष हा 'कल्पतरू', 'कल्पद्रुम' आणि 'कल्पपाद' अशा अनेक नावांनी ओळखला जातो. उडणारे किन्नर / किन्नरी (हे स्वर्गीय गायक असल्याचा आणि त्यांचे शरीर अर्धे मानवी आणि अर्धे पक्ष्यांप्रमाणे असल्याचा भारतीय प्राचीन परंपरेचा विश्वास होता), अप्सरा आणि गंधर्व कल्पवृक्षाची राखण करतात. भारतीय कलांमधील ही लोकप्रिय प्रतिमा आहे. इस्लामिक कलांनीही तिचा स्वीकार केला आहे.

चैत्य वृक्ष (आकृती ५०)

'चैत्य' या शब्दाचा अर्थ 'बौद्ध प्रार्थना कक्ष' असा असल्याचे मानले जात असले तरी या शब्दाचे मूळ वेगळे आहे. संस्कृत साहित्यात 'चैत्य' ही संज्ञा वारंवार आढळते. (चैत्य म्हणजेच छत्र. प्रतिमेवर किंवा मूर्तीवर आपल्या पर्णसंभाराचे छत्र धरून तिचे रक्षण करणारा वृक्ष म्हणजे चैत्य वृक्ष). दाट पर्णसंभार असलेला, फळांनी लगडलेला व माणसांना आणि पशुपक्ष्यांना आश्रय देणारा वृक्ष, असा अर्थ ही संज्ञा सूचित करते. वृक्ष हा एके काळी

देवतेच्या प्रतिमेचा चैत्य म्हणजे संरक्षक होता यक्ष वृक्षांमध्ये निवास करतात, असा प्राचीन समुदायांचा विश्वास होता. वृक्ष हे त्यांच्यासाठी परिसरावर लक्ष ठेवण्याचे आदर्श ठिकाण होते. तिथे राहून भवतालातील दैनंदिन उपक्रमांचे ते निरीक्षण करू शकले आणि त्यात सहभागीही होऊ शकले.

आकृती ५०

रामायणात (२.३.१८; ५०.८; ५.१२.१८; २२-२९) चैत्य वृक्षांचा संदर्भ आहे. असे म्हणण्याचे कारण म्हणजे झाडांच्या बुंध्याभोवती पार बांधलेला असायचा. कालांतराने, पार बांधलेल्या सगळ्याच झाडांना चैत्य वृक्ष म्हटले जाऊ लागले.

दाट पर्णसंभार आणि भरपूर फळे असलेल्या वृक्षाला चैत्य वृक्ष (संरक्षक वृक्ष) म्हटले जायचे आणि असा वृक्ष अर्चनीय म्हणजे पूजा करण्यायोग्य आणि पूजला जाणारा (सुपूजितः) होता, असे महाभारताचे आदिपर्व सांगते. प्राचीन काळी वृक्ष हा देव आणि माणूस या दोघांचा रक्षणकर्ता होता. बहुतेक सगळ्या गावांना आपापला चैत्य वृक्ष असायचा. हे पवित्र वृक्ष म्हणजे देव, यक्ष आणि राक्षसांची निवासस्थाने असल्यामुळे त्यांना कुठल्याही प्रकारची इजा केली जात नव्हती.

अगदी आदिम देऊळ म्हणजे वृक्षच होता. त्याच्याखाली देवता स्थापन केली जात असे. प्राचीन साहित्यात उल्लेख असला तरी देऊळबांधणी नंतरच्या काळात सुरू झाली. भारहूतमधील एका शिल्पामध्ये छोटी पाने आणि मोठी फळे असणाऱ्या फणसाच्या झाडाखाली पाच फण्यांचा नाग बसलेला दिसतो. फणसाच्या झाडाची पाने सर्पदंशावर उपाय म्हणूनही वापरली जातात. ख्रिस्तपूर्व पाचव्या शतकातील, देवगड येथील गुप्तकालीन मंदिरात बोराच्या पवित्र झाडाखाली तर नर आणि नारायण बसलेले दाखवले आहे. ख्रिस्तपूर्व सातव्या शतकातील, आयहोळे येथील जैन मंदिरात बहाव्याच्या झाडा *(Cassia fistula)* खाली उभी असलेली, दोन्ही बाजूंना सेविका असलेली देवता दिसते. या झाडावर दोन यक्ष बसलेलेही दाखवले आहेत.

प्रत्येक गावामध्ये ज्या वृक्षाला स्थानिकदृष्ट्या पवित्र मानले जायचे, त्या वृक्षाशी निगडित यक्षाचे देऊळ असायचे. त्याला 'यक्षचैत्य' म्हटले जात असे. याखेरीज वृक्षमंदिर म्हणजे चैत्य वृक्षही असायचा. बौद्ध साहित्यात अशा वृक्षाला 'बोधिघर' म्हटले जायचे. मुळात, आपल्या असंख्य फांद्यांनी भोवतीची जागा व्यापणारा वृक्ष म्हणजे चैत्य वृक्ष होता. अशा विशाल, भव्य वृक्षाला वेदांनी 'विश्वाचे प्रतीक' म्हणून स्वीकारले होते (कृष्णा १९९९).

बौद्ध औपपटिका सूत्राने यक्ष पुण्णभद्दाच्या प्रसिद्ध मंदिराचे वर्णन महाअशोक वृक्ष म्हणून केले आहे. वृक्षाखालचा विटांचा चौथरा सिंहासनाच्या आकाराचा आहे. लाकडी कमानी आणि प्रवेशद्वारांच्या आतील बंदिस्त जागेत हा यक्ष स्थानापन्न झाला आहे. श्रावस्ती नगरीतील एका श्रीमंत माणसाने वृक्षदेवतेसाठी वृक्षाभोवती कठड्याप्रमाणे बांधकाम केल्याचा आणि अपत्यप्राप्ती झाल्यावर वृक्षदेवतेचा गौरव करण्याचे वचन दिल्याचा उल्लेख धम्म पद अष्टकथेत आहे. मूल व्हावे, यासाठी वटवृक्षातील देवतेची उपासना करणाऱ्या न्याग्रोधिकातील एका ब्राह्मणाची गोष्ट काह-ग्यूरने सांगितली आहे. मालविकाग्निमित्राने अशोक वृक्षाभोवतीच्या भित्तिबंधाचे किंवा भित्तिवेदिकाबंधाचे म्हणजेच भिंत किंवा कुंपणाचे वर्णन केले आहे. आपल्या भ्रमंतीच्या दरम्यान बुद्ध, महावीर आणि नंतरच्या कालखंडातील बौद्ध आणि जैन भिक्षू चैत्य वृक्षाखालीच मुक्काम करायचे (कुमारस्वामी १९२८, १९८०, १९-२३).

ज्या वृक्षाखाली ज्ञानप्राप्ती झाली, त्या वृक्षाशी प्रत्येक जन्मातील बुद्ध निगडित होता. या वृक्षाला 'बोधिवृक्ष' किंवा 'चैत्य वृक्ष' म्हटले जायचे. प्रत्येक वृक्षाची बुद्धाशी सांगड घालण्यामध्ये कुलचिन्हचा एक धागा अंतर्भूत आहे. हिंदू दैवतांप्रमाणे प्रत्येक जैन तीर्थंकरही एखाद्या झाडाशी किंवा वनस्पतीशी निगडित आहे.

स्थळ वृक्ष

चैत्य वृक्ष (आकृती ५०) कधी, कसे आणि कोणत्या कारणाने स्थळ वृक्ष (आकृती ५१) बनले, याविषयी ठोस पुरावे नाहीत; पण अनुमान काढण्यासाठी काही दुवे आहेत. संरक्षक यक्षाची गुणवैशिष्ट्ये वृक्षामध्ये झिरपल्यामुळे हा वृक्ष नगराचा, गावाचा किंवा स्थळाचा रक्षणकर्ता बनला. मात्र आज स्थळ वृक्ष देशभरात सगळीकडे आढळत असले तरी चैत्य वृक्षांची संकल्पना संपूर्णपणे नाहीशी झाली आहे. स्थळ वृक्ष एक तर मंदिराशी किंवा मंदिरातील देवतेशी निगडित असतात. म्हणूनच शिव सर्वसाधारणपणे बिल्व वृक्षाशी (Bengal quince) आणि देवी कदंब वृक्षाशी (Wild cinchona) निगडित आहे. अर्थात या नियमालाही अपवाद आहेतच. त्यामुळेच मैलापूर (चेन्नई) येथे शिव अमलताश या वृक्षाशी तर कांचीपुरममध्ये तो एकाम्रेश्वर होऊन आम्रवृक्षाशी निगडित आहे.

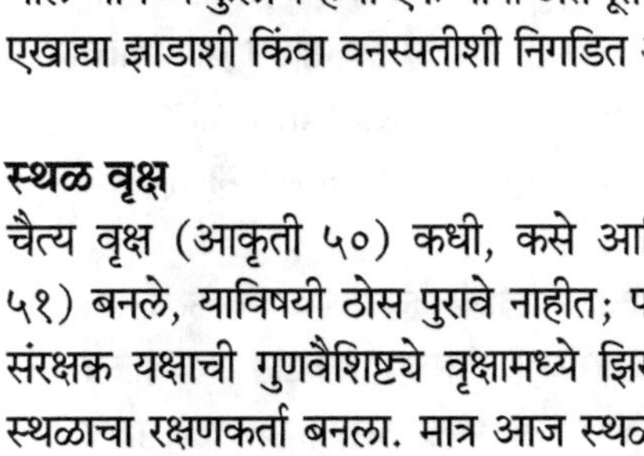

आकृती ५१

स्थळ वृक्षाला त्या-त्या देवतेशी किंवा त्या दैवताच्या विवाहित जोडीदाराशी जोडणारी दंतकथा प्रत्येक मंदिराच्या स्थळ पुराणात आढळते. अशाच कथा मैलापूर आणि कांचीपुरम या ठिकाणच्या अमलताश आणि आम्रवृक्षांविषयीही

आहेत. शिवाचे मन जिंकून घेण्यासाठी या दोन्ही ठिकाणी देवी पार्वतीने तप केले, अशा कथा सांगितल्या जातात.

हिंदू मंदिरांमधील स्थळ वृक्ष चैत्य वृक्षांसारखेच आहेत. चैत्य वृक्षापासूनच स्थळ वृक्षाची संकल्पना निर्माण झाली असावी. स्थळ वृक्ष एक तर जमिनीवर उभा असतो किंवा तो चौथऱ्यावरही असू शकतो. साधारणपणे तो देवळाबाहेरच्या प्रांगणात असतो आणि दैनंदिन विधिविधानांपासून तो लांब असतो. स्थळ वृक्षाची पूजाअर्चा वेगळी असते. त्याला नारळ, फुले आणि उजळलेले दिवे अर्पण केले जातात. अपत्यप्राप्तीसारखी इच्छा पूर्ण झाल्यानंतर नवस फेडण्यासाठी या वृक्षाला लोक धागे बांधतात. स्थळ वृक्षाला भाविक प्रदक्षिणा घालतात, त्याच्यापुढे लोटांगण घालतात आणि काही वेळा त्याला संरक्षण देण्याच्या भावनेने आणि वृक्षामध्ये वास करणाऱ्या देवतेला तिथेच थोपवण्याच्या हेतूने वृक्षाभोवती धागा गुंडाळतात.

चैत्य वृक्ष परंपरेचे मूर्त रूप म्हणजे भारतीय खेड्यांमध्ये सार्वत्रिक असणारी पिंपळ वृक्षाची पूजा. पिंपळ वृक्षाचे चैत्य वृक्षाशी बरेच साम्य आहे. पिंपळ हा एकांडा वृक्ष आहे, बहुतेक वेळा तो चौथऱ्यासारख्या पारावर उभा असतो. भाविकांना पूजेच्या वेळी या पारावर फळे-फुले अर्पण करता येतात. अनेकदा पिंपळाच्या झाडाखाली नागशिळा किंवा देवदेवतांच्या प्रतिमा (बहुतेक वेळा गणेशाच्या) असतात. स्थळ वृक्ष पवित्र मानला जातो, तो त्याच्यावर अधिराज्य गाजवणाऱ्या वृक्षदेवतेमुळे. वृक्षदेवता ही बहुधा झाडावर निवास करणारा यक्ष असतो. *'वृक्षराजाय नमः'* असा जप करत दररोज सकाळी पिंपळाला सात प्रदक्षिणा घातल्या जातात. जर अमावस्या सोमवारी आली तर स्त्रिया पिंपळाला १०८ प्रदक्षिणा घालतात आणि कणकेचे दिवे करून ते झाडाखाली लावतात. सुफलन आणि संरक्षणाचे प्रतीक असल्यामुळे, विशेषतः स्त्रिया पिंपळाची पूजा करतात. अपत्यप्राप्ती व्हावी म्हणून त्या पिंपळाच्या फांद्यांना छोटे पाळणे बांधतात.

पिंपळवृक्षाखाली ध्यान करत असताना बुद्धाला ज्ञानप्राप्ती झाली तर दक्षिणामूर्ती म्हणजेच गुरूच्या भूमिकेतील शिव दक्षिणेकडे तोंड करून वटवृक्षाखाली बसतो; ज्ञानाचा स्रोत असलेल्या उत्तर दिशेकडे शिष्यांचे तोंड असावे, यासाठी तो दक्षिणाभिमुख बसतो. देवतेला वृक्षाखाली स्थापन करण्याच्या प्राचीन परंपरांचे हे अवशेष आहेत, हे स्पष्ट आहे. महाकाव्यांच्या कालखंडापर्यंत पवित्र वृक्षाला चैत्य वृक्ष म्हटले जायचे, तर स्थळ वृक्ष ही संज्ञा पौराणिक साहित्यात आढळते. स्थळांशी निगडित असणाऱ्या वृक्षांचे पावित्र्य आणि वृक्ष लागवडीचे कार्यक्रम किंवा वृक्षमहोत्सव, यांचे वर्णन मत्स्यपुराण आणि पद्मपुराणाने केले आहे. उपासनेच्या पद्धती जसजशा बदलत गेल्या, तसतशी एक संज्ञा क्रमाक्रमाने कशी नाहीशी होत गेली आणि दुसरी कशी अवतरली, हे लक्षात घेणे रंजक आहे. स्थळ वृक्ष ही संज्ञा पवित्र ठिकाणी, स्थळ, स्थान किंवा तीर्थक्षेत्राशीही निगडित आहे.

स्कंद पुराणानुसार देवांनी वनामध्ये स्वयंभू लिंगांची पूजा केली होती. ज्या झाडाखाली

लिंग प्रकट झाले, त्या वृक्षाला 'स्थळ वृक्ष' म्हटले गेले. मंदिरांच्या उभारणीपूर्वी उपास्य दैवताला हे वृक्ष संरक्षण पुरवायचे, या वस्तुस्थितीकडे ही आणि इतरही दंतकथा अंगुलि-निर्देश करतात.

वृक्षांवरून अनेक स्थळांना / ठिकाणांना नावे मिळाली आहेत. उदाहरणार्थ, थिल्लई (चिदंबरम). थिल्लई हे खारफुटींवरून मिळालेले नाव आहे. थिल्लई हे नाव आजही प्रचलित असले तरी चिदंबरममध्ये आता खारफुटी मात्र शिल्लक नाही. कारण समुद्रकिनारा या ठिकाणापासून पिचावरम्च्या दिशेने सहा किलोमीटर दूर गेला आहे. तिथे आजसुद्धा खारफुटी मोठ्या प्रमाणात आढळतात. पण परंपरेची खूण म्हणून चिदंबरममध्ये नटराज मंदिराच्या पूर्वेकडील प्रवेशद्वाराजवळ खारफुटीचे छोटे झाड वाढवले आहे.

वृंदावनातील तुळस (वृंदा), बद्रीनाथचे बोराचे झाड, तिरुवेतकलम्चा बांबू (वेत), तिरुनेलवेलीचा तांदूळ (नेल), मल्लईवाईलचा मोगरा (मल्लई) आणि तिरुनेल्लिक्काचा आवळा (नेल्लीक्कई) अशा ककाही वृक्षांवरून त्या-त्या शहरांना / गावांना नावे मिळाली आहेत. स्थळ वृक्षाच्या निवडीमध्ये अनेक स्थानिक-सामाजिक-आर्थिक आणि पर्यावरणीय पदर गुंतलेले होते. उदाहरणार्थ, चेन्नईतले 'मैलापूर' हे ठिकाण म्हणजे पल्लव राजांच्या कालखंडातील एक नगर. या ठिकाणी असलेल्या कपालीश्वर मंदिराचा स्थळ वृक्ष अमलताश आहे. पल्लवांच्या कालखंडात हा वृक्ष जहाजबांधणीसाठी वापरला जायचा. थिल्लई (चिदंबरम) येथील नटराज मंदिरातील खारफुटी स्थानिक पर्यावरणाच्या दृष्टीने फार महत्त्वपूर्ण आहे. कारण हे झाड तटरक्षकाची भूमिका निभावून किनारपट्टीचे रक्षण करते.

चैत्य वृक्ष या संस्थेचे रूपांतर स्थळ वृक्षात का झाले? बहुधा उपासनेच्या बदलत्या पद्धती हे या प्रश्नाचे उत्तर आहे. प्रारंभी वृक्ष हा देवतेच्या प्रतिमेचा चैत्य किंवा रक्षक होता. अनेक ठिकाणच्या कलाविष्कारांत हे स्पष्ट झालेले आढळते. हिंदू, बौद्ध आणि जैन या तीनही धर्मांचा भर खडक खोदून निर्माण केलेल्या गुहांमध्ये ठेवलेल्या किंवा झाडाखाली स्थापन केलेल्या मूर्तींवर होता. पुराणकाळापासून यात बदल झाला आणि सुंदर, देखण्या मंदिरांची आणि मंदिरांच्या प्रकारांची उभारणी करण्यावरील भर वाढला. मग संरक्षक वृक्षाने म्हणजेच चैत्य वृक्षाने पवित्र स्थानाच्या (स्थळाच्या) वृक्षाला आपली जागा दिली. पवित्र स्थळांच्या तीर्थाटनाचे महत्त्व पौराणिक साहित्यात जागोजागी उमटलेले दिसते.

स्थळ वृक्षांमध्ये चैत्य वृक्षाचे सगळे धागेदोरे स्पष्ट-अस्पष्ट स्वरूपात आढळतात— उदाहरणार्थ, देवदेवतांशी असणारा या वृक्षाचा कुलचिन्ह म्हणून संबंध, स्थळाला वृक्षाद्वारे पुरवले जाणारे संरक्षण, अपत्यप्राप्तीसाठी साहाय्य करण्याची त्याची क्षमता, त्यातील दैवताचा किंवा यक्षाचा निवास इत्यादी. अनेक नगरांना त्यांच्या पवित्र वृक्षांवरून नाव मिळाले आहे; तर कदंब आणि पल्लव यांसारख्या राजघराण्यांची नावे वृक्षाच्या प्रजातीवरून किंवा वृक्षाच्या एखाद्या भागावरून पडली आहेत. थोडक्यात, कुलचिन्ह म्हणून विविध वृक्षांची निवड करण्याची प्राचीन पद्धत पुढेही चालू राहिली.

वृक्षदेवता किंवा यक्षाच्या उपासनेची परंपरा अद्यापही विस्मरणात गेलेली नाही. अजूनही गावांच्या आणि खेड्यांच्या वेशीबाहेर तो भटकत असतो. त्याला अर्पण केलेल्या मातीच्या प्राण्यांवर आरूढ होऊन तो गावाच्या प्रवेशद्वारापाशी हजर असतो किंवा देवरायांमध्ये तो आजही राहतो, अशी लोकांची श्रद्धा आहे.

याचा अर्थ, समकालीन हिंदू धर्मातील स्थळ वृक्ष ही अगदी साध्या दैवतोपासनेपासून आणि वृक्षोपासनेपासून ते आर्थिक, सामाजिक आणि पर्यावरणीय शक्तीच्या पूजेपर्यंत झालेली नैसर्गिक उत्क्रांती आहे. म्हटले तर आज स्थळ वृक्ष यापैकी काहीच नाही आणि तरीही तो सर्वकाही आहे. स्थळ वृक्ष हा प्राचीन दुव्यांनी एखाद्या वस्तूमध्ये भरलेल्या पावित्र्याचे प्रतीक आहे. निसर्गाने एके काळी वठवलेल्या भूमिकेचे स्मरण तो आजही जागवतो आहे. ज्या वेळी लोकसमूहांनी वृक्ष-वनस्पतींची सृष्टिचक्रातील भूमिका आणि त्यांचे महत्त्व नेमके जाणले होते, त्या काळातील सृष्टीतच ईश्वर पाहणाऱ्या दृष्टीचा अवशेष स्थळ वृक्षाच्या रूपाने आज शिल्लक आहे. ज्या भारतीय उपखंडात सगळ्या सजीवांमधील दिव्यत्वाची अचूक जाण होती, आणि या दैवी अस्तित्वापुढे जेथील संस्कृती नतमस्तक झाली होती, त्या भारतीय उपखंडातील पर्यावरणीय वारशाची आठवण स्थळ वृक्षाने जपली आहे.

लोकसंस्कृतीतील वृक्ष

ग्रामीण भारतातील लोकश्रद्धांचे प्रतिबिंब हिंदू, बौद्ध आणि जैन श्रद्धांमध्ये पडलेले दिसते. वृक्ष संतती आणि समृद्धी देऊ शकायचे आणि जो कुणी वृक्षाला इजा पोहोचवेल, त्याला वृक्षदेवता शिक्षाही करायच्या. म्हणूनच फुले आणि हार अर्पण करून, वृक्षाखाली दिवे लावून, त्याच्या बुंध्याशी नैवेद्य अर्पण करून वृक्षांची आराधना केली जायची. मुळात ही आराधना वृक्षदेवतेची, वृक्षामध्ये राहणाऱ्या यक्षासाठी असायची. काही वेळा वृक्षालाच देव मानून त्याची पूजाअर्चा केली जात असे. जेव्हा यक्षपूजेच्या परंपरेची लोकप्रियता कमी झाली, तेव्हा प्राण्याच्या रूपातील देवतेची– गणेश, हनुमान किंवा नाग यांची– प्रतिमा झाडाखाली ठेवून त्यांच्या उपासनेला सुरुवात झाली.

उत्तराखंडातील जोशीमठ या ठिकाणी एक प्राचीन पिंपळ वृक्ष आहे. हा वृक्ष आदिशंकराचार्यांशी निगडित आहे. त्यांनी या दैवी वृक्षाची स्तुती करणारा *कल्प शक्ती स्थावम्* हा ग्रंथ लिहिला आहे. पुरीमधील जगन्नाथाच्या मंदिरातील बकुळीचे झाड 'सिद्ध बकुळ' म्हणून ओळखले जाते. या झाडाची उगमकथा विलक्षण म्हणावी अशी आहे. श्रीकृष्ण चैतन्य यांनी जगन्नाथाच्या उपासनेत वापरल्या जाणाऱ्या बकुळीच्या झाडाची एक फांदी आपला शिष्य हरिदास ठाकूर यांच्या बागेत लावली. हरिदास ठाकूर जन्माने मुस्लीम होते. त्यांच्या अंगणात लावलेल्या बकुळीच्या फांदीचा काही काळानंतर मोठा वृक्ष झाला, आणि याच झाडाखाली हरिदासांना ज्ञानप्राप्ती झाली. जेव्हा हरिदास मरण पावले, तेव्हा

'आचार्य' म्हणून त्यांची उपासना केली जावी, असा आदेश श्रीकृष्ण चैतन्य यांनी सगळ्या अनुयायांना दिला. काही वर्षांनी काही सरकारी अधिकाऱ्यांनी लाकडासाठी हे बकुळीचे झाड तोडायचे ठरवले. पण आश्चर्य म्हणजे, एका रात्री या झाडाचा बुंधा संपूर्ण पोकळ झाला आणि लाकडाच्या दृष्टीने झाड निरुपयोगी बनले. आजही हे झाड त्या पोकळ आणि खुल्या बुंध्यासह जिवंत आहे आणि पवित्र मंदिरासारखे स्थान त्याला मिळाले आहे. पवित्र वृक्षांच्या परंपरेला कोणत्याही धर्माच्या मर्यादा नाहीत. सूफी धर्मस्थळांपर्यंत ही परंपरा पोहोचली आहे. अनेक सूफी संत वृक्षांखालीच राहत असत आणि मृत्यूनंतर त्यांचे त्याच झाडाखाली दफन केले जात असे. त्यामुळे हे वृक्ष पवित्र स्थळे किंवा दर्गे बनले. आपली इच्छा पूर्ण व्हावी, म्हणून या स्थळांना भेट देणारे भाविक झाडाला दोरा बांधायचे. जिथे कबर बांधली जायची, तिथे खिडक्यांच्या जाळ्यांना दोरे बांधण्याची पद्धत होती. अजमेरच्या दर्ग्यात ही पद्धत दिसते. पाकिस्तान आणि अफगाणिस्तान या देशांतही आढळणारी ही मुस्लीम परंपरा म्हणजे प्राचीन हिंदू परंपरेचाच धागा आहे. सामान्यतः सूफी धर्मस्थळांचा 'प्राजक्त' हा पवित्र वृक्ष असतो. खजुराचे झाड जरी पवित्र मानले जात नसले तरी मुस्लीम भाविक रमजानचे उपास खजूर खाऊनच सोडतात.

माऊंट ऑफ ऑलिव्ह्जवर मोठ्या संख्येने आढळणारे ऑलिव्हचे झाड अनेक ख्रिश्चन पंथांमध्ये पवित्र मानले गेले आहे. या झाडाचे तेल ख्रिश्चन भाविक नामकरण विधीमध्ये आणि ख्रिस्ताच्या पवित्र भोजनोत्सवातही वापरतात. पंजाबमध्ये अनेक गुरुद्वाराही बोरासारख्या विशिष्ट वृक्षाशी जोडलेले आहेत. याच झाडाखाली *(Ziziphus mauritiana)* गुरु नानकांना ज्ञानप्राप्ती झाली. गुरु नानकांनी 'वृक्ष हा निर्मितीचा रक्षणकर्ता' असल्याचे सांगितले आहे. ते म्हणतात, "हे ईश्वरा, तू अनंत असा वृक्ष आहेस आणि मी तुझ्या छत्रछायेखाली असणारा पक्षी आहे." (कॅलेर २०१२, ५-८)

अनेक गोत्रांची नावे वनस्पतींवरून पडली आहेत. राजा कौशिकानंतर ब्राह्मण विश्वामित्र बनला. तो कौशिक गोत्रातील आहे. कौशिक हा शब्द मूळ 'कुश' या शब्दावरून तयार झाला आहे आणि 'कुश' म्हणजे एक प्रकारचे गवत.

दुष्ट / वाईट नजरेची बाधा टाळण्यासाठी अनेक वनस्पतींचा उपयोग केला जातो. अथर्ववेद सांगतो की आघाड्याची पाने चेटूक दूर ठेवतात आणि चेटकिणीवरच त्याचा उलट प्रभाव पाडतात. करणीमुळे होणाऱ्या आजारांना प्रतिबंध करण्यासाठी संथाल आदिवासी खडकावर वाढणाऱ्या नेच्याच्या मुळांचा उपयोग करतात. राजस्थानातील भटक्या जमाती इडापिडा टळावी यासाठी मुलांच्या गळ्यात ताईत म्हणून निवळीची पाने बांधतात. ओरिसामधील साओरा समूह पांढऱ्या सागाच्या झाडाच्या सालीपासून संरक्षक ताईत बनवतात. या सालीपासून बनवलेला ताईत गळ्यात घातला तर स्तनपान देणाऱ्या मातांना कुठलीही बाधा होत नाही, अशी त्यांची श्रद्धा आहे. तसेच विजेपासून धोका पोहोचू नये यासाठी शेरनिवडुंग उपयुक्त असल्याचेही मानले जाते. दुष्ट शक्तींना दूर पळवून

लावण्यासाठी आणि वाईट नजर नष्ट करण्यासाठी आवळा आणि हरमालच्या बिया जाळल्या जातात. जळणाऱ्या बियांतून निघणारा धूर वातावरणातील जंतू आणि डास नष्ट करून हवा स्वच्छ करतो. डाबरा (प्रिश्णीपर्णी) आणि राम कांटा या वनस्पतींचा उपयोग गर्भपात प्रतिबंधक म्हणून होतो.

विसवी, तेंदू आणि राननिर्गुडी या झाडांच्या फांद्या पिकांना वाईट नजर लागू नये, सगळ्या दुष्ट शक्ती दूर राहाव्यात आणि पिकांचे नुकसान होऊ नये म्हणून ओरॅऑन्स वापरतात.

पवित्र वृक्षांचा बुंधा

दक्षिण भारतातील एक ठिकाण झाडाच्या बुंध्याच्या पूजेसाठी प्रसिद्ध आहे (आकृती ५२). पवित्र वृक्ष म्हणून ज्या झाडाची पूजाअर्चा केली जात असे, तो सुकला किंवा नष्ट झाला तरी त्याचे पावित्र्य नष्ट होत नाही. आणि यामुळे त्याची उपासनाही चालू राहते. सुकलेल्या झाडाच्या फांद्या नाहीशा होतात. पण बुंध्याचा खालचा भाग लाकडी ओंडक्यासारखा टिकून राहतो. सुकून गेलेल्या झाडाच्या बुंध्यात राहणाऱ्या देवतेला प्रसन्न करण्यासाठी नेहमीची पूजाअर्चा आणि नेवैद्य नियमित चालू ठेवायला हवेत, अशी भाविकांची श्रद्धा होती. झाडाच्या बुंध्याच्या पूजेचा पुरावा तामिळ संगम कालखंडातील *पट्टीनपालै* (२४६-४९) या ग्रंथात आढळतो. चोल राजांच्या काळात झाडाच्या बुंध्याची साफसफाई करून दिवे लावणे, फुले वाहणे या कामासाठी एका बाईची नेमणूक केली होती. मदुरेतील मीनाक्षी-सुंदरेश्वर मंदिरात एके काळी कदंब वृक्ष बहरलेला होता. आज या झाडाच्या खोडाचा ओंडका तेवढा शिल्लक आहे. तो चांदीच्या पत्र्यात मढवला आहे. तिरुपधिरीपुलियूरमध्ये असेच वृक्षपाडळीचे (Trumpet flower) अवशेष आहेत. या झाडाखाली पार्वतीने (शिवकामीच्या रूपात) तपश्चर्या केली होती. आता या अवशेषांवर तांब्याचा पत्रा चढवला आहे. तिरुवोथुरमध्ये पनई ताड (Palmyra palm) या वृक्षाचा बुंधा असाच तांब्याच्या पत्र्याने मढवला आहे आणि त्याची पूजा आजही केली जाते. कुट्रालममध्ये वठलेल्या फणसाच्या झाडाचा अवशेष एका स्वतंत्र खोलीत जतन केला आहे (अमिर्तलिंगम २००५, ३७-३९).

आकृती ५२

नंतर मूळच्या पवित्र वृक्षाची प्रतिमा शिल्पांकित करून तिची उपासना केली जाऊ लागली. अशा प्रकारच्या उपासनेचे उदाहरण चिदंबरममध्ये

पाहायला मिळते. तिथे खारफुटीच्या शिल्पाची पूजाअर्चा केली जाते. इतर उदाहरणांमध्ये तरूविदईमरूथुरमधील अर्जुन वृक्ष, तिरुपननगडूमधील तालद्रुम, तिरुपेरुंदुराईमधील थोरली गुंज (Indian Atlanta), वैरवनपट्टीमधील अंकोळ आणि इलुप्पईकुडीमधील मोहाचा वृक्ष यांचा समावेश आहे. पिल्लईयरपट्टी (रामनाड जिल्हा, तामिळनाडू) आणि समयपुरम (त्रिची जिल्हा) या ठिकाणी अनुक्रमे अर्जुन आणि कडुनिंबाच्या झाडाचे ओंडके पारावर ठेवून त्यांची पूजाअर्चा केली जाते. हा ओंडका गोलाकार असेल तर त्याला गणेश किंवा हनुमान समजून त्या ओंडक्यावर देऊळ बांधले जाऊ शकते.

हिंदू ज्योतिषशास्त्रातील वृक्ष

सत्तावीस नक्षत्रांशी निगडित असणारे सत्तावीस वृक्ष आहेत. या सिद्धान्तानुसार प्रत्येक नक्षत्राचा एक विशिष्ट वृक्ष आहे.

नक्षत्र आणि त्यांचे वृक्ष

क्र.	नक्षत्र	वृक्ष	वृक्षाचे
१	अश्विनी	कुचरा / काजरा	*Strychnos nux vomica*
२	भरणी	आवळा	*Phyllanthus emblica*
३	कृत्तिका	उंबर	*Ficus glomerata*
४	रोहिणी	जांभुळ	*Eugenia jaambolana*
५	मृगशीर्ष	कात / खदिर	*Acacia catechu*
६	आर्द्रा	तेंदू	*Diospyros melanoxylon*
७	पुनर्वसू	बांबू	*Bambusa vulgais*
८	पुष्य	पिंपळ	*Ficus religiosa*
९	आश्लेषा	नागचंपा / अमलताश	*Calophyllum indophyllum*
१०	मघा	वड	*Ficus benghalensis*
११	पूर्वा-फाल्गुनी	पळस	*Butea monosperma*
१२	उत्तरा-फाल्गुनी	कण्हेर	*Ficus tinctoria*
१३	हस्त	अंबाडा	*Spondias pinnata*
१४	चित्रा	बेल	*Aegle marmelos*
१५	स्वाती	अर्जुन	*Terminalia arjuna*
१६	विशाखा	कपिथा / कवठ	*Feronia elephantum*
१७	अनुराधा	बकुळ	*Mimusops elengi*
१८	ज्येष्ठा	शखोटक / सखोटा / करवत	*Aporusa lindleyana*

क्र.	नक्षत्र	वृक्ष	वृक्षाचं शास्त्रीय नाव
१९	मूळ	सळई गुग्गळ	*Boswellia serrata*
२०	पूर्वाषाढा	गुडुची / गूळवेल	*Salix tepraspeama*
२१	उत्तराषाढा	फणस	*Artocarpus heterophyllus*
२२	श्रवण	अर्क / अर्कपर्णी	*Calotropis procera*
२३	धनिष्ठा	शमी / खेजडी	*Moringa Oleifera*
२४	शततारका	कदंब	*Anthocephalus cadambu*
२५	पूर्वा-भाद्रपदा	आंबा	*Magnifera indica*
२६	उत्तरा-भाद्रपदा	कडुनिंब	*Azadiracta indica*
२७	रेवती	मोह	*Madhuca longifolia*

नक्षत्रांप्रमाणे बारा राशींशीही निगडित असलेले वृक्ष आहेत. खालील रकान्यात ते दर्शवले आहेत.

राशी आणि त्यांचे वृक्ष

क्र.	रास	वृक्ष	स्थानिक नाव
	मेष	*Pterocarpus santalinus*	रक्तचंदन
	वृषभ	*Alstonia scolaris*	सप्तपर्णी
	मिथुन	*Wrightia tinctoria*	कूटज / काळा कूडा
	कर्क	*Butea monosperma*	पळस
	सिंह	*Ziziphus mauritiana*	बोर
	कन्या	*Magnifera indica*	आंबा
	तूळ	*Mimusops elengi*	बकुळ
	वृश्चिक	*Acacia catechu*	कात / खदिर
	धनू	*Ficus religiosa*	पिंपळ
०	मकर	*Dalbergia latifolia*	शिसवी
१	कुंभ	*Prosopis spicigera*	शमी
२	मीन	*Ficus benghalensis*	वड

नवग्रहांशी जोडलेले वृक्षही आहेत. ग्रह या शब्दाचा खरा अर्थ आहे ऊर्जा. पण अवकाशातले ग्रहगोल असाच अर्थ रूढ झाला आहे. याचा अर्थ प्रत्येक वृक्ष हा ऊर्जेचे प्रतिनिधित्व करतो आणि त्याच्याशी निगडित ग्रहाचे तो प्रतीक असतो. उदहरणार्थ, गुरू म्हणजे शिक्षक आणि शहाणपण. पिंपळाचा वृक्ष हा शहाणपण आणि ज्ञानाचा स्रोत आहे आणि बुद्ध आणि दक्षिणामूर्तींसारखे महागुरू पिंपळवृक्षाशी निगडित आहेत.

ग्रह आणि त्यांचे वृक्ष

क्र.	ग्रह	वृक्ष	स्थानिक नाव
१	सूर्य	*Calotropis procera*	अर्क / अर्कपर्णी
२	चंद्र	*Butea monosperma*	पळस
३	मंगळ	*Acacia catechu*	कात / खदिर
४	बुध	*Achyranthes aspera*	आघाडा
५	गुरु	*Ficus religiosa*	पिंपळ
६	शुक्र	*Ficus racemosa*	उंबर
७	शनी	*Prosopis spicigera*	शमी
८	राहू	*Cynodon dactylon*	दूर्वा
९	केतू	*Imperata cylindrical*	दर्भ / कुश

देवराया

पवित्र वृक्षांच्या उपासनेसारखीच देवरायांविषयीची श्रद्धा भारतीय परंपरेने जपलेली दिसते. या देवराया स्थानिक देवदेवतांच्या किंवा पूर्वजांच्या नावाने राखल्या जात असत. अनेकदा देवराया ही पवित्र वृक्षांची निवासस्थानेच असतात. लक्षणीय जैववैविध्याची कोठारे, दुर्मीळ आणि अद्‌भुत वनस्पतींचे खजिने आणि असंख्य पक्षी, सरपटणारे प्राणी आणि इतर प्राण्यांच्या प्रजातींचे अधिवास असणाऱ्या अशा हजारो देवरायांची नोंद भारतात आढळते. या देवराया म्हणजे जणू एक परिपूर्ण अशी लहानशी सृष्टिव्यवस्थाच असे आणि त्यामुळे देवराई हा संवर्धन प्रक्रियेचा एक अत्यावश्यक भाग असे. प्राचीन भारतीय संस्कृतीच्या सर्वाधिक महत्त्वपूर्ण पर्यावरणीय परंपरेचे देवराई हे बहुधा एकमेव प्रतीक असावे. त्यांचे संवर्धन म्हणजे आध्यात्मिक पैलूची जोड देऊन निसर्गाचे रक्षण– संवर्धन करण्याच्या परंपरेचेच संवर्धन आहे. जैवभौतिक सृष्टिव्यवस्था आणि सामाजिक-आर्थिक संस्था यांच्यामध्ये सहकाराचे नाते आहे आणि अतिशय भक्कम अशा सांस्कृतिक दुव्यांनी हे नाते तयार केले आहे. संस्कृती आणि पर्यावरण या परस्परपूरक गोष्टी आहेत आणि तरीही त्या चैतन्यपूर्ण आणि गतिशील आहेत. मानवी अस्तित्वासाठी आवश्यक असणाऱ्या वनस्पती, प्राणी, वने, नद्या, पर्वत आणि एकूणच नैसर्गिक भवताल यांचे उत्सव साजरे करणाऱ्या धार्मिक प्रथा आणि मिथके यांच्याद्वारे हे सांस्कृतिक दुवे प्रकट होतात. फार वेगाने बदलत चाललेल्या आजच्या जगात निसर्गातील पावित्र्याच्या संकल्पनेने भारतातील बरीच जैविक विविधता जपली आहे.

भारतातील देवरायांची मालकी विविध घटकांकडे आहे. स्थानिक लोकसमूह, राज्य सरकारचा वन आणि महसूल विभाग, मंदिरे, आदिवासी समूह, ग्रामपंचायती आणि केरळसारख्या काही राज्यांमध्ये तर काही व्यक्तींच्या मालकीच्या देवरायाही आहेत. त्यांचे संरक्षण व्हावे म्हणून काही निर्बंध आणि शिक्षांचा उपयोग केला जातो. हे निर्बंध आणि दंड स्थानिक सांस्कृतिक आणि पर्यावरणीय अन्वयार्थ अधोरेखित करतात. वने ही वनात राहणाऱ्या ग्रामदेवतांची मालमत्ता आहे, असा स्थानिक समूहांचा विश्वास असतो. ग्रामप्रमुखाच्या संमतीखेरीज देवरायांमधली झाडे कुणीही तोडू शकत नाही. ग्रामप्रमुखाकडे हा अधिकार वारशाने चालत आलेला असतो आणि तोच देवराईचा पुजारीही असतो.

स्थानिक जैववैविध्य आणि प्रजातींची विविधता यांच्या संरक्षण– संवर्धनासाठी देवराया महत्त्वपूर्ण भूमिका बजावतात. त्या-त्या प्रदेशातच उगवणाऱ्या विशिष्ट वनस्पतींचे शेवटचे अवशेष देवरायांच्या रूपाने शिल्लक आहेत. शेतीसाठी आणि वसाहतींसाठी जंगले साफ करण्याचा जो सपाटा गेली काही दशके सातत्याने चालू आहे, त्याच्या पार्श्वभूमीवर आपल्या परिसरातील नैसर्गिक वनप्रदेश राखण्याचे स्थानिक समूहांचे प्रयत्न किती मोलाचे आहेत, हे या अवशेषांवरून लक्षात येते. देवरायांमधील सगळ्या प्रकारच्या वनस्पती त्या वनातील दैवताच्या संरक्षणाखाली असतात. अगदी गवताचे लहानसे पातेसुद्धा तोडायला बंदी असते.

मानवी हस्तक्षेपावर निर्बंध असल्यामुळे स्थानिक जैववैविध्याची कोठारे म्हणून देवराया उत्क्रांत होत गेल्या. भारताच्या अनेक भागांमध्ये असलेल्या अनेक देवराया या त्या-त्या प्रदेशातील जमीन, हवामान, पर्यावरण आणि उत्क्रांतीच्या स्थिर बिंदूला पोहोचलेले वनस्पती आणि प्राणिविश्व यांचे प्रतिनिधित्व करतात. आणि नैसर्गिक म्हणता येईल अशा वनांचे हेच फक्त शेवटचे अवशेष आहेत. मानवी समाज जेव्हा आदिम अवस्थेत होता, तेव्हापासून या देवराया आहेत. शेतीला प्रारंभ होण्याच्या पूर्वीच्या कालखंडातील, शिकार करून आणि निसर्गातील आवश्यक गोष्टी गोळा करून उपजीविका करणाऱ्या समाजात देवरायांचे ऐतिहासिक दुवे शोधता येऊ शकतात (गाडगीळ आणि वर्तक, १९७३, १९-२१).

बीजस्रोत म्हणूनही देवरायांची भूमिका महत्त्वाची आहे. पक्ष्यांद्वारे बिया अनेक ठिकाणी विखुरल्या जाऊन पर्यावरणीय पुनर्रचनेला मदत होऊ शकते. उदाहरणार्थ, मणिपूरम धील देवरायांमध्ये शिरीष *(Albizia lebbeck)* आणि उंबर *(Ficus glomerata)* यांसारख्या पर्यावरणीयदृष्ट्या महत्त्वाच्या प्रजाती आहेत. हे वृक्ष त्यांच्या पानांमध्ये काही खनिजे मोठ्या प्रमाणात साठवतात.

अतिशय दुर्मीळ, धोक्यात आलेल्या आणि धोक्याच्या उंबरठ्यावर असलेल्या अनेक औषधी वनस्पतींसाठी 'देवराया' हे महत्त्वपूर्ण आश्रयस्थान आहे. उदाहरणार्थ, *Kunstleria keralensis* ही हिरव्या शेंगा येणारी जी वेल केरळच्या दक्षिण भागातील देवराईत आढळली आहे, ती फक्त याच देवराईत आहे. दालचिनीची एक दुर्मीळ प्रजात *Cinnamomum quilonensis* केरळातील अलापुझा जिल्ह्यातील केवळ काही देवरायांमध्येच आढळते. कर्नाटकातील कुमठा तालुक्यात कल्लाब्बेकन नावाची एक देवराई आहे. दाट लोकवस्ती असलेल्या एका गावातील पोफळीच्या वनात ही देवराई असून रान जायफळ *(Myristica malabarica)*, दालचिनी *(Garcinia gummi-gutta)* आणि रान मिरे (*Piper nigrum*, संस्कृतमधील 'पिप्पली' या शब्दावरून 'पिपर' हा शब्द तयार झाला आहे) या प्रदेशविशिष्ट प्रजातींनी ती समृद्ध आहे.

मध्य प्रदेशातील अमर कंटक देवराईत अगदी अलीकडेच बेडकाची एक नवी प्रजात *(Philautus sanctisilvaticus)* आढळली आहे. एरवी धोक्यात आलेल्या किंवा

दुर्मीळ होत चाललेल्या अनेक प्राण्यांच्या आणि पक्ष्यांच्या प्रजातीही अनेक ठिकाणच्या देवरायांमध्ये सुरक्षित आश्रय मिळवतात. राजस्थानात बिश्नोईंनी राखलेली वने खेजडी किंवा शमी वृक्ष, हरीण, काळवीट आणि स्थलांतरित बगळ्याला संरक्षण देतात.

देवरायांमध्ये सापडणाऱ्या काही प्रजाती त्या वनाचे जैववैविध्य राखण्याचे काम करत असल्यामुळे अतिशय महत्त्वाच्या असतात. सांस्कृतिक आणि धार्मिक कारणांमुळे स्थानिक लोकसमूहांसाठी या प्रजातींना मोठे सामाजिक मोल असते. उदाहरणार्थ, राजस्थानातील देवरायांमध्ये आढळणारा खेजडीचा वृक्ष हा त्या देवराईमधील प्रजातींच्या वैविध्याशी आणि स्थानिक समूहांच्या धार्मिक मूल्यांशी जोडलेला आहे. अनेक पशु-पक्षी आणि कीटकांचे संवर्धन करण्याात महत्त्वपूर्ण भूमिका बजावणारा वटवृक्षही अनेक देवरायांमध्ये पूजावृक्ष मानला जातो. तामिळनाडूमधील मदुराई जिल्ह्यातील पुलियांगुलममध्ये, विरूधुनगर जिल्ह्यातील कीलराजकुलरमणमध्ये आणि तिरूनेलवेली जिल्ह्यातील वैकुंडममध्ये विशाल वटवृक्षांवर ५००हून अधिक वटवाघळे दरवर्षी घरटी बांधतात.

देवरायांमध्ये बारमाही जलाशयही असतात. झरे, तळी, सरोवरे, विहिरी या पाण्याच्या स्रोतांमुळे आसपासच्या वसाहतींना उन्हाळ्याच्या दिवसात पाण्याचा पुरवठा होत असल्यामुळे या जलाशयांचे मोल मोठे आहे. शिवाय देवरायांमधील बाष्पीभवनामुळे वातावरणातील आर्द्रता वाढते आणि देवराईच्या परिसरातील तापमान कमी होते. अनेक सजीवांच्या वाढीच्या दृष्टीने अशा प्रकारचे स्थानिक हवामान अत्यंत अनुकूल असते. भूजल संधारणाचे योग्य उपाय आणि वृक्ष लागवडीमुळे जमिनीवरून वाहून जाणारे पाणी रोखले जाते. पाणी अडवण्याच्या आणि साठवण्याच्या, तसेच माती जागेवर घट्ट धरून ठेवण्याच्या झाडांच्या क्षमतेमुळे मातीची धूप रोखली जाते. देवराईमधील प्रचंड प्रमाणातील जैविक पदार्थांना पोसण्याइतकी पोषणद्रव्ये मातीमध्ये अगदी कमी प्रमाणात असतात. ही जैविक संपदा पोसली जाते ती मातीच्या पृष्ठभागालगत पसरलेल्या झाडांच्या मुळांद्वारे. ही मुळेच पोषणद्रव्यांचे चक्राकार वहन अखंड चालू ठेवतात. अनेक सूक्ष्म जीव, अपृष्ठवंशीय प्राणी, बुरशी आणि इतर अनेकविध प्रजाती या मुळांच्या आधारेच जगतात.

काही विशिष्ट देवरायांमध्ये पीक चांगले यावे यासाठी लोक नवस बोलतात आणि मातीचे प्राणी, विशेषतः मातीचे घोडे वाहून हे नवस फेडतात. देवरायांमधील स्थानिक देवतांचे वार्षिक उत्सव असतात. आठवडाभर साजरे होणारे हे उत्सव साधारणतः उन्हाळ्यात असतात. या उत्सवाच्या काळात अनेक विधिविधाने पार पाडली जातात. देवराईमध्ये फक्त वाळलेल्या फांद्या किंवा वठलेल्या फांद्या गोळा करून ते लाकूड उत्सवाच्या वेळी अन्न शिजवण्यासाठी वापरले जाते. हे पदार्थ स्थानिक ग्रामदेवता आणि इतर लोकदेवतांना अर्पण करून मग उत्सवात सहभागी होणाऱ्या सर्वांना हा प्रसाद वाटला जातो. रात्रीच्या वेळी लोककथांवर आणि रामायण-महाभारतासारख्या महाकाव्यांमधील प्रसंगांवर आधारित नाटके सादर केली जातात (आकृती ५३).

आकृती ५३

काही देवरायांमध्ये देवराईच्या मुख्य देवतेला कोंबड्याचा किंवा बकऱ्याचा बळी देण्याची पद्धत आहे. अर्थात, बळी देण्याच्या प्रथेतील क्रौर्याची जाणीव होऊ लागल्यामुळे अनेक ठिकाणी ही पद्धत आता बंद होऊ लागली आहे. देवराईतील लहानसे देऊळ वाढवून गावकरी त्याचे मोठ्या, मनोरा व गोपुर असलेल्या मंदिरात रूपांतर करतात. धार्मिक ग्रंथांच्या नियमित वाचनासारखे इतर विधी सुरू झाले की ब्राह्मण पुरोहिताची नेमणूक आवश्यक ठरते आणि मग प्राण्यांचा बळी देण्याच्या प्रथेला आपोआपच पूर्णविराम मिळतो.

आज देवरायांमध्ये पाळल्या जाणाऱ्या निर्बंधांविषयी जुन्या पिढीतील अगदी थोड्या लोकांना माहिती आहे. मोठ्या देवरायांमध्ये, स्थानिक श्रद्धा-समजुतींनुसार अनेक पारंपरिक विधी अजूनही पार पाडले जातात. पण लहान देवरायांमध्ये मात्र त्यांचा मागमूस शिल्लक नाही. देवराईतील स्थानिक देवतेचे मोठे मंदिर उभारणे, रस्ते आणि विजेसारखे विकासाचे उपक्रम राबवणे आणि शेतीसाठी देवराईची जमीन ताब्यात घेणे, यासारख्या कारणांमुळे अनेक देवराया नष्टच झाल्या आहेत. मोठ्या धरण-प्रकल्पांनीही बऱ्याच देवरायांचा घास घेतला आहे. काही ठिकाणी स्थानिक समुदाय आणि शासकीय खात्यांनी देवरायांचे शहरीकरण करून टाकले आहे किंवा स्थलांतरित लोक आणि व्यावसायिक कारणांसाठी वृक्षलागवडीचा उपक्रम यांमुळेही देवरायांचा विनाश झाला आहे. वाळलेल्या काटक्या गोळा करणे, गवत आणि इतर जैविक पदार्थ गोळा करणे, शेळ्या-मेंढ्यांसाठी कोवळ्या फांद्या आणि हिरवी पाने तोडणे, चालण्यासाठी छोट्या छोट्या वाटा तयार करणे, जनावरांना चराईसाठी आणणे, वाळू आणि माती खणून घेणे, विटा तयार करणे, औषधांसाठी रानफळे,

ाज्या आणि झाडांच्या बिया-साली इत्यादी गोळा करणे, यासारख्या मानवी हस्तक्षेपांचा तिकूल परिणाम देवरायांमधील परिसंस्थेवर होतो. शिवाय परक्या तणांचे आक्रमण हा वरायांमधील फार गंभीर प्रश्न आहे. परिणामतः, अनेक ठिकाणी आता देवराई म्हणजे क्त एक झाड उरले आहे. हे झाड पवित्र वृक्ष किंवा गावाचा स्थळ वृक्ष मानून त्याची ूजाअर्चा केली जाते.

देवराया या भारताच्या सांस्कृतिक आणि पर्यावरणीय वारशाचा एक भाग आहेत. यामुळे त्यांचे संवर्धन होणे आवश्यक आहे. देवराया नैसर्गिक साधनसंपत्तीचा खजिना ांभाळतात आणि स्थानिक समुदायांना उपजीविकेचे साधनही पुरवतात. पर्यावरणाचा मतोल ढळू न देता माणूस आणि निसर्ग पूर्वी साहचर्याने राहत होते, याचा पुरावा देवराईच्या पाने आज आपल्यासमोर आहे. देवराया जर जंगलाबाहेर असतील तर वन संरक्षण कायदा केंवा इतर कुठल्याच कायद्याचे त्यांना संरक्षण नाही. अनेक सहस्रके ज्यांनी देवरायांचे रक्षण लेले आहे, त्या पारंपरिक समुदायांनी यापुढेही हा वसा कायम ठेवला तरच उरल्यासुरल्या वराया वाचतील. एरवी या समूळ नष्ट व्हायला वेळ लागणार नाही.

भारताबाहेरची वृक्षपूजा

वृक्षपूजा हा सगळ्या जगभरात सर्वाधिक प्रचलित असलेला उपासनेचा प्रकार आहे. रोमन 'फॉरेस्ट किंग' हे पवित्र वृक्षामधील दैवी अंशाचे मानुषीकरणच होते. हा पवित्र वृक्ष म्हणजे ओक वृक्षराजाचे जिवंत रूप. डुईड्सनी (Druids - आयरीश आणि वेल्श आख्यायिकांमधील किंवा ख्रिश्चन दंतकथांमधील ऋषी अथवा जादूगार) केलेली ओक वृक्षाची उपासना परिचित आहे. सेल्ट्स लोकांनी उंच ओक वृक्षाच्या रूपात ज्युपिटरची उपासना केली. इटलीमध्ये आजही 'नेमी'च्या नावाचे एक प्राचीन अभयारण्य अस्तित्वात आहे. 'नेमी' हा शब्द ग्रीक आणि लॅटिन *nemos/nemus* या शब्दांवरून तयार झाला आहे. याचा अर्थ 'कुरणे, राया आणि झाडांचे वन यांना कवेत घेणारे, पवित्र मानले गेलेले जंगल.' जर्मनीतही पुष्कळ देवराया होत्या आणि येथील सर्वात जुनी अभयारण्ये म्हणजे नैसर्गिक जंगलेच होती. प्राचीन ग्रीक लोकांनी अर्तेमिस ही संवर्धनाची देवता मानली होती. ही देवता वन्यजीव आणि निसर्ग यांचे संरक्षण करत असल्याचा त्यांचा विश्वास होता. अर्तेमिसने निसर्गाला पावित्र्याचे वरदान दिले होते (ह्यूजेस, १९९०, १९१-०७).

आफ्रिकेमध्ये माणूस आदिम अवस्थेत असताना शिकार करून आणि कंदमुळे गोळा करून जगणाऱ्या समूहांच्या काळापासून पवित्र वृक्ष आणि देवराया असल्याची नोंद आढळते. देवराईत आढळणारा मिगुमू वृक्ष तेथील किकुयू जमातीसाठी पवित्र आहे. देवरायांमधील झाडे तोडणे, फांद्या कापणे, सरपणासाठी लाकूडफाटा गोळा करणे, गवत जाळणे, जनावरे चारणे आणि प्राण्यांची शिकार करणे या सगळ्यांवर तिथे कडक बंदी आहे. केनयामधील किरींयागा जिल्ह्यात आजही जवळजवळ २०० देवराया आहेत आणि किकुयू लोक त्यांची राखण करतात (ब्रोकेन्शा आणि कॅस्ट्रो, १९८८, १९-२१). आफ्रिकेतील वसाहतवादी प्रशासनाने सुमारे १०० देवरायांची नोंद केली आहे. पूर्व आफ्रिकेतील एमबीअर जमातीमध्ये झाडे तोडण्याला परवानगी नाही (लिटल आणि ब्रोकेन्शा १९८७, १९३-२०९).

इथिओपियामध्ये आजही ठिकठिकाणी देवराया आणि देवाच्या नावाने राखलेली जंगले अस्तित्वात आहेत. सनातनी ख्रिश्चन, मुस्लीम आणि स्थानिक वांशिक गट आपल्या पारंपरिक श्रद्धाव्यवस्थेनुससार या देवरायांची राखण करतात. ओरोमो (कुशिटिक भाषा

बोलणारे इथिओपियाच्या दक्षिण भागातील आणि त्याला लागून असलेल्या केनियातील लोक) जमातीमध्ये पीक कापणीच्या हंगामाची सुरुवात 'इरिसा' या निसर्गाचे आभार मानण्यासाठीच्या उत्सवाने होते. हा उत्सव देवराईतील विशाल वृक्षांखाली पार पडतो. गुराज आणि आमारा या जमातींचा 'अडबार' (Adbar) नावाचा उत्सव दरवर्षी सामुदायिक मालकीच्या जमिनींवरच्या मोठ्या वृक्षांखाली साजरा होतो (एर्त्स, २००७, ६६).

घानामध्ये सर्वत्र पुष्कळ देवराया आहेत. घानाच्या उत्तर प्रांतात स्थानिक समुदायांनी काही वने विधिविधानांच्या उद्देशाने राखली आहेत. ईशान्य घानामध्ये जवळपास १७९ देवराया असल्याची नोंद आहे (ब्लेंच २००४). देवराया आणि त्यांचे वांशिक पैलू यांमुळे तिरिकी लोक सांस्कृतिकदृष्ट्या इतरांपासून वेगळे झाले आहेत. केनयामध्ये देवरायांना 'काया फॉरेस्टस्' असे नाव आहे (गिथिरो १९९८).

तिमोरमध्ये खडक आणि झाडांचे आकार ही सांस्कृतिक प्रतीके आहेत. पश्चिम तिमोरमध्ये मेटो भाषा बोलणारे समुदाय त्यांच्या प्राचीन धर्माचे वर्णन 'पवित्र झाड आणि पवित्र खडक' असेच करतात (hau le'u faut le'u). तिमोरच्या अतिपूर्वेकडच्या आणि पूर्वेकडच्या भागातील लॉतें जिल्ह्यामध्ये राहणाऱ्या फातुलुकू भाषा बोलणाऱ्या समुदायांमध्येही अनेक देवराया आढळल्या असल्याची नोंद आहे (मॅक्विल्यम् २००१, ८९-११३).

इजिप्शियन लोकही वृक्षपूजक होते. इसिस आणि ओसिरिसच्या कथेत टॅमॅरिस्कने (प्राचीन वाळवंटी वृक्ष) महत्त्वपूर्ण भूमिका बजावली होती. नाईल नदीच्या तीरावरच्या ओसिरिसच्या थडग्यावर सावली धरणारा नॉर्वे मेपल वृक्षही दैवी मानाला गेला होता. सिकॅमोर हा प्राचीन इजिप्तमधील आणखी एक पवित्र वृक्ष. 'अंजिराच्या वर्गातील झाडांचा राजा' अशी त्याची ओळख होती. किंवा त्याला 'वर्ल्ड ट्री' असेही म्हटले जायचे. तो नेटपे या प्रकाशाच्या आणि ज्ञानाच्या देवतेचा वृक्ष होता. ॲव्होकॅडो हा हॅथर या प्रेम आणि आनंदाच्या देवतेचा पवित्र वृक्ष होता.

पर्शियन पुराणकथांमध्ये गोगार्ड किंवा गाओकेरेना वृक्षाला हाओम नावाची फळे लागतात. त्यांच्यामध्ये आरोग्यकारक गुण आहेत; शिवाय तो पुनरुत्पाक सामर्थ्य देतो आणि पुनरुज्जीवनाला मदत करतो. स्वर्गामध्ये वाढणारा जीवनवृक्ष व्हाईट हाओम हा प्राचीन इराणी उपासनेचा सर्वात पवित्र असा प्रसाद आहे (फर्ग्युसन १९७१, ४१).

प्राचीन ग्रीसमधील सगळे देव आणि देवता एकेका वृक्षाशी निगडित आहेत. डोडोना येथील राईतील ओक वृक्ष ज्युपिटरशी निगडित आहे. ग्रीक साहित्यात सर्वात आधी उल्लेखला गेलेला आणि सर्वाधिक गौरवला गेलेला हा वृक्ष आहे. लॉरेल वृक्ष अपोलो या देवतेचा प्रतिनिधी आहे. द्राक्षाचे झाड बॅकसशी, ऑलिवचे झाड मिनर्वाशी, मर्टल किंवा विलायती मेंदी ॲफ्रोडाईटशी, हेसपेरीडेसचे सफरचंद किंवा संत्र जूनोशी, पॉप्लर हरक्युलसशी निगडित आहे आणि आर्टिडेचा 'न्यूमेन' म्हणजे खुद्द प्लेन वृक्ष होतो... डेल्फिमधला लॉरेल वृक्ष हा डोडोनाच्या ओक वृक्षाइतकाच गौरवला गेला होता (फर्ग्युसन १९७१, १६).

सेसिनाचा राजा ॲक्रॉनची हत्या रोम्युलसने केली आणि या युद्धात मिळालेली किमती लूट त्याने कॅपिटोलिन टेकडीवरील प्राचीन ओक वृक्षाच्या फांद्यांवर टांगून ठेवली. हा वृक्ष त्या भागातील धनगरांच्या लेखी अतिशय पवित्र होता. रोमन इतिहासातील आणखी एक महत्त्वपूर्ण देव म्हणजे मार्स. मुळात हा देव वनस्पती आणि सुफलनाचा देव आहे. मार्सला अर्पण केलेली झाडे म्हणजे अंजिर, ओक, लॉरेल आणि ओरिएंटल हॉर्नबीम. सरमॅटिआ प्रांताविषयी बोलताना प्रोक्युपिअस म्हणतो, 'बार्बेरिअन्स जंगलांची आणि रायांची पूजा करायचे आणि त्यांच्या आदिम पद्धतीने त्यांनी आपल्या दैवतमंडळात वृक्षांनाही स्थान दिले होते' (फर्ग्युसन १९७१, २२).

ज्युडिआच्या (प्राचीन पॅलेस्टाईनचा दक्षिण प्रांत) लोकांना नैसर्गिक वनांविषयीही आदर होता. या वनांची / रायांची म्हणजेच अॅशेरांची ते पूजा करायचे. ॲसिरिअन शिल्पांची निशाणी म्हणून अनेकदा कृत्रिम झाडच दाखवले जात असे. अॅशेरांची पूजा हा वृक्षपूजेचाच एक प्रकार होता. ज्यू धर्माच्या पुरोहितांना मात्र ही पूजा मुळीच पसंत नव्हती (फर्ग्युसन १९७१, ८).

ज्यूंचे धर्मग्रंथ आणि बायबलच्या ओल्ड टेस्टॅमेंटमध्ये विश्वनिर्मितीविषयीची जी कथा आहे, त्यानुसार ज्ञानवृक्ष (चांगले आणि वाईट दोन्ही प्रकारचे ज्ञान) आणि अमरत्वाचा वृक्ष हे दोन्ही ॲडम आणि इव्ह यांच्या निवासस्थानाच्या उद्यानात होते.

'आपण आपल्या पवित्र वृक्षांचे आणि पवित्र वनांचे वारस आहोत,' अशी प्राचीन जर्मनांची श्रद्धा होती. त्यांच्याकडे मूर्ती नव्हत्या. आपल्या देवांना भिंतींमध्ये बंदिस्त करणे त्यांना मंजूर नव्हते; पण त्यांनी जंगल आणि रायांनाच आपल्या देवदेवतांची नावे देऊन पावित्र्य बहाल केले. संपूर्ण ख्रिश्चन विश्वात लोकप्रिय असणारा ख्रिसमस ट्री हा त्यांच्या पूर्वजांनी केलेल्या वृक्षपूजेचा अवशेषच आहे (फर्ग्युसन १९७१, २१).

स्कँडिनेव्हियामध्ये एक भव्य मंदिर होते. तिथे 'एक अनोळखी वृक्ष होता. मोठ्या फांद्या असलेल्या या वृक्षाचा विस्तार मोठा होता. उन्हाळा आणि हिवाळा, अशा दोन्ही ॠतूंमध्ये तो हिरवागार असे.' याच देवळाजवळ एक देवराई होती (फर्ग्युसन १९७१, २२-२५).

अमेरिकेतील वृक्षपूजेच्या अनेक घटनांची नोंद इतिहासात आहे. एके काळी एका विशाल सायप्रस वृक्षावर फेडलेल्या नवसांच्या अनेक वस्तू आणि केसांच्या बटा, दात, रिबिनचे तुकडे ठिकठिकाणी टांगलेले होते.

सारांश

अन्न, निवारा, चारा, लाकूड आणि इतर कितीतरी जीवनावश्यक गोष्टींचे वरदान देणाऱ्या सृष्टीच्या निर्मितीविषयी माणसाला स्वाभाविकपणे वाटणारा आदर वृक्षोपासनेद्वारे व्यक्त झाला. वृक्षांची मानवी जीवनासाठी असलेली अनेक प्रकारची उपयुक्तता जाणवल्यामुळे वृक्षांना पूजनीय मानले गेले. वृक्षांना पावित्र्य बहाल करून प्राचीन लोकसमूहांनी त्यांच्या सामाजिक-आर्थिक-औषधी भूमिकेविषयीची कृतज्ञ जाणीव सूचित केली. वृक्षांमध्ये निवास करणारे देवदेवता आणि दैवी अंश यांना प्रसन्न करण्यासाठी खुद्द वृक्षांचीच पूजा केली जायची. प्रत्येक वृक्ष एका किंवा त्यापेक्षा जास्त दैवतांशी निगडित होता.

भारतात उगम पावलेल्या सगळ्या धर्मांमध्ये वृक्षपूजा प्रारंभापासून रुजलेली आहे. साहित्य, मंदिरे (शिल्प) आणि इतर कलाप्रकार वृक्षोपासनेचे पुरावे देतात. वृक्ष ही प्राचीन काळी सृष्टीची एक सर्वसामान्य निर्मिती नव्हती. वृक्ष हे साक्षात जीवनाचे प्रतीक होते. आधुनिक हिंदुत्वानेही वृक्षपूजेचा धागा जपला आहे. वृक्षपूजेमध्ये अनेक अगदी वेगळ्या प्रथा आणि रूढी अंतर्भूत आहेत. झाडाला प्रदक्षिणा घालणे, नवस फेडण्यासाठी झाडाला काही विशिष्ट वस्तू / पदार्थ अर्पण करणे आणि झाडाखाली विवाह विधी पार पाडणे यांसारख्या अनेक प्रथांचा या संदर्भात उल्लेख करता येईल. प्रामुख्याने वृक्षपूजा करण्यात आणि त्यांना पवित्र मानण्यात स्त्रियांचा ठळक सहभाग असतो.

झाडे पर्यावरण शुद्ध राखतात, मातीची धूप रोखतात आणि वाऱ्याचा वेग कमी करतात. अनेक पवित्र वृक्षांमध्ये जंतुनाशक आणि सूक्ष्मजीवविरोधक गुण आहेत. वनस्पतींचे समृद्ध वैविध्य कायम राखण्यात देवरायांनी महत्त्वपूर्ण भूमिका बजावली आहे.

प्रत्येक वृक्ष, त्याची पालक देवता आणि वृक्षाशी निगडित मंदिर ही एक गुंतागुंतीची शृंखला आहे. ही शृंखला किंवा परस्पर विणलेले जाळे सोडवत कित्येक सहस्रके मागे जाणे, ही फार विलक्षण गोष्ट आहे. वृक्ष-वनस्पतींचे उपयोग काळाबरोबर बदलत गेल्यामुळे किंवा कित्येक शतकांपासून ते थांबल्यामुळे, तसेच आधुनिक औषध विज्ञानाच्या विकासाबरोबर आजार बरे करण्याच्या वृक्षांच्या गुणवैशिष्ट्यांचे ज्ञान हरवून गेल्यामुळे अशी नाती काळाच्या ओघात नष्टच झाली आहेत. त्यामुळे आज अनेक वृक्षांशी निगडित असलेली पावित्र्याची भावना अस्पष्ट राहते. या पावित्र्यामागचे कारण उलगडून अनेक

रहस्यांवर प्रकाश टाकण्याचे काम हे पुस्तक करेल, अशी आशा आहे.

वृक्षांची स्तुती करणारी एक पंजाबी कविता मला शेवटी उद्धृत करावीशी वाटते. ही कविता मला इंटरनेटवर मिळाली. तीच सगळे काही सांगून जाते (येथे कवितेचा मराठी अनुवाद दिला आहे).

पिंपळ गातो, गातो वड
गाते हिरवे तुतीचे झाड.
पांथस्था, अरे थांब जरासा
तुझ्या प्राणांना मिळेल इथे विसावा.
वडाच्या झाडाखालीच
मला एकदा प्रत्यक्ष देव दिसला.
पिंपळ वृक्षा, सांग तरी मला,
स्वर्गाचा नेमका रस्ता कुठला?
अरे, पिंपळाच्या झाडा,
माझ्या आत्म्याची गाठ सोडव.
वडाच्या झाडाला माहीत आहेत सगळी गुपिते
त्याच्यासमोर उपयोगच नाही, बोलून खोटेनाटे. *

* www.chitralakshana.com / trees.html

भाग दुसरा

पवित्र वनस्पती

नागचंपा / उंडी / केसर

वनस्पतिशास्त्रीय नाव	:	*Calophyllum inophyllum* L.
इंग्लिश नाव	:	Alexandrian Laurel
स्थानिक नावे	:	सुलतान चंपा, सुर्पण, सुर्पणका, उंडी (हिंदी), नागचंपा, पुन्नग (संस्कृत)
प्रकार	:	वृक्ष
विस्तार	:	आफ्रिका, आशिया (उष्णकटिबंधीय प्रदेश), ऑस्ट्रेलिया, पॅसिफिक, इतर भागांतही रुजला आहे.

हा मूळ अलेक्झांड्रियातील वृक्ष नाही आणि तो 'लॅरेल' वर्गातीलही नाही. मध्यम आकाराचा, साधारणत: १५ मीटर उंचीपर्यंत वाढणारा हा सदाहरित वृक्ष आहे. या झाडाच्या फांद्या खोडाच्या खालच्या भागापासूनच फुटतात आणि दोन्ही बाजूंना पसरणाऱ्या असतात. झाडाला पांढऱ्या रंगाची फुले येतात.

या झाडाचे लाकूड चांगलेच कठीण असते. त्यामुळे ते बोटी, रेल्वेचे स्लीपर्स आणि प्लायवुड तयार करण्यासाठी वापरतात. कॅबिनेट्स बनवण्यासाठी तर हे लाकूड उत्तम आहे (कोवेन, १९८४, ८२). झाडाच्या फळांपासून किमती डिंक मिळतो. बियांच्या मगजापासून गडद हिरव्या रंगाचे अर्धप्रवाही तेल काढता येते. या तेलाला वाईट वास आणि चव असते आणि त्यातील काही घटक विषारी असतात. हे तेल दिव्यासाठी (कृष्णमूर्ती १९९३, २८९) आणि साबण तयार करण्यासाठी वापरतात.

सुलतानचंपाचे लाकूड पूर्वी तामिळ लोक बोटी बांधण्यासाठी वापरत असत. व्यापाराच्या हेतूने आणि मुलुख जिंकण्यासाठी आग्नेय आशियाई प्रांतापर्यंत प्रवास करण्यासाठी या जहाजांचा उपयोग केला जात होता. कदाचित याच कारण्यामुळे तामिळनाडूच्या किनारी प्रदेशातील अनेक मंदिरांमध्ये हा वृक्ष पवित्र मानला जातो. या झाडाची साल आणि पानांपासून टॅनिन मिळते. मासेमारीसाठी वापरल्या जाणाऱ्या जाळ्यांना बळकटी आणण्यासाठी आणि रंग देण्यासाठी त्याचा उपयोग होतो.

हे दाट सावली देणारे झाड आहे. त्यामुळे वनीकरणात त्याची हमखास लागवड केली जाते. झाड दिसायला फार देखणे आहे. नवी पाने किरमिजी लाल रंगाची, तर फुले सुवासिक असतात. भारतात रस्त्याच्या दुतर्फा केल्या जाणाऱ्या लागवडीत हे झाड आवर्जून लावले जाते. अर्थात त्याची वाढ मात्र सावकाश होते.

नागचंपाच्या झाडात जंतुनाशक गुणधर्म आहेत. किनारपट्टीच्या प्रदेशात हा वृक्ष प्रभावी तटरक्षकाची भूमिका बजावतो.

पौराणिक आणि धर्मिक संदर्भ

रामायणात नागचंपाच्या झाडाचा पुष्कळदा उल्लेख येतो. वाल्मिकी रामायणाच्या 'बालकांडा'त (३७-४०) एका वनाचे वर्णन आहे. शापमुक्त झालेले हे वन तऱ्हतऱ्हेच्या वृक्षांनी बहरलेले होते. चाफा, अशोक, पुन्नग, मोगरा आणि इतर फुलझाडे फुलली होती. शिवाय आंबा, फणस, सुपारी, नारळ हे वृक्षही वनाला शोभा देत होते. विहिरी, तळी, तलाव, मोठी सरोवरे आणि मोगऱ्याच्या वेली आणि 'चैत्ररथ' या कुबेराच्या उद्यानासारख्या बागांमुळे आणि किल्ल्यामुळे नटलेल्या सोनेरी टेकड्या या सगळ्यामुळे वन फारच सुंदर दिसत होते. 'किष्किंधा कांडा'तही (४.४२.६, ७, ८) पुन्नगाचा उल्लेख आहे. पंचवटी वनातील सुंदर वृक्षांपैकी हा एक आहे (३.१५.१६). कारण पश्चिम भारतात हा मोठ्या संख्येने आढळतो. नागचंपा हा अतिशय मौल्यवान असा उद्यानवृक्ष आहे आणि त्याच्या फुलांपासून सुगंधी द्रव्ये मिळतात (५.१०.२३).

महाभारताच्या 'अनुशासन पर्वा'त म्हटले आहे की राजा कौशिक एकदा गंगेच्या तीरावर गेला होता. तिथे त्याला एक महालवजा इमारत दिसली. ती बहुधा गंधर्वांनी बांधलेली असावी. ती वास्तू संपूर्ण सुवर्णाने मढलेली आणि रत्नजडित होती. वास्तूभोवती टेकड्या, दऱ्या आणि कमळांनी भरलेली तळी होती. पूर्ण बहरलेली अनेक झाडेही राजाने पाहिली. या झाडांमधील एक झाड नागचंपाचे (वरणपुष्प) होते (महाभारत, १३.५४.६).

विदर्भाची राजकन्या, दमयंती, हिला तिच्या नवऱ्याने-नलाने-जंगलात सोडून दिले होते. हे जंगल वन्यश्वापदे आणि पुन्नगासारख्या अनेक वृक्षांनी भरलेले होते (महाभारत, ३.१, ८८). महाभारतातील एका वर्णनात दुर्योधन आपल्या दरबारी मंडळींसह एकदा जंगलात गेला होता. त्याने बरोबर पुष्कळ गायी-गुरे नेली होती. तिथे त्याने गायी-गुरांच्या अंगावर विशिष्ट खुणा करून घेतल्या. मग त्याने वन्य श्वापदांची शिकारही सुरू केली. शेवटी तो द्वैतवनाच्या पवित्र तळ्यावर पोचला. तिथे मधमाश्या घोंघावत होत्या. पुन्नग आणि इतर वृक्षांची दाट सावली त्या ठिकाणी होती (महाभारत, ३,१,२०७).

'मत्स्यपुराणा'नुसार पुन्नग वृक्ष असलेले घर अत्यंत शुभ असते. *श्रीमद्भागवत* ग्रंथाने (३.१५.१९) स्वर्गाचे वर्णन करताना, तिथे असलेल्या वृक्षांमध्ये पुन्नग आढळत असल्याचे सांगितले आहे.

'विष्णुपुराणा'मध्ये (५.३०) अदितीला– मातृदेवतेला– भेटण्यासाठी कृष्ण स्वर्गात जातो, असा उल्लेख आहे. तो अदितीला तिची हरवलेली कर्णफुले परत देतो आणि नरकासुराच्या वधाबाबत तिला माहिती देतो. यामुळे प्रसन्न झालेली अदिती श्रीविष्णूंची मन:पूर्वक स्तुती करते. स्तुती करताना ती म्हणते की विष्णू हा सर्वेसर्वा आणि विश्वव्यापी आहे. सगळ्या निर्मितीचा तो देव आहे आणि त्यातही ती पुन्नग वृक्षाचा वेगळा उल्लेख करते. ती म्हणते, ''तुम्ही देव, यक्ष, दैत्य, राक्षस, सिद्धपुरुष, सरपटणारे प्राणी, पुन्नग वृक्ष, झुडपे, वेली, लता आणि गवत अशा लहान, मोठ्या, मध्यम, भव्य आणि सूक्ष्म गोष्टींची निर्मिती केली आहे. अणू एकत्र येऊन बनलेल्या सगळ्या प्रकारच्या देहांची निर्मिती तुम्हीच केली आहे.'' अशा प्रकारे पुन्नग वृक्षामधील दैवी अंश स्पष्ट करून त्याचे वेगळे स्थान स्पष्ट केले गेले आहे.

त्रिकूट पर्वतावरच्या वरुणाच्या उद्यानाचे वर्णन करताना *श्रीमद्भागवत*ने (८.२.९-१३) म्हटले आहे की, तिथे आढळणाऱ्या सुगंधी वृक्षांपैकी एक पुन्नग आहे.

स्त्रियांच्या काही कृतींना पुन्नग वृक्ष प्रतिसाद देतो, असे म्हटले जाते. जर फळांफुलांच्या मोसमात या झाडाला बहर आला नाही, तर स्त्रिया या झाडाभोवती नृत्य करतात आणि त्याच्या बुंध्याला लाथ मारतात. मग हा वृक्ष फुलतो (सुब्रमणिया पिल्लई, १९४८, ४६).

दक्षिण भारतात, विशेषत: तामिळनाडूमध्ये पुन्नग फुलाला विशेष स्थान आहे. पूजेसाठी हमखास वापरल्या जाणाऱ्या आणि विविध देवांची शोभा वाढवण्यासाठी वापरल्या जाणाऱ्या या फुलाचे वर्णन अनेक कर्नाटकी गीतांमध्ये आहे. या वृक्षावरून पुन्नग-वराली नावाचा रागही निर्माण झाला आहे. 'ललिता सहस्त्रनामा'नुसार हे फूल श्रीविष्णूंचे आवडते फूल आहे. त्यांच्या गळ्यातील हार याच फुलांचा असतो. अनेक विष्णू मंदिरांतील उत्सवाचे रथ याच झाडाच्या लाकडापासून बनवले जातात.

'तिरुवाचगम'मध्ये (१.१-१०) एक फार सुंदर गोष्ट आहे. आपले नशीब काढण्यासाठी एक माणूस घराबाहेर पडतो. घर सोडण्यापूर्वी तो घरासमोर नागचंपाचा वृक्ष लावतो आणि बायकोला सांगतो की, या झाडाला फुलांचा पहिला बहर येईल, तेव्हा मी परत येईन. झाडावर फुले फुलण्याचा दिवस उगवतो आणि नवराही परत येतो. पण बायको त्याला ओळखत नाही. निराश होऊन ती म्हणते, ''अरे, पुन्नईच्या झाडा, तू ककन आणि पूकनसाठी फुललास, पण माझा नवरा परत येईपर्यंत थांबता नसते का रे आले तुला?''

तामिळ साहित्य तर या वृक्षाच्या उल्लेखांनी भरले आहे. स्त्रियांच्या नृत्याला आपल्या हसऱ्या फुलांची सोबत या झाडाने कायम दिली आहे (इरूट्टिनक्कुरूक्कम ४१). 'नर्रीनई' (१७२)मध्ये, घरातील सदस्याप्रमाणे या झाडाला आदर दिला गेला आहे. खेळताखेळता अगदी सहज पुन्नईचे बी एक मुलगी वाळूत कसे पेरते, याचे वर्णन या कवितेत आहे. थोड्याच दिवसांत बी अंकुरते आणि रोप वाढू लागते. आपण वाळूत पेरलेल्या बीला फुटलेले कोंब पाहून मुलगी आनंदून जाते आणि त्याला कायम प्रेमाने दूधतूप खाऊ घालत

राहते.

मुलीची आई आपली लेक आणि ते झाड यांची एकत्र होणारी वाढ समाधानाने पाहत राहते आणि झाडाला आपल्या लेकीची मोठी बहीणच मानते. याचे कारण मुलीचा आनंद हा तिचाही आनंद असतो. पुढे मुलगी मोठी होते, वयात येते. ती तिच्या प्रियकराला दिवसा भेटायला बोलावते. तिच्या घरापासून थोड्याच अंतरावर ते दोघे भेटतात. प्रियकर तिच्या घराच्या दिशेने जाऊ बघतो, तेव्हा मात्र ती चटकन त्याला थांबवते. 'ज्या झाडाला मी स्वतःची बहीण मानले आहे, त्याच्या उपस्थितीत तुला भेटणे मला संकोचाचे वाटते,' असे ती त्याला सांगते आणि दुसऱ्या एखाद्या झाडाखाली भेटून बोलूया, असे सुचवते. नर्रीनईने म्हटले आहे, (६३) ''नागचंपाच्या वृक्षाला एकदम फुलांचे घोस लागतात. ही फुले इतकी सुगंधी आहेत की त्यांच्या फुलण्याने उत्सवाचाच भास होतो...'' (सुब्रमणिया पिल्लई १९४८,४८).

चोल कालखंडातील शिलालेखांमध्ये (४७ आणि २२६) या वृक्षावरून नाव मिळालेल्या पुन्नई-तुरई-मंगई या ग्रामदेवतेचा उल्लेख आहे. अकराव्या शतकाच्या प्रारंभ पर्वातील राजराजा १ यांच्या नोंदींमध्ये पिदरी या तामिळ ग्रामदेवतेचा उल्लेख मिळाला आहे. नदीच्या काठावर पुन्नई वृक्षांच्या राईमध्ये राहणारी ही देवी म्हणजे पुन्नई-तुराई-मंगईच आहे (कृष्णशास्त्री १९१६, २२६).

तामिळनाडूमधील थेरुक्कुथू या पारंपरिक पथनाट्यांमध्ये गोपिकांच्या वस्त्रहरणाच्या दृश्यात गोपिकांच्या साड्या चोरून त्या नागचंपाच्या वृक्षावर कृष्णाने नेणे अपेक्षित असते. अर्थात, रंगभूमीच्या जवळ जर हा वृक्ष नसेल तर कुठल्याही झाडाची फांदी आणून ती तात्पुरती उभी करतात. मात्र, नाट्यप्रयोगात नागचंपा असाच या झाडाचा उल्लेख करतात कारण निवेदनात तसाच उल्लेख येतो. नागचंपा हा दुर्मीळ वृक्ष असल्यामुळे परिसरात सहज उपलब्ध असतोच असे नाही. म्हणून नाट्यप्रयोगात पर्यायी वृक्षांचा उपयोग करावा लागतो. लोकनाट्यांमध्ये हे विशिष्ट झाडच का दिसावे, हे मात्र गूढ आहे. प्राचीन तामिळ साहित्यात कृष्णाच्या अतिशय लाडक्या, पण बहुतेक वेळा विस्मरणात जाणाऱ्या गोपिकेचे नाव पिन्नई आहे. *सिलप्पडीकारम* ग्रंथात, कृष्ण जिला लपवलेली वस्त्रे प्रथम देतो आणि जी मुळातील राधाच आहे, ती पिन्नई आणि पुन्नई (नागचंपा) यांच्यातील नामसाधर्म्याचा हा परिणाम असेल का (कृष्णा २०१२, १८१-८७)?

शिवाशी असलेल्या नात्यासाठी नागचंपाचा वृक्ष प्रसिद्ध आहे. शिवाच्या पहाटपूजेत त्याला वाहिल्या जाणाऱ्या आठ फुलांमध्ये नागचंपाच्या फुलांचा समावेश आहे. तिरुविळयादल (५७)नुसार शिव वेदांची रहस्ये स्पष्ट करून सांगत असताना, पार्वतीला झोप लागली. ती स्वप्ने पाहत होती. तिच्या या दुर्लक्षामुळे शिव चिडला आणि 'पृथ्वीवर मच्छिमाराची पत्नी म्हणून जन्म घेशील,' असा शाप त्याने पार्वतीला दिला. त्यानुसार एक दिवस तामिळनाडूच्या किनारपट्टीवरच्या परव या मच्छिमार जमातीच्या प्रमुखाला

नागचंपाच्या झाडाखाली एक तान्हे बाळ सापडले. त्याने या तान्ह्या मुलीचा प्रेमाने सांभाळ केला. मग काही वर्षांनी शिवाने स्वत: प्रकट होऊन पार्वतीला तिचे मूळ रूप दिले; आणि पार्वतीचा सांभाळ करणाऱ्या पित्यासह ते कैलासाला गेले.

नागचंपाच्या झाडाचे चेन्नईमधील मैलापूर येथील कपालीश्वर मंदिराशी फार जवळचे नाते आहे. परत एकदा, *ॐ नम:शिवाय* या मंत्राचा अर्थ आणि महत्त्व शिव समजावून सांगत असताना पार्वतीचे लक्ष दुसरीकडेच गेले. शिव-पार्वती जिथे बसले होते, तिथे जवळच मोरांचा थवा आला होता. त्यांच्या सौंदर्याने पार्वती मोहून गेली होती. हे पाहिल्यावर रागावलेल्या शिवाने तिला लांडोर बनवून पृथ्वीवर पाठवले. एकाग्रपणे तप करून शिवाची उपासना करेपर्यंत तुला लांडोरीच्याच रूपात राहावे लागेल, असे शिवाने तिला सांगितले होते. मैलापूरमधील समुद्राजवळ पार्वती राहिली आणि लांडोरीच्या रूपात तिने नागचंपाच्या झाडाखाली असलेल्या शिवलिंगाची पूजा केली. यामुळे प्रसन्न झालेल्या शिवाने तिला शापमुक्त करून तिच्याशी लग्न केले. म्हणून दरवर्षी फाल्गुन महिन्यात शिव-पार्वतीच्या विवाहाचा भव्य सोहळा मैलापूरमध्ये दहा दिवस साजरा केला जातो. उत्तरा नक्षत्रावर तो संपतो. सॅन थोम कॅथेड्रलशेजारच्या 'बिशप्स हाऊस'मागे मूळ झाड अजूनही उभे आहे. या चर्चच्या जागीच पूर्वी मूळ मंदिर होते. मग पोर्तुगीज राज्यकर्त्यांनी हे मंदिर ताब्यात घेऊन त्या ठिकाणी चर्च उभारले. आणि समुद्रकिनाऱ्यावरचे हे मंदिर गावाच्या आतील भागात हलवले. लांडोर शिवलिंगाची पूजा करत असल्याचे मूळ पाषाणशिल्प आता प्रचलित असलेल्या मंदिराच्या बाहेरच्या आवारात एक छोट्या देवळीत स्थापन झालेले आहे (कृष्णा २००९, ४१-४६).

कपालीश्वर मंदिर, मैलापूर, चेन्नई येथे नागचंपा वृक्षाखाली असलेले शिवलिंग

पल्लव राजांच्या काळात आणि त्यानंतरच्या कालखंडात आग्नेय आशियाई प्रदेशापर्यंत प्रवास करणारी जहाजे नागचंपाच्या झाडापासून तयार केली जायची आणि मैलापूर आणि महाबलिपुरमच्या बंदरांतून या जहाजांचा प्रवास सुरू व्हायचा, ही बाब लक्षात घेण्याजोगी आहे. या महत्त्वपूर्ण आर्थिक भूमिकेमुळे नागचंपाला मैलापूरच्या पवित्र वृक्षाचा दर्जा मिळाला असण्याचीही शक्यता आहे.

तामिळनाडूच्या तिरुनेलवेली जिल्ह्यात संकरणकोविल येथे सत्यवागीश्वराचे देऊळ आहे. या मंदिराचे स्थळ पुराण तेराव्या शतकातले आहे. त्यानुसार सीतेचे अपहरण कलक्कडच्या जंगलातून झाले. हे कळल्यानंतर राम-लक्ष्मणाने नागचंपाच्या झाडाखाली असलेल्या शिवलिंगाला प्रार्थना केली. 'सीतेला सोडवण्यासाठी तुम्ही जाल तेव्हा मी

ुमच्या सोबत असेन,' असे शिवाने त्यांना आश्वासन दिले. सीतेला रावणाच्या तावडीतून ोडवल्यावर शिवाचे आभार मानण्यासाठी राम-लक्ष्मण परत शिवाकडे आले. तिथून ेघण्यापूर्वी त्यांनी शिवलिंगाला 'सत्यवागीश्वर' (सत्याचा ईश) हे नाव दिले. तामिळ शैव ंपरेतील संत अप्पर यांनी या दैवताच्या स्तुतीची अनेक गीते गायली आहेत.

एका लोककथेनुसार, नागचंपा वृक्षाखालच्या स्वयंभू शिवलिंगाची पूजा दुर्वास मुनी करत असताना एकदा त्यांची समाधी एका गंधर्वाने मोडली. त्यामुळे संतापलेल्या दुर्वासांनी याला शाप देऊन त्याचे रूपांतर बगळ्यात केले. गंधर्वाने त्यांची माफी मागितली आणि ःशाप द्यायची विनंती केली. तेव्हा दुर्वास मुनींनी त्याला गंगा नदीतील पाण्याने नागचंपाखाली मसलेल्या शिवलिंगाची पूजा करायला त्याला सांगितले. एक दिवस बगळा गंगेतील पाणी नाणत असताना वादळात सापडला. निसर्गाच्या या रौद्र रूपाची तमा न बाळगता बगळ्याने ाणी आणून शिवलिंगाला अभिषेक केला आणि अखेर त्याची शापातून मुक्तता झाली. व्हापासून त्या गावाला तिरुनारईयूर असे नाव मिळाले आणि बगळा हा तेथील पवित्र पक्षी नला. स्थळ पुराण सांगते की गावाचे मूळ नाव 'पुन्नगवनम्' होते. कारण गावात पुन्नग नागचंपा) वृक्षांची दाटी होती (*तिरुनारईयूर स्थळ पुराण*, कड्डुलोर जिल्हा, तामिळनाडू).

तंजावरच्या तंजन असुराशी युद्ध पुकारण्यापूर्वी शिवाने अष्टदिशांना अष्टशक्तींची थापना केली होती असे म्हणतात. पूर्व दिशेला स्थापन केलेली शक्ती म्हणजे आज ुन्नई-नल्लूर मरिअम्मा देवळाची अधिष्ठात्री देवता आहे. पुन्नई नल्लूर या गावाचे नाव ुन्नई (नागचंपा) वृक्षावरूनच पडले आहे. तंजावरचे मराठा राज्यकर्ते व्यंकोजीराजे (सन ः६७६-८८) हेही आधीच्या चोल राजांप्रमाणे मरीअम्मा देवीची उपासना करत असत. ्कदा व्यंकोजीराजे तिरुचिरापल्लीजवळच्या समयपुरम येथील मरीअम्मा देवळाला ेट देण्यासाठी गेले. ते तंजावरला परत आल्यावर त्यांच्या स्वप्नात मरीअम्मा आली माणि आपण तंजावरच्या पूर्व भागातील नागचंपाच्या वनात निवास करत असल्याचे तिने यंकोजीराजांना सांगितले. राजे तिथे गेले आणि नागचंपाच्या एका झाडाखाली त्यांना मुंग्यांचे ांढरे वारूळ दिसले. त्यांनी त्या वारुळाभोवती देऊळ उभारले. मूळ वारुळाला मरीअम्मा ेवीचा आकार दिला गेला. संत सदाशिव ब्रह्मेंद्रांनी एक शक्तिशाली चक्र या मंदिरात थापन केले आणि गावाला पुन्नई-नल्लूर असे नाव दिले (*पुन्नईनल्लूर मरिअम्मा मंदिर स्थळ पुराण*, तंजावर जिल्हा, तामिळनाडू).

वेल्लोर जिल्ह्यातील वलजपेट इथले धनवंतरी मंदिर, चेन्नईतील मैलापूरमधील कपालीश्वर मंदिर, तिरुनारईयूरमधील सुयंबरकसर मंदिर, मईलमधील सुब्रमण्यस्वामी ंदिर, तिरुकोईलूरमधील उलगळंद-पेरूमल मंदिर, अम्बरपेरुन्तिरू कोईलमधील ब्रह्मपूर श्वर मंदिर, वेदारण्यम्मधील वेदापूर ईश्वर मंदिर, तिरुपुनवसलमधील पलंपथीनादर ंदिर, पुल्लंबूथंगुडीमधील धयनिड ईश्वर मंदिर, श्रीरंगम्मधील श्रीरंगनाथ मंदिर अशा ामिळनाडूमधील अनेक मंदिरांमध्ये नागचंपा हा पवित्र वृक्ष मानला गेला आहे.

तामिळनाडूच्या किनारी प्रदेशातील 'परव' या मच्छिमार समूहाचे अनादी काळापासून भात आणि माशांची आमटी हे अन्न आहे. परव नेहमी नागचंपाच्या झाडाखाली जमून ताडी पीत मौजमजा करायचे. हा दैवी वृक्ष असल्याची त्यांची श्रद्धा होती. जाळ्यात भरपूर मासे सापडावेत यासाठी ते झाडाखाली काही विधीही करायचे. स्थानिक व्यापारही पूर्वी त्याच झाडांखाली होत असे (श्रीनिवास अय्यंगार, १९८२, २१५).

एकदा नागचंपा वृक्षांच्या बनात शिवलिंगावर एका भुजंगाने वेटोळे घातले होते. मणिग्रिवन या राजाच्या सुरक्षारक्षकाने हे पाहिले आणि धावत जाऊन राजाच्या कानावर ही बातमी घातली. नंतर राजाने या ठिकाणी देऊळ बांधले. हे तिरुनेलवेलीजवळचे देऊळच शंकर-नईनर-कोविल किंवा संकरनकोविल म्हणून ओळखले जाते. नागचंपाच्या या पवित्र राईमध्ये देवी गोमतीने तपश्चर्या केली होती आणि शिवाने शंकर नारायण स्वामींच्या रूपात, आषाढ महिन्यामध्ये उत्तराषाढा नक्षत्रावर तिला दर्शन दिले होते. (*संकरन-कोईल स्थळ पुराण*, तिरुनेलवेली जिल्हा, तामिळनाडू)

नागचंपा वृक्ष आश्लेषा या ताऱ्याशी निगडित आहे. हा वृक्ष म्हणजे आदिशेषाचा अवतार असल्याचीही श्रद्धा आहे.

तामिळनाडूच्या तुतीकोरिन जिल्ह्यात तिरुचेंदूर तालुक्यातील पुन्नई कथल या गावाला तेथील पुन्नई (नागचंपा) वृक्षामुळेच नाव मिळाले आहे. मन्नरगुडी मंदिरामध्ये पुन्नई वाहन मंडप नावाचा मंडप आहे. वाहनाला वाहिलेल्या या मंडपाचे नावही पुन्नई वृक्षावरूनच पडले आहे. फाल्गुन महिन्यातील वार्षिक उत्सवात शिव पुन्नई वाहनावरून अवतरतो, असे सांगितले जाते.

औषधी उपयोग

अनेक प्रकारच्या आजारांमध्ये वापरल्या जाणाऱ्या औषधांसाठी नागचंपाच्या वेगवेगळ्या भागांचा उपयोग वर्षानुवर्षे केला जातो आहे. जखमेतून वाहणारे रक्त रोखण्यासाठी सालीचा रस उपयुक्त असतो. डोळे येण्याच्या विकारात आणि मासिक पाळीच्या वेळी डोके दुखत असल्यास या झाडाच्या पानांचा अर्क वापरतात. मज्जातंतूंचे विकार आणि अर्धांगवायूसारख्या आजारात, तसेच ज्वर कमी करण्यासाठी या वृक्षाची फुले गुणकारक आहेत.

या झाडाच्या बियांच्या मगजापासून जे तेल मिळते, त्याला डिलो / लॉरेल / पिन्नय / पून सीड ऑईल अशी वेगवेगळी नावे आहेत. कुष्ठरोगासारख्या आजारात या तेलावर प्रक्रिया करून ते स्नायूंमध्ये इंजेक्शनद्वारा पोहोचवले जाते. त्वचाविकार, अल्सर, सांधेदुखी आणि स्नायूंच्या वेदना बऱ्या करण्यासाठीही गडद हिरव्या रंगाचे, दुर्गंधीयुक्त डिलो तेल वापरले जाते (कोवेन १९८४, ८२).

अशोक

वनस्पतिशास्त्रीय नाव	:	*Saraca Indica* L.
इंग्लिश नाव	:	Ashoka
स्थानिक नावे	:	अशोक (हिंदी), अशोकम् / मधुपुष्पम् (संस्कृत)
प्रकार	:	वृक्ष
विस्तार	:	आशिया (उष्णकटिबंधीय) इतरत्रही लागवड

Saraca Indica या नावाच्या उगमाबाबत काही शंका आणि वादविवाद आहेत. Saraca या शब्दाचे मूळ अस्पष्ट आहे. कोवळ्या पानांचा लोंबणारा गोंडा असलेल्या लहान झाडांची एक जात आहे. Saraca या नावाने ओळखल्या जाणाऱ्या या जातीवरून बहुधा हा शब्द आला असावा. Indica याचा अर्थ भारतीय उगमाचे झाड. या झाडाचे संस्कृत नाव 'अशोक' हे इंग्लिशमध्येही कायम ठेवले जावे, असे मत सर विल्यम जोन्स यांनी व्यक्त केले होते.

'अशोक' या शब्दाचा अर्थ शोकविरहित किंवा जो दुःख देत नाही, तो. असे म्हटले जाते की, या झाडाखाली राहणारी व्यक्ती कधीच दुःखी होत नाही आणि पूर्ण बहरलेल्या झाडाकडे जो बघतो, तो आपले दुःख-कष्ट विसरतो आणि प्रसन्न व समाधानी होतो. व्युत्पत्तीशास्त्राच्या दृष्टीने 'अशोक' या शब्दाची व्युत्पत्ती 'नास्ति शोकायस्मत्' म्हणजे 'दुःख आणि त्रासाला वगळणारा', अशी आहे (बिश्वास आणि देवनाथ १९७२, ९९-११४).

अशोक हा सदाहरित वृक्ष आहे. झाडाची साल राखाडी रंगाची असते. खोडाच्या वरच्या बाजूला सालीचा रंग गडद होत जातो. खोड पानांनी इतके दाट झाकलेले असते की ते जवळजवळ दिसतच नाही. देठाच्या बाजूला पान जास्त रुंद असते. पानाची कड गुळगुळीत, पण ती वळणावळणाची असते. फुले सुरुवातीला पिवळी असतात. ती पिकत जातात तशी केशरी आणि किरमिजी लाल होत जातात.

भारतभर सगळीकडे हा वृक्ष आढळतो. हिमालयाच्या मध्य आणि पूर्व भागात, खासी, गारो, लुशई टेकड्या, उत्तरेकडचा पठारी भाग, चितगाँग, बिहार, ओडिशा आणि महाराष्ट्राची पश्चिम किनारपट्टी अशा जवळजवळ प्रत्येक भागात अशोक वृक्ष सापडतो. मात्र काही प्रदेशात, विशेषतः ईशान्य भारतात हा वृक्ष अगदी दुर्मीळ झाला आहे. अशोक हा सजावटीचा वृक्ष आहे. त्याची फुले देवळांमध्ये शोभेसाठी वापरतात. लाकडाचा उपयोग बांधकामामध्ये होतो.

पौराणिक आणि ऐतिहासिक संदर्भ

हिंदू, बौद्ध आणि जैन या तीनही धर्मांमध्ये अशोक हा पवित्र वृक्ष मानला गेला आहे. देवळांजवळ तो नेहमी लावला जातो. साधारणतः आग्नेय कोपऱ्यात तो लावतात. हा वृक्ष

प्रेमाची देवता– कामदेवाला आणि शिवाला-विनाशक देवतेला प्रिय आहे. भगवान बुद्धांचा जन्म या झाडाखाली झाल्यामुळे बौद्धधर्मीय त्याला पवित्र मानतात. वैशाली नगरीत याच झाडाखाली महावीरांना ज्ञानप्राप्ती झाली; म्हणून जैनधर्मीयांच्या लेखी तो पवित्र आहे.

अशोकाला कल्पवृक्ष– इच्छापूर्ती करणारा वृक्ष– असेही म्हणतात. हा वृक्ष प्रेमाचे प्रतीक असल्याचे मानले जाते. हा दुःखनाशक वृक्ष आहे, आणि स्त्रियांच्या चारित्र्याचा रक्षक आहे, अशीही समजूत आहे. रावणाने अशोकवनात डांबून ठेवलेल्या सीतेचे शील निष्कलंक राहिले होते; यामुळेच बहुधा अशोक वृक्ष स्त्रियांच्या चारित्र्याला धोका पोहोचू देत नाही, अशी समजूत रूढ झाली असावी.

अशोकाचा सर्वांत ठळक उल्लेख आहे, तो रामायणात. कैकेयीच्या महालातील सजावटीचा वृक्ष असे त्याचे वर्णन आहे. पंचवटीतही तो आढळला असल्याचा उल्लेख आहे (रामायण ३.१५.१७, ३.४२.३१). रावणाच्या लंकेमध्ये सीतेला बंदिवासात ठेवले होते, ते अशोकवाटिकेतच. हनुमान प्रथम सीतेला भेटला, तो अशोकाच्या झाडाखालीच. अशोक वाटिका हे राजाच्या महालातील खासगी उद्यान होते. तिथे राहणाऱ्यांचे दुःख अशोकवनाच्या सौंदर्यामुळे हलके व्हायला मदत व्हायची. रामाच्या प्रासादातही अशोकवाटिका होती. 'दुःखहारक' (३.६०.१७) असेच तिचे वर्णन आहे. सीतेला ही वाटिका अतिशय आवडायची आणि अशोकाच्या फांद्यांमागे ती अनेकदा लपून बसायची (३.६२.३). श्रीलंकेमध्ये सीतेच्या बंदिवासाच्या जागी असलेले अशोकवन आजही पर्यटकांना दाखवले जाते.

नील अशोकाची फुले निळी असतात, तर अग्नीमुखी अशोकाची फुले ज्वाळेसारख्या लाल रंगाची असतात (३.७३.४, ५). काही अशोक वृक्षांना सोनेरी फुले येतात *(शतकुंभ निभाः)* (५.१५.१०). अशोकाच्या फुलांचे घोस जळणाऱ्या कोळशासारखे दिसतात (४.१.२९). अशोक उन्हाळ्यात फुलतो (५.१४.३). मुळाकडून वर तो फुलत जातो आणि आपल्या सौंदर्याने पाहणाऱ्याचे दुःख दूर करतो (५.७५). रावणाच्या अशोकवाटिकेत काही अशोकांची फुले सोनेरी कुंभासारखी, काहींची लखलखत्या लाल रंगाची, तर काहींची देवासमोर लावलेल्या निरांजनातील वातीसारखी शांत निळ्या रंगाची होती. ही सगळी फुले हजारोंच्या संख्येत होती (५.१५.१०, ११). फुलांच्या तीन प्रकारांचे तर स्पष्ट उल्लेख आहेत. रक्तवर्णी लाल फुले सर्वाधिक होती; काही थोड्या ठिकाणी निळ्या फुलांचा उल्लेख आहे आणि सोनेरी पिवळ्या रंगाचा उल्लेख फक्त याच ठिकाणी आहे. 'तांबूस, हिरव्या पानांचे धुमारे आणि रक्तवर्णी लाल रंगाची फुले असलेल्या अनेक अशोक वृक्षांनी सजलेल्या पर्वतासारखा रावण देखणा दिसत होता', असाही रामायणात उल्लेख आहे (रामायण ५.२२-२८).

महाभारतात नल-दमयंतीची कथा आहे. अशोक वृक्षांच्या वनात दमयंती नलाचा शोध घेत असते. दाट पर्णसंभार असलेल्या आणि पक्ष्यांच्या मंजुळ स्वरांनी गजबजलेल्या

ग्हिल्या झाडाजवळ येताच डोळ्यांतून आसवे गाळणारी दमयंती शोक करायला लागते, ''वनाच्या गाभ्याशी असलेल्या, फुलांनी बहरलेल्या हे देखण्या वृक्षा, टेकड्यांच्या देखण्या राजासारखा, तू दिसतो आहेस. अरे, सुंदर अशोका, माझे दुःख लवकर दूर कर. शत्रूंचा नाश करणारा आणि दमयंतीचा प्रिय पती असलेला नल राजा तुला कुठे दिसला का?'' (एस. एम. गुप्ता १९८१, ८१).

गौतम बुद्धांचा जन्मवृक्ष हा थोडा वादाचा विषय आहे. वेगवेगळ्या बौद्ध ग्रंथांमध्ये, प्रवास वर्णनांमध्ये आणि प्रारंभिक शिल्पकलेमध्ये निरनिराळ्या पाच प्रजातींचा उल्लेख आहे. ह्युएन त्संग आणि फा हिएन यांच्या मते बुद्ध अशोकाच्या झाडाखाली जन्मला. अर्वद विनय आणि इतर तज्ज्ञांच्या मते तो अशोक वृक्षच होता. विनयवस्ताच्या म्हणण्यानुसार मायादेवी जेव्हा लुंबिनी उद्यानात गेली, तेव्हा अशोकाच्या झाडाच्या फांदीला धरूनच तिने बाळाला जन्म दिला. बुद्धाचा जन्मवृक्ष अशोक असल्याच्या कल्पनेला इतरही साहित्याने दुजोरा दिला आहे. प्रसूतीच्या वेळी मायादेवीने अशोकाची फांदी हातात धरली असल्याचे दृश्य प्रारंभिक शिल्पांमध्येही दिसते. शिल्पट्टिकांवरची पाने अशोकाचीच असल्याचे स्पष्ट कळते.

अशोक, कुशाण कालखंड, सन २००, संघोल, फतेहगड, साहिब जिल्हा, पंजाब

वृक्षदेवी अशोक वृक्षामध्ये निवास करते, असे अनेक बौद्ध ग्रंथ सांगतात. अवदन शतक हा बौद्ध ग्रंथ (१.२३८; २.५) म्हणतो की बुद्धाच्या महानिर्वाणाबाबत ऐकल्यानंतर अशोक वृक्षामध्ये राहणाऱ्या एका वृक्षदेवीने अश्रू ढाळायला सुरुवात केली आणि तिचे अश्रू झाडाच्या पानांवर पडले.

सांची या ठिकाणी अशोक वृक्ष अतिशय बारकाईने कोरलेला आहे. फुले, पाने आणि फांद्यांचे उठाव ठसठशीत आहेत आणि भारहूतपेक्षा त्यांची गोलाई अधिक आहे.

नागार्जुनकोंडाच्या स्तूपावर बुद्धजन्माचे जे शिल्प आहे, त्यात अशोक वृक्षाखाली उभी असलेली मायादेवी दिसते. या स्तूपावरची शालभंजिका, अशोक वृक्ष हातात धरलेली स्त्री दर्शवते.

मथुरेच्या शिल्पकलेत हा वृक्ष अतिशय लोकप्रिय होता. वृक्षदेवता किंवा वृक्षामध्ये निवास करणाऱ्या दैवीशक्ती या झाडाभोवती उभ्या आहेत, अशा प्रकारचे चित्रण या शिल्पकलेत आहे. या वृक्षदेवता झाडाभोवती नाचत आहेत, अशा भावनेने हे चित्रण केले आहे. या देवता सुफलनाचे प्रतीक असल्यामुळे अपत्यहीन स्त्रिया त्यांची पूजा करत आहेत, अशी समजूतही या शिल्पांकनामागे आहे.

अशोक वृक्षाने भरपूर फुलावे यासाठी शालभंजिका त्याला लाथ मारते आहे, असे

दृश्य प्रारंभिक भारतीय कलेत नेहमी दिसते. विवाहित स्त्रीच्या पदस्पर्शानंतर अशोक फुलतो, अशी पारंपरिक भारतीय समजूत आहे. अशीच आणखी एक समजूत म्हणजे गर्भवती स्त्रीने आपल्या मुखातून अशोकाला पाणी घातले की त्याला फळे लागतात (बरूआ १९९२, १७-२०).

भगवान महावीरांना वैशालीमध्ये अशोक वृक्षाखाली ज्ञानप्राप्ती झाली. म्हणून हा वृक्ष जैनांना पवित्र आहे. तीर्थंकर मल्लिनाथ आणि किन्नर यांचेही या वृक्षाशी नाते आहे. 'शालभंजिका' या संज्ञेत अशोक वृक्षाचा समावेश आहे, असे जैन अर्धमागधी ग्रंथही मान्य करतो (*रयपसेनईज्ज*, १८९४, २६०-६२).

जलाशय (तळी) निर्माण करून त्यांच्या काठावर विशिष्ट झाडे लावावीत, यासाठीच्या तपशीलवार सूचना आणि शिफारसी वराहमित्राच्या 'बृहत् संहिते'त (५४.११९) दिल्या आहेत. त्यानुसार तळ्याच्या काठावर विविध प्रकारची मिश्र लागवड करायला हवी. त्यामध्ये अशोकाचा समावेश आहे (भट, १९८१, १०६६).

*मालविकाअग्निमित्र*मध्ये कालिदासाने मालविकेच्या नृत्याचे वर्णन केले आहे. अग्निमित्राची ही प्रिया अशोक वृक्षाखाली नृत्य करते, असा उल्लेख आहे. नृत्याला प्रारंभ करण्यापूर्वी ती म्हणते, ''ज्याला माझा पदस्पर्श हवा आहे, तो हा अशोक वृक्ष. त्याने स्वतःला अजून फुलांनी सजवलेले नाही.'' मग ती नृत्य करते आणि आपल्या डाव्या पायाने अशोकाला लाभ मारून तारुण्यसुलभ अभिमानाने म्हणते, ''आताही जर हा फुलला नाही, तर मात्र खरे नाही!'' या काव्यामध्ये कालिदासाने 'अशोक पुष्प प्रचयिका' नावाच्या उन्हाळ्यात खेळल्या जाणाऱ्या एका खेळाचाही उल्लेख केला आहे.

पद्म पुराणात म्हटले आहे, 'अशोक वृक्षाच्या लागवडीमुळे सर्व प्रकारच्या दुःखांचे हरण होते' (सृष्टी कंद, २६).

मत्स्य पुराणातील एका आख्यायिकेनुसार अशोक वृक्ष शिवपत्नी पार्वतीला फार प्रिय होता. ज्या घराच्या परिसरात अशोक वृक्ष असतो, ते घर अत्यंत शुभ असते, असे पुराणांनी सांगितले आहे. एकदा पार्वतीने अशोकाचे झाड लावले, तेव्हा 'हे झाड लावून तुला काय लाभ मिळणार आहेत,' असे तिला देवांनी विचारले. पार्वतीने उत्तर दिले, ''एक तळे बांधणे हे दहा विहिरींसमान आहे, एक पुत्र दहा तळ्यांच्या बरोबरीचा आहे आणि अशोकाचे एक झाड लावणे हे दहा पुत्रांच्या बरोबरीचे आहे'' (एस. एम. गुप्ता १९९२, २).

ब्रह्मवैवर्त पुराणाचे श्रीकृष्णजन्म कांड (१०२) म्हणते, ''इतर अनेक वृक्षांमध्ये अशोक वृक्ष नेहमी शांती देतो आणि कल्याण करतो.'' भविष्य पुराणानुसार 'अशोक वृक्ष महादेवाशी निगडित आहे.'

आणखी एक आख्यायिका अशोक वृक्ष आणि पार्वतीभोवती गुंफलेली आहे. अशोकाच्या महतीबाबत पार्वतीने एकदा शिवाला प्रश्न विचारला. शिवाने उत्तर दिले, ''अशोक वृक्ष इच्छा पूर्ण करू शकतो.'' यावर पार्वतीने वृक्षाची परीक्षा घेण्यासाठी मुलगी

ागितली आणि तत्काळ एक सुंदर मुलगी प्रकटली. पार्वतीने तिला 'अशोक सुंदरी' असे ाव दिले (गांधी आणि सिंग १९८९, ९२).

सर्वसाधारणपणे देवळाच्या आग्नेय कोपऱ्यात अशोक वृक्ष लावला जातो आणि ात्रातील त्रयोदशीला त्याची पूजा केली जाते. पूर्वी चैत्र महिन्यातील शुक्ल षष्ठीला आणि परत ाद्य षष्ठीला स्त्रिया 'अशोकषष्ठी' नावाचा उत्सव साजरा करत. आठव्या दिवशी, अशोकाच्या ुलाच्या आठ बिया ज्या स्त्रीने सेवन केल्या असतील आणि जिने मंत्राचा जप केला असेल ेला सगळ्या वेदना आणि दु:खांतून मुक्ती मिळत असे (विश्वास आणि देवनाथ १९७२, :९-११४). अशाच प्रकारचा विधी फाल्गुन पौर्णिमेला केला जातो. बंगाल प्रांतात या ेवशी स्त्रिया अशोकाच्या फुलांच्या बिया खातात (सिन्हा, १९९३, ५०).

ौषधी उपयोग

चरक संहिते'नुसार (४.१८-४७), अशोक हा रक्तस्राव थांबवणारा आणि वेदनाशामक ुणधर्म असणारा वृक्ष आहे. इतर औषधांबरोबर अशोकाचे वर्णन करताना सुश्रुत संहितेनेही ३८.१४) तो रक्तस्राव थांबवण्यासाठी आणि गर्भाशयाचे विकार बरे करण्यासाठी पयुक्त असल्याचे म्हटले आहे.

कफावरच्या उपचारामध्ये अशोकाच्या बियांचा वापर केला जात असल्याचा संदर्भ ाग्भट्टानेही दिला आहे.

धन्वंतरी निघंटु, राज निघंटु, कायदेव निघंटु, भावप्रकाश निघंटु, शाळिग्राम निघंटु आणि औषधी निघंटु अशा अनेक निघंटुंमध्ये अशोक वृक्षाच्या औषधी उपयोगाबाबत ेविध उल्लेख आहेत (निघंटु म्हणजे विशिष्ट विषयांना वाहिलेले शब्दसमूह).

गर्भाशयाच्या विकारांवर अशोकाची साल घरगुती उपचार म्हणून वापरली जाते. ालीचा अर्क स्त्रियांना प्रजननासाठी उपयुक्त असतो; अनियमित मासिक पाळी, अतिरिक्त क्तस्राव आणि वंध्यत्वावरही हा अर्क उपयोग ठरतो. (सुदर्शन, यल्लप्पा रेड्डी आणि गौडा :९९३, २५)

छत्तीसगढमधील अनेक स्त्रिया अशोकाची साल गायीच्या दुधात उकळतात. त्यात ाखर घालून दिवसातून एकदा याप्रमाणे ओळीने तीन दिवस हे दूध पितात. स्त्रीरोगविषयक क्रारी दूर करण्यासाठी तीन महिन्यांनंतर पुन्हा हाच उपाय करतात (पी. देवरा, आर. वॉलर, ॅक्ट अँड फॉलसी अबाऊट अशोक ट्री, *द हिंदू*, २६ नोव्हेंबर २००५).

अशोकाची वाळलेली पाने मधुमेहावरच्या उपचारात वापरतात. अशोकाच्या बिया ाक्तिवर्धक आहेत.

संधिवात *(rheumatoid arthritis)* बरा करण्यासाठी या झाडाची राख सांध्यांवर ावतात (वॉरिअर, नंबियार आणि रमण कुट्टी, १९९४, ५.६६).

बांबू

वनस्पतिशास्त्रीय नाव	:	*Bambusa bambos* (L.) Voss
इंग्लिश नाव	:	Bamboo
स्थानिक नावे	:	बांस (हिंदी), वेणू (संस्कृत)
प्रकार	:	उंच गवत
विस्तार	:	आशिया (समशीतोष्ण आणि उष्णकटिबंधीय); मूळ ऑस्ट्रेलियातील नसला तरी आता तिथे होऊ लागला आहे. इतरत्रही लागवड

बांबू हे बारमाही उंच गवत आहे. अनेक सांधे असलेले लाकडी खोड हे याचे वैशिष्ट्य. बांबू सरळ, ४० मीटर उंचीपर्यंत वाढतो. त्याला फांद्या नसतात. भूपृष्ठाखालच्या मुळातून खोड वाढत जाते. बांबूला अतिशय सुपीक, वालुकामय मातीची गरज असते. नद्यांच्या प्रवाहाच्या खालच्या भागात तो वाढतो. ४० अथवा ६० वर्षांमध्ये बांबू एकदाच फुलतो.

बांबूचे लाकूड परड्या, धनुष्य-बाण, रथ आणि शेतीची अवजारे तयार करण्यासाठी वापरतात. सुकलेल्या पानांपासून चटया बनवल्या जातात. अनेक आदिवासी जमाती बांबूच्या बिया खातात (उपाध्याय, १९६४, १५-३४).

तळ्यातून किंवा नदीतून पाणी वाहून आणण्यासाठी बांबूच्या नळ्यांचा उपयोग खेड्यांमध्ये केला जातो. बांबूच्या कोवळ्या बुंध्यापासून बासरी तयार केली जाते.

पौराणिक आणि ऐतिहासिक संदर्भ

शिव आणि विष्णू दोघांना बांबू प्रिय आहे. बासरी ही तर कृष्णाची खूणच आहे. वेणुगोपाल हे नावही कृष्णाला बासरीमुळे मिळाले आहे. बौद्धांनीही बांबूला पवित्र मानले आहे. स्तूपांवरील उठावचित्रांमध्ये आणि बौद्ध शिल्पांमध्ये बांबू अनेक ठिकाणी दिसतो.

रामायणाने हे जंगलात नेहमी आढळणारे झाड असल्याचे (६.१२.५६) सांगितले आहे. यमुनेच्या तीरावर वाढताना बांबू दिसतो (२.५५.८), असेही म्हटले आहे. नदी ओलांडण्यासाठी लागणारे तराफे बनवण्यासाठी वाळलेल्या बांबूचा उपयोग केला जात

बांबूची बासरी वाजवणारा कृष्ण

असल्याचाही रामायणात उल्लेख आहे (२.५५.१४). झोपडी बांधण्यासाठी आवश्यक खांब आणि तुळयाही बांबूपासून बनवतात (३.१.२१). लक्ष्मणाने उभारलेल्या गवताच्या झोपडीचा खांबही बांबूचा होता (३.१५.२१-२३).

महाभारतात बांबूच्या काठीच्या उत्सवाचा उल्लेख (१.६३) आहे. या उत्सवात इंद्राविषयी आदर व्यक्त करण्यासाठी दरवर्षी एक बांबूची काठी लावली जात असे. काठी उभारल्यानंतर लोक तिला सोनेरी कापड, अत्तरे, फुलांचे हार आणि दागिने घालून सजवायचे. मग पुरू वंशातील, चेदी सम्राट उपरिचर वसू आपल्या साम्राज्याचा विस्तार व्हावा, म्हणून प्रार्थना करायचा.

बांबूच्या काठीचे आणखी एक नाते आहे ते कावडीशी. एकदा शिव-शंकराने अगस्त्य मुनींवर दोन पर्वत दक्षिण भारतात घेऊन जाण्याची आणि तिथे स्थापन करण्याची जबाबदारी सोपवली. मुनींच्या खांद्यांवर आडव्या ठेवलेल्या बांबूच्या काठीवर ते दोन पर्वत दोन्ही बाजूंना तोलत न्यायचे होते. अगस्त्य मुनींनी हे पर्वत एका जंगलात ठेवले आणि आपला शिष्य इदंबन याला ते आणायला सांगितले. इदंबनला पर्वत सापडले आणि त्याने महत्प्रयासाने ते उचलले. थोड्या वेळानंतर त्याने हे पर्वत शिवाच्या मुलाचे– कार्तिकेयाचे– प्रसिद्ध मंदिर असलेल्या पलानीजवळ ठेवले. काही वेळानंतर इदंबनने पुढचा प्रवास सुरू करायचा ठरवला, तेव्हा पर्वत हलवणे शक्य नाही, हे त्याच्या लक्षात आले. त्याने एका तरुणाकडे मदत मागितली. पण तो तरुण म्हणाला, "हे पर्वत माझेच आहेत." यानंतर झालेल्या युद्धात इदंबन हरला. मग इदंबनला तो तरुण म्हणजे स्वतः कार्तिकेयच असल्याचे कळले. इदंबनने त्याची क्षमा मागितली आणि कावडी घेऊन जाणाऱ्या प्रत्येकाची इच्छा कार्तिकेयाने पूर्ण करावी, अशी विनंतीही केली. त्याची विनंती कार्तिकेयाने मान्य केली. लांबवर तीर्थयात्रेला जाणारे भाविक आजही खांद्यावर कावडी घेऊन जाताना दिसतात. कावडीसाठी बांबूचे दोन अर्धगोलाकार तुकडे वाकवतात आणि त्याला बांबूची काठी जोडतात. ही काठी भाविक खांद्यावर घेऊन दोन्ही बाजूंचा तोल सांभाळतात. तिला फुले, मोरपिसांनी सजवलेही जाते. अनेकदा दोन्ही बाजूंना दुधाचे घडेही लावले जातात. काही कावड्या खूप सजवलेल्या आणि जड असतात. कावड हे सुख-दुःखामधील संतुलनाचे प्रतीक आहे. संपत्ती आणि दारिद्र्य यांच्यातील समतोलाचेही ते प्रतीक आहे. या सगळ्या गोष्टी अटळ आहेत आणि त्यांत योग्य संतुलन राखले तर आनंद आणि निराशा यांचा अतिरेक टाळता येतो आणि मनाची शांतता राखता येते.

भगवान बुद्धांना कुणा एकाने आमराई भेट दिली होती. आम्रवृक्षाखाली बसून ते विश्रांती घ्यायचे. त्यांनी आपल्या पूर्वजन्माची कथा आपल्या भिक्षूंना सांगितली होती. त्या जन्मात तो वानर होता आणि आपल्या सहकारी वानरांसह आंब्याच्या झाडावर राहत असे. आंब्याचे एकही फळ जमिनीवर कधी पडू नये, याची ते सगळे जण काळजी घेत. पडलेले फळ जर चुकून माणसाला सापडले तर ते चाखल्यावर त्याला हाव सुटणार, हे त्यांना माहीत

होते. पण एकदा एक आंबा नदीत पडला आणि तो प्रवाहातून वाहत काशीपर्यंत गेला. तिथे वाराणसीचा राजा अंघोळ करत होता. त्याला ते फळ मिळाले आणि त्याने खाल्ले. त्या मधुर चवीने हरखून गेलेला राजा आपल्या सैन्यासह या फळझाडाचा शोध घेण्यासाठी निघाला. शेवटी जेव्हा त्यांना फळांनी लगडलेला आम्रवृक्ष दिसला, तेव्हा राजाने आपल्या सैनिकांना सगळ्या वानरांना मारून टाकण्याचा आदेश दिला. मग बुद्धाने आपल्या शरीराचा पूल करून सगळ्या वानरांना पलीकडच्या बांबूच्या वनात पोहोचवले आणि त्यांचा जीव वाचवला. पण त्यांना वाचवताना त्याला स्वत:चा जीव मात्र गमवावा लागला. म्हणून बौद्ध भाविकांसाठी बांबू हे पवित्र झाड आहे (गांधी आणि सिंग, १९८९, ११२-१३).

संन्याशाचा दंड आणि ऋषींचे कमंडलू बांबूपासूनच बनवले जातात (कूर्म पुराण, २.१९,२९; १५,३; २९, ९).

हिरव्या बांबूपासून बनवलेली बासरी वाजवून, गुरे चारायला रानात येणाऱ्या गोपिकांना कृष्ण मंत्रभारून टाकायचा. हे बासरीवादन म्हणजे ईश्वराने आपल्या भक्तांना दिलेली हाकच असल्यामुळे साध्या बांबूच्या बासरीतून निर्माण होणारे संगीत हे ईश्वराचे पवित्र गान आहे. भक्तांसाठी ते दैवी संगीत आहे.

उत्तर भारतामध्ये, लग्नमंडप तयार करण्यासाठी हिरवा बांबू आणि त्याच्या फांद्यांचा उपयोग करतात. याच बांबूपासून शवपेट्याही बनवतात.

मुंजविधीमध्ये बांबूची डहाळी मुंजमुलाला देतात. गुजरातमधील तुरी जमातीमध्ये बाळंतिणीच्या खोलीमध्ये बांबूचे दोन लहान तुकडे ठेवण्याची प्रथा आहे. नवजात अर्भकाला कुठल्याही वाईट शक्तीचा त्रास होऊ नये, असा यामागचा उद्देश आहे.

बिहार आणि उत्तर प्रदेशात नवविवाहित जोडपे आपली पावले बांबूच्या टोपलीत ठेवून हळू चालतात. असे चालणे अतिशय शुभ मानले जाते. कारण ते मोठ्या कुटुंबाचे प्रतीक मानले जाते. पुण्याचे प्रभू लोक बांबूच्या टोपल्या वधूवरांच्या डोक्यावर ठेवतात. बंगालमधील मुबशी नवविवाहित जोडप्याला बांबूच्या खांबाभोवती प्रदक्षिणा घालायला सांगतात. बांबूची काठी जमिनीत लावल्यानंतर तिची पूजा करण्याची पद्धत आसामातील गारो आणि कचरींमध्ये आहे.

याउलट 'चुडैल' म्हणजे दुष्ट स्त्रीचा आत्मा बांबूच्या वनात वास करतो, असा उत्तर प्रदेशात सर्वत्र समज आहे (उपाध्याय, १९६४, २४).

अघोर पूजेच्या वेळी शिव-पार्वतीची पूजा झाल्यावर होम केला जातो आणि ब्राह्मण आणि कुमारिकांना भोजन दिले जाते. या दिवशी मंडपाच्या एका बाजूला बांबूची एक फांदी लावली जाते. त्याबरोबर फुललेल्या (मोहोर आलेल्या) आंब्याचे आणि केळीचे झाडही लावले जाते आणि उपस्थित असलेले सगळे जण या झाडांची पूजा करतात.

तामिळनाडूमधील तिरुवेतकलम येथे वेणूवननाथाचे मंदिर आहे. तिथे कण्व ऋषींनी अनेक वर्षे तपश्चर्या केल्यानंतर त्यांच्या शरीराभोवती वाळवीचे वारूळ जमा झाले. त्यावर

बांबू वाढायला लागला. हे पाहिल्यावर ब्रह्मदेवाने बांबूचे रोप मोडून त्याचे तीन तुकडे केले आणि त्यापासून पाशुपत, शारंग आणि गांडिव अशी तीन धनुष्ये तयार केली. एक धनुष्य शिवाला, एक विष्णूला आणि एक त्याने चंद्राला दिले. नंतर इंद्राने वेणूवननाथाची उपासना करून पाशुपत धनुष्य मिळवण्याची सूचना अर्जुनाला केली. त्यानुसार अर्जुन तिथे आला आणि त्याने तपश्चर्या सुरू केली. त्याच्या एकाग्रतेची परीक्षा घेण्यासाठी त्याला त्रस्त करणारा एक शिकारी तिथे आला. यामुळे अर्जुन चिडला आणि त्याने त्याच्याशी युद्ध सुरू केले. शेवटी शिवाने स्वतः प्रकट होऊन त्याला पाशुपत धनुष्य दिले. मंदिराच्या पुजाऱ्याच्या सांगण्यानुसार मंदिराच्या पूजेचा मान शिवाचार्यांच्या घराण्याकडे असला तरी मुळात या मंदिराची सगळी व्यवस्था वन्नीयार आणि नयनार जमातीकडे होती. देवळाच्या वार्षिक उत्सवात आजही या जमातीचे लोक शिकाऱ्याच्या रूपातील शिव आणि अर्जुन यांच्यासारखी वेशभूषा करतात. देवळासमोरच्या मंडपात शिव आणि अर्जुन यांच्यातील युद्धाच्या प्रसंगांची अनेक शिल्पे आहेत. शिकारी स्त्री-पुरुषांच्या वेशातील शिव-पार्वतीचीही शिल्पे आहेत. त्यांच्या सोबत शिकारी कुत्रीही दिसतात. जुन्या बांबूचा बुंधा फक्त मंदिरातील उपयोगासाठीच वापरला जातो.

सिरकलीमध्ये इंद्राने स्वतःच बांबूचे रूप घेऊन भगवान शंकराची उपासना केली. तिरुनेलवेलीमधील नेल्लई अप्पर मंदिरात भगवान नेल्लई-अप्पराचे दर्शन घेतल्यानंतर गर्भगृहामागील बांबूंची पूजा भाविकांनी करावी, असा संकेत आहे. मुलेबाळे, संपत्ती आणि समृद्धी मिळावी, यासाठी स्त्रिया या झाडावर पाळणे बांधतात. आजही सिरकलीच्या मंदिरात छोटे पाळणे झुलवणारा बांबू पाहायला मिळतो.

औषधी उपयोग

पोटदुखी आणि गॅसेसच्या त्रासावर उपचार म्हणून बांबूच्या पानांचा अर्क वापरला जातो. मासिक पाळीच्या विकारांवर आणि आतड्यातील जंत मारण्यासाठी याचा उपयोग होतो. धाग्यासारखे लांबट जंत मारण्यासाठी बांबूच्या पानांना लागणाऱ्या कळ्या उपयुक्त असतात तर रक्ताच्या उलट्या थांबवण्यासाठी बांबूच्या पानांचा रस सुगंधी द्रव्यांसह देतात.

पचन सुधारावे म्हणून बांबूच्या कोवळ्या फांद्या शिजवून किंवा त्यांचे लोणचे घालून खातात. या फांद्यांचे पोटीस जखमा स्वच्छ करण्यासाठी आणि अळ्यांनी भरलेले फोड / जखमांपासून मुक्तता मिळवण्यासाठी केला जातो. जुन्या व्रणांवर बांबूच्या कोवळ्या रोपांचा रस बाहेरून लावतात.

बांबूच्या खोडाच्या अर्कामुळे मासिक पाळीला चालना मिळते आणि गर्भपातही होतो. खोडाच्या सांध्यांचा अर्क सुजलेल्या अवयवांवर किंवा सांध्यांवर लावला तर वेदना कमी होतात.

बांबूच्या मादीच्या बुंध्यात आढळणारा चुनखडीचा दाणेदार द्रव ताप कमी करण्यासाठी,

श्लेष्म आवरणाला संरक्षण देण्यासाठी आणि दमा, अर्धांगवायू या आजारांवरील उपचारांसाठी वापरतात (दस्तूर १९६२, ३१-३२).

दीर्घकाळ येणारा ताप, डोळ्यांचे विकार, पित्त आणि मधुमेह या आजारांमध्ये बांबूच्या दाण्यांचा उपयोग होता (षण्मुगम, १९.८९, ८२-८३). अंगदुखी कमी करण्यासाठी त्याच्या लहान, बारीक फांद्या वापरतात.

वड

वनस्पतिशास्त्रीय नाव	:	*Ficus benghalensis L.*
इंग्लिश नाव	:	Banyan
स्थानिक नावे	:	वट (हिंदी), न्यागोध (संस्कृत)
प्रकार	:	झाड
विस्तार	:	भारतीय उपखंड. इतरत्रही लागवड

पारंब्या हे वटवृक्षाचे वैशिष्ट्य आहे. पारंब्या म्हणजे वटवृक्षाची मुळेच असतात. ही मुळे जमिनीपर्यंत वाढून खांबाप्रमाणे जाड होतात. बुंध्याप्रमाणे झाडाला आधार देण्याचे काम ती करतात. नव्या बुंध्यांची सतत विस्तारत जाणारी व्यवस्था फांद्यांनी परस्परांशी जोडलेली असते आणि जवळजवळ ६०० मीटरपर्यंतच्या झाडाच्या घेराला ती आधार देते. वड हा सदाहरित भव्य वृक्ष आहे. झाडाची साल दुधी रंगाची असते. साधारणपणे हे झाड २५ मीटर उंचीपर्यंत वाढते. भारतीय उपखंडातच या झाडाचा उगम आहे. समुद्रसपाटीपासून १२०० मीटर उंचीपर्यंत वटवृक्ष आढळतो. हा वृक्ष दिवसा आणि रात्रीही प्राणवायूचे उत्सर्जन करतो.

प्लिनीच्या *Nature History* या पुस्तकात वटवृक्षाचा उल्लेख आहे (पटनाईक, १९९३, १९). अनेक प्रवासी कथांमुळे *पॅराडाईज लॉस्ट* या पुस्तकाचा लेखक, १७ व्या शतकातील प्रसिद्ध इंग्लिश कवी जॉन मिल्टन याला प्रेरणा मिळाली आणि त्याने मनातील वटवृक्षाची कल्पना मांडणाऱ्या पुढील ओळी लिहिल्या (IX, ११००-११) :

they chose
The Fig tree, not that kind for Fruit renown'd
But such as at this day to Indians known
In Malabar or Decan spreds her Armes
Braunching so broad and long, that in the ground
The bended Twigs take root, and Daughters grow
About the Mother Tree, a Pillard shade

High overarch't, and echocing Walks between;
There oft the Indian Herdsman shunning heate
Shelters in coole, and tends his pasturing Herds
At Loopholes cut through thickest shade:Those Leaves
*They gathered, broad as Amazonan Targe.**

अर्थात, विदेशी निरीक्षक आणि लेखकांना आकर्षित करणारे वडाचे हे चित्रमय गुणवैशिष्ट्य, या झाडाविषयीच्या हिंदू साहित्य व्यवहारात फारसे उमटलेले दिसत नाही.

या झाडाला 'बन्यान' (banyan) हे नाव ब्रिटिशांनी दिले, असे म्हटले जाते. व्यापारी लोक (बनिया) या झाडाखाली व्यवसाय करण्यासाठी बसलेले त्यांनी पाहिले, तेव्हा त्यांनी या झाडाला banyan म्हणायला सुरुवात केली, असे म्हणतात. 'वट' या संस्कृत शब्दाचा अर्थ आहे वेढणे. आपली हवेत वाढणारी मुळे (aerial root) म्हणजेच पारंब्या जमिनीत रोवून विस्तृत क्षेत्र आपल्या कवेत वेढण्याची या वृक्षाची क्षमता लक्षात घेऊन हे नाव या झाडाला दिले गेले असावे. या झाडाला 'कल्पवृक्ष' असेही संबोधले जाते. हा इच्छा पूर्ण करणारा अमरत्वाचा वृक्ष असल्याची भारतीयांची श्रद्धा आहे.

हा वृक्ष दुष्काळात बव्हंशी तग धरतो; पण हिमवर्षाव आणि गुरांच्या चरण्यामुळे मात्र त्याचे नुकसान होऊ शकते. वडाचे फळ लहानसे, लाल रंगाचे आणि मऊ असते. पक्षी, माकडे आणि वटवाघळे त्यावर ताव मारतात. पारंब्यांपासून तंबूचे खांब, बैलगाड्यांचे जोखड बनवले जाते. नाजूक पारंब्यांचा आणि खोडाच्या जाड सालीच्या तंतूंचा उपयोग दोर बनवण्यासाठी होतो (कोवेन १९८४, ६७-६८).

भारतात फार प्राचीन काळापासून वटवृक्षाची लागवड करण्याची प्रथा आहे. यज्ञातील समिधांसाठी ज्या नऊ वृक्षांच्या काटक्यांचा उपयोग होतो, त्यापैकी एक वड आहे. वडाच्या झाडांची पाने चारा म्हणून वापरली जातात आणि ही पाने एकत्र शिवून पत्रावळीही तयार करतात. मिथिला शैलीतील चित्रांमध्ये वापरल्या जाणाऱ्या रंगात या झाडाचा चीक मिसळला जातो. यामुळे रंगांना कायमस्वरूपी टिकाऊपणा येतो (झा आणि बसक १९९४, ९-१८).

वटवृक्षाला दीर्घायुष्य लाभलेले आहे आणि त्याचा विस्तार प्रचंड असतो.

१९८९मध्ये थिम्मम्मा मर्रीमनू हा जगातला सर्वात मोठा वटवृक्ष गणला गेला होता आणि 'गिनेस वर्ल्ड रेकॉर्ड'मध्ये त्याची नोंदही झाली होती. त्याचा विस्तार १०,००० चौरस मीटर क्षेत्रावर होता आणि त्याच्या पर्णछायेने १९,००० चौरस मीटरचे क्षेत्र व्यापले होते. हा वृक्ष आंध्र प्रदेशातील अनंतपूर जिल्ह्यात आहे. आपल्या पतीच्या चितेवर सती

---

* John Milton, *Paradise Lost,* edited by Thomas H. Luxon, The Milton Reading Room, http://www.dartmouth.edu/~milton/reading_room/pl/book_9/index.shtml (accessed 4 April 2014).

जाणाऱ्या थिम्मम्मा या स्त्रीचे नाव या वृक्षाला दिले गेले आहे, कारण ती ज्या ठिकाणी मरण पावली, त्याच ठिकाणी हा वृक्ष आपोआप अंकुरला होता. आंध्र प्रदेशातीलच मेहबूबनगर जिल्ह्यामध्ये पिल्लल मर्री येथील सर्वांत प्राचीन वटवृक्ष ८०० वर्षांचा आहे. तो १२,००० चौरस मीटर क्षेत्रावर पसरलेला आहे. या झाडाच्या आवतीभोवती त्याच्या मुलाबाळां-प्रमाणे अनेक वडाची झाडे वाढतात. म्हणूनच 'पिल्लल मर्री' (लेकुरवाळे) असे नाव या ठिकाणाला मिळाले आहे. 'पिल्लल' म्हणजे मुलेबाळे आणि 'मर्री' म्हणजे वडाचे झाड. सर्वांत प्रसिद्ध असे भारतातील वडाचे झाड चेन्नईतील थिऑसॉफिकल सोसायटीमध्ये आहे. ते ४५० वर्षांचे जुने झाड आहे आणि त्याने ५,००० चौरस मीटरचा प्रदेश व्यापला आहे. कोलकात्याच्या 'ग्रेट बन्यान ट्री'चा उल्लेख प्रवासी लोकांच्या कथांमध्ये आढळतो. हे झाड २५० वर्षांचे आहे आणि त्याने जवळजवळ १४,५०० चौरस मीटर क्षेत्रावर आपला विस्तार प्रस्थापित केला आहे. या झाडाच्या ३,३०० पारंब्या जमिनीपर्यंत पोहोचल्या आहेत.

हेमचंद्राच्या 'त्रि-षष्ठी-शलक-पुरुष चरित्रा'मध्ये (१.५.५५९) वटवृक्षाच्या पारंब्यांचा उल्लेख आहे. या पारंब्यांना 'जटा' असे म्हटले जाते. ऋषी-मुनींच्या खूप वाढलेल्या, न विंचरलेल्या, परस्परांत गुंतलेल्या केसांसाठीही 'जटा' हीच संज्ञा वापरली जाते.

पौराणिक आणि धार्मिक संदर्भ

वटवृक्षाचा उल्लेख ऋग्वेदात (१.२४, ७) आहे -

> *सर्वशक्तिमान आणि पवित्र असा तो या झाडाला अवकाशामध्ये सरळ, स्थिर धरून आहे.*
> *त्याची मुळे उंच, वर गेली आहेत आणि शाखा खाली आल्या आहेत.*
> *अशा वृक्षाच्या तेजाची किरणे आमच्यात समाविष्ट होवोत आणि सुप्तावस्थेत राहोत.*

अर्थववेदातही वटवृक्षाचा वारंवार उल्लेख आहे (४.३७.४; V.५.५). सोमरसापेक्षा वटवृक्षाचे दूध पिण्याचा सल्ला एका राजाला दिला गेल्याचे ऐतरेय ब्राह्मणात (७.३०.३१) म्हटले आहे.

वडाच्या झाडाचा चीक ऋषि-मुनी-तपस्व्यांच्या केसांचा गोफ बांधण्यासाठी केला गेल्याचा उल्लेख रामायणात (२.५२.६८) आहे. हा वृक्ष विशाल होता, त्याला चकाकणारी पाने होती, भोवती अनेक वृक्ष होते, त्याची सावली विशेष दाट आणि थंड होती. हिरवट पिवळ्या पानांचा दाट संभार छत्राप्रमाणे शोभत होता (२.५५.२३). हा पंचवटीचा वृक्ष होता (३.१३.२१). राजवैभवाचे प्रतीक असणाऱ्या या वृक्षाची तुलना सीतेने खुद्द रामाशीच केली होती (३.४७.३४) आणि तरीही हे झाड इतके सर्वसामान्य होते की इकडून

तिकडे धावणाऱ्या वानरांच्या टोळीला अडथळा आणून ते स्वत:च्या फांद्या मोडून घ्यायचे (६.४.७३).

उत्तररामचरितानुसार गंगा, यमुना आणि सरस्वती यांच्या संगमावर, 'प्रयाग' या ठिकाणी एक 'अक्षय' वट होता. चिनी प्रवासी ह्युएन त्संगनेही त्याचा उल्लेख आपल्या प्रवासवर्णनात केला आहे. इसवीसन पूर्व पाचव्या / सहाव्या शतकात तो भारतात आला, त्या वेळी त्याने प्रयाग इथे (आजचे उत्तर प्रदेशातील अलाहाबाद) हा वृक्ष पाहिला होता. आजही त्याच ठिकाणी हा वृक्ष आहे. महाभारतात दोन वटवृक्षांना मिठी मारणाऱ्या आणि विश्वामित्र आणि जमदग्नी या दोन ऋषींच्या माता झालेल्या मायलेकींची गोष्ट आहे (गांधी आणि सिंग १९८९, ५८).

महाभारताच्या 'अरण्यकांडा'त वट-सावित्रीची कथा दिसते. असे म्हणतात की, सत्यवानाचा प्राण वटवृक्षाखालीच गेला. सावित्रीने मोठ्या धैर्याने यमाशी— मृत्युदेवतेशी वादविवाद केला आणि आपल्या पतीचे प्राण परत मिळवले. या पतिपत्नींची आठवण म्हणून ज्येष्ठ महिन्यात 'वटपौर्णिमा' हा उत्सव साजरा केला जातो. आपल्या मृत पतीला परत जिवंत करणाऱ्या सावित्रीच्या स्मृतीसाठी विवाहित स्त्रिया वडापाशी जाऊन पतीच्या दीर्घायुष्यासाठी प्रार्थना करतात (डागर १९९५, ३-४). सावित्रीच्या गौरवार्थ ज्येष्ठी पौर्णिमेच्या दिवशी उत्तर प्रदेश, बिहार, गुजरात आणि महाराष्ट्र या राज्यातील स्त्रिया वडाची पूजा करतात. जसे सावित्रीसारख्या पतिव्रतेने आपल्या पतीला वटवृक्षाखाली जीवनदान दिले (वडाची पूजा करून हे साध्य झाले, अशी श्रद्धा आहे), तसेच आपल्या नशिबी वैधव्य येऊ नये, म्हणून या झाडाची पूजा केली जाते. उत्तर प्रदेश आणि बिहारमध्ये स्त्रिया या झाडाची पूजा करून बट-सावित्रीची कथा वाचतात. बट हा 'वट' या शब्दाचाच अपभ्रंश आहे.

ज्येष्ठी पोर्णिमेच्या म्हणजेच वटपौर्णिमेच्या दिवशी विवाहित स्त्रिया उपवास करतात आणि वडाकडे पतीच्या दीर्घायुष्यासाठी मागणे मागतात.

वटवृक्षाचे सर्वांत जवळचे नाते आहे ते नारायणाशी, म्हणजेच श्री विष्णूंशी. महाप्रलयाच्या वेळी मार्कंडेय ऋषी त्या प्रलयंकारी जळाभोवती हिंडत होते. तेव्हा त्यांना पाण्यावर तरंगणाऱ्या एका पानावर लहान बाळ दिसले. 'तू कोण?' असे त्याला मार्कंडेय ऋषींनी विचारले, तेव्हा त्या मुलाने आपण 'नारायण'— विश्वाचा निर्माता आणि विनाशक— असल्याचे सांगितले (महाभारत, ३.१८८-८९). ज्या पानावर हे बाळ होते, ते वडाचे *(Ficus benghalensis)* होते. महाप्रलयाच्या वेळी कृष्णाने वटवृक्षाच्या— जीवनवृक्षाच्या— पानावर पहुडलेल्या दैवी बाळाचे रूप घेतले, असे 'श्रीमद्भागवता'तही म्हटले आहे (३.३३.४).

भगवान बुद्धांनी पिंपळ वृक्षाखाली सात दिवस ध्यानधारणा केली आणि त्यानंतर आणखी सात दिवस साक्षात्काराच्या आनंदात भिजून त्यांनी वटवृक्षाखाली तप केले. वड हा बोधिवृक्ष किंवा कश्यप मुनींना साक्षात्कारी अनुभव देणारा वृक्षही आहे (विल्सन, १९६१, १६६).

पहिले जैन तीर्थंकर– आदिनाथ किंवा रिषभनाथ यांना वटवृक्षाखालीच ज्ञानप्राप्ती झाली. म्हणून हा वृक्ष जैन धर्मीयांनाही पवित्र आहे (बी. सी. भट्टाचार्य १९७४, ३५).

प्रचंड विस्तार असलेला न्याग्रोध (वड) वृक्ष जसा एका लहानशा बीजात सामावलेला आहे, तसे महाप्रलयाच्या वेळी संपूर्ण विश्वच या वृक्षात त्याचे बीज म्हणून सामावले जाते. न्याग्रोध जसा बीजापासून अंकुरतो, प्रथम त्याचा लहानसा बुंधा तयार होतो आणि मग विशाल वृक्षात त्याचे रूपांतर होते, तसेच निर्माण झालेले विश्व हळूहळू विस्तारत जाते (विष्णू पुराण, १, १२).

यक्ष (वृक्षदेवता), किन्नर (अर्धे शरीर माणसाचे, अर्धे प्राण्याचे) आणि गंधर्व (स्वर्गस्थ गायक) यांच्यासारख्या गौण देवता वटवृक्षाच्या फांद्यांवर निवास करतात, अशी भारतीय श्रद्धा आहे. भुते आणि सैतान यांचेही वास्तव्य वडावर असते, असे मानले जाते. अनेक दुष्ट-सुष्ट देवता वटवृक्षावर राहतात, अशी समजूत असल्यामुळे रात्रीच्या वेळी या झाडाखाली लोक झोपत नाहीत.

वामन पुराणानुसार (२३.१-३६, २४.१-३१), रात्री वटवृक्षापाशी उभा राहून जो ईश्वराचे चिंतन करतो, त्याला वृक्षाच्या कृपेने मनातून हवे असेल ते सगळे मिळते. यक्षगणांचा प्रमुख, यक्ष मणिभद्र याने वटवृक्ष निर्माण केला, असे वामन पुराणात म्हटले आहे (एस. एम. गुप्ता, १९९१, १०).

कूर्म पुराणानुसार (१.३७.८-९) प्रयाग येथील वटवृक्षाखाली ज्याला मृत्यू येतो, तो स्वर्गलोक पार करून रुद्रलोकात पोहोचतो.

चोल कालखंडातील ४७ आणि २२६ या शिलालेखांमध्ये पिदरी या देवतेच्या चार रूपांचा / प्रकटीकरणांचा उल्लेख आहे. अकराव्या शतकातील पहिल्या चतुर्थकातला राजराजा याच्या नोंदींमध्ये या देवतेला 'तिरुवल-उदईयल'– पवित्र वटवृक्षाची देवता– असे म्हटले आहे (कृष्णशास्त्री १९१६, २२६).

पुराणांमध्ये कृष्णाविषयीच्या कथांमध्ये वटवृक्षाच्या पूजेचे उल्लेख आहेत. वटवृक्षाच्या राईमध्ये या दैवी 'गोपालका'सोबत त्याची भक्ती करणाऱ्या गोपी क्रीडा करायच्या. जेव्हा तो नसायचा तेव्हा त्या खुद्द वटवृक्षालाच कृष्ण मानून भावनेच्या आवेगात या झाडाला घट्ट मिठी मारायच्या. मिनिएचर पेंटिंगमध्ये यमुनेच्या तीरावरील दृश्यांमध्येही वडाला प्रदक्षिणा घालणाऱ्या गोपी दिसतात. पार्श्वभूमीवर दूरवर झाडे आणि फुलझाडांची रोपे नजरेला पडतात. यमुनेतून पाण्याचे घडे भरून घेऊन, खुद्द कृष्णाचे प्रतीक असणाऱ्या पवित्र वडाला ते घालून त्याची आरती करणाऱ्या गोपींद्वारे यमुनेच्या तीरावरचे जनजीवन या चित्रांमध्ये दर्शवले गेले आहे. (व्ही. कमला, 'द ग्रेट ट्री ऑफ ह्यूमन लाईफ,' *संडे हेरॉल्ड (डेक्कन हेरॉल्ड)* ६ जून २००४).

पुरीमध्ये जगन्नाथ मंदिराच्या आवारात कल्पबटाच्या एका छोट्या वृक्षमंदिरात जगन्नाथाच्या मूर्तीची स्थापना केली गेली आहे. या मंदिरात जुन्या वटवृक्षाची पूजा 'कल्पबट'

म्हणून केली जाते. हा वृक्ष अनादी काळापासून अस्तित्वात असल्याचे म्हटले जाते. या कल्पबटाला भक्तगण बंछ बट, अक्षय बट, बन्सी बट अशा विविध नावांनी ओळखतात. इथे स्थापन केलेल्या जगन्नाथालाही जुन्या वटवृक्षावरून बट-जगन्नाथ हे नाव मिळाले आहे. या देवळाच्या आसपास बटकृष्ण, बटगणेश, बटमंगला आणि बटमार्कंडेय अशा इतर देवताही स्थापन केल्या आहेत आणि त्यांनाही वटवृक्षावरून नाव मिळाले आहे. नित्यकर्म पद्धतीत दिलेल्या वर्णनानुसार भगवान विष्णूंचे आध्यात्मिक वलय म्हणून कल्पबटाची उपासना केली जाते. महाप्रलयाच्या वेळी वटवृक्षाच्या पानावर पहुडलेल्या श्रीविष्णूंची प्रार्थना आणि पूजा करणाऱ्या मार्कंडेयांच्या महाभारतातील कथेचा धागा पुरीतील जगन्नाथ मंदिरातील कल्पबटाशी जोडलेला आहे. त्यामुळे जो कुणी या पवित्र वृक्षाची पूजा करतो, तो आपण जगन्नाथाचीच पूजा केल्याची भावना बाळगतो. अनादी काळापासून अस्तित्वात असलेला वटवृक्ष हाच कल्पबट आहे (डी. दाश २००८, १९-२२).

पंधराव्या शतकातील संत कबीर यांच्या आयुष्याशीही वटवृक्षाचे नाते आहे. त्यांनी चघळलेल्या एका काडीपासून विशाल वटवृक्ष निर्माण झाला, असे म्हणतात. सगळ्या धर्मांचे लोक या वृक्षाच्या छायेत ध्यानधारणा करतात किंवा विश्रांती घेतात.

मध्य भारतातील मांडला कोल जमातीमध्ये कुलचिन्हांनुसार अनेक गट आहेत. यापैकी 'बरगईयन' लोकांना बरगाव या गावावरून हे नाव मिळाले आहे. पण हे नाव वटवृक्षावरून (बर = वड) मिळाले आहे, असे मानतात आणि वडाच्या झाडाला आदराचे स्थान देतात. त्यांच्या लग्नसमारंभांमध्ये या झाडाची फांदी लग्नमंडपावर ठेवली जाते आणि वडाच्याच झाडाचे लाकूड पेटवून लग्नाचे जेवण बनवले जाते. त्यांच्या जमातीतील निमंत्रित किंवा नातेवाईक वडाच्या झाडाच्या पानांवर लग्नाचे जेवण जेवतात (रसेल आणि लई १९९५, ३, ४४).

सातारा जिल्ह्यातील एका गावात शेलारांचे एक कुटुंब लग्नकार्यात देवक बसवण्यासाठी वटवृक्षाचाच उपयोग करत आले आहे (ॲबॉट २००३, २५६).

काही ओरिया जमातींमध्ये हा वृक्ष म्हणजे देवांचे वसतिस्थान आहे आणि त्यामुळे वड तोडणाऱ्याला तिथे पाखंडी समजले जाते. झाड तोडण्यावरचा निर्बंध इतका कडक आहे की, कोणी अनवधानाने जरी ते तोडले तरी त्याला या वृक्षावर राहणाऱ्या देवतांचा रोष होऊ नये म्हणून बकऱ्याचा बळी द्यावा लागतो. पीक कापणीच्या वेळीही या वृक्षावरील देवतांना विशेष नैवेद्य दाखवला जातो (बखरू १९९३, ३८).

तामिळनाडूमधील वेल्लोर जिल्ह्यात अराकोणमजवळ तिरुवालंगडू (पवित्र वटवृक्षांचे अरण्य) नावाचे गाव आहे. एके काळी या प्रदेशात वटवृक्षांची पुष्कळ गर्दी होती; म्हणून गावाला हे नाव मिळाले. एका मिथककथेनुसार आज तिरुवालंगडू जिथे आहे, तेथील वटवृक्षांच्या अरण्यात एक लिंग सापडले आणि स्वर्गातील लोक त्याची पूजाअर्चा करू लागले. वटवृक्षांच्या या अरण्यात करइक्कल अम्मयार यांनी शिवाचे नृत्य पाहिले. या तीर्थस्थळाचा वड हाच पवित्र वृक्ष किंवा स्थळ वृक्ष आहे.

गुजरातमधील वडोदरा (वट-उदर) आणि तामिळनाडूमधील अलन-थुरई आणि अलन गुडी या ठिकाणांची नावे वटवृक्षावरूनच पडली आहेत. अगदी अलीकडे पाँडेचेरीतील ऑरोविल टाऊनशिपच्या केंद्रस्थानी लावण्यासाठी वटवृक्षाचीच निवड केली गेली आहे.

वटवृक्षाखाली बसलेला दक्षिणामूर्तीच्या रूपातला शिव

भारतभरात सर्वत्र स्थिरावलेल्या हिंदूंसाठी धार्मिक समारंभांमध्ये वडाला मोठे महत्त्व आहे. दक्षिणामूर्ती शिवाच्या जटांचे प्रतीक म्हणून वडाच्या पारंब्यांकडे हिंदू पाहतात. हा कल्पवृक्ष असल्याची भाविकांची श्रद्धा आहे आणि आपल्या इच्छापूर्तीसाठी अनेक जण या झाडाला दोरे बांधतात.

अनेक मुस्लीम पीर वडाच्या किंवा पिंपळाच्या झाडाखालीच राहत असत. त्यामुळे पवित्र वटवृक्षाची परंपरा मुस्लीमधर्मीयांनीही स्वीकारली आहे. तेही वटवृक्षाला किंवा झाडाखालच्या पीरांच्या थडग्यांवर अशाच प्रकारे दोरे बांधतात.

औषधी उपयोग

'जसे वड आणि (करू) वेलम (बाभूळ) दात बळकट करतात, तसे ते वाणीही सुदृढ करतात,' अशी तामिळ म्हण आहे.

वडाच्या झाडाचे विविध भाग निरनिराळ्या आजारांवरील औषधांमध्ये परंपरागत पद्धतीने वापरले जातात. झाडाची साल आणि पानांना फुटणाऱ्या चिकाचा उपयोग जुलाब थांबवण्यासाठी होतो. या झाडाचा चीक दुधात मिसळून तो मूळव्याधीतील रक्तस्रावावर, नितंबाजवळच्या स्नायूंच्या वेदनांवर आणि बरगडीच्या खालच्या स्नायुदुखीवर तसेच गळू, अल्सर आणि दुखावलेल्या ऊतींवर औषध म्हणून वापरतात. वडाचे फळ त्वचा आणि श्लेष्मपटलाला शांतवणारे असते आणि सूज आणि वेदनांपासून ते आराम देते. वडाची कोवळी मुळे स्त्रियांच्या वंध्यत्वावरच्या उपचारात वापरतात. वडाच्या पारंब्यांनी दात घासले तर दातदुखी आणि हिरड्यांचे विकार टाळता येतात (दस्तूर, १९६२, ४२-४३). वडाच्या झाडामध्ये सूक्ष्मजीवविरोधी गुणधर्म आहे आणि हवेच्या शुद्धीकरणासाठीही हे झाड काम करते (नायर, राममूर्ती, आणि अग्रवाल १९८९, २०).

गोरखचिंच

वनस्पतिशास्त्रीय नाव	:	*Adansonia digitata* Linn.
इंग्लिश नाव	:	Baobab
स्थानिक नावे	:	गोरखचिंच (हिंदी), गोरक्षी, सर्पदंडी (संस्कृत)
प्रकार	:	वृक्ष
विस्तार	:	आफ्रिका, आशिया (उष्णकटिबंधीय प्रदेश), आणि दक्षिण अमेरिकेत लागवड

ा झाडाला 'गोरखचिंच' हे हिंदी नाव गुरु गोरक्षनाथांवरून मिळाले. गोरक्षनाथ हे ११व्या - २व्या शतकांत उत्तर भारतात होऊन गेलेले शैवपंथीय योगी. नाथ संप्रदायाच्या या गुरुंनी भापल्या शिष्यांना याच झाडाखाली शिकवले, असे म्हणतात.

गोरखचिंचेचे झाड अनेक शतकांपासून भारतात परिचित आहे. मुस्लीम व्यापाऱ्यांनी ; झाड प्रथम भारतात आणले. मुळातील हे झाड आफ्रिकेच्या उष्णकटिबंधीय प्रदेशातील भाहे. सध्या ते भारतात सर्वत्र आढळते. हे सरळ वाढणारे झाड अंदाजे २० मीटर उंचीचे नसून त्याच्या खोडाची साल बऱ्यापैकी गुळगुळीत असते. या झाडाच्या जाडजूड खोडाला खाडी किंवा फिकट तपकिरी रंगाचे, अंडाकृती मोठे फळ लागते. छोट्या भोपळ्यासारखेच दिसते. रस्त्याच्या कडेला ही झाडे पुष्कळदा दिसतात.

गुजराती मच्छिमार या फळाचा उपयोग मासेमारीची जाळी तरंगत ठेवण्यासाठी करतात र भिक्षुगण हे फळ वाळवून त्याचा उपयोग माठाप्रमाणे पाणी साठवण्यासाठी करतात.

हे झाड मोठ्या प्रमाणात पाणी साठवत असल्यामुळे तीव्र दुष्काळातही तग धरते.

ौराणिक आणि धार्मिक संदर्भ

ोरखचिंचेचे झाड हे इच्छा पूर्ण करणारे झाड असल्याची हिंदू भाविकांची श्रद्धा आहे. हे ाड समुद्रमंथनाच्या वेळी निघालेल्या नवरत्नांपैकी एक असल्याची समजूत आहे.

वामन पुराणानुसार हे झाड विश्वकर्म्याच्या ारीरापासून निर्माण झाले (एस. एम. गुप्ता १९९१, :१).

राजस्थानातील मंगलियावासचे लोक ाला कल्पवृक्षच मानतात. श्रावण महिन्यातील मावस्येला हजारो लोक या झाडाची पूजा करतात 'Experts to Save Ancient Parijat Tree,' *Times of India,* २६ ऑक्टोबर, २०१०).

गोरखचिंच

औषधी उपयोग

या झाडाच्या फळाचा गर खाण्यायोग्य असतो. साथीच्या तापांवर या फळाचा उपयोग होतो. कारण त्यामुळे रक्तातील उष्णता कमी होते. या फळापासून बनवलेले औषध पोटाच्या तक्रारीही दूर करते.

बेल

वनस्पतिशास्त्रीय नाव	:	*Aegle marmelos* (L.) Correa
इंग्लिश नाव	:	Bengal Quince
स्थानिक नावे	:	बेल (हिंदी), बिल्व (संस्कृत)
प्रकार	:	वृक्ष
विस्तार	:	भारत

बेलाच्या वनस्पतिशास्त्रीय नावातील *Aegle* हा शब्द ग्रीक aegle या शब्दावरून आला आहे. 'हेसपेरिडेस' या पऱ्यांपैकी ही एक. जगाच्या अतिपश्चिमेकडच्या टोकाला, उत्तर अमेरिकेतील 'ओशनस' या समुद्राच्या काठावर, ॲटलस पर्वतांजवळ या पऱ्यांनी खूप सुंदर बाग राखली होती. quince हा शब्द Marmelo या पोर्तुगीज शब्दावरून आला आहे. Marmelo चा मूळ अर्थ बेलफळाचा जॅम. हे फळ भारतात आढळत असल्यामुळे या झाडाला 'इंडियन' किंवा 'बेंगाल क्विन्स' हे नाव मिळाले.

बेल हा लहान ते मध्यम आकाराचा भारतीय वृक्ष आहे. फांद्या खोडापासून बाजूला विस्तारलेल्या असतात. झाडाचे खोड गुळगुळीत, राखाडी रंगाचे असते. त्याची साल गळून पडताना तिचे वेडेवाकडे तुकडे होतात. उष्णकटिबंधीय, कोरड्या, सदाहरित जंगलांमध्ये आणि कोरड्या पानगळीच्या जंगलांमध्ये हे झाड आढळते. शिव मंदिराजवळ ते वाढते. लाल मातीत किंवा वालुकामय शेतजमिनीतही हे झाड वाढू शकते.

कोळसा तयार करण्यासाठी या झाडाचे लाकूड योग्य आहे. न पिकलेले फळ दळल्यावर पिवळा रंग मिळतो (कृष्णमूर्ती १९९३, २४३). ज्या चिकट पदार्थात बेलफळाच्या बिया दडलेल्या असतात तो डिंकासारखा वापरतात. सिमेंटकामात आणि लाकडाला चकचकीतपणा देण्यासाठीही त्याचा उपयोग होतो. या झाडाची मुळे जमिनीत पाणी राखण्यासाठी मदत करतात.

खोडाच्या सालीपासून मार्मेल तेल मिळते. पिकलेल्या फळापासून सरबते बनवतात आणि गराचा उपयोग कपडे आणि विशेषतः पितळेची भांडी धुण्यासाठी होतो. बेलाचे झाड हवा शुद्ध करण्याचे काम करते. दिवसा ते अधिक प्राणवायू उत्सर्जित करते आणि हवेतील अधिक विषारी वायू शोषून घेते (शर्मा आदी २००७, १७१-७८).

पौराणिक आणि धार्मिक संदर्भ

बेल आणि शिव यांचा प्राचीन काळापासून संबंध आहे. उंच, ताठ आणि दिसायला साध्या असलेल्या या झाडाचे त्रिदल पत्र हे शिवाच्या तीन डोळ्यांचे प्रतीक आहे. बिल्वपत्राने पाणी शिंपडलेला नैवेद्य नेहमी ताजा राहतो, असे म्हणतात.

बिल्व हा संस्कृत शब्द. हे शिवशंकराचेच आणखी एक नाव आहे. या झाडाच्या फळाला 'समृद्धीचे फळ' म्हणतात आणि झाडाला 'समृद्धीचा आणि भाग्याचा वृक्ष आणि 'यश देणारा वृक्ष' म्हणून ओळखतात.

बिल्व वृक्षाच्या लाकडाचा उपयोग यज्ञस्तंभासाठी केला जात असल्याचा उल्लेख यजुर्वेदात (२०.१.८) आहे. सूर्याने पुन्हा दर्शन दिल्यानंतर बिल्व वृक्ष उगवला, असेही त्याने सांगितले आहे. अथर्ववेदामध्ये बेलाच्या झाडाचा थेट उल्लेख आहे (२०.१३६.१३) – हा वृक्ष इतका पवित्र आहे की त्याचे लाकूड इंधन म्हणून जाळले जाऊ नये. 'सांख्यायन अरण्यका'त (१२.२०) या झाडाच्या ताइताच्या गुणांची स्तुती करणारे (इरा-मणी बिल्व) एक स्तोत्र आहे. 'ऐतरेय ब्राह्मणा'तही (२.१) या झाडाचा उल्लेख आहे. 'शतपथ ब्राह्मणा'त (१३.४,४,८; १.३.३.२०) या झाडाच्या लाकडापासून यज्ञस्तंभ केल्याचा उल्लेख आढळतो. 'तैत्तिरीय संहिता'ही म्हणते, ''काही वेळा यज्ञस्तंभ बनवण्यासाठी बिल्व वृक्षाच्या लाकडाचा उपयोग केला जातो'' (२.१.८.१, २).

वाल्मिकी रामायणात बिल्व वृक्षाचे अनेक उल्लेख आहेत. यज्ञस्तंभ म्हणून या वृक्षाचे सहा खांब उभारले होते (१.४.२२). दाट जंगलात हा वृक्ष आढळतो (१.२४.१५). याचे फळ खाण्याजोगे असते, चित्रकूटच्या जंगलात हा वृक्ष फळाफुलांनी बहरलेला होता (२.९४.८), हा जंगलाच्या अंतर्भागात आढळणारा वृक्ष आहे (४.११.७४), आणि लंकेपर्यंत घेऊन जाणारा समुद्रावरचा सेतू बांधण्यासाठी ज्या झाडांचे लाकूड वापरले गेले, त्यापैकी हा एक आहे (६.२२.५५). 'अरण्यकांडा'मध्ये रावणाने सीतेला पळवून नेल्यानंतर सीतेला शोधण्यासाठी राम सैरावैरा हिंडत प्रत्येक झाडाला, झुडपाला आणि प्राण्यापक्ष्यांना तिच्याविषयी विचारत होता. त्याने बिल्व वृक्षाला विचारले, ''अरे बिल्व वृक्षा, जर तू पिवळी, रेशमी वस्त्रे परिधान केलेल्या, तुझ्या पानांप्रमाणेच रेशमी चकाकी असलेल्या कांतीच्या, तुझ्या बिल्वफळांप्रमाणे गोल, भरदार वक्षस्थळे असलेल्या कुणाला पाहिलेस, तर मला सांग'' (३.६०.१३). रामायणाच्या 'किष्किंधा कांडा'त (४.१.७८), पंपा सरोवर आणि अरण्यातील अनेक झाडांचे वर्णन आहे. अत्यंत आकर्षक, देखणी रोपे असलेल्या बिल्व वृक्षाचाही यांत उल्लेख आहे.

महाभारताच्या शांतिपर्वात शरपंजरी पडलेले भीष्म धर्माला उपदेश करताना, राजा चित्रभानू करत असलेल्या महाशिवरात्रीच्या व्रताचा उल्लेख करतात. ही गोष्ट अशी आहे -

'फार-फार पूर्वी चित्रभानू नावाचा इक्ष्वाकू कुळातील राजा होता. संपूर्ण जंबुद्वीपावर त्याची सत्ता होती. त्याने आपल्या पत्नीसह शिवरात्रीचा उपवास केला होता. अष्टवक्र ऋषी

त्या दिवशी राजाच्या दरबारात आले आणि त्यांनी विचारले, "हे राजा, तू आज कुठल्या कारणासाठी उपवास धरला आहेस?" चित्रभानूने त्यांना कारण सांगितले. आपल्या पूर्व-जन्मातील प्रसंग आठवण्याचा वर राजाला मिळालेला होता. राजा मुनींना म्हणाला, "गेल्या जन्मी मी वाराणसीमधला सुस्वरैन नावाचा शिकारी होतो. पशुपक्षी मारून मी त्यांची विक्री करायचो आणि त्या आधारे माझी उपजीविका होत असे. एक दिवस शिकार शोधत मी जंगलात फिरत होतो आणि हिंडताहिंडता रात्र झाली. घरी परतणे शक्य नसल्यामुळे मी एका झाडावर चढून रात्र काढायचा निर्णय घेतला. योगायोगाने तो बिल्व वृक्ष होता. त्या दिवशी मी एका हरणाची शिकार केली होती, पण शिकार घरी घेऊन जायला मला वेळच मिळाला नाही. मी हरणाच्या मृत शरीराचे गाठोडे बांधून एका झाडाच्या फांदीला टांगून ठेवले होते. तहानभुकेने त्या रात्री मी इतका व्याकूळ झालो होतो की रात्रभर मला झोपच लागली नाही. माझी वाट पाहणाऱ्या आणि भुकेने व्याकूळ झालेल्या बायका-मुलांच्या आठवणीने माझ्या डोळ्यांतून अश्रुधारा वाहायला लागल्या. रात्रीची वेळ काढण्यासाठी मी बेलाच्या झाडाची पाने तोडून खाली जमिनीवर टाकत राहिलो. दुसऱ्या दिवशी मी घरी आलो आणि मारलेले हरीण विकले. आलेल्या पैशातून मी स्वत:साठी आणि बायको-मुलांसाठी अन्न विकत घेतले. मी अन्नाचा घास तोंडात घालणार, तेवढ्यात एक माणूस दारात येऊन अन्न मागायला लागला. मी त्याला आधी खायला दिले आणि मग उरलेले अन्न खाल्ले.

बेलवृक्षाखालील शिवलिंग
आत्मनाथस्वामी मंदिर,
अवुदईयरकोईल,
जिल्हा पुदुकोट्टई, तामिळनाडू

जेव्हा माझा मृत्यू जवळ आला, तेव्हा भगवान शिवांचे दोन दूत मला दिसले. माझा आत्मा शिवाच्या निवासस्थानी नेण्यासाठी त्यांना पाठवण्यात आले होते. शिवरात्रीच्या वेळी माझ्याकडून नकळत घडलेल्या शिवपूजेने माझ्या ओंजळीत केवढे मोठे संचित दिले होते, हे मला प्रथम तेव्हा कळले. त्या दोघांनी मला सांगितले की त्या बेलाच्या झाडाखाली शिवलिंग होते. मी खुडून खाली टाकलेली पाने त्यावर पडली. कुटुंबीयांच्या आठवणीने मी गाळलेले अश्रूही लिंगावर पडले आणि त्यामुळे ते धुऊन निघाले. आणि मी तो पूर्ण दिवस आणि रात्रभर उपाशी होतो. अशा प्रकारे नकळत माझ्याकडून शिवशंकराची उपासना घडली. मी मृत्यूनंतर शिवाच्या सान्निध्यात राहिलो आणि हा दैवी आनंद दीर्घकाळ उपभोगला. चित्रभानू हा माझा पुनर्जन्म आहे" (शिवानंद १९९७, ६७-७२).

स्कंद पुराणात आणखी एक कथा आहे. प्रारंभी ब्रह्मदेवाने माणूस आणि पृथ्वीसाठी अनेक गोष्टी निर्माण केल्या. त्यातील एक गोष्ट म्हणजे बेलाचे झाड. विष्णूची पूजा करत बसलेला एक माणूस ब्रह्मदेवाला दिसला. त्याला ब्रह्मदेवाने 'बिल्व' असे नाव दिले. त्याच्या श्रद्धेमुळे आणि निष्ठेमुळे प्रसन्न

झालेल्या इंद्राने पृथ्वीच्या कारभाराचे चक्र बिल्वाने फिरवावे, असे सुचवले. इंद्राची विनंती बिल्वाने मान्य केली पण गुन्हा करणाऱ्यांना शिक्षा करण्यासाठी आपल्याला वज्र मिळावे, अशी त्याने इंद्राला विनंती केली. 'जेव्हा तुला गरज लागेल, तेव्हा वज्र तुझ्यासमोर प्रकट होईल,' असे इंद्राने त्याला सांगितले. बिल्वाने बेलाच्या झाडाखाली आपले घर बांधले आणि पृथ्वीचा कारभार चालवायला सुरुवात केली. शिवशंकराचा भक्त असलेला कपिल बिल्वाच्या घरी आला आणि ते दोघे चांगले मित्र झाले. एक दिवस त्या दोघांच्या गप्पा चालू असताना, विष्णुभक्तांप्रमाणे तपश्चर्या करणे अधिक चांगले की शिवभक्तांप्रमाणे आपले कर्तव्य पार पाडणे जास्त चांगले, या विषयावर वाद सुरू झाला. बोलताबोलता बिल्वाचा संताप अनावर झाला आणि त्याने इंद्र-वज्राचा उपयोग करून कपिलचे डोके उडवले. कपिल अमर झाला. पण बिल्वाला हे माहीत नव्हते. हे कृत्य हा त्याच्या आयुष्याला कलाटणी देणारा प्रसंग होता. त्याने पृथ्वीचा कारभार पाहणे थांबवले. पश्चात्तापाने दग्ध होऊन त्याने बेलाच्या झाडाखालचा निवास सोडला आणि तो महाकाल अरण्यात जाऊन शिवभक्त बनला. अनेक शतकांनंतर कपिल तिथे आला. त्याने बिल्वाची भेट घेतली. त्याला पाहून बिल्वाला आश्चर्य वाटले आणि त्याने आनंदाने त्याचे स्वागत केले. प्रेमाने आदरसत्कार केला. दोघे जण पुन्हा पूर्वीसारखेच मित्र झाले (गांधी आणि सिंग १९८९, ७७).

शिव पुराणानुसार बिल्व वृक्ष हे शिवाचेच रूप आहे आणि सगळी मोठी तीर्थक्षेत्रे त्याच्या पायाशी स्थायिक झालेली आहेत. बेलाच्या झाडाखाली बसून शिवलिंगाची जो पूजा करतो, त्याला शिवपद प्राप्त होते. या वृक्षाच्या छायेत न्हाणे / स्नान करणे म्हणजे सगळ्या पवित्र नद्यांच्या पाण्याने स्नान करण्यासारखे आहे. फुले वाहून आणि उदबत्ती लावून जो बिल्वपूजा करतो तो शिवलोकात पोहोचतो. त्याला शुद्ध साक्षात्काराचा अनुभव मिळतो आणि सुखसमृद्धीचा वर्षाव त्याच्यावर होतो. या झाडासमोर दीप लावण्यामुळे ज्ञानप्राप्ती होते आणि भक्ताला शिवाशी एकरूप होता येते. जर भाविकाने त्या झाडाच्या एका फांदीची नवी पाने तोडून झाडाला वाहिली, तर दुर्गुणांपासून त्याला मुक्ती मिळेल आणि बेलाच्या झाडाखाली जो कुणी भाविकाला खाऊपिऊ घालेल, त्याला सद्‌गुणांची प्राप्ती होईल (चतुर्वेदी २००४, ९१-९३).

शिव पुराणात आणखी एक कथा सांगितली आहे. गुरुद्रुह नावाचा एक दुष्ट शिकारी निबिड अरण्यात राहत होता. घरात बायको-मुलांना खाण्यासाठी काहीच अन्न शिल्लक नसल्यामुळे एकदा महाशिवरात्रीच्या पवित्र दिवशी त्याला शिकारीला जावे लागले. महाशिवरात्र हा उपवास, उपासना आणि नैवेद्य-प्रार्थना करण्याचा दिवस. या दिवशी हातून नकळत घडलेल्या गोष्टींनी जर शिव प्रसन्न झाला, तर त्या गोष्टीही पवित्र समजल्या जातात. सूर्यास्तापर्यंत गुरुद्रुहाला शिकार मिळाली नाही. मग एका तळ्याकाठच्या झाडावर तो चढून बसला. एखादे जनावर चुकून पाणी प्यायला आले तर त्याला हेरता येईल, अशी त्याला आशा होती. आपण बेलाच्या झाडावर चढलो आहोत, झाडाखाली एक शिवलिंग आहे

आणि त्याच्यावरच्या फांदीला पाण्याने भरलेला एक कुंभ टांगलेला आहे, हे त्याच्या लक्षात आले नव्हते. थोड्या वेळानंतर एक हरिणी पाणी पिण्यासाठी तळ्याशी आली. गुरुद्रुहाने तिच्यावर बाण रोखला, प्रत्यंचा ओढली आणि या प्रयत्नात अपघातानेच कुंभाला धक्का लागला. त्यामुळे त्यातील पाणी खालच्या शिवलिंगावर पडले. शिवाय त्या फांदीची काही बिल्वपत्रेही शिवलिंगावर पडली. अशा प्रकारे, रात्रीच्या पहिल्या प्रहरामध्ये गुरुद्रुहाकडून नकळत शिवाची पूजा घडली होती. याचा परिणाम म्हणून, त्याचे हृदय अंशतः शुद्ध झाले.

दरम्यान, झाडावर अचानक झालेल्या हालचालीमुळे दचकलेल्या हरिणीने वर पाहिले आणि तिला बाण सोडण्याच्या तयारीत असलेला शिकारी दिसला. "कृपा करून मला आत्ता मारू नका," हरिणी कळवळून म्हणाली. "मला माझ्या बछड्यांची आधी नीट काळजी घेऊ दे, मग मी परत येईन आणि तुझ्या कुटुंबाला अन्न देण्यासाठी तू मला खुशाल मार." हातून नकळत घडलेल्या पूजेमळे शिकाऱ्याचे हृदय विरघळले होते. त्याला हरिणीचे सौंदर्यही जाणवले आणि दुसऱ्या दिवशी परत येण्याच्या अटीवर त्याने तिला जाऊ दिले. रात्रीच्या दुसऱ्या प्रहरात आणखी एक हरिणी तळ्यापाशी आली आणि गुरुद्रुहाने नेम धरला. पुन्हा एकदा नकळत त्याचा धक्का लागून कुंभातील पाणी आणि बिल्वपत्रे खालच्या शिवलिंगावर पडली. रात्रीच्या दुसऱ्या प्रहरामध्ये गुरुद्रुहाच्या हातून पुन्हा एकदा शिवाची पूजा पार पडली होती. त्यामुळे गुरुद्रुहाचे मन आणखी शुद्ध झाले. त्याचे हृदय आणखी थोडे विरघळले, आणि त्याने याही हरिणीला तिच्या बाळांची काळजी घेण्यासाठी जाऊ दिले. अर्थात दुसऱ्या दिवशी परत येण्याची अट कायम होतीच. रात्रीच्या तिसऱ्या प्रहरी पहिल्या हरिणीचा जोडीदार तिला शोधत आला आणि तिसऱ्या वेळी बाण सोडताना पुन्हा एकदा शिकाऱ्याच्या हातून नकळत तीच विचित्र पूजा घडली. पण आता या उपासनेमुळे शिकाऱ्याचे हृदय पूर्ण विरघळले होते आणि त्याने हरिणीच्या जोडीदाराला त्याच कारणाने आणि त्याच अटीवर जाऊ दिले.

नंतर जेव्हा तिन्ही हरणे एकमेकांना भेटली, तेव्हा शिकाऱ्याकडे कुणी जायचे आणि त्याच्या अन्नासाठी स्वतःचा बळी कुणी द्यायचा, यावर त्यांची चर्चा झाली. त्यांच्या बछड्यांनीही स्वतः जायची तयारी दर्शवली. शेवटी हरणांच्या संपूर्ण कुटुंबानेच शिकाऱ्याला शरण जायचे ठरवले, कारण कुणालाच इतरांचा विरह सहन करणे शक्य नव्हते. जड अंतःकरणाने ते सगळे तळ्याच्या दिशेने निघाले. ते बेलाच्या झाडापाशी आलेले पाहून गुरुद्रुह फारच खूश झाला. त्याने ताबडतोब त्यांना मारून टाकण्याची तयारी केली. चौथ्या वेळी त्याने प्रत्यंचा ओढली. पण पूर्वीप्रमाणेच त्याचा धक्का लागून चौथ्या वेळी झाडाखालच्या शिवलिंगावर पाणी आणि बिल्वपत्रे पडली. रात्रीचा तो चौथा प्रहर होता. त्याच्या हातून नकळत घडलेल्या या शेवटच्या कृतीमुळे त्याचे संपूर्ण हृदयपरिवर्तन झाले आणि ज्या क्षणी तो पहिला बाण सोडणार, त्या क्षणी त्या निष्पाप प्राण्यांविषयी त्याच्या मनात करुणा दाटून आली. याआधी मारलेल्या प्राण्यांचा विचार मनात येऊन त्याचे डोळे डबडबले.

ग सावकाश त्याने आपले धनुष्य खाली घेतले. त्या प्राण्यांची निःस्वार्थता पाहून त्याला रून आले. शिकाऱ्याला स्वतःचीच शरम वाटली आणि हरणाच्या त्या सगळ्या कुटुंबाला ुठलीही इजा न पोहोचवता त्याने जाऊ दिले. बिल्व वृक्षाची शुद्धता आणि आध्यात्मिक ाकद एवढी आहे की कुठलाच जाणीवपूर्वक प्रयत्न न करता आणि न कळतासवरता एका ुष्ट शिकाऱ्याचे रूपांतर सहृदय माणसामध्ये झाले; शिव आणि बिल्व वृक्षाच्या कृपेने पूर्वी केलेल्या दुष्कृत्यांमधून त्याला मुक्ती मिळाली.

तिरुवईकवूर (जिल्हा तंजावर, तामिळनाडू) मधील एक लोककथा सांगते की, एकदा ्का शिकाऱ्याच्या मागे वाघ लागला होता. स्वतःला वाचवण्यासाठी शिकारी जवळच्या ्का झाडावर चढला. ते बेलाचे झाड होते. वाघ झाडाच्या बुंध्याशी बसून राहिला. एकदा ा रात्र झाली की शिकाऱ्याला झोप लागेल आणि गुंगीत त्याची झाडावरची पकड सैलावून ो खाली पडेल, याची वाघाला खात्री होती. शिकाऱ्यालाही याची जाणीव होती. त्यामुळे वतःला जागे ठेवण्यासाठी त्याने बेलाच्या झाडाचे एकेक पान तोडून खाली टाकायला ुरुवात केली. दुसरा दिवस उजाडला, तेव्हा वाट पाहून कंटाळलेला वाघ निघून गेला. मग शिकारी निर्धास्त होऊन खाली उतरला. झाडाखालचे शिवलिंग पाहून तो आश्चर्यचकित ाला. मग त्याच्या लक्षात आले की आदली रात्र शिवरात्रीची होती, आणि पूर्वजन्मांच्या गळ्या अडचणी-अडथळ्यांमधून तो मुक्त झाला होता.

बिल्व वृक्षाचे त्रिदल शिवशंकराच्या उपासनेत विशेषतः वापरले जाते. उत्पत्ती, स्थिती, लय या शिवाच्या तीन कार्यांशी जोडलेले असल्यामुळे ते पवित्र मानले गेले आहे. ा पानाचा आकार शिवाच्या तीन नेत्रांशी साम्य सांगणारा आहे. या झाडाचे फळ मोठे आणि ंकूच्या आकाराचे असते. त्याचा पृष्ठभाग खरखरीत असतो. शैव लोक अत्यंत निष्ठापूर्वक ा फळाची लिंग समजून पूजा करतात. बिल्व वृक्षाच्या बुंध्याशी दूध आणि फुले वाहिली ातात. शिवमंदिरामध्ये शिवाला वाहिलेली बेलाची पाने भाविकांना प्रसाद किंवा दैवी आशीर्वाद म्हणून दिली जातात.

वाराणसीमध्ये अगदी अशाच प्रकारची कथा सांगितली जाते. एक शिकारी जंगलात शिकारीला जातो. त्याला हरीण दिसते. जंगलाच्या आतल्या भागापर्यंत त्याचा पाठलाग करून गेल्यावरही तो त्याला मारू शकत नाही. पाठलागामुळे दमलेला शिकारी बेलाच्या ाडावर चढून बसतो. झोप लागू नये म्हणून झाडाचे एकेक पान तोडून खाली टाकत राहतो. याच्या नकळत त्यातली काही पाने झाडाखालच्या शिवलिंगावर पडतात. दमल्याभागल्या शिकाऱ्याला श्रमांनी घाम येतो. घामाचा एक थेंब शिवलिंगावर पडतो. दिवसभर शिकाऱ्याने काहीच खाल्लेले नसते. शिवाय ती फाल्गुन महिन्यातली अमावस्या असते. हा शिवाचा प्रिय दिवस. नकळतच शिकाऱ्याकडून शिवाच्या उपासनेच्या सगळ्या अटी पूर्ण झालेल्या असतात. यामुळे ईश्वर त्याच्यावर इतका प्रसन्न होतो की शिकारी शिवाचा अनुयायी / भक्त ासूनही मृत्यूनंतर त्याला स्वर्गात जागा मिळते.

एखादे नवे काम सुरू करण्यापूर्वी लोक या झाडाला प्रदक्षिणा घालतात, कारण हे घसघशीत यशाचे झाड आहे. भाग्यदेवता लक्ष्मीने या वृक्षावर निवास केला होता, अशी भाविकांची समजूत आहे. त्यामुळे हा वृक्ष लक्ष्मीशीही निगडित आहे (एस. एम. गुप्ता १९९१, १४-१५). अग्निपुराण (५०) सांगते की एका देवळात महालक्ष्मीच्या मूर्तीची स्थापना केली असून तिच्या उजव्या हातात कमळ आणि डाव्या हातात बेलाचे फळ आहे. 'शिववृक्षाचे फळ असलेले बेलफळ समृद्धीच्या देवतेच्या (लक्ष्मीच्या) वक्षस्थळासारखे आहे,' असे कूर्म पुराणात (२.१८.१९) म्हटले आहे. स्कंद पुराणानुसार एकदा भगवान विष्णू शिवाची उपासना करत होते; पण त्याला अर्पण करण्यासाठी त्यांच्याजवळ नैवेद्याला काहीच नव्हते. तेव्हा लक्ष्मीने आपल्या तपसामर्थ्याने बिल्व वृक्ष निर्माण केला. मग विष्णूने या झाडाची पाने वाहून शिवाची पूजा पूर्ण केली.

एकदा श्रीलक्ष्मीने पवित्र गायीच्या रूपात जन्म घेतला होता आणि तिच्या शेणातून बिल्व वृक्ष निर्माण झाला, असे म्हटले जाते. हा वृक्ष लक्ष्मीशी निगडित असल्यामुळे त्याला श्रीवृक्षही म्हटले जाते. हा समृद्धी आणि भाग्यदायक वृक्ष असल्याची समजूत आहे, ती यामुळे. आणखी एका कथेनुसार लक्ष्मी ही भगवान शंकराची परमभक्त होती. तिने दीर्घकाळ त्याची उपासना करूनही शिव तिच्यासमोर प्रकट झाला नाही. काही काळानंतर लक्ष्मी बिल्व वृक्ष बनली आणि आता शिव या वृक्षातच निवास करतो आहे (गांधी आणि सिंग १९८९, ७९). बंगालमध्ये दुर्गापूजेच्या वेळी बेलाच्या झाडाच्या डहाळीचा स्पर्श देवीच्या मूर्तीला करून दुर्गेला जागवले जाते.

पूर्व भारतातील जंगलांचे राखणदार असलेल्या संथालांची बिल्व वृक्ष ही कुलदेवता आहे (पटनाईक १९९३, १५).

बिहार आणि उत्तर प्रदेशात आपल्या इच्छा पूर्ण व्हाव्यात म्हणून स्त्रिया या झाडाची पूजा करून त्याला आलिंगन देतात. शिवभक्त आपल्या शिखेला या वृक्षाची पाने बांधतात, कारण ही पाने त्यांच्या दैवताला प्रिय आणि पवित्र वाटतात (गांधी आणि सिंग १९८९, ७५-८०).

मध्य भारतातील गुरिया ही गारुडी जमात सर्पदंश बरा करण्यासाठी बिल्व वृक्षाला आणि देवांचा वैद्य असलेल्या धन्वंतरीला साकडे घालते (एस. एम. गुप्ता १९९१, १६).

बेलाचे उन्मळून पडलेले झाड इंधन म्हणून कधीच वापरले जात नाही आणि त्याचे फळ अतिशय मौल्यवान समजले जाते. हे फळ शिवाच्या शिराचे प्रतीक मानले जात असल्यामुळे केरळचे लोक ते कधीच खात नाहीत. श्रावण महिन्यातील सोमवारी बेलाची पाने शंकराला वाहण्याची पद्धत आहे. या झाडाचे लाकूड होमामध्ये वापरतात आणि फळ स्त्रियांच्या फलधारणेला चालना देते, अशी समजूत आहे (एस. एम. गुप्ता १९९१, १७).

बिहारमध्ये या झाडाविषयीच्या अनेक म्हणी आहेत. *फिर मंडलो बेल तर* (टक्कल असलेले डोके घेऊन बेलाच्या झाडाखाली जाण्याचे धाडस परत कुणी करणार नाही)

असा एक वाक्प्रयोग आहे. असे म्हणतात की तुळतुळीत डोक्याकडे बेलाचे फळ हमखास आकर्षित होते आणि त्यावर आपटण्याची संधी ते कधी सोडत नाही. याच अर्थाची इंग्लिश म्हणही आहे 'once bitten twice shy'. आणखी एक बिहारी म्हण माणसाच्या स्वभावातील अलिप्तता अधोरेखित करते– *बेल पकल, कौआ के बाप ला का?* (बेलाचे फळ पिकले तरी कावळ्याला त्याचे काय?) सगळ्या पिकलेल्या फळांवर चोच मारणाऱ्या कावळ्याला बेलफळाचे कठीण कवच भेदता येत नाही. त्यामुळे हे फळ पिकलेले असले तरी कावळा खाऊ शकत नाही (गांधी आणि सिंग १९८९, ७६).

तेविसावे जैन तीर्थंकर पार्श्वनाथ यांना या वृक्षाखाली ज्ञानप्राप्ती झाली. त्यामुळे जैन धर्मीयांसाठी हा वृक्ष पवित्र आहे.

औषधी उपयोग

डोळ्याचे विकार, ताप, श्वसनमार्गाला सूज येणे आणि शरीरावरच्या जखमांवरील उपचारात बेलाच्या पानांचे गरम पोटीस बांधतात. ताप, थंडी आणि अस्थमा या विकारांमध्ये कोठा हलका करण्यासाठी बेलाच्या पानांचा ताजा रस मधासोबत घेतात. काविळीवरच्या उपचारांमध्ये पानांच्या रसात काळ्या मिरीची पूड टाकून तो पितात (दस्तूर, १९६२, १०-११). अस्थमा झालेल्या व्यक्तीला कफ बाहेर पडावा म्हणून बेलाच्या पानांचा रस देतात. बेलाची कोवळी पाने भाजून ती डोळे आल्यावर, डोळ्यांवर ठेवतात. शिवाय गुप्तरोगांवरच्या उपचारातही हीच भाजलेली पाने उपयुक्त ठरतात. भाजलेल्या पानांचा रस काढून तो दिवसातून दोनदा याप्रमाणे २१ दिवस घेतला तर पित्तदोष कमी होतो (षण्मुगम, १९८९, ४३).

अतिसार, उलट्या, तोंड कोरडे पडणे यासारख्या तक्रारींवर बेलाची फुले उपयोगी असतात. बेलफळ ठेचून त्याचा अंदाजे ३ ग्रॅम लगदा म्हशीच्या दुधापासून बनवलेल्या दह्यात मिसळून घेतला तर पोटदुखी, अपचन आणि जुलाबाचा त्रास कमी होतो. पिकलेल्या बेलफळाचा लगदा दुधात मिसळून अंघोळीपूर्वी सर्वांगाला लावला तर शरीराला थंडावा मिळतो आणि डोळ्यांनाही ताजेपणा जाणवतो. बेलफळात आले आणि मेथीचे दाणे घालून त्याचा अर्क तयार केला तर मूळव्याधीचा आजार बरा होतो. बेलफळांपासून मिळणारे एक औषध अतिसाराचा जुना आजार, जुलाब, रक्तस्त्राव आणि सूज येण्यावर गुणकारी आहे.

अधूनमधून सतत येणारा ताप आणि प्रचंड औदासिन्य, मानसिक हतबलता यासारख्या मनोविकारांमध्ये बेलाच्या झाडाच्या मुळांचा उपयोग केला जातो.

बस्तरचे आदिवासी ताप कमी करण्यासाठी मुळांच्या सालीचा अर्क पितात (जैन १९६२, १२६-२८). बेलाच्या झाडाची पाने, फळ आणि मूळ यांच्यातील प्रतिजैविक गुण अलीकडच्या काही प्रयोगांनीही निश्चित केला आहे. बनारस हिंदू विश्वविद्यालय, केरळ विद्यापीठ आणि वेल्लोर इन्स्टिट्यूट ऑफ टेक्नॉलॉजी या तीन संस्थांमधील वैज्ञानिकांनी, बेलाच्या झाडाचे पान, मूळ, साल आणि कोवळी आणि पिकलेली फळे मानसिक आजार,

अल्सर आणि त्वचाविकार बरे करतात, असे अलीकडेच सिद्ध केले आहे (वॉरिअर, नंबियार आणि रमणकुट्टी १९९४, ६२).

या झाडाच्या औषधी गुणांवरची श्रद्धा आजच्या विज्ञानयुगातही कायम आहे. तिरुवेलवीकुडीमधील ग्रामस्थांना पारंपरिक औषध पुरवणाऱ्या जय वैद्यनाथन यांच्या म्हणण्यानुसार बेलाची प्रसाद म्हणून मिळालेली पाने खाल्ल्यावर अनेक स्त्रियांमध्ये गर्भधारणा झाली आहे. गर्भाशयाचा संसर्गही या पानांमुळे दूर होतो. पायात पेटके आले तर बेलाच्या पानांचा अर्क काढून त्यात तिळाचे तेल मिसळून अंघोळीपूर्वी ते पायांना चोळतात. अल्सर बरे करण्यासाठी या अर्कात एरंडाचे तेल आणि साखर मिसळून नियमितपणे घेतात. तांब्याच्या भांड्यामध्ये बेलाच्या झाडाची साल आणि मूळ रात्रभर भिजवून ठेवून ते पाणी रक्तदाब, अस्थमा आणि कुष्ठरोग बरा करण्यासाठी पितात.

दूर्वा

वनस्पतिशास्त्रीय नाव	:	*Cyondon dactylon* (L.) Pers
इंग्लिश नाव	:	Bermuda Grass
स्थानिक नावे	:	धुब, दूब, हरियालील (हिंदी), दूर्वा (संस्कृत)
प्रकार	:	गवत
विस्तार	:	उत्तर आफ्रिका, आशिया, ऑस्ट्रेलिया आणि दक्षिण युरोप आणि इतरत्रही रुजले आहे.

Cynodon हा शब्द ग्रीक Kuon (म्हणजे कुत्रा आणि दात) या शब्दावरून तयार झाला आहे. *dactylon* हे प्रजातीचे नावही ग्रीक daktulos (म्हणजे बोट) या शब्दापासून निर्माण झाले आहे. या गवताच्या प्रकाराचा फुटवा हाताच्या बोटांसारखा असतो, हा संदर्भ यामागे आहे. दूर्वा हा शब्द 'दुहू' आणि 'आवम' या शब्दांपासून तयार झाला आहे. दुहू म्हणजे दूर असलेले आणि आवम म्हणजे जे जवळ आणते ते. या गवताचे लोकप्रिय इंग्लिश नाव आहे बर्मुडा ग्रास. बर्मुडावर भरपूर वाढलेल्या हल्लेखोर (invasive) प्रजातींपैकी ही असल्यामुळे तिला बर्मुडा ग्रास हे नाव मिळाले.

हे बहुवर्षायु, सरपटणारे झुडूप आहे. त्याचे नाजूक बुंधे जमिनीवरच्या भागात खोडाचे आणि जमिनीखाली मुळांचे काम करतात. त्यात अन्न साठवलेले असते आणि झुडपाला आधार देण्याचे कामही ते करतात. काही बुंध्यांवर बीजधारणा होते. देशभरातील विविध पठारी भाग आणि टेकड्यांवर हे गवत सहज रुजते. मूलतः उत्तर आफ्रिका, आशिया, ऑस्ट्रेलिया आणि दक्षिण युरोपातील हे गवत आहे. हे गवत जमिनीची धूप रोखण्यासाठी मदत करते आणि जनावरांना उत्तम चारा पुरवते. शहरांमध्ये याच गवताच्या लॉन्स तयार

केल्या जातात.

हे झुडूप तीव्र उष्णता आणि दुष्काळातही टिकून राहते. अति ओलसर किंवा सतत सावलीत असणाऱ्या जमिनी सोडल्या तर दूर्वा सगळ्या प्रकारच्या जमिनींमध्ये उगवतात. दूर्वांचा प्रसार फार झपाट्याने होतो. अनेकदा त्याचे तण तयार होते.

पौराणिक आणि धार्मिक संबंध

वैदिक सूची (१.३७२) नुसार ऋग्वेदात दूर्वांचा वारंवार उल्लेख आहे (ऋग्वेद १०.१६.१३). ऋग्वेदातील (१०.१४२.८) एक उपमा ही दूर्वांचे गुणवैशिष्ट्य सूचित करणारी आहे. ऋग्वेद (१०.१४२.८) म्हणतो, 'येथील आणि तुझ्या पुढच्या मार्गावर बहरलेले दूर्वांचे गवत उगवू दे.'

आर. टी. एच. ग्रिफिथ यांनी अथर्ववेदाचा (६.१०६) संदर्भ देऊन मत व्यक्त करताना म्हटले आहे, "तुझ्या जाण्या-येण्याच्या मार्गावर फुलणारे दूर्वा गवत वाढो. तिथे पाण्याचा झरा निर्माण होवो" (मेहदीहसन १९८७, २८६-९१).

या गवताच्या उगमाशी निगडित अनेक आख्यायिका आहेत. एका आख्यायिकेनुसार विष्णूने कूर्मावतारामध्ये मंदार पर्वताचा उपयोग रवीप्रमाणे केला. यामुळे देवाचे मूठभर केस गळून ते लाटांनी किनाऱ्यावर आणून टाकले. या केसांनी मूळ धरले आणि त्यापासून दूर्वा हे गवत निर्माण झाले (एस. एम. गुप्ता १९९१, २९-३०).

या आख्यायिकेशी साम्य असणारी आणखी एक कथा सांगितली जाते. त्यानुसार विष्णूने अतिशय सुंदर स्त्री– मोहिनीचे– रूप घेतले. समुद्रमंथनातून ती बाहेर आली तेव्हा तिच्या हातात अमृतकुंभ होता. अमृत मिळावे, म्हणून देवदानवांमध्ये भांडणे सुरू झाली. पण मोहिनीने देवांची बाजू घेऊन त्यांना तो कुंभ दिला. तो देताना अमृताचे काही थेंब पृथ्वीवर पडले आणि त्या जागी दूर्वा उगवल्या. आणखी एका दंतकथेनुसार दूर्वा हे गवत भगवान विष्णूंच्या मांडीपासून निर्माण झाले आणि त्यामुळे सर्व देवांच्या पूजेत ते अत्यावश्यक आहे (आर. कुमार २००३, ७-१९).

दूर्वांचा हार गळ्यात घातलेला गणेश

हिंदू उपासनेत हे गवत अत्यंत पवित्र समजले जाते. दूर्वांच्या आतील नाजूक फांदीखेरीज त्या शिवाला वाहिल्या जातात. विष्णू आणि सौरदेवतांना या फांदीसह वाहिल्या जातात. गणेशाला तर दूर्वा फार प्रिय आहेत. राहूलाही दूर्वा आवडतात, अशी श्रद्धा आहे. दूर्वाष्टमी उत्सवाच्या वेळी म्हणजे भाद्रपद कृष्ण अष्टमीला दूर्वांना देवत्व देऊन त्यांची पूजा केली जाते. या दूर्वांची टोके उत्तरेला करून त्यांची

पूजा केली तर दहा पूर्वजांना अमरत्व प्राप्त होते, असे म्हणतात. हा विधी प्रामुख्याने स्त्रिया करतात. काही ठिकाणी श्रावण महिन्यातील कृष्ण अष्टमीला दूर्वाष्टमीचा उत्सव साजरा केला जातो. हा उत्सव मुख्यतः बंगालमध्ये विशेष साजरा होतो. तिथे आणि उत्तर भारतातही त्याला दूर्वाष्टमीचे व्रत म्हटले जाते (स्टटले १९८५, ४२).

दूर्वा हे दीर्घायुष्याचे प्रतीक आहे. हे गवत अतिशय चिवट असल्यामुळे त्याची अमरत्वाशी सांगड घातली आहे.

श्रीविष्णूच्या घामातून दूर्वा वाढल्या, अशीही समजूत आहे. दूर्वांच्या मुळांमध्ये ब्रह्मदेवाचा, मध्यात विष्णूचा आणि टोकाशी शिवाचा वास असल्यामुळे दूर्वा पापमुक्त करतात, असेही म्हटले जाते (एस. एम. गुप्ता १९९१, २९-३०). राहू ग्रहासाठीही दूर्वा पवित्र आहेत (बर्डवुड १९९२, ८७).

औषधी उपयोग

दूर्वांच्या देठांचा रस मूत्रविकारांवर गुणकारी आहे आणि रक्तस्राव थांबवण्यासाठीही त्याचा उपयोग होतो. विंचूदंश झाल्यास पानांचा लगदा करून त्यात मिरेपूड मिसळून त्याचा लेप देतात (षण्मुगम, १९८९, ७०२).

दूर्वांचा ताजा रस किंवा लेप जखमा, कापणे, नाकाचा घोळणा फुटणे या दुखण्यां-मध्ये वापरल्यास रक्तस्राव थांबतो. संधिवात, वातरक्त या विकारांमध्येही सांध्यांवर लेप लावल्यास उतार पडतो (दस्तूर, १९६२, ७२).

दूर्वांच्या मुळांचा लगदा करून त्यात दही मिसळून तयार होणारे औषध रेंगाळलेल्या गुप्तरोगांवर गुणकारी ठरते.

संथाल आदिवासी पायांच्या चिखल्या बऱ्या करण्यासाठी दूर्वांच्या पानांचा उपयोग करतात (केअस १९८९, ७१-७२).

नागवेल

वनस्पतिशास्त्रीय नाव	:	*Piper betel* L.
इंग्लिश नाव	:	Betel Vine
स्थानिक नावे	:	पान (हिंदी), तांबुल, तांबुलवली, नागिणी, नागवल्ली (संस्कृत)
प्रकार	:	वेल
विस्तार	:	मलेशिया, भारत, श्रीलंका, व्हिएतनाम, थायलंड या ठिकाणी लागवड.

ागवेल ही सदाहरित, वर्षभर वाढणारी, नाजूक बुंध्याची वेल आहे. ुंध्याच्या देठावरच्या गाठीतून आधाराला चिकटून वर चढणारी नाधारमुळे फुटतात. जेवण झाल्यावर खाल्ला जाणारा मुखवासाचा ्रेडा नागवेलीच्या पानांपासून बनवतात. किंचित खारे, कडवट ाणि झणझणीत असे नागवेलीचे पान भारतभर लोकप्रिय आहे.

नागवेलीच्या पानांचा
हार घातलेला हनुमान

ौराणिक आणि धार्मिक संदर्भ

ागवेलीचे पान हिंदुधर्मीयांनी कायमच पवित्र मानले आहे. हे ्क्ष्मीच्या हाताचे प्रत्यक्ष रूप असल्याची समजूत आहे. म्हणूनच ा आरोग्य, संपत्ती आणि समृद्धीचे प्रतीक आहे. अनेक सामाजिक ाणि धार्मिक कार्यक्रमांमध्ये पान / विडा अत्यावश्यक मानला जातो. ्हिंदूंच्या बहुतेक सगळ्या सण-उत्सवांची सांगता विशेषतः स्त्रियांना ागवेलीची पाने देऊन होते (सुब्रमण्यम् १९७९, २२-२७).

ौषधी उपयोग

ौथ्या शतकातील अत्यंत विद्वान असा आयुर्वेदिक शल्यचिकित्सक सुश्रुत याच्या ्हणण्यानुसार नागवेलीचे पान 'सुवासिक, तुरट, उत्तेजक, पोटातला वात नष्ट करणारे, ामोत्तेजक, जंतुनाशक असते' (पटनाईक १९९३, ५७).

संधिवात, त्वचाविकार, कफ, घसादुखी, आणि शारीरिक थकवा यांसारख्या ्रिकारांमध्ये विड्याचे पान खायला सांगितले जाते. मात्र, या पानांचा रस जास्त प्रमाणात ्घेतल्यास यकृताचे कार्य आणि रक्तप्रवाहाची प्रक्रिया बिघडते (सुब्रमण्यम् १९७९, ्२२-२७).

विषारी दंश, साधा थंडी-ताप आणि पोटाचे विकार बरे करण्यासाठी पानांचा ्स उपयुक्त ठरतो. या रसात कापूर मिसळून डोक्याला लावल्यास डोकेदुखी थांबते. ागवेलीच्या पानांचा रस आल्याच्या रसात मिसळून ते मिश्रण फुफ्फुसाच्या आजारांमध्ये ापरतात (षण्मुगम १९८९, ७५६).

हिरड्या बळकट करणे, दात टिकवणे, श्वासाचा ताजेपणा टिकवणे अशा इतरही ौषधी उपयोगांसाठी नागवेलीची पाने उपयुक्त असतात.

गूळवेल

वनस्पतिशास्त्रीय नाव	:	*Tinospora cordifolia* (Willd.) Miers.ex Hook.f. & Thoms
इंग्लिश नाव	:	Bile Killer
स्थानिक नावे	:	गिलोय, गुडुची (हिंदी), अमृता (संस्कृत)
प्रकार	:	वेल
विस्तार	:	संपूर्ण भारतीय उपखंड आणि चीन

ही जाड, रसाळ बुंधा आणि वडाप्रमाणे हवेत वाढणारी मुळे असणारी मोठी वेल आहे. फांद्या आणि बुंध्यांवर अधूनमधून पांढऱ्या ग्रंथी असतात. या वेलीची फळे लालसर आणि आकाराने साधारणतः शेंगदाण्यासारखी असतात. भारतातील सगळ्या उष्णकटिबंधीय प्रदेशांमध्ये गूळवेल आढळते.

पौराणिक आणि धार्मिक संदर्भ

राम आणि रावण यांच्यात घनघोर युद्ध चालू होते. रामाने आपल्या वानरसेनेसह रावणावर जोरदार हल्ला करून त्याला ठार केले. पण या युद्धात अनेक वानरेही मृत्युमुखी पडली. देवांचा राजा इंद्र याला हे दृश्य पाहून फार दुःख झाले. त्याने मृत वानरांच्या शरीरावर दिव्य जल, थोडक्यात अमृत शिंपडले. या अमृताचे काही थेंब पृथ्वीवर पडले. ते जिथेजिथे पडले, तिथेतिथे अमृताच्या वेली उगवल्या. म्हणून ही वनस्पती पवित्र मानली जाते (एस. एम. गुप्ता १९९१, ८४-८५).

तामिळनाडूमधील करूर येथे असलेल्या कल्याण पशुपतीश्वर मंदिराचा स्थळ वृक्ष म्हणून गूळवेलीला मान मिळाला आहे. अमृत हे या वनस्पतीचे संस्कृत नाव म्हणजे भगवान शंकराच्या १००८ नावांपैकी एक आहे (मॉनिअर विल्यम्स १९८१, ८२).

गूळवेल

औषधी उपयोग

या झाडाच्या लहानशा देठाचे छोटे तुकडे करून त्याची माळ (कमळणी माला) कावीळ बरी होण्यासाठी गळ्यात घालण्याची प्रथा भारताच्या काही भागात आहे. या वेलीचे मूळही बुंध्याप्रमाणेच उपयोगात आणले जाते (दस्तूर, १९६२, १६४-६५).

ताप, त्वचाविकार, कावीळ आणि गुप्तरोगांमध्ये या

वेलीच्या देठाचा उपयोग केला जातो.

मुळापासून मिळालेला पिष्टमय पदार्थ दीर्घकाळ होणाऱ्या जुलाबांवरील उपाय आहे. शिवाय दुखरे, सुजलेले, घट्ट झालेले सांधे आणि स्नायू बरे करण्यासाठीही या पदार्थाचा उपयोग होतो.

देठाचा लगदा बलवर्धक म्हणून वापरला जातो. तो रक्त शुद्ध करतो आणि कामवासना उद्दीपित करण्यास मदत करतो. मधुमेहावरच्या उपचारातही त्याचा उपयोग होतो.

विषारी सर्पदंश आणि इतर कीटकांचे दंश बरे करण्यासाठी या वेलीचे देठ वापरतात.

अनेक स्थानिक औषधांमध्ये ही वेल उपयुक्त असते. अनेक ठिकाणचे ग्रामस्थ ताप कमी करण्यासाठी तिचा वापर करतात (कृष्णमूर्ती १९९३, १०१).

माकडलिंबू

वनस्पतिशास्त्रीय नाव	:	*Atlantia racemosa Wight*
इंग्लिश नाव	:	Bombay Atalantia
स्थानिक नावे	:	बंजामिर निंबू, बननिंबू (हिंदी), अत्वी जंबिरा (संस्कृत)
प्रकार	:	वृक्ष
विस्तार	:	भारत

हा छोटा, काटेरी, सदाहरित वृक्ष आहे. साधारणतः ३ ते ५ मीटर उंचीच्या या झाडाला बुंध्याच्या दोन्ही बाजूंना एका आड एक पाने असतात. फळे मोठी, बियायुक्त असून त्यांचे कवच जाड असते. पर्वतीय प्रदेशात हे झाड आढळते.

फर्निचर तयार करण्यासाठी या झाडाचे लाकूड वापरतात.

पौराणिक आणि धार्मिक संदर्भ

तिरुवसगममध्ये संत मणिक्कवसगरांनी सेलुमलर कुरूंडू म्हणजेच गोड लिंबू फळाच्या झाडाचा उल्लेख केला आहे. तामिळ भाषेत या झाडाविषयी एक म्हणही आहे. 'या पवित्र झाडाखालचा चिखल जो सर्वांगाला लावेल, त्याचे कुष्ठरोगासह सगळे आजार बरे होतील,' अशा अर्थाची ही म्हण आहे. स्थानिक समजुतीनुसार या वृक्षाखालची माती कुष्ठरोग बरा करू शकते.

अरुणगिरीनाधर यांच्या मते, सगळ्या जीवांना आपल्या पाच कर्तव्यांबाबत जागरूक करण्यासाठी नटराजाने या झाडाखाली असलेल्या ज्ञानसभेत आनंद तांडव केले. तो पेरुंदुराई पेरूमन (पेरुंदुराई नगराचा देव) म्हणून ओळखला जातो.

कडलोर जिल्ह्यातील तिरुपेरुंदुराई मधील आत्मनाभस्वामी मंदिरात अंबिकेची पूजा

करताना या देवीकडे भक्ताने एकाच डोळ्याने पाहावे आणि ध्यानधारणा करावी, असे म्हटले जाते. या देवळात प्रसाद म्हणून नेहमीच्या कुंकवाऐवजी फक्त पवित्र जल किंवा तीर्थच दिले जाते. देवीची पूजा केल्यानंतर, वंध्यत्व जावे म्हणून लोक येथील झोपाळा हलवतात. देवीला बांगड्या आणि छोटे पाळणे वाहून ते या झोपाळ्याला बांधण्याची परंपरा इथे येणारे भाविक पाळतात. यामुळे देवी प्रसन्न होऊन संपत्तीचे आणि समृद्धीचे वरदान देते, अशी श्रद्धा आहे. ही देवी कुरूंडई वृक्षाखाली राहत असलेल्या नटराजाशी निगडित असल्यामुळे तिच्याकडे हे सामर्थ्य असल्याची समजूत आहे.

माकडलिंबू
आत्मनाथस्वामी मंदिर,
अवुदईयरकोईल,
जिल्हा पुदुकोट्टई, तामिळनाडू

झाडाचे दगडी शिल्प एका चौथऱ्यावर स्थापलेले आहे. त्याला कुरुंदु वृक्ष असेच संबोधले जाते. गुरुमूर्तींच्या रूपात या वृक्षाखाली उभे राहून भगवान आत्मनाभस्वामींनी मणिक्कवसगरांना शिवज्ञान शिकवले, असे म्हणतात. पवित्र ग्रंथ *तिरुवसगम*च्या जन्मस्थळाचे हे ठिकाण मानले जाते. हे स्थान पवित्र मानण्याचे कारण म्हणजे प्रत्यक्ष ईश्वर येथे राहिला आणि त्याने आपल्या भक्तांच्या शरीर-मनातील अशुद्धता दूर करून शैव तत्त्वज्ञानाचे अनुकरण त्यांच्या हातून व्हावे, असा आशीर्वाद त्यांना दिला, अशी समजूत आहे.

औषधी उपयोग

आतड्यातील व्रण, ताप आणि कफ कमी करण्यासाठी या झाडाची पाने वापरतात. त्वचाविकार, खाज सुटणे यांसारख्या तक्रारींमध्ये पानांचा अर्क काढून तो लावतात. फळांचा रस पोटॅशिअम नायट्रेटमध्ये मिसळून त्वचेच्या रोगांमध्ये (व्रण आणि खाज, इत्यादी) उपचार म्हणून वापरतात. हे मिश्रण वेदनाशात्मक आणि पेटक्यांवरील त्रासावर प्रतिबंधक म्हणून वापरतात (षण्मुगम १९८९,१०८). या झाडाच्या लहान फळांपासून मिळणारे तेल अर्धांगवायू आणि संधिवाताच्या विकारात वापरतात (चटर्जी आणि पक्रशी १९९४, १७५-७६).

पातले / करे

वनस्पतिशास्त्रीय नाव	:	*Webera corymbosa* Willd.
इंग्लिश नाव	:	Bottle Flower Tree
स्थानिक नावे	:	बिंगी पापडी (हिंदी), परपता (संस्कृत)
प्रकार	:	वृक्ष
विस्तार	:	भारत, मलेशिया, इंडोनेशिया

हे मोठे, सदाहरित झुडूपसदृश झाड आहे. पश्चिम घाट, पळणी, तिरुनेलवेली येथील डोंगराळ भागात समुद्रसपाटीपासून साधारणतः १५०० मीटर उंचीवर ते प्रामुख्याने आढळते. किनारी प्रदेशातील पठारांवरच्या खुरट्या जंगलांमध्ये ते सहसा आढळत नाही. या झाडाविषयी आजपर्यंत पर्यावरणीय अभ्यास फारसा झालेला नाही.

पौराणिक आणि धार्मिक संदर्भ

पातले

एखाद्या स्त्रीने मिठी मारल्यावरच हा वृक्ष फुलतो (सुब्रमणिया पिल्लई १९४८, ४६). तीरुविदईकलीच्या मंदिर प्राकारातच हा वृक्ष वाढतो (जिल्हा नागपट्टिणम्, तामिळनाडू). या झाडाच्या बुंध्याच्या ढोलीत नाग राहतो आणि देवळाचा पुजारी दररोज संध्याकाळी त्याची पूजा करतो. स्थळ पुराणानुसार जर एखाद्या स्त्रीने या झाडाच्या फांदीला पाळणा बांधला तर तिला अपत्यप्राप्ती होते. लोक अजूनही ही प्रथा पाळतात.

ग्रामदेवतेच्या सामर्थ्यामुळे तीरुविदईकलीमधली एकही व्यक्ती आजपर्यंत सर्पदंशाने मृत्युमुखी पडलेली नाही, असे म्हणतात.

नागपट्टिणम जिल्ह्यातील तीरुविदईकलीमधील कुमारशिवम मंदिराचा हा पवित्र वृक्ष आहे. तीरुविदईकलीच्या नेमक्या ओळखीबाबत थोडे वाद आहेत. 'तीरुविसईप्पा'*मध्ये म्हटल्यानुसार या स्थानाचे नाव 'कुरापल्ली' होते. पण कालांतराने त्याचे नाव तीरुविदईकली झाले. 'तीरुविसईप्पा तिरुपळंदु'मध्ये म्हटले आहे, "हा वृक्ष दैवी पितापुत्रांना (शिव आणि स्कंद) प्रिय आणि म्हणून पवित्र आहे." तीरुविदईकलीच्या स्थळ पुराणानुसार हा वृक्ष स्कंदासाठी पवित्र आहे. या वृक्षाच्या फुलाचा सुवास त्याला आवडतो. भाविक झाडाची कोवळी पाने तोडून देवाला वाहतात.

कांचीपुरमजवळच्या तिरुपरूतीकुंत्रम येथील वर्धमानांच्या जैन मंदिराचाही हा पवित्र वृक्ष आहे. मंदिराच्या चौथऱ्यावर बसवलेल्या एका शिळेवर या वृक्षाची स्तुती करणारे

---

* तिरुविसईप्पा : तामिळ शैवांचे बारा खंडांचे भक्तिकाव्य - तिरुमुराई - यातील नववा खंड.

एक पद कोरलेले आहे. त्यात म्हटले आहे, ''हा वृक्ष फार उंच वाढत नाही आणि खुरटाही होत नाही. राजाच्या सार्वभौमत्वाचे तो रक्षण करतो. तो धर्माचे प्रतिनिधित्व करतो आणि त्रिलोकनाथच्या चिरंतन निवासासमोर तो उभा असतो'' (*साऊथ इंडियन इन्स्क्रिप्शन्स* (१९३२) १९८६, ७.३९९).

औषधी उपयोग

सर्पदंश आणि इतर विषारी दंशांवर या झाडांच्या पानांचा उपयोग होतो.

गोकर्ण

वनस्पतिशास्त्रीय नाव	:	*Clitoria ternatea* Linn.
इंग्लिश नाव	:	Butterfly Pea
स्थानिक नावे	:	अपराजित (हिंदी), अपराजिता (संस्कृत)
प्रकार	:	वेल
विस्तार	:	आफ्रिका, आशिया (समशीतोष्ण आणि उष्णकटिबंधीय), ऑस्ट्रेलिया, उत्तर आणि दक्षिण अमेरिका, प्रशांत महासागरी प्रदेश

भारतात, विशेषत: दक्षिण भारतात कुंपणासाठीची वेल म्हणून गोकर्णाची लागवड केलेली आढळते. भारतीय उपखंडाच्या उष्णकटिबंधीय दाक्षिणात्य आणि पूर्वेकडील पठारांवर ते प्रामुख्याने आढळते.

पौराणिक आणि धार्मिक संदर्भ

या वेलीच्या फुलांमध्ये तांत्रिक सामर्थ्य आहे, असे म्हटले जाते. गोकर्ण या वनस्पतीशी श्रीविष्णूंचे नाव जोडलेले आहे. महाभारतात विष्णूंचा पवित्र शंख हा सर्प आहे; त्याचे नावही अपराजितच आहे. ही वनस्पती देवी दुर्गेचाही अवतार आहे (मॉनिअर विल्यम्स, १९८१, ५१).

औषधी उपयोग

कानदुखी आणि सूज कमी करण्यासाठी या वेलीच्या पानांच्या कोमट रसात मीठ मिसळून ते मिश्रण कानाभोवती लावतात. त्वचेवरील पुरळ कमी करण्यासाठी आणि व्रण धुण्यासाठी या पानांचा लेप लावतात. खूप तापाने येणारा घाम कमी करण्यासाठी गोकर्णीच्या पानांच्या रसात आले घालून तो प्यायला देतात. या वेलीच्या मुळांची साल खाण्याजोगी असते.

ो मूत्रविसर्जनाला आणि मलनिस्सारणाला मदत करते. श्लेष्म नावरणाला संरक्षण देण्यासाठी आणि मूत्राशय आणि मूत्रनलिकेचा ाह कमी करण्यासाठी या पानांचा अर्क गुणकारी आहे. गोकर्णीच्या ळांचा रस थंड दुधात मिसळून दिल्यास श्वसनमार्गातील कफ र होतो (केअस १९८९, २९). मलावरोध कमी करण्यासाठी ोकर्णीच्या बिया उपयुक्त असतात. मज्जातंतूंचा कमकुवतपणा मी करण्यासाठीच्या उपचारातही त्यांचा उपयोग होतो. सर्पदंश नाणि विंचूदंशावरील उपचारांत गोकर्णीचे मूळ, बुंधा आणि

गोकर्ण

ुलांचा वापर करण्याची सूचना केली जाते (सुदर्शन, यल्लप्पा रेड्डी आणि गौडा १९९३, ७). नको असलेला गर्भ पाडण्यासाठी महाराष्ट्रातील भिल्ल जमात गोकर्णीच्या मुळांचा पयोग करते. गुरांच्या पोटावरील सूज कमी करण्यासाठी मुळांचा लेप लावला जातो. लीच्या बियांची पूड कीटकनाशक म्हणून उपयुक्त असते (असोलकर, कक्कर आणि क्रे १९९२, २१७).

कैलासपती / शिवलिंगाचे झाड

वनस्पतिशास्त्रीय नाव	:	*Couroupita guianensis Aublet*
इंग्लिश नाव	:	*Cannonball*
स्थानिक नावे	:	शिवलिंग, शिवकमल, कैलासपती, नागलिंग (हिंदी), नागपुष्पम (संस्कृत)
प्रकार	:	वृक्ष
विस्तार	:	दक्षिण अमेरिका, सगळ्या उष्णकटिबंधीय देशांमध्ये लागवड

 मोठे, बऱ्यापैकी वेगाने वाढणारे सदाहरित झाड आहे. त्याचा बुंधा सरळसोट असतो. ांद्या वेड्यावाकड्या असतात; त्या असमान पद्धतीने बुंध्यावर वाढतात. सगळ्या ष्णकटिबंधीय देशात हे झाड वाढते; विशेषतः समुद्रसपाटीपासून कमी उंचीच्या, आर्द्रता नसलेल्या प्रदेशात त्याची चांगली वाढ होते.

कैलासपती किंवा शिवलिंगाचे झाड साधारणपणे २५ मीटर उंचीपर्यंत वाढते. ाच्या मोठ्या, गोलाकार फळाचे तोफगोळ्याशी साम्य असल्यामुळे इंग्लिशमध्ये त्याला कॅननबॉल' हे नाव मिळाले आहे. महादेवाच्या पिंडीवरच्या लिंगासारखेही हे फळ भासते. हणून 'शिवलिंग' हे नाव या झाडाला मिळाले आहे. या झाडाची फुले मोठी, सुवासिक नाणि अतिशय सुंदर असतात. पांढरी, पिवळी, गुलाबी, गडद गुलाबी आणि लाल अशा मेश्र छटांची ही फुले असतात. झाडाच्या बुंध्यापासून वाढणाऱ्या, जवळजवळ एक

मीटर लांबीच्या, लांब, जाड, लोंबणाऱ्या देठांना फुले आणि फळे लागतात. या फळाच्या गरापासून बनवलेले पेय प्राण्यांना दिले जाते. फळाच्या जाड कवचाचा वापर भांड्यासारखा केला जातो (षण्मुगम १९८९, ४८२).

या झाडाचे लाकूड मात्र हलक्या प्रतीचे असते. त्यामुळे त्याला व्यावसायिक मूल्य नाही (कोवेन १९८४, ७९-८०).

पौराणिक आणि धार्मिक संदर्भ

कैलासपती

शंकराच्या दैनंदिन पूजेत कैलासपतीची फुले वापरतात. नागाच्या फण्याशी असलेल्या फुलाच्या साम्यामुळे या झाडाला 'नागलिंग' असेही म्हणतात. नाग शंकराला प्रिय आहे. हे झाड शिवमंदिरांच्या आवारात प्रामुख्याने लावले जाते.

सकाळी उठल्यावर प्रथम या झाडाकडे बघण्याने शंकराचा आशीर्वाद, सुख आणि समृद्धी मिळते, असे म्हणतात. म्हणूनच हे झाड घरापुढे, दाराच्या अगदी समोर लावतात.

सर्वसाधारणपणे या झाडाची फुले तोडली जात नाहीत. देवाच्या पूजेसाठीही जमिनीवर पडलेल्या फुलांचा उपयोग केला जातो.

औषधी उपयोग

या झाडाच्या फुलांचा उपयोग थंडी-तापाचा त्रास कमी करण्यासाठी, आतड्यातील वात कमी करण्यासाठी आणि पोटदुखी कमी करण्यासाठी होतो (षण्मुगम १९८९, ४८२). ताणमुक्तीसाठीही हे फूल गुणकारी आहे.

एरंड

वनस्पतिशास्त्रीय नाव	:	*Ricinus communis* L.
इंग्लिश नाव	:	Castor Oil Plant
स्थानिक नावे	:	एरंड, अरंडी (हिंदी), एरंड (संस्कृत)
प्रकार	:	झुडूप
विस्तार	:	आफ्रिका, उष्णकटिबंधीय आणि उपउष्णकटिबंधीय प्रदेशांमध्ये हे झुडूप आता रुजले आहे.

हे उंच झुडूप आहे. काही वेळा ते वृक्षाइतके उंचही वाढते. वालुकामय किंवा चिकण-मातीच्या जमिनीत ते चांगले वाढते; पण खूप पाऊस आणि पाणथळ जमीन मात्र त्याला चालत नाही. या झुडपाची लागवड प्रामुख्याने शेताच्या बांधांवर, बागांमध्ये किंवा पडीक

जमिनींवर करतात. एरंडाच्या झुडपाला सरासरी सुपीकता असलेली जमीन योग्य असते.

भारतात रेल्वे इंजिने आणि वाहनांच्या बेअरिंग्ज-मध्ये एरंडाचे तेल मोठ्या प्रमाणात वापरले जाते. विविध प्रकारचे साबण, सोडिअम सोप, सेबॅसिक ॲसिड आणि सेकंडरी ऑक्टिल अल्कोहोल यांसारख्या उत्पादनांच्या निर्मितीप्रक्रियेतही एरंड तेलाचा वापर होतो.

एरंड

हायड्रोजनेशन प्रक्रिया केलेले एरंड तेल लिथिअम वापरून तयार केलेले ग्रीस, पॉलिश, प्लास्टिक्स आणि लाखेचे मिश्रण तयार करण्यासाठी वापरतात. एरंडाच्या संपूर्ण बीवर दाब देऊन मोटर आणि डिझेल इंधन मिळवले जाते. एरंड तेलापासून मिळणाऱ्या अमाईड्स या सेंद्रिय संयुगांपासून पायरोलिसिस अनडेसिलॅमाईड्स मिळतात. हे रासायनिक पदार्थ कीटकनाशकांमध्ये वापरतात (संबामूर्ती आणि सुब्रमण्यम् १९८९, २०९). एरंड तेल प्रकाशनिर्मितीसाठी वापरले जाते. बियांपासून काढलेले तेल शीतीकरणासाठी उपयुक्त असते.

पौराणिक आणि धार्मिक संदर्भ

बौद्ध धर्मामध्ये 'तारा' या देवतेचे वर्णन करताना एक भक्त म्हणतो, ''जंगलातील एरंडाच्या झाडांमध्ये वाढणाऱ्या शुभ्र चंदनाप्रमाणे ही देवता आहे'' (शॉ २००६, ३२०).

होळीच्या साधारणत: ४० दिवस आधी, सार्वजनिक जागेवर एरंडाचे झाड लावले जाते. हे झाड म्हणजे होलिकेचे प्रतीक मानले जाते. प्रल्हादाच्या कथेत, ज्या राजघराण्यातील राक्षसीला त्याने जाळून नष्ट केले, तिचे हे प्रतीक मानले आहे.

अलाहाबादेत एका मृत मुलाला जन्म देणाऱ्या चांभार स्त्रीविषयीची एक दंतकथा आहे. दुष्ट शक्तींना पळवून लावण्यासाठी तिने बाळंतपणाच्या वेळी वापरलेल्या कापडाच्या तुकड्यात विड्याची दोन पाने, थोड्या लवंगा आणि एरंडाच्या झाडाचा एक तुकडा बांधून, ती पुरचुंडी विहिरीत फेकली, असे ही कथा सांगते (क्रूक (१९९६) २००४, २०).

तिरुकोट्टइयूर येथील कोटीश्वर मंदिराच्या स्थळ पुराणानुसार, एरंडाच्या झाडाखाली स्वयंभू लिंग अवतरले. एरंड नावाच्या ऋषींनी या झाडाखाली शिवाची पूजा केली आणि त्यामुळे त्यांना एक कोटी शिवलिंगांची दृष्टी मिळाली. म्हणून येथील देव कोटीश्वर किंवा एक कोटी ईश्वर (शिव) म्हणून ओळखला जातो.

इडापिडा टळावी, तान्ही बाळे आणि लहान मुले यांना दृष्ट लागू नये, म्हणून दिव्याची काजळी आणि एरंडाच्या तेलाचा टिळा मुलांच्या गालावर आणि कपाळावर लावण्याची पद्धत आहे.

औषधी उपयोग

तीव्र पोटदुखी, अल्सर, डोळे, नाक, कान आणि तोंडाची आग होणे, यांसारख्या विकारांत एरंड हे फार प्रभावी औषध आहे. मसूर डाळ *(Cajanus cajan)* आणि एरंडाच्या पानांचे शिजवलेले मिश्रण माणूस आणि प्राणी या दोघांमध्ये दूधनिर्मितीला चालना देते. साखर आणि एरंडाचे मूळ समप्रमाणात घेऊन तयार केलेले मिश्रण गुप्तरोगांवर गुणकारी ठरते. स्नायूंच्या वेदना, अर्धांगवायू, अस्थमा आणि कफावरही त्याचा उपयोग होतो. दुधाचा स्राव वाढावा म्हणून एरंडाची पाने जाळावर शेकून स्तनांवर लावतात. पोटावर ही पाने ठेवली तर मासिक पाळीच्या वेळचा रक्तस्राव योग्य प्रकारे सुरू होतो (षण्मुगम १९८९, ५२-५३).

एक ते दोन चमचे एरंड तेल पोटात घेतल्यामुळे मलावरोध कमी होऊन मलनिस्सारणाला मदत होते. भारतीय मुलांना अजिबात न आवडणारे हे रेचक आहे. एरंड तेलापासून बनवलेले जेल त्वचाविकारांवर वापरतात. इसब आणि त्वचाविकारापासून संरक्षण मिळण्यासाठीही ते गुणकारी औषध आहे. अगदी लहान मुले, गर्भवती स्त्रिया किंवा नुकतीच प्रसूती झालेल्या स्त्रियांना इसब किंवा त्वचाविकार होण्याची शक्यता लक्षात घेऊन या तेलाचा लहान डोस दिला जातो (पटनाईक, १९९३, ५२).

एरंड तेल हे केसांसाठी उत्तम टॉनिक आहे. स्तनपान देणाऱ्या स्त्रिया हे तेल डोक्याला चोळून लावतात. त्यामुळे केसांची वाढ तर चांगली होतेच; पण एकूणच शक्ती भरून येऊन प्रसूतीनंतरच्या वेदनांपासून मुक्ती मिळते.

काजळ तयार करण्यासाठीही एरंड तेल वापरतात. याचा उपयोग स्त्रिया आणि पुरुषही करतात. बहुतेक वेळा स्त्रिया घरीच काजळ तयार करतात. घरी बनवलेले काजळ लहान मुलांनाही घालतात. डोळ्यांना थंडावा देण्यासाठी या काजळाचा चांगला उपयोग होतो.

चाफा

वनस्पतिशास्त्रीय नाव	:	*Magnolia champaka* L.
इंग्लिश नाव	:	Champaka
स्थानिक नावे	:	चंपा (हिंदी), चंपक (संस्कृत)
प्रकार	:	वृक्ष
विस्तार	:	आशिया (समशीतोष्ण, उष्णकटिबंधीय) इतरत्रही लागवड

चाफा हा मोठा आणि सदाहरित वृक्ष आहे. अतिशय सुंदर आणि सुवासिक फुलांसाठी हा वृक्ष प्रसिद्ध आहे. भारतीय बागांमध्ये हमखास लावले जाणारे हे झाड आहे.

चाफ्याचे झाड उंच आणि वर्षभर हिरवे असते. साधारणतः १०-१२ मीटर उंचीपर्यंत ते वाढते. डोंगराळ भागात ते ३० मीटरपर्यंतसुद्धा वाढते. झाडाचा बुंधा सरळसोट असतो.

बुंध्याची साल हिरवट-तपकिरी रंगाची असते. वरच्या देशेने चढत जाणाऱ्या फांद्यांची दाट छत्री तयार होते. पुरेसा पाऊस असलेल्या पठारी भागात आणि कमी उंचीच्या डोंगराळ भागात हे झाड वाढू शकते. सुवासिक फुलांकरिता त्याची लागवड बगिचांमध्ये केली जाते.

चाफा

चाफ्याची फुले फिकट पिवळ्या रंगाची, पाने असलेली आणि खूप सुगंधी असतात. चाफ्याच्या कळ्या स्त्रिया केसांवर माळतात. संध्याकाळी कळ्या उमलल्या की सर्वत्र सुगंधाची पखरण होते. खोलीत सुगंध पसरावा म्हणून कुंड्यात पाणी घालून त्यात चाफ्याची फुले ठेवतात. हा सगळ्यांना आवडणारा सुगंध आणि आवडती सजावट आहे.

फुलांपासून काढले जाणारे तेल केसांचे तेल आणि सुगंधी द्रव्ये तयार करण्यासाठी वापरतात.

खांब, फलक, फर्निचर, हातगाड्या इत्यादी तयार करण्यासाठी चाफ्याचे लाकूड वापरतात.

पौराणिक आणि धार्मिक संदर्भ

वाल्मिकी रामायणानुसार, कैकेयीच्या महालाची शोभा चाफ्याच्या झाडाने वाढवली होती (२.१०.३). पंचवटीतील हा देखणा वृक्ष असल्याचे रामायण सांगते (३.१५.१७). 'मलय आणि सह्याद्री पर्वतरांगांमध्ये तो मोठ्या प्रमाणात आढळतो (६.४.७२). सोनेरी छटा असलेली फुले चाफ्याला येतात आणि रामाला ती सीतेच्या मानेप्रमाणे वाटतात,' (३.६०.३२) असे वाल्मिकी रामायणात म्हटले आहे.

'बृहत् संहिते'मध्येही चाफ्याच्या झाडाचा उल्लेख आहे (२९.८).

अतिशय मंद सुगंध असणारी चाफ्याची फुले पूजेमध्ये, विशेषतः भगवान कृष्ण आणि शिवशंकराच्या पूजेमध्ये वापरली जातात.

हिंदूंनी ज्याला प्रेमदेवता मानले आहे, त्या कामदेवाच्या बाणांपैकी एक म्हणजे चाफ्याचे फूल.

आठव्या बुद्धाशी म्हणजे मैत्रेयाशी चाफ्याच्या फुलांचे नाते आहे (फाऊचर १९१४, ८८).

मथुरा आणि नागार्जुनकोंडा येथील स्तूपांवर चाफ्याच्या झाडाखाली उभ्या असलेल्या स्त्रीची शिल्पे आहेत. एका पट्टिकेवर दाखवलेल्या स्त्रीच्या एका हातात स्नानसाहित्याने भरलेले तबक आहे. दुसऱ्या हातात एक परडी आहे आणि ती चाफ्याच्या झाडाखाली उभी आहे. कालिदासाच्या *रघुवंशम*धील एका वर्णनाशी मिळतेजुळते हे दृश्य आहे. तेथेही 'एका

स्त्रीच्या हातात स्नानसाहित्य आहे, आणि ती चाफ्याची झाडे असलेल्या अरण्यातून जाते आहे,' असे कालिदास सांगतो. जेथे या वृक्षाचे शिल्पांकित पुरावे सापडतात, त्या मध्य प्रदेशात चाफ्याच्या झाडाची वने एके काळी असली पाहिजेत. सांची येथील प्रवेशद्वाराच्या एका शिल्पपट्टिकेवर एक नग्न स्त्रीआकृती कोरलेली आहे. अंगावर दागिने ल्यायलेली, शरीर तीन ठिकाणी वाकवलेली ही स्त्री चाफ्याच्या झाडाखाली उभी आहे (एस. एम. गुप्ता १९८७, १०३-०९).

जैन तीर्थंकर मुनीसुव्रत यांना चाफ्याच्या वृक्षाखाली दैवी ज्ञान प्राप्त झाले (बी. सी. भट्टाचार्य १९७४, ५५).

शोलिग आदिवासींच्या लोकसाहित्यानुसार चाफ्याचे झाड म्हणजे लक्ष्मीचा अवतार आहे आणि या आदिवासींच्या निसर्गाशी असलेल्या नात्याचे ते प्रतीकही आहे. एका कथेनुसार राजाच्या प्रधानाच्या गुणी मुलीचे रूपांतर चाफ्याच्या झाडात झाले; या झाडाला पिवळी नव्हे, तर रसरशीत सोनेरी फुले येत, अशी समजूत या आदिवासींमध्ये आहे (पटनाईक, १९९३, १६४).

जो चाफ्याची दोन झाडे लावेल, तो मृत्यूनंतर स्वर्गात जाईल, असे ब्रह्मदेवाने वचन दिले असल्याचेही सांगितले जाते (बर्डवुड १९९२, ८७).

मुस्लीम धर्मीयांच्या मनातही या झाडाविषयी आदर आहे. अहमदाबादमध्ये प्रसिद्ध मुस्लीम संत मुसा सोहग यांच्या कबरीजवळ एक विशाल चाफ्याचे झाड आहे. या झाडाच्या फांद्यांवर काचेच्या बांगड्या टांगलेल्या दिसतात. निपुत्रिक या ठिकाणी जाऊन या संतमहात्म्याला बांगड्या अर्पण करतात. भाविकांच्या क्षमतेवर बांगड्यांची संख्या अवलंबून असते.

चाफ्याचे झाड हा जीवनदायी वृक्ष असल्याची श्रद्धा आहे (बर्डवुड, १९९२, ८९).

ज्येष्ठ महिन्यात, प्रद्युम्नाची पूजा करताना चाफ्याची फुले आवर्जून वाहिली जातात. प्रद्युम्न हा कामदेवाचा अवतार मानला जातो.

औषधी उपयोग

चाफ्याच्या झाडाची साल, फुले आणि फळे आयुर्वेदिक औषधांमध्ये वापरली जातात. अंगदुखीसह येणारा ताप आणि गुप्तरोग बरे करण्यासाठी फुलांचा उपयोग करतात. ही फुले तेलात वाटून ते मिश्रण डोके दुखत असल्यास किंवा डोळ्यांचे विकार असल्यास लावतात.

चाफ्याच्या बियांपासून लोण्यासारखी चरबी मिळते. तीही औषधी असते, असे म्हणतात (षण्मुगम, १९८९, ३१०-११).

पोटदुखी, आतड्याची सूज आणि मूत्रविकारांमध्ये सालीचा काढा पोटात दिला जातो.

अल्सर, अतिसार, खोकला-कफ, मासिक पाळीच्या वेळी होणारा अतिरिक्त रक्तस्राव, बाळंतपणातील ताप, असे आजार बरे करण्यासाठी ओडिशातील मयूरभंज

जल्ह्यातील खरिया, मनकडिया, भूमिजा, गोंड, कोल आणि महाली आदिवासी आणि ध्य प्रदेशातील मरकंटक प्रदेशातील गोंड, भिल्ल, बैगा, कोरकू, भडिया, हल्वा, कौल गणि मारिया आदिवासी चाफ्याच्या झाडाच्या विविध भागांचा उपयोग करतात (पटनाईक ९९३, १६४).

निवळी

वनस्पतिशास्त्रीय नाव : *Strychnos potatorum* Linn.
इंग्लिश नाव : Clearing Nut Tree
स्थानिक नावे : निर्मली (हिंदी), कटक (संस्कृत)
प्रकार : वृक्ष
विस्तार : आफ्रिका, भारत, श्रीलंका, म्यानमार

ाधारणतः दहा मीटर उंचीपर्यंत वाढणारा हा मध्यम पानगळीचा वृक्ष आहे. लोहयुक्त मिनींसाठी हा वृक्ष योग्य आहे. उष्णकटिबंधीय प्रदेशात तो प्रामुख्याने आढळतो. काही ळा समुद्रसपाटीपासून १२०० मीटर उंचीपर्यंतच्या कोरड्या उष्णकटिबंधीय जंगलांतही ो दिसतो.

पूर्वीच्या काळी चिखलयुक्त पाणी स्वच्छ करण्यासाठी निवळीच्या बियांचा वापर केला जात असे (कृष्णमूर्ती १९९३, ५१५). भारतातील सावरा, जटापू, कडपा आणि लियन या आदिवासी जमाती पारंपरिकरीत्या या बियांचा वापर पाणी शुद्ध करण्यासाठी करत आल्या आहेत. या बियांचा हा गुण या आदिवासींना शतकानुशतके परिचयाचा आहे. निवळीच्या बियांची पूड करून ती पाण्यात मिसळतात; यामुळे माती आणि इतर घाण ळाला बसते. मग हे पाणी गाळून घेतात. थोरिअम आणि इतर किरणोत्सर्गी पदार्थांशी संयोग ावण्याचा गुणधर्म या बियांमध्ये असल्यामुळे अनेक ौद्योगिक प्रदूषके दूर करण्यासाठी त्यांचा उपयोग होतो सिन्हा, वलनी आणि सिन्हा २००९, ३५).

निवळी

ौराणिक आणि धार्मिक संदर्भ

कटकारण्यात ब्रह्मदेवाने लिंग निर्माण केले अशी श्रद्धा ाहे. मग त्याने स्वतः या लिंगाची पूजा केली, असे हणतात. म्हणून कटक किंवा निवळीचे झाड शिवाशी ंगडित आहे.

शिवाचे रूप असलेल्या ब्रह्मपुरीश्वर मंदिराशी हा

वृक्ष जोडलेला आहे. सातव्या शतकातील तामिळ शैव कवी अप्पर, सुंदरर आणि संपंथर हे ब्रह्मपुरीश्वराचे भक्त होते. तामिळनाडूमधील तिरुवारूर जिल्ह्यात तिरुकुवलई या ठिकाणी हे मंदिर आहे.

औषधी उपयोग

सर्वसाधारणपणे डोळ्याच्या विकारांमध्ये डोळ्यांवर लावण्यासाठी निवळीचा उपयोग होतो (खान १९२७, ३५०). अतिसार, कफ आणि मधुमेहावरच्या उपचारांमध्ये निवळीच्या फळांचा गर काढून त्याचा काढा देतात.

बियांची पूड मधात मिसळून गळवांवर लावतात. निवळीच्या बियांची चिमूटभर पूड दररोज पाण्याबरोबर घेतली तर छाती स्वच्छ राहते. अतिसार बरा करण्यासाठी ही बी ताकातून दिली जाते; तर संसर्गजन्य गुप्तरोग बरे करण्यासाठी आणि मूत्रविसर्जन यंत्रणेचा दाह कमी करण्यासाठी निवळीच्या बियांची पूड गायीच्या दुधातून घेतात (षण्मुगम १९८९, ४६१).

उंबर

वनस्पतिशास्त्रीय नाव	:	*Ficus racemosa* L.
इंग्लिश नाव	:	Cluster Fig
स्थानिक नावे	:	गुलर, अंबर, दूमर (हिंदी), औदुंबर, हेमदुग्धक, जंतुफळ, सदाफळ, यज्ञांग (संस्कृत)
प्रकार	:	वृक्ष
विस्तार	:	आशिया (समशीतोष्ण, उष्णकटिबंधीय), ऑस्ट्रेलिया, इतरत्रही लागवड

उंबर हा अतिशय आकर्षक वृक्ष आहे. ओबडधोबड बुंधा आणि विस्तारणाऱ्या फांद्या असलेल्या या झाडाला वडासारख्या पारंब्या नसतात. *Moraceae* या कुळातील हा वृक्ष मूळ दक्षिण आशियातील आहे. अगदी मऊमऊ असलेली उंबरे थेट झाडाच्या बुंध्यालाच लागतात.

पौराणिक आणि धार्मिक संदर्भ

उंबराच्या झाडाला फुले येत नाहीत. दिवाळीच्या रात्री देव या झाडावर जमतात आणि सगळी फुले तोडतात; म्हणून उंबराला फुले नसतात, असे म्हणतात.

उंबर हा पवित्र पंचवटांचा एक घटक आहे आणि तो कल्पवृक्ष– इच्छापूर्ती करणारा वृक्ष आहे, अशी समजूत आहे. हिंदू या झाडाला पवित्र मानतात. उंबराचे लाकूड होमासाठी

वापरले जाते. या झाडाचे मूळ म्हणजे ब्रह्मदेव, साल म्हणते विष्णू आणि फांद्या म्हणजे शिव असल्याची हिंदूंची श्रद्धा आहे. या झाडाची तुलना श्रीविष्णूंशी केली जाते. वस्तुतः विष्णूचे एक नाव औदुंबर आहे.

यज्ञाचा खांब आणि पळी औदुंबराच्या लाकडापासून बनवली असल्याचा उल्लेख अथर्व वेदात (१९.३१.१-४) आहे. समृद्धी प्राप्त करण्याचे आणि शत्रूंचा निःपात करण्याचे साधन म्हणून औदुंबराला महत्त्व आहे (शशी १९९९, २४१, २४४-४६). अथर्ववेद (१९.३१) या झाडाची स्तुती करतो आणि हा वृक्ष म्हणजे ताईत आहे, असे सांगतो.

हिंदू परंपरेनुसार, सोम यज्ञाच्या शेवटी ज्याची पूजा केली जाते, त्या विवस्वानाचे सिंहासन उंबराच्या लाकडापासून बनवले जाते. उंबर दत्तात्रेयाला प्रिय आहे. वैश्य विद्यार्थ्याने मुंजीच्या वेळी औदुंबराच्या झाडापासून तयार केलेला दंड वापरावा, असे मनूनेही लिहून ठेवले आहे.

उत्तर प्रदेश आणि बिहारच्या पूर्वेकडच्या जिल्ह्यांमध्ये एक जुनी समजूत आहे– शिजवलेल्या अन्नाच्या भांड्यात किंवा कोठीच्या खोलीत उंबराचे फूल ठेवले तर ते भांडे किंवा खोली कधी रिकामी राहत नाही. भोजपुरी लोक मात्र घरासमोर हे झाड लावणे अशुभ समजतात. त्यांच्या मते हा वृक्ष दुःख आणि निराशा देणारा आहे. त्यामुळे उंबराच्या झाडाखाली बसून रडणाऱ्या किंवा उंबराचे बेचव फळ खाणाऱ्या खोड्याळ मुलांना भोजपुरी आया नेहमी रागावतात. उंबराच्या फुलाला भोजपुरी लोक 'गोडा' म्हणतात. उंबराच्या नुसत्या सावलीनेही माणसाचे गुण आणि धार्मिक वृत्ती नष्ट होते, अशी त्यांची समजूत आहे. त्यामुळे तेथील धार्मिक लोक (स्त्रिया आणि पुरुष) या झाडाच्या जवळपास जाणे कटाक्षाने टाळतात (उपाध्याय १९६४, १५-३४).

भगवान बुद्धांचे प्रतीक असणारा औदुंबर, ख्रिस्तपूर्व तिसरे शतक, सांची, मध्य प्रदेश

औदुंबर हा बोधिवृक्ष आहे. कनक मुनींना याच वृक्षाखाली ज्ञानप्राप्ती झाली. बौद्ध ग्रंथांनुसार या झाडाला बुद्ध जन्मापूर्वी एकदा फुले आली आणि कदाचित त्यानंतर ३००० वर्षांनीच तो पुन्हा फुलेल. जर उंबराला फुले आली तर बौद्धधर्मीयांच्या दृष्टीने ती अमानवी, सैतानी घटना असते (वॅटसन, १९९३, ३८).

कूर्म पुराणानुसार (२.२०.४६) उंबर हा निषिद्ध खाद्यपदार्थ आहे. ते खाल्ल्यास प्रायश्चित्त म्हणून माणसाने तप्तकृच्छ्र करणे अपेक्षित आहे. (तप्तकृच्छ्र : प्रत्येकी तीन दिवस गरम पाणी, दूध आणि तूप पिण्याचा आणि तीन दिवस गरम हवा श्वासात भरून घेण्याचा

धार्मिक संयमवजा विधी) ('मनुसंहिता', ११.१५७; २१५; 'याज्ञवल्क्य स्मृती', ३.३१८).

स्त्रियांच्या प्रसूतीच्या वेळी गर्भवती स्त्रीच्या खोलीत हिंदू या झाडाच्या खोडाचा तुकडा ठेवतात आणि यज्ञविधीत होमहवनातही याच्या समिधा वापरतात. जर मृतदेह सापडला नाही किंवा कोणत्याही कारणाने उपलब्ध नसला तर हिंदू या झाडाच्या लाकडापासून प्रतिकृती बनवून अंत्यविधी करतात.

वेरिअर एलविन यांच्या म्हणण्यानुसार दुमारिअन जमातीचे लोक मूल व्हावे म्हणून या झाडाची पूजा करतात (एस. एम. गुप्ता १९९१, ५०).

औषधी उपयोग

उंबराच्या झाडाच्या मुळांपासून मिळणारे सत्त्व मधुमेह आणि जुलाबांवरच्या उपचारात वापरतात (षण्मुगम १९८९, १४). झाडाच्या सालीचा रस गळवे, काखेतील गाठी, वृषणाच्या नलिकांची सूज, वृषणात पाणी होणे, वृषणाला सूज येणे या विकारांमध्ये गुणकारी असतो. चिघळलेल्या जखमा बऱ्या करण्यासाठी उंबराच्या पानांचा काढा दिला जातो. मूत्रविकारांवरच्या उपचारांमध्ये झाडाची साल आणि फळ यांचा एकत्रित उपयोग करतात. रक्तस्राव थांबवण्यासाठीही सालीचा उपयोग होतो (दस्तूर १९६२, ८५).

नारळ

वनस्पतिशास्त्रीय नाव	:	*Cocos nucifera* L.
इंग्लिश नाव	:	Coconut
स्थानिक नावे	:	नारियल (हिंदी), नरीकेल (संस्कृत)
प्रकार	:	वृक्ष
विस्तार	:	आशिया (उष्णकटिबंधीय), ऑस्ट्रेलिया, प्रशांत महासागरी प्रदेश. इतरत्रही रुजला आहे.

नारळाचे झाड भारताच्या किनारी प्रदेशात सर्वत्र आढळते. याच भागात त्याची मोठी लागवड होते. जमिनीची धूप नियंत्रित करण्याचे काम हे झाड करते; खारे वारे आणि वादळी वारे यांना रोखणाऱ्या अडथळ्याची भूमिका पार पाडते. नारळाच्या झाडाच्या लागवडीमुळे खतांचा वापर न करताही जमिनीची सुपीकता वाढते. प्राचीन काळापासून अन्न, पेय, तंतुमय पदार्थ, इंधन इत्यादी गोष्टींचा स्रोत म्हणून भारतातील लोक नारळाच्या झाडावर अवलंबून आहेत. आजही यातील अनेक गोष्टी महत्त्वाच्या आहेतच.

'कोको' या स्पॅनिश शब्दापासून– नारळाचे *Cocos* हे कूळनाम आणि इंग्लिश-मधील 'कोकोनट' हे नाव तयार झाले आहे. 'कोको'चा स्पॅनिश भाषेतील अर्थ 'माकडाचे

नोंड'. सोळाव्या शतकातील स्पॅनिश आणि पोर्तुगीज प्रवाशांना नारळात आणि माकडाच्या चेहऱ्यात साम्य जाणवल्यामुळे त्यांनी हे नाव दिले असावे, असे वाटते. *nucifera* या शब्दाचा अर्थ 'कठीण कवच धारण करणारे'.

'नरीकेल' या संस्कृत शब्दाचा अर्थ आहे पाण्याचा झरा किंवा फवारा. पर्शिअन्स 'नर्गिल' हा शब्द हुक्क्यासाठी वापरतात. नारळाच्या कवचात जसे पाणी असते, तसा हुक्कादाणीतील तंबाखूचा धूर लांब, लवचीक, सापासारख्या वळणदार नळीने ओढून घेतात.

नारळाच्या झाडाच्या उगमाबाबत बरेच वाद आहेत. काहींच्या मते हा वृक्ष मुळात पश्चिम प्रशांत महासागरी किंवा पूर्व भारतीय प्रदेशातील आहे, तर इतर काहींच्या मते तो मूळचा दक्षिण अमेरिकेतील आहे. मूळ कोणतेही असो, सगळ्या पाम वृक्षांपैकी सर्वांत जास्त लागवड केली जाणारा हा वृक्ष आहे. ऐंशीहून जास्त देशांमध्ये त्याची लागवड केली जाते. बहुतेक सर्व उष्णकटिबंधीय बेटांवर आणि किनारी प्रदेशांत तो आढळतो. काही उपउष्णकटिबंधीय भागातही त्याचे अस्तित्व आहे.

उष्णकटिबंधीय प्रदेशातील नारळ हा सर्वात लोकप्रिय पाम वृक्ष आहे. त्याचा बुंधा उंच, फिकट राखाडी रंगाचा असतो. त्याला फांद्या नसतात. पानांचे गोलाकार व्रण काही ठरावीक अंतरावर असतात. बुंध्याचा जमिनीलगतचा भाग मोठा, सुजल्यासारखा असतो. त्या ठिकाणीच झाडाला आधार देणारी मुळे फुटतात. ही मुळे वादळे, वावटळीतही झाडाला भक्कम आधार देतात. प्रत्येक पानाला मध्यभागी एक कडक अक्ष असतो आणि त्याच्या दोन्ही बाजूला लांब पण लहानलहान पाने फुटतात. बुंध्याच्या अगदी वरच्या टोकाला झाल्याप्रमाणे नवी पाने फुटतात आणि हळूहळू उलगडत जाऊन ती पर्णमुकुटात आपले स्थान निर्माण करतात. सर्वसाधारण पाम वृक्षाला दर महिन्याला एक पान फुटते.

नारळाचे झाड गाळाच्या किंवा चिकणमातीच्या जमिनीत वाढते. समुद्रकिनाऱ्याची जमीन आणि हवा त्याच्या वाढीला पूरक असते. भरपूर सूर्यप्रकाश आणि नियमित पाऊस असेल तर नारळाची वाढ उत्तम होते. याखेरीज, नारळाला भरपूर आर्द्रतेची आवश्यकता असते. यामुळेच भूमध्य सागरी प्रदेशात तापमान जास्त असूनही नारळाची झाडे फारशी आढळत नाहीत.

नारळाच्या फळाच्या कवचाच्या म्हणजेच करवंटीच्या आतला भाग (खोबरे) कच्चा खातात.

वाळलेल्या नारळापासून खोबरेल तेल काढतात. ते स्वयंपाकात, साबणांत आणि सौंदर्य प्रसाधनांमध्ये वापरतात. तेल काढल्यानंतरचा चोथा गुरांना चारा म्हणून उपयोगी पडतो. पिसवा चावल्या तर वाहणारे रक्त थांबवण्यासाठीही खोबरेल तेलाचा उपयोग होतो.

नारळाच्या करवंटीचा उपयोग कोळसा तयार करण्यासाठी करतात. हा कोळसा वास आणि रंग घालवण्यासाठी उपयुक्त असतो. कृत्रिम राळ आणि सरस बनवताना आणि फेनॉलिक मोल्डिंग पावडर तयार करताना नारळाच्या करवंटीचे पीठ अत्यंत उपयोगी ठरते

(संबामूर्ती आणि सुब्रमण्यम् १९८९).

कंपोस्ट खत तयार करण्यासाठी काथ्या वापरतात. हे सेंद्रिय खत जमिनीचे कुठल्याही प्रकारे प्रदूषण करत नाही. जमीन झाकण्यासाठीही काथ्याचा वापर करतात (नायर, राममूर्ती आणि अग्रवाल १९८९, २१).

घरांची छपरे करण्यासाठी नारळाच्या झावळ्या वापरतात.

पौराणिक आणि धार्मिक संदर्भ

भारतात सगळीकडेच कल्पवृक्ष म्हणून नारळाला खूप मान आहे. नारळाला श्रीफळही म्हणतात. श्रीफळ हे भारतीय संस्कृतीतील सर्वात मोठे शुभचिन्ह आहे. पाण्याने किंवा तांदळाने भरलेल्या कुंभावर पाच पानांच्या आंब्याच्या डहाळीसह ठेवलेला नारळ हे सुफलनाचे प्रतीक आहे. तेलगू स्त्रिया या कुंभावर चेहरा रंगवतात आणि वरलक्ष्मी म्हणून त्याची पूजा करतात. वरलक्ष्मी ही समृद्धीचा वर देणारी देवता मानली जाते.

नारळाचा उल्लेख अथर्व वेदात (३.३.१६) आहे. त्यात म्हटले आहे, शेजारपाजारच्या बायकांनी लहान मुलाला सांगितले, "तू कोठूनही नारळ आणलास तर तुझी आई बरी होईल."

वाल्मिकी रामायणात नारळाचे आणि नारळ खाणाऱ्या वनवासींचे किंवा किष्किंधा कांडातील व सुंदरकांडातील वानरांचे अनेक उल्लेख आहेत (स्मिथ १९७६, २६-३०).

जैनधर्मात नारळ हे भुकेपासून मिळणाऱ्या मुक्तीचे प्रतीक आहे. रंगवलेला नारळ हे आत्मवंचनेच्या अंधाराच्या विनाशाचे प्रतीक आहे (शाह १९९८, २६२).

*कथासरित्सागर*मध्ये (५४.१९-२३) सोमदेव, एका विशाल समुद्राच्या मध्यभागी असलेल्या नरीकेल बेटाविषयी सांगतो. या बेटावरून देव हवेतून शुभ्र बेटांवर जातात, असे त्याने म्हटले आहे.

रघुराजाची विजयी सेना नारळापासून बनवलेल्या मद्याचा आस्वाद घेत असल्याचा उल्लेख कालिदासाच्या *रघुवंशा*मध्येही (४-४२) आहे.

ब्रह्मपुराणानुसार (१.१.८), 'ब्रह्माने हातात धरलेल्या नारळाच्या कमंडलूतही पाणी आहे. सगळ्या निर्मितीचे कुठल्याही अनागोंदीशिवाय असलेले धांदलविरहित अस्तित्व आणि सातत्य यातून सूचित होते.' ब्रह्मवैवर्त पुराणानुसार (५५), 'ताड, पनस आणि नारळाच्या झाडाची फळे मोहरीच्या बीच्या आकाराची होतील. कालांतराने ती आणखी लहान होत जातील.' अग्निपुराणाने (१७३.६६१) द्राक्ष, ऊस, पाम आणि नारळाच्या मद्याचे वर्गीकरण करताना नारळाचे मद्य खूप उन्मादकारक असल्याचे म्हटले अहे.

हिंदूंच्या आणि हिंदू परंपरांच्या अनेक विधिविधानांमध्ये नारळ अत्यावश्यक घटक आहे. लखलखत्या धातूंनी आणि इतर शुभचिन्हांनी नारळ अनेकदा सुशोभित केला जातो. देवळातील आणि घरातील पूजेच्या वेळी देवाला नारळ अर्पण केला जातो.

भारतातील सगळ्या जातिधर्मांचे मच्छिमार वरुणदेवतेला प्रसन्न करण्यासाठी नदीला

आणि समुद्राला नारळ अर्पण करतात. भरपूर मासे जाळ्यात अडकावेत, अशी प्रार्थना हे लोक नारळ वाहताना करतात.

हिंदूंच्या लग्न समारंभात उघड्या कुंभावर ठेवलेला नारळ हे गर्भाशयाचे प्रतीक असते.

हिंदू कोणत्याही नव्या कार्याचा आरंभ नारळ फोडून करतात. यामागे परमेश्वराचा आशीर्वाद मिळावा आणि काम यशस्वीरीत्या पूर्ण व्हावे, अशी इच्छा असते.

तांत्रिकांच्या विधींमध्ये माणसाच्या कवटीला पर्याय म्हणून नारळ वापरतात.

संपत्ती आणि कल्याणाची देवता असलेली, हिंदू धर्मातील लक्ष्मी नेहमी हातात नारळ धारण केलेल्या स्वरूपात दर्शवली जाते.

हिंदू पुराणकथांनुसार, आपल्या नश्वर देहाने स्वर्गात प्रवेश करू पाहणाऱ्या, पण देवांनी हाकलून दिलेल्या सत्यव्रत राजाला आधार देण्यासाठी विश्वामित्र ऋषींनी नारळाच्या झाडाची निर्मिती केली. सत्यव्रत हा सूर्य वंशातील ख्यातनाम राजा होता. अतिशय सज्जन आणि सदाचारी असा राज्यकर्ता होता. वृत्तीने तो अत्यंत धार्मिक होता. त्याची फक्त एकच इच्छा होती– आपला नश्वर देह कायम ठेवून त्याला स्वर्गात जायचे होते.

राजा त्रिशंकूची कथाही काहीशी अशी आहे. तोही संत प्रवृत्तीचा राजा होता. हाडा-मांसाच्या देहासकट स्वर्गात जाण्याची त्याची इच्छा होती. एकदा त्याने विश्वामित्रांसाठी काही चांगले कृत्य केले होते. त्यामुळे ऋषींनी त्याची इच्छा पूर्ण करण्यासाठी त्याला मदत करायचे ठरवले. त्यानुसार त्यांनी यज्ञ केला आणि त्रिशंकू स्वर्गाच्या दिशेने वर जाऊ लागला. जेव्हा, देवांचा राजा असलेल्या इंद्राने त्रिशंकूला स्वर्गाच्या प्रवेशद्वाराशी पाहिले, तेव्हा संतापून त्याने त्रिशंकूची गचांडी धरून त्याला खाली फेकले. विश्वामित्रांनी त्याला खाली कोसळताना पाहिले आणि ते ओरडले, "त्रिशंकू आत्ता जेथे आहे, तिथेच त्याला राहू दे!" त्यामुळे त्रिशंकूचा खालच्या दिशेने सुरू असणारा प्रवास एकाकी थांबला. पण इंद्र त्याला स्वर्गारोहण करू देत नव्हता आणि विश्वामित्र खाली येऊ देत नव्हते. त्यामुळे त्रिशंकू स्वर्ग आणि पृथ्वी यांच्या दरम्यान लटकलेल्या अवस्थेत होता. नारळाच्या झाडाचा उगम स्पष्ट करण्यासाठी लोकसाहित्याने ही दंतकथा फुलवली आहे. कुठलातरी टेकू लावला नाही तर त्रिशंकू काही काळानंतर खाली पडणार, हे विश्वामित्रांना माहीत होते. त्यामुळे त्यांनी एक लांबलचक खांब घेऊन त्याला तिथेच रोखून धरले. नंतर या खांबाचेच रूपांतर नारळाच्या झाडात झाले आणि त्रिशंकूचे डोके म्हणजे नारळाचे फळ बनले. नारळाचा काथ्या म्हणजे त्रिशंकूची

नारळाचा वृक्ष, जंबुकेश्वर मंदिर, तिरुवनईक्का, जिल्हा तिरुचिरापल्ली, तामिळनाडू

दाढी आहे, असे लोकसाहित्य सांगते. काथ्या काढल्या की तुमच्यावर रोखलेले त्याचे डोळे दिसतात (एस. एम. गुप्ता १९९१, २८).

नारळ हा मुळात देववृक्ष (दैवी वृक्ष) होता, अशी केरळातील एक सुपरिचित कथा आहे. मलबार किनारपट्टीवरील लोकांची भरभराट व्हावी, म्हणून परशुरामाने तो स्वर्गातून पृथ्वीवर आणला, असे ही दंतकथा सांगते. म्हणूनच या किनारपट्टीला 'केरळ' हे नाव मिळाले. 'केरळ' किंवा 'केरला'चा अर्थ आहे नारळांची भूमी.

भविष्य पुराणाने एका देहाचे वर्णन करताना म्हटले आहे, 'त्या देहाचे डोके नारळाचे, दुधीभोपळ्याचे तोंड, पाच रत्नांचे दात, केळीची जीभ, दोन शिंपल्यांचे डोळे, मातीचे नाक, केळीच्या पानांचे कान, उंबराच्या झाडाच्या फांद्यांचे केस, कमळाच्या तंतूंची आतडी, माती आणि जवाच्या लगद्याचे मांस, मधाचे रक्त, हरणाच्या कातडीची त्वचा, नाभीसाठी कमळ, माठी रिंगणीचा बीजांडकोष आणि झाडाच्या सालीची वस्त्रे आहेत.' 'भारताचे नारळगृह' म्हणून ख्याती असलेल्या केरळात करवंटीचे मुखवटे हे लाडके खेळणे आणि सजावटीचे उत्तम साधनही आहे.

मच्छिमार कुटुंबात जन्मलेल्या केरळातील एका तरुणाला मासे पकडण्याची कला अवगत नव्हती. प्रयत्न करूनही त्याला कधीच मासे पकडता आले नाहीत आणि तो गरीब होत गेला. त्याच्यावर उपासमारीची वेळ आली. गावातील सगळे लोक त्याला हसायचे. त्यामुळे त्याने एखादी जादू शिकायचे ठरवले. जादूगाराकडे जाऊन त्याने स्वत:च्या शरीरापासून डोके वेगळे करण्याची कला आत्मसात केली. संध्याकाळच्या वेळी समुद्रकिनारा अगदी शांत असे. दिवसा मासेमारी करून लोक घरी परतलेले असायचे. अशा वेळी तो एका सुनसान कोपऱ्यात जाऊन आपल्या धडावरून डोके काढायचा आणि समुद्रात सूर मारायचा. हे दृश्य माशांसाठी नेहमीपेक्षा वेगळे असल्यामुळे ते त्याच्याभोवती गोळा व्हायचे. लहान मासे गळ्याच्या पोकळीतून शरीरात शिरायचे. हा माणूस पोहून किनाऱ्यावर यायचा, आत शिरलेले मासे बाहेर काढे आणि मानेवर डोके परत बसवून टाकायचा. मग गावात जाऊन तो सगळ्यांना पकडलेले मासे दाखवायचा; पण त्याने आपले गुपित मात्र कुणाला सांगितले नव्हते. अर्थात, त्याच्या झोपडीत मासेमारीसाठीची जाळी किंवा खांब कधीच न दिसल्यामुळे किंवा त्याला किनाऱ्यावरही कधीच न पाहिल्यामुळे गावकऱ्यांना सगळ्या प्रकाराचे प्रचंड नवल वाटत होते. एक दिवस, एका लहान मुलाने या माणसाचा पाठलाग केला, तेव्हा आपले डोके धडावरून उतरवून तो समुद्रात उतरत असल्याचे त्याने पाहिले. मग त्या लहानग्याने धिटाईने पुढे जाऊन ते डोके उचलले आणि तिथून तो पसार झाला. काही यार्डांचे अंतर पार केल्यावर त्याला त्या डोक्याचे वजन पेलवेना. त्यामुळे त्याने ते शेजारच्या झुडपांत फेकून दिले. तो तरुण पाण्यातून बाहेर आला, तेव्हा त्याला काही केल्या स्वत:चे डोके सापडेना. सगळीकडे शोधूनही त्याला ते आढळले नाही, आणि त्याची जादूची शक्तीही संपायला आली होती. त्यामुळे त्याने परत समुद्रात उडी घेतली आणि

तो मासा बनला. तोपर्यंत त्या लहान मुलाने सगळ्या गावकऱ्यांना त्या डोक्याचा चमत्कार दाखवण्यासाठी बोलावले. सगळे लोक किनाऱ्याजवळच्या झुडपाशी गोळा होईपर्यंत तिथे एक उंच, निमुळता पाम वृक्ष वाढला होता. त्यावर कठीण कवच असलेली फळेही लागली होती. प्रत्येक फळावर मानवी चेहरा दिसत होता. नारळाच्या झाडाची निर्मिती झाली, ती अशी (गांधी आणि सिंग १९८९, ६९-७०).

नारळ हे अत्यंत शुभ फळ समजले जाते आणि हिंदूंच्या अनेक धार्मिक विधिविधानांचा आणि सण-उत्सवांचा नारळ हा एक आवश्यक भाग असतो. हे समृद्धी आणि भाग्याचे प्रतीक असल्याचा विश्वास हिंदू संस्कृतीने बाळगला आहे. नारळाला 'श्रीफल' म्हणजेच लक्ष्मीचे फळ, असे संबोधले जाते. लक्ष्मी ही समृद्धीची देवता आहे. पाणी आणि तांदळाने भरलेल्या कुंभावर नारळ ठेवून त्याच्याभोवती आंब्याची पाने ठेवली जातात. ही पाने म्हणजे संत-सज्जनांविषयीच्या आदराचे प्रतीक आहे. देवी लक्ष्मी पूर्ण कुंभाच्या रूपाने दर्शवण्याची प्रथा आहे. गृहप्रवेश, मौजीबंधन किंवा उपनयन, लग्नकार्य अशा मंगल प्रसंगी आणि प्रत्येक सण-उत्सवाच्या वेळी या पूर्ण कुंभाचा उपयोग केला जातो.

नारळ हे शिवशंकराच्या मस्तकाचेही प्रतीक मानले जाते. नारळाच्या कठीण कवचावरील काथ्या म्हणजे शिवाच्या जटा आणि करवंटीवरील तीन गोल व्रण म्हणजे शिवाचे तीन डोळे. हिंदू दिव्यकथांनुसार एकदा गणेशाने मस्तकाची आहुती देण्याविषयी भगवान शंकराला विचारले. या आहुतीचे प्रतीक म्हणून शंकराने तीन डोळे असलेल्या नारळाची निर्मिती केली. नारळाचे गणेशाशीही नाते आहे. कुठल्याही शुभकार्याच्या किंवा प्रवासाच्या आरंभी विघ्नविनाशक गणेशाला प्रसन्न करून घेण्यासाठी नारळ फोडतात. नवस फेडण्यासाठीही देवळात किंवा देवाच्या मूर्तीपुढे नारळ फोडण्याची प्रथा आहे.

तामिळनाडूच्या करूर जिल्ह्यात मेट्टूमहादानपुरममधील श्रीमहालक्ष्मी अम्मा मंदिरामध्ये आदि (जून-जुलै) महिन्यात देवीचा वार्षिक उत्सव असतो. या वेळी पुरोहित भाविकांच्या डोक्यावर नारळ फोडतात.

सगळ्या पवित्र विधिविधानांमध्ये यज्ञात बळी म्हणून नारळ वाहण्याची प्रथा आहे.

मानवी सुफलनाचे नारळाशी असलेले नाते भारतभरातील लग्नविधींमध्ये ठळकपणे अधोरेखित होते. गर्भाशयाचे प्रतीक असलेल्या कुंभावर नारळ ठेवला जातो. नारळ हे प्रत्यक्ष जीवनाचेच प्रतीक आहे. तो नवपरिणीत जोडप्याला सुफलनाचे दान देतो, अशी श्रद्धा आहे. गुजरातमध्ये, लग्नाच्या वेळी वधूने वराला नारळ देण्याची प्रथा आहे. हा नारळ नवऱ्याने जन्मभर अमूल्य आठवण म्हणून जपून ठेवायचा असतो (गांधी आणि सिंग १९८९, ७०-७१).

महाराष्ट्रातील प्रभू जातीमध्ये नवऱ्या मुलाच्या डोक्याभोवती अनेकदा नारळ फिरवून नंतर त्याचे तुकडे सगळ्या दिशांना टाकतात. यामुळे दुष्ट शक्तींची बाधा होत नाही, अशी त्यांची श्रद्धा आहे. दक्षिण भारतातील मुस्लीमही इडापिडा टळावी म्हणून नवऱ्या मुलाच्या

डोक्यावरून नारळ आणि लिंबू फिरवून ते दूर टाकतात (क्रूक (१८९६) २००४, १०६).

केरळातील नायर समुदायामध्ये लग्नमंडपातील व्यासपीठावर शुभचिन्ह म्हणून तांदळाने भरलेल्या लाकडी पिंपामध्ये नारळाचे फूल ठेवतात. दक्षिण भारतात लग्नाच्या वेळी सण-उत्सवांमध्ये पानसुपारी समारंभाचा भाग म्हणून विवाहित स्त्रियांना नारळ वाटणे शुभ समजले जाते.

तामिळ लोकांमध्ये विवाहाची खूण म्हणून जे मंगळसूत्र नववधू परिधान करते, त्यात हळकुंडाचा तुकडा किंवा पिवळ्या धाग्याला किंवा सोन्याच्या साखळीला बांधलेले सोन्याचे पदक असते. हा धागा किंवा एकूणच मंगळसूत्र वराने वधूच्या गळ्यात घालण्यापूर्वी नारळाला बांधण्याची पद्धत आहे.

उत्तर भारतात गर्भधारणेची इच्छा असणाऱ्या स्त्रिया मंदिरातील पुरोहिताकडून आशीर्वादाचा नारळ घेतात.

अनेक आदिवासी समूहांच्या लग्नविधींमध्येही नारळाला महत्त्वाचे स्थान आहे. राजस्थान, गुजरात आणि मध्य प्रदेशातील गोंड आणि भिल्ल जमातींमध्ये होळीच्या वेळी 'गोलगोथेरो' नावाचा एक समारंभ असतो. या वेळी एखाद्या झाडाला उंचावर गूळ आणि नारळ बांधतात. स्त्रिया आणि पुरुष या झाडाभोवती दोन स्वतंत्र फेर धरून नाच करतात. आतला स्त्रियांचा फेर तोडण्याचा प्रयत्न करणाऱ्या मुलाला झाडूने मारून थोपवले जाते. तरीही स्त्रियांचे कडे भेदून झाडावरचा नारळ हस्तगत करण्यात जो यशस्वी होतो, त्याला त्या फेरातील कुठलीही मुलगी निवडण्याचे स्वातंत्र्य असते (तनवाणी १९९७, २१).

भारताच्या किनारपट्टीवरचे कोळी लोक पावसाळ्यात वरुणदेवाला प्रसन्न करून घेण्यासाठी समुद्राला नारळ वाहतात. श्रावणातील पौर्णिमेला महाराष्ट्रातील मच्छिमार नारळी पौर्णिमेचा उत्सव मोठ्या धामधुमीत साजरा करतात. या दिवशी मच्छिमार आपल्या बोटी रंगवतात आणि त्यावर वेगवेगळ्या रंगांचे झेंडे लावून बोटी सजवतात. गाणी गात, नाचत, मोठ्या आनंदाने समुद्रात नारळ फेकून माशांचे भरपूर उत्पादन मिळावे, यासाठी प्रार्थना करतात. पावसाळ्यात खवळलेल्या समुद्राने शांत व्हावे आणि समुद्रात पुन्हा बोटी घालता याव्यात, यासाठीही ही प्रार्थना असते.

केरळ राज्यात देवी भगवती म्हणजे नारळाचा आत्मा असल्याची समजूत आहे. काही जणांच्या मते यावरूनच 'केरळ' हे नाव या राज्याला मिळाले. या देवीसाठी वापरल्या जाणाऱ्या गुणवाचक विशेषणांपैकी 'कुरूंबा' हे एक आहे. कुरूंबा म्हणजे शहाळे.

म्हैसूरचे लोक कुलदेवता म्हणून नारळाची पूजा करतात. महाराष्ट्रामध्ये कोकणातील कुणबी नारळाची पूजा करतात आणि पूर्वजांची आठवण म्हणून त्याचे जतन करतात. तयार नारळ झाडावरून उतरवले की कुणबी ते शेतमजुरांना वाटतात.

तामिळनाडूमधील कुंभकोणम हे मंदिराचे गाव आहे. या गावाशी आणि आसपासच्या अनेक गावांशी एक फार रोचक हिंदू दंतकथा जोडलेली आहे. ब्रह्मदेवाने एकदा अमृत, वेद

आणि निर्मितीची बीजे एका कुंभात ठेवली. या कुंभावर आंब्याच्या पानांनी वेढलेला नारळ त्याने ठेवला. मग हा कुंभ त्याने मेरू पर्वताच्या शिखरावर ठेवला. युगान्त दर्शवणाऱ्या महाप्रलयाच्या वेळी हा कुंभ वाहत दक्षिणेकडे येई. कुंभकोणमपासून १० किलोमीटर अंतरावर या कुंभावरील नारळ पाण्यात पडे. त्या क्षणी तेथील पाणी नाहीसे होऊन तिथे शिवलिंग अवतरायचे. हे लिंग आजही 'नरीकेलेश्वर' म्हणून पूजले जाते.

वदकुरूंगदुथुराई या ठिकाणी, एका गर्भवती स्त्रीची तहान भागवण्यासाठी भगवान कुलवनंगीशाने नारळाच्या झाडाचे रूप घेतले असल्याची समजूत आहे.

दक्षिण भारतात प्रत्येक घरापुढे नारळाचे झाड लावणे आवश्यकच समजले जाते.

मुंबई-पुण्यामध्ये बोलीभाषेत 'खोपडा' किंवा 'खोपडी' हे शब्द वारंवार वापरले जातात. त्याचे मूळ 'कोप्रा' म्हणजेच वाळलेले खोबरे या हिंदी शब्दामध्ये आहेत. खोपडी हा शब्द डोके किंवा 'मूर्ख माणूस' या अर्थाने वापरला जातो.

नारळाचा काथ्या आणि लाकूड यांचा वापर केरळ, अंदमान-निकोबार बेटे आणि गोव्यामध्ये अनेक कलाकुसरीच्या वस्तू बनवण्यासाठी होतो. दोऱ्या, घोंगड्या, झाडू आणि वाडग्यांपासून दागिन्यांपर्यंत अनेक वस्तूंमध्ये नारळाच्या झाडाची उपस्थिती असते. यातील अनेक वस्तू पारंपरिक आणि नित्योपायोगी आहेत. इतर अनेक वस्तू शोभेच्या आहेत. त्या पर्यटकांना आवडणाऱ्या आहेत. त्यांची निर्यातही होते. निकोबार बेटांवरील आदिवासींसाठी नारळ हा जीवनवृक्ष आहे. त्यांच्या दैनंदिन आयुष्यात तो अत्यावश्यक आहे. या आदिवासींच्या लोककथांमध्ये आणि लोकगीतांमध्येही नारळाचे अनेक उपयोग सांगितले आहेत.

नारळाच्या झाडाचे काही भाग वापरून एकतारा आणि वीणेसारखी काही लोकवाद्येही तयार केली जातात. सरोद या वाद्याचा भोपळाही नारळाच्या करवंटीपासून बनवतात.

थेय्यम (केरळातील विधी नृत्य) या नृत्याच्या वेळच्या वेषभूषेचा नारळ आवश्यक भाग असतो. नारळाच्या बुंध्याची साल कापून आणि काळ्या, पांढऱ्या, लाल रंगात रंगवून, मुडी किंवा शिरोभूषण तयार केले जाते, तर स्कर्ट बनवण्यासाठी नारळाच्या झावळ्यांचा उपयोग केला जातो. स्त्री भूमिका करणाऱ्यांची वक्षस्थळे सजवण्यासाठी नारळाच्या करवंट्या (मुलारू) वापरल्या जातात.

ओसुअरी किंवा डुक्कर उत्सवाच्या वेळी 'निकोबारीज' हे नृत्य करताना कार निकोबार बेटावरचे आदिवासी समूह नारळाच्या झावळ्यांचाच वेष परिधान करतात. निकोबार बेटांवर नारळाच्या झाडाबाबत अनेक निर्बंध आहेत आणि ते कटाक्षाने पाळलेही जातात.

मणिपूरमध्ये 'यूबी लकपी' (नारळ खेचणे) हा लोकप्रिय खेळ आहे. तो फक्त पुरुषच खेळतात. हा रग्बीसारखा खेळ आहे. फक्त यात चेंडूऐवजी तेल लावलेला नारळ वापरला जातो. खेळाडूंनी गोलरेषेपर्यंत तो न्यायचा असतो.

भारतातील ख्रिश्चन भाविक लेंटच्या दरम्यान येणाऱ्या पाम संडेच्या दिवशी नारळाच्या

कोवळ्या झावळ्यांपासून बनवलेले क्रॉस मिरवणुकीत घेऊन जातात. काही विशिष्ट ख्रिश्चन पापातून मुक्ती मिळण्यासाठी स्वत:ला झावळ्यांनी मारतात.

औषधी उपयोग

नारळाच्या खोडाच्या सालीची राख जंतुनाशक म्हणून, दंतमंजन म्हणून आणि त्वचाविकारात आणि दातदुखी बरी करण्यासाठीही वापरतात. नारळाच्या मुळापासून बनवलेल्या अर्काच्या गुळण्या घसादुखीसाठी गुणकारी असतात. तयार झालेल्या नारळाची करवंटी जाळून मिळणारा डांबरासारखा पदार्थ दाह शमवण्यासाठी उपयुक्त ठरतो. खाज, गजकर्ण आणि इतर त्वचाविकारांमध्ये वापरले जाणारे हे घरगुती औषध आहे (दस्तूर, १९६२, ६१).

शहाळ्याचे पाणी आणि आतील मऊ खोबरे यामुळे गुप्तांगाची आग, जळजळ कमी होते आणि मूत्रविसर्जनाच्या वेळी होणारा त्रासही कमी होतो.

ताडी प्यायल्याने मलावरोध कमी होतो. ताज्या ताडीमध्ये जिरेपूड आणि मिरे घालून प्यायल्यास अंगातील कडकी, गुप्तरोग आणि जुलाब बरे होतात. ताडी हा पोषण आणि ऊर्जेचाही स्रोत आहे. पोटदुखी आणि जुलाबावर नारळ आणि गूळ हा उपाय गुणकारक ठरतो.

नारळाचे नरपुष्प मूत्रातील साखर कमी करण्यासाठी, प्रसूतीनंतरचा रक्तस्राव कमी करण्यासाठी आणि यकृताचे विकार कमी करण्यासाठी उपयुक्त असते. या फुलाचा रस आणि दही हे मिश्रण म्हणजे मासिक पाळीच्या वेळी होणारा अनियमित आणि अतिरिक्त रक्तस्राव कमी करण्यासाठी अत्यंत आदर्श असे औषध आहे (तिरुज्ञानम् १९९५, ४२-४३).

मज्जासंस्थेचे दौर्बल्य, क्षयरोगाची प्रारंभिक अवस्था, आतड्याचे व्रण आणि त्वचेला सुटणारी खाज आणि सूज यांवर नारळाचे दूध हे उत्तम औषध आहे. नारळाचे कोवळे पान रक्ती मूळव्याधीवर उपयुक्त ठरते.

अतिसाराच्या आणि तापावरच्या उपचारात नारळाच्या मुळाचा अर्क, आले आणि ताडगूळ यांपासून बनवलेला काढा देतात. खोबरेल तेलासोबत हा काढा माऊथवॉश म्हणून आणि तोंडाला आतून आलेली सूज बरी करण्यासाठी (तोंड आलेले बरे करण्यासाठी) वापरतात (षण्मुगम १९८९, ४५४).

कदंब

वनस्पतिशास्त्रीय नाव	:	*Anthocephalus cadamba* (Roxb.) Miq.
इंग्लिश नाव	:	Common Bur-Flower
स्थानिक नावे	:	कदम, कदंब (हिंदी), कदंबर्य, हरिप्रिया, कदंब (संस्कृत)
प्रकार	:	वृक्ष
विस्तार	:	भारत, चीन, आग्नेय आशिया, ऑस्ट्रेलिया

nthocephalus हे या वृक्षाचे कूळनाम '*anthos*' आणि '*kephalos*' या दोन ग्रीक
ब्दांवरून आले आहे. याचा अर्थ चेंडूच्या आकाराची फुले. कदंब हे प्रजातीचे नाव या
क्षाचे उगमस्थान सूचित करते.

हे वेगाने वाढणारे, पानगळीचे झाड आहे. त्याची उंची अंदाजे ४५ मीटर असते आणि
वस्तारणारा पर्णसंभार असतो. हा भारत, चीन आणि आग्नेय आशियातील स्थानिक वृक्ष
ाहे. भारतातील आर्द्र, उबदार, पानगळीच्या आणि सदाहरित प्रदेशात साधारणपणे हे झाड
ाढळते. नदीकाठच्या गाळाच्या जमिनीत आणि दलदलीच्या जमिनीत ते प्रामुख्याने वाढते.

कदंबाची फळे कच्ची किंवा शिजवून खातात (कृष्णमूर्ती १९९३, १८०). आणि
ाने गुरांना चारा म्हणून उपयोगी पडतात. फळ्या, प्लायवुड आणि खोकी बनवण्यासाठी या
ाडाच्या लाकडाचा उपयोग होतो. सरपण म्हणून कदंबाचे लाकूड चांगले उपयोगी पडते.

कदंबाचे फूल सूक्ष्मजीवनाशक आणि कीटकांना पळवून लावण्यासाठी उपयुक्त आहे.
वेचे प्रदूषण सोसण्याची क्षमता असणारे हे पानगळीचे झाड हवेत बाष्प उत्सर्जित करत
नसल्यामुळे हवा थंड करण्याचे काम करते (नायर, राममूर्ती, अग्रवाल १९८९, २०, ३६).

ौराणिक आणि धार्मिक संदर्भ

ामायणात या वृक्षाचा वारंवार उल्लेख आहे : चित्रकूट अरण्यातील हा अतिशय सुंदर
ृक्ष आहे (२.९४.९). पंचवटीत हा वृक्ष आढळतो (३.१५.१८). नदीकाठांवरील हा
खणा वृक्ष आहे (४.२७.१८). सुवासिक फुलांनी लगडलेल्या या वृक्षामुळे संपूर्ण जंगल
ुगंधित होते (४.२८.४१). जंगलात हमखास आढळणाऱ्या या वृक्षाच्या फांद्या वानरांच्या
ोळ्यांच्या हालचालींमुळे मोडत आहेत (६.४.७३). लंकेच्या सुवेळ पर्वताभोवती हा वृक्ष
ाहे (६.३०.४) आणि रामाच्या महालाभोवतीच्या बागेतही हा वृक्ष आहे (७.४२.४).

महाभारताच्या वनपर्वात (२६५), लावण्यवती द्रौपदीचे वर्णन करताना ती कदंब
ृक्षाखाली, त्याची फांदी हातात धरून उभी असल्याचे म्हटले आहे. तिला पाहून जयद्रथ
ोहून जातो आणि आपला मित्र कोटिकास्य याला पाठवून, कदंबाची फांदी धरून ती
ोपडीत एकटीच का उभी आहे, हे विचारायला सांगतो. तो द्रौपदीला विचारतो, "तू कोण
ाहेस? वाऱ्याच्या झुळकीने किंचित वाकलेल्या फांदीला धरून उभी असणारी, झोपडीत
कटीच उभी असणारी, रात्रीच्या अंधारातील ज्वाळेसम तेजाळणारी तू कोण आहेस?"
सेस वाटते की या सुंदर ॠचेचा लेखक, वस्तुतः भारतीय कलेतील स्त्री आणि वृक्षप्रतिमांचे
र्णन करतो आहे.

वैष्णवांच्या अनेक मंदिरांमध्ये कदंब वृक्ष शिल्पांकित केला गेला आहे. अर्थात तो
अशा कलात्मक पद्धतीने दाखवला आहे की मूळ वृक्षाशी त्याचे मुळीच साम्य नाही. फक्त
तकथेवरून आपल्याला या वृक्षाची ओळख पटवता येते (एस. एम. गुप्ता १९८७, १०७).

स्त्रियांच्या आयुष्याशी या वृक्षाचे अद्भुत नाते आहे, असे दिसते. एकदा गोकुळातील

वृक्षिका आणि कदंब वृक्ष
ख्रिस्तपूर्व तिसरे शतक, सांची,
रायसेन जिल्हा, मध्य प्रदेश

सुंदर गवळणी यमुनेत अंघोळीला उतरलेल्या असताना खट्याळ कृष्णाने त्यांचे कपडे पळवले आणि तो कदंब वृक्षावर चढून एका फांदीवर निवांत बसून राहिला. कदंब वृक्षाभोवती जमून कपडे परत देण्यासाठी कृष्णाची विनवणी करणाऱ्या गोपिकांची कितीतरी शिल्पे आहेत (कुमारस्वामी १९२७, ६४). कदंब वृक्षाचे कृष्णाच्या आयुष्याशी फार घट्ट नाते आहे; त्याची पूजा आषाढ महिन्यात केली जाते.

विष्णू पुराणात, कृष्णाच्या बालपणीच्या कथांमध्ये कदंबाचा सातत्याने उल्लेख आहे. हिंदू धर्मातील दिव्य कथांमध्ये ज्या पवित्र पर्वतांचे संदर्भ आहेत, त्यापैकी गोमंत पर्वतावर मूळ कदंब वृक्ष वाढतो, अशी भाविकांची श्रद्धा आहे (हॉपकिन्स, १९६८, ६७).

विष्णू पुराणानुसार (२५.५७१.२) कदंब वृक्षाचे मद्यनिर्मितीशीही नाते आहे. त्याच्यापासून 'वाईन' मिळत नाही; पण त्याच्या फुलांवर 'डिस्टिलेशन' प्रक्रिया केल्यावर स्पिरीट मिळते, असे म्हणतात. हे डिस्टिल्ड स्पिरीट 'कादंबरी' म्हणून ओळखले जाते.

चरक आणि सुश्रुत या दोघांनीही उल्लेखलेली ही औषधी वनस्पती आहे (पै, १९७५, २७६-९७). कदंब जंबुद्वीपावर वाढला, अशीही समजूत आहे. या वृक्षाखाली अध्ययन करू नये, असे म्हणतात (कूर्म पुराण, १.४५.१६). या वृक्षापासून स्रवणाऱ्या मद्यार्कांमुळे विद्यार्थ्यांचे लक्ष विचलित होऊ नये, म्हणून हा निर्बंध घातलेला असावा, असे वाटते.

अनेकदा कृष्ण कदंब वृक्षाखाली बासरी वाजवताना दाखवला जातो. ज्या कालिया नागाचा श्वास भयंकर विषारी होता (त्याच्यापासून अनेक मैलांच्या परिसरात येणारे सगळे जीव नष्ट होत असत, इतका त्याचा श्वास विखारी होता, असे कथा सांगतात), तो कालिया डोहात राहत असताना, त्याच्या मध्यभागी असणाऱ्या छोट्याशा बेटावर वाढणारी एकमेव गोष्ट म्हणजे कदंब वृक्ष होता, अशी समजूत आहे (श्रीमद् भागवत, १०.१६).

मदुराईतील मीनाक्षी मंदिराच्या स्थळ पुराणानुसार, आजचे मंदिर ज्या जमिनीवर उभे आहे, तिथे एके काळी कदंब वृक्षांचे दाट जंगल होते. या जंगलात इंद्र रात्रीच्या वेळी यायचा आणि ब्रह्महत्येच्या दोषातून मुक्ती मिळवण्यासाठी कदंब वृक्षाखाली असलेल्या स्वयंभू लिंगाची पूजा करायचा. ज्या विशिष्ट वृक्षाखाली हे लिंग अवतरले, तो वृक्ष या मंदिराचा पवित्र वृक्ष झाला. त्या प्राचीन वृक्षाचा बुंधा आजही जतन केला आहे आणि त्यावर चांदीचा पत्रा मढवला आहे. स्थळ पुराणानुसार कदंब वृक्षांनी आच्छादलेले हे प्रागैतिहासिक जंगल होते आणि ते देवी पार्वतीचे निवासस्थान होते. म्हणूनच पार्वतीची *कदंब वनवासिनी* म्हणून

आराधना केली जाते.

'कादंबरी अम्मा' या देवतेशीही कदंबाचे नाते आहे. मदुराईच्या मीनाक्षी मंदिराच्या आवारात कदंब वृक्षाचा भग्न अवशेषही जपून ठेवलेला आहे. या मंदिरासाठी 'सी. पी. आर. एनव्हायरन्मेंटल एज्युकेशन सेंटर' ही संस्था पुन्हा एकदा कदंब वन विकसित करण्याचे काम करते आहे.

तिरुमुरुगट्टुपडै या ग्रंथानुसार मुरूग (षण्मुग) म्हणजेच कार्तिकेयाला कदंबाच्या लाल फुलांचा हार फार प्रिय होता. मुरूग याच वृक्षात निवास करतो, म्हणून त्याला कदंबन हे नाव मिळाले आहे. *तिरुमुरुगट्टुपडै*मध्ये (२२५) म्हटले आहे. ''फुलांच्या नव्या बहराने लगडलेला कदंब वृक्ष ही मुरूगाने पछाडलेल्या जागांपैकी एक आहे.'' याचाच अर्थ, कदंबाची पूजा म्हणजे मुरूगाची किंवा कार्तिकेयाची पूजा आहे, अशी श्रद्धा होती.

गोहितायनी या स्कंदाला सांभाळणाऱ्या स्त्रीची पूजाही कदंब वृक्षाखाली केली जाते.

नाग लोकही कदंब वृक्षांचे निस्सीम भक्त होते.

हिंदू दिव्यकथांमध्ये कदंब अत्यंत पवित्र मानला गेला आहे. वृक्षपूजेचे प्रतीक म्हणून दक्षिण भारतात कदंबाकडे पाहिले जाते.

मुंडा भाषेमध्ये 'करम' हा शब्द करम किंवा कईम हा वृक्ष सूचित करतो. नंतर याच वृक्षाला कदंब हे नाव मिळाले.

ओडिशा आणि पश्चिम बंगालमधील शेतकरी समुदाय भाद्रपद महिन्यात कदम हा उत्सव साजरा करतात. यावेळी कदम वृक्ष समारंभपूर्वक लावला जातो. त्याला कुंकू, साल वृक्षाची पाने आणि काकड्या वाहिल्या जातात. कदंब वृक्षाची उपासना केल्यामुळे संपत्ती आणि अपत्यप्राप्ती होते, अशी समजूत आहे. कदंबोत्सव हा सणही शेतकऱ्यांचा लोकप्रिय सण आहे. तोही भाद्रपद महिन्यात साजरा होतो. या झाडाची डहाळी आणून घराच्या अंगणात तिची पूजा केली जाते. नंतर दिवसभरात नातेवाईक आणि मित्रमंडळींना धान्याची कणसे वाटली जातात. ही प्रथा पोसट्टमधील तुळू लोकांनीही स्वीकारली आहे. या उत्सवाला ते 'कोरल परबा' म्हणतात.

कदंब वृक्षामुळे ज्या राजघराण्याला कदंब हे नाव मिळाले, त्या राजघराण्याने कदंब वृक्षाला अत्यंत पवित्र मानले होते. दरवर्षी कर्नाटक सरकार या प्राचीन राजघराण्याच्या सन्मानार्थ उत्सव साजरा करते ('Kadambotsava in Banavasi', *The Hindu,* 20th January 2006).

कदंब वृक्षाचे शिवाशी आणि कार्तिकेयाशीही नाते आहे. या विषयीचे अनेक संदर्भ संगम साहित्यात सापडतात.

कदंब वृक्ष बौद्धधर्मीयांसाठीही पवित्र आहे. बौद्ध शिल्पांमध्ये कदंबाचे दर्शन अनेक ठिकाणी होते. भारहूत आणि सांचीच्या शिल्पकलेत वृक्षिकांशी निगडित असलेला कदंब पुष्कळदा दिसतो.

बी. सी. भट्टाचार्य (१९७४, ४८) यांच्या म्हणण्यानुसार वसुपूज्य या जैन तीर्थंकराला दैवी ज्ञानाची प्राप्ती याच झाडाखाली झाली.

औषधी उपयोग

लहान मुलांची पोटदुखी थांबवण्यासाठी त्यांना कदंबाच्या फळाच्या रसात जिरे आणि साखर घालून प्यायला देतात. डोळ्यांची जळजळ होत असेल तर कदंबाच्या सालीच्या ताज्या रसात तेवढाच लिंबाचा रस, अफू आणि तुरटी घालतात आणि हे मिश्रण डोळ्यांभोवती लावतात (षण्मुगम, १९८९, १२७). यामुळे दाह कमी होतो.

दर्भ

वनस्पतिशास्त्रीय नाव	:	*Imperata cylindrica* (L.) P. Beauv.
इंग्लिश नाव	:	Cotton-Wool Grass
स्थानिक नावे	:	दभ, दर्भ (हिंदी), दर्भ, कुश (संस्कृत)
प्रकार	:	गवत
विस्तार	:	आफ्रिका, आशिया, ऑस्ट्रेलिया, युरोप आणि इतर ठिकाणीही ही वनस्पती रुजली आहे.

दर्भ किंवा कुश हे भारतातील सुपरिचित गवत आहे. ताठ आणि बारमाही अशा या वनस्पतीला पानांसारखे देठ असतात. भारताच्या सगळ्या जिल्ह्यांत समुद्रसपाटीपासून २१०० मीटर उंचीपर्यंत ओलसर परिस्थितीत हे झुडूप वाढते.

पूर्ण वाढ होण्याआधीचे कोवळे दर्भ हा गायी-गुरांसाठी उत्तम चारा असतो.

जमिनीतील वाळू धरून ठेवण्याचे काम हे गवत करते. यामुळे जमिनीची धूप रोखण्यासाठी त्याची मदत होते.

पौराणिक आणि धार्मिक संदर्भ

'कुश' या संस्कृत शब्दाचा अर्थ पवित्र असा आहे. वेदांमध्ये कुश आणि दर्भ या दोन्हींचा उल्लेख आहे. ऋग्वेदात (१.१९१.३) त्याला दर्भ म्हटले आहे. अथर्व वेदानेही (६.४३.२; ७.७.२०; १०.४.१३) या गवताचा उल्लेख केला आहे. राग शांत करण्यासाठी त्याचा उपयोग होतो. हे गवत 'भरपूर मुळे असलेले' (६.४३; ६.४३.२); हजार पाने (सहस्रपर्णी) आणि शंभर कंद (शतकंद)(१९.३२.१) असलेले आहे, असेही अथर्ववेद सांगतो. वैष्णव भाविकांच्या मते दर्भ हे विष्णूचेच रूप आहे. सगळ्या धार्मिक समारंभांमध्ये दर्भाचा उपयोग आवश्यक आहे, असे वैष्णव मानतात, कारण या गवतात प्रत्येक गोष्ट शुद्ध करण्याचा गुण आहे.

दर्भ

शतपथ ब्राह्मणानेही कुशाचा संदर्भ (मॅक्डोनेल आणि केथ १९८२, १.१७३, ३४०) दिला आहे. पाणिनी (४.३.१४२, ६.३.१०५) आणि वराहमिहिरानेही (बृहत् संहिता २४.७; ९५.५) त्याचा उल्लेख केला आहे.

हे गवत गुच्छांच्या स्वरूपात छाटून, त्याची टोके पूर्वेला ठेवून, पवित्र हेतूसाठी आसन म्हणून त्याचा उपयोग करावा, असे वाल्मिकी रामायणाने सांगितले आहे (१.३.२). मात्र, श्राद्धविधीच्या वेळी दर्भाची टोके बसणाऱ्याच्या उजव्या बाजूला ठेवावीत, अशी सूचनाही रामायणात आहे (२.१०४.८). या गवताचे पाते लांब आणि टोकदार असते. नीलमण्याप्रमाणे त्यावर चकाकी असते; याचे कारण राम आपल्या दर्भासनाचा एक तुकडा अस्त्र म्हणून वापरतो (५.३८.२९).

कुश गवताचा उगम आणि त्याचे धार्मिक महत्त्व, याविषयीची गोष्ट रामायणात आहे. आपल्या निष्पापपणाची आणि शुद्ध चारित्र्याची खातरी देण्यासाठी अग्निपरीक्षा दिल्यानंतरही रामाने आपला त्याग केला, यामुळे सीता अपमानित झाली होती आणि रागावली होती. तिची मुले मोठी झाली, तेव्हा त्यांनी आपल्या वडिलांना, त्यांनी त्यांच्या बायकोबरोबर केलेल्या अन्यायाची जाणीव करून दिली; पण सीतेला आता रामाकडे परत जाण्याची इच्छा नव्हती. आपण जर खरोखरच निष्पाप असू, तर आपल्या मातेने, पृथ्वीने, आपल्याला तिच्या पोटात घ्यावे, अशी तिने भूमातेला प्रार्थना केली. सीता ज्या ठिकाणी उभी होती, तिथे भूकंप होऊन धरणी दुभंगली आणि सीता जमिनीच्या पोटात गडप झाली. तिचा मुलगा– कुश– याने हे दृश्य पाहिले, तेव्हा तो आईला वाचवण्यासाठी पुढे धावला; पण त्याच्या हातात फक्त तिचे केस आले. दुभंगलेली जमीन पुन्हा मिटली; सीतेचे केस मात्र बाहेर राहिले. त्यांचे रूपांतर गवतात झाले आणि कुशाने आपल्या मातेला वाचवायचा प्रयत्न केल्यामुळे या गवताला 'कुश' हे नाव मिळाले. तेव्हापासून हे गवत पवित्र मानले गेले आहे (आर. कुमार. २००३, १७-२१).

रामाचे गुरू आणि राजऋषी असलेले विश्वामित्र जन्माने क्षत्रिय होते आणि कौशिक या राजघराण्याच्या गोत्रातील होते. कुश या गवतावरूनच कौशिक हे गोत्रनाम तयार झाले आहे. कालांतराने हे गोत्र क्षत्रियांसोबत ब्राह्मणांचेही झाले.

महाभारताने (१.३०.१५) हे गवत लांब आणि अणकुचीदार पात्यांचे असल्याचे, तसेच जमीन झाकण्यासाठी आणि यज्ञविधीत गाळणे म्हणून त्याचा उपयोग होत असल्याचे वर्णन केले आहे. या गवतावर अमृताची शिंपण झालेली असल्यामुळे कुश ही पवित्र आणि अमर वनस्पती आहे, असेही महाभारतात म्हटले आहे (रॉय १९५६, ९१).

हिंदू दिव्यकथांनुसार गरुडाची माता विनीता हिला कद्रू आणि तिच्या नागपुत्रांनी फसवले आणि आई व मुलाला बंदी बनवले. नंतर नागांनी त्यांची सुटका करण्याची तयारी दाखवली; पण एक अट मात्र घातली. इंद्राकडे असलेले अमृत गरुडाने त्यांना आणून द्यावे, अशी ही अट होती. त्यानुसार गरुडाने अमृत आणले आणि स्वतःची व आईची सुटका केली. त्याने अमृताचा कुंभ कुश गवतावर ठेवला. मात्र नागांनी अमृत पिऊन अमर व्हावे असे त्याला वाटत नव्हते. त्यामुळे त्याने नागांना प्रथम स्नान करून येण्याची सूचना केली. ते स्नानाला गेले, तेव्हा इंद्राने अमृताचा कुंभ परत नेला. हे कळले तेव्हा नाग फार निराश झाले. जिथे अमृताचा कुंभ ठेवला होता, त्या गवतावर त्यांनी अंग घुसळले. यामुळे कात टाकून कायम तरुण राहण्याची क्षमता त्यांना प्राप्त झाली. अमृताच्या थेंबांची शिंपण झालेले कुश गवत त्यांनी चाटले; पण गवताची पाती अतिशय धारदार असल्यामुळे त्यांची जीभ दुभंगली. त्या दिवसापासून सगळ्या सापांची जीभ दुभंगलेली आहे.

जमिनीत उगवणाऱ्या वनस्पतींद्वारा जमिनीतील पाण्याचे अस्तित्व शोधून काढण्याची कला असलेले लोक जातकांमध्ये आढळतात. अशा वनस्पतींपैकी दर्भ किंवा कुश ही एक असल्याचा उल्लेख आहे (वनस्पती, १३८-३९).

वायू पुराणानुसार (७५.१७-१८; ८३.७९) हे गवत श्राद्धविधीमध्ये वापरले जाते. कूर्म पुराणानुसार (२.२०.३८) प्रत्येक विधीसाठी हे गवत आवश्यक आहे. दर्भाशिवाय केलेले विधी राक्षसांपर्यंत पोहोचतात. ब्राह्मणांच्या स्नानासाठी दर्भ ही अत्यावश्यक बाब आहे (कूर्म पुराण २.१८.५६). ब्राह्मण कमरेला जो धागा बांधतात, तो दर्भाच्या गवतापासून बनवलेला असतो (कूर्म पुराण, २.१२.१४).

विष्णू पुराणानुसार सगळ्या धार्मिक समारंभांमध्ये कुश गवताची उपस्थिती अनिवार्य आहे. सोम पंथात कुश गवताचा संदर्भ आहे. या गवतापासून सोमपंथीय यज्ञवेदी बनवत असत. ग्रहणाच्या वेळी मिठाई तयार करणारे हलवाई आपल्या भांड्यांमध्ये कुश गवताची काही पाती ठेवतात (एस. एम. गुप्ता १९९१, ३१).

भागवत पुराणातील एका कथेनुसार, सीतेला आधी 'लव' हा एकच मुलगा होता. कामासाठी बाहेर पडताना ती त्याला वाल्मिकी ऋषींच्या आश्रमात ठेवून जात असे. एकदा मात्र तिने त्याला सोबत घेतले. आश्रमात लव दिसेना म्हटल्यावर वाल्मिकींना वाटले की त्याला एखाद्या हिंस्र प्राण्याने उचलून नेले असणार. हे दुःख सीतेला सहन होणार नाही, असे वाटून त्यांनी कुश गवतापासून हुबेहूब लवासारखे एक बाळ तयार केले आणि ते लवाच्या पलंगावर ठेवले. परत आल्यावर सीतेने या आश्चर्यकारक प्रकाराबद्दल त्यांना विचारले. तेव्हा ते म्हणाले, "हे निर्दोष मुली, या कुश नावाच्या पुत्राचा तू स्वीकार कर. कारण मी माझ्या सामर्थ्याच्या बळावर कुश गवतापासून हे बाळ निर्माण केले आहे." हे वर्णन प्रथम उत्तरकांडाच्या उत्तरार्धात आढळते. सीतेने ऋषींची ही कथा ऐकली, तेव्हा तिने त्या मुलाचा स्वीकार करून आपल्याच दुसऱ्या मुलाप्रमाणे त्याला वाढवण्याचा निर्णय घेतला. अशा

कारे लव आणि कुश ही जुळी भावंडे झाली. पुढे कुश हा कसूर (कुश-उर) या प्राचीन ाम्राज्याचा सत्ताधीश बनला. पाकिस्तानातील आजच्या एका शहराचे अजूनही हेच नाव ाहे (पेन्झर १९६८, ८२).

दिव्यकथांमधील कुशद्वीप या पवित्र बेटाला हे नाव तिथे वाढणाऱ्या कुश गवतामुळेच मळाले आहे. हे बेट घृत समुद्राने किंवा तुपाच्या समुद्राने वेढलेले असल्याची समजूत आहे. र्भ हे गवत दलदलीच्या जमिनींवर आणि नद्यांच्या काठावर जोमाने वाढते. ते तोडताना *ॐ फट् स्वाहु* हा मंत्र पुरोहित म्हणतात. लग्नवेदीवर दर्भ पसरले जाते. जर एखाद्या माणसाने ख़रीखुरी शपथ घेतली तर तो दर्भाचा लहानसा तुकडा आणि पाणी समोरच्या व्यक्तीच्या ातात ठेवतो. जर एखाद्या व्यक्तीला दूर देशात मृत्यू आला आणि धार्मिक अंत्यसंस्कार ोऊ शकले नाहीत तर दर्भाची प्रतिमा (दर्भ पुत्रिका) बनवून ती जाळली जाते.

साधू लोक दर्भाचा करदोटा कमरेला बांधतात. यामुळे कुठलीही दुष्ट शक्ती त्यांना ास देत नाही, अशी समजूत आहे (उपाध्याय, १९६४, १५-३४).

तिरुपुल्लनी मंदिराच्या स्थळ पुराणानुसार लंकेतून सीतेची सुटका करण्याच्या प्रयत्नात नसताना समुद्र कसा पार करायचा, याबाबत राम संभ्रमात होता. मग त्याने तीन दिवस, ोन रात्री तप करण्यासाठी दर्भासनाची निवड केली. त्यानंतर श्री आदि जगन्नाथ त्याच्यापुढे ्कट झाले आणि रामाला त्यांनी 'दिव्य चाप' देऊन यशस्वी होण्यासाठी आशीर्वाद दिला. हणून या स्थानाला 'तिरुपुल्लनी' हे नाव मिळाले आणि तिथल्या दैवताला 'दर्भशयन राम' हणून ओळखले जाऊ लागले.

तिरुनल्लरचे देऊळ हे शनीचे देऊळ आहे. इथल्या दर्भ-अरण्येश्वर मंदिराच्या स्थळ ुराणानुसार, शनीच्या शापामुळे नल राजाने आपली पत्नी आणि मुलांना गमावले. मग तो तेरुनल्लरच्या दर्भारण्यात आला. ज्या क्षणी त्याने या अरण्यात पाऊल ठेवले, त्या क्षणी ो शापमुक्त झाला. त्याला दर्भाच्या गवतात एक स्वयंभू शिवलिंग सापडले. त्याने या शिवलिंगाची पूजा केली आणि आपल्या राज्यात तो परत गेला. शनी देवाची पूजा केल्यामुळे ाप आणि दुःख-त्रास नाहीसे होतात आणि शिवशंकराचा आशीर्वाद प्राप्त होऊन आयुष्य ुख-समृद्धीने भरून जाते, अशी समजूत आहे.

लोक, विशेषतः अविवाहित मुली दर्भ अरण्येश्वराची पूजा केल्यानंतर दर्भाला प्रदक्षिणा ालतात आणि दर्भाच्या दोन पात्यांची गाठ बांधतात. आजही या विधीच्या प्रभावावर ोकांची श्रद्धा आहे. कुश गवत केतूला प्रिय आहे.

ौषधी उपयोग

र्भाचे मूळ चवीला मधुर असते. ते थंडावा देते, रक्तस्राव नियंत्रणात आणते, मूत्रविसर्जनाला दत करते आणि स्तनपान देणाऱ्या मातांमध्ये दुग्धनिर्मिती वाढवते. जुलाब थांबवण्यासाठी, लावरोध कमी करण्यासाठी, वेदनादायी मूत्रविसर्जन आणि मूत्राशयाचे इतर आजार कमी

करण्यासाठी दर्भाची मुळे उपयुक्त असतात (शिवरंजन आणि भालचंद्रन १९९४, १२७).

दर्भाचा अर्क सूज आलेल्या भागांवर आणि त्वचाविकारांवर लावला तर गुणकारी ठरतो. विष उतरवण्यासाठीही त्याचा उपयोग होतो (षण्मुगम १९८९, ६०९-१०).

युनानी औषधपद्धतीत सर्पदंशावरचे औषध म्हणून हे झुडूप वापरले जाते (असोलकर, कक्कर आणि चक्रे १९९२, ३६७). मूत्रविषयक आजारांवरचा उपचाार म्हणून सुश्रुतानेही त्याची शिफारस केली आहे (सूत्रस्थान, ३८.७५.७६; वनस्पती ९३-९९).

दर्भाच्या दाण्यांपासून मिळणारे तेल आगीत ओतले तर वादळातही आग पेटलेली राहते, असे कौटिल्य सांगतो (२.१५.३९).

अनंत / नंदीवृक्ष

वनस्पतिशास्त्रीय नाव	:	*Tabernaemontana divaricata* (L.) R.Br.ex Roem. and Schult.
इंग्लिश नाव	:	Crape Jasmine / Cape Jasmine
स्थानिक नावे	:	चांदनी (हिंदी), नंदीवृक्ष (संस्कृत) गंधराज, अनंत (मराठी)
प्रकार	:	झुडूप
विस्तार	:	भारत, चीन, म्यानमार, थायलंड येथे सर्वत्र

जे. टी. टॅबरनेमोंटॅनस या वनस्पतितज्ज्ञावरून या वनस्पतीचे कूळनाम तयार झाले आहे; आणि या झुडपाच्या विस्तारत जाण्याच्या सवयीवरून प्रजातीचे divaricata हे नाव पडले आहे.

चकाकी असणारे हे झुडूप ६ फूट उंचीपर्यंत वाढते. भारतभर सगळीकडे ते आढळते.

या वनस्पतीच्या लाकडापासून मिळणाऱ्या दुधासारख्या रसामध्ये राळ असते. या लाकडापासून सुगंधी द्रव्य तयार केले जाते आणि उदबत्तीसाठी ते वापरले जाते.

बियांचा गर लाल रंग तयार करण्यासाठी वापरतात (कोवेन १९८४, ३१-३२).

पौराणिक आणि धार्मिक संदर्भ

अनंत किंवा नंदीवृक्ष शिवाला प्रिय आहे. कोविलवेण्णी येथील करूंबिश्वर मंदिराच्या स्थळ पुराणानुसार या ठिकाणी एके काळी नंदीवृक्षाची दाट झाडी होती आणि याच झुडपाखाली भगवान वेण्णी करूंबिश्वर स्वयंभू लिंगाच्या स्वरूपात उभा होता. कालांतराने मुचकुंद राजाने या लिंगाभोवती मंदिर उभारले आणि लिंगावर सावली धरणारे हे झुडूप या मंदिराचा स्थळ वृक्ष झाले.

हा वृक्ष जैन धर्मानेही पवित्र मानला आहे. अठरावे जैन तीर्थंकर आरनाथ यांनी अनंत हे

स्वतःचे प्रतीकच मानले आहे (बी.सी. भट्टाचार्य, १९७४, ५३).

उत्तर भारतात अनंताच्या फुलांचा पूजेत सर्रास वापर होतो. पहाटपूजेमध्ये, तसेच पूजेसाठी बनवल्या जाणाऱ्या हारांमध्ये ही फुले वापरली जातात. दुःख, शोक प्रकट करण्यासाठीही या फुलांचा उपयोग होतो.

अनंत

औषधी उपयोग

डोळे आल्यावर होणारी आग किंवा त्वचाविकारांत होणारा दाह शमवण्यासाठी अनंताच्या फुलांच्या रसाचा उपयोग अनेक शतकांपासून होतो आहे (शिवराजन आणि बालचंद्रन् १९९४, ३२१). या झुडपाचे मूळ चोखून खाल्ल्यामुळे दातदुखी बरी होऊ शकते. मुळांचा अर्क आतड्यातील जंत नाहीसे करतो (षण्मुगम, १९८९, ४७१; दस्तूर १९६२, ७२).

खसखस

वनस्पतिशास्त्रीय नाव	:	*Vetiveria Zizanioides* (L.) Nash
इंग्लिश नाव	:	Cus-Cus
स्थानिक नावे	:	खसखस, खस (हिंदी), उशिर, उसिर, रशिर (संस्कृत)
प्रकार	:	गवत
विस्तार	:	भारतीय उपखंड. ऑस्ट्रेलियात रुजले आहे. आफ्रिका आणि उत्तर अमेरिकेत लागवड केली गेली आहे.

'वेट्टिवेर' या तामिळ शब्दापासून या वनस्पतीचे कूळनाम तयार झाले आहे. 'वेट्टिवर' या शब्दाचा अर्थ – उकरले जाणारे मूळ. *Zizanioides* या प्रजातीच्या नावाचा अर्थ 'नदीकाठी' असा आहे. थोडक्यात, हे जलाशयांच्या प्रवाहाकाठी आढळणारे गवत आहे.

हे बारमाही गवत आहे. त्याचे देठ लहान असतात. समुद्रसपाटीपासून ९०० मीटर उंचीपर्यंत ते वाढू शकते. मोकळी, वालुकामय जमीन खसखशीच्या वाढीसाठी सर्वात योग्य असते.

भारतात या गवतापासून जो रासायनिक लगदा मिळतो, तो लेखन आणि छपाईचे माध्यम म्हणून उपयुक्त ठरू शकतो. हे गवत माती धरून ठेवण्याचे काम करत असल्यामुळे जमिनीची धूप रोखली जाते.

गवताचे कोवळे देठ गायी-गुरे खातात.

खसखशीची मुळे सतरंज्या, पडदे विणण्यासाठी वापरतात. या पडद्यांमुळे खोलीत

खसखस

थंडावा राहतो. मुळांपासून मिळणारे तेल फिकट जांभळ्या रंगाचे असते आणि सुगंधी द्रव्ये तयार करताना स्थिरीकरणासाठी त्याचा उपयोग होतो (कृष्णमूर्ती १९९३, १४५, ४९३).

पौराणिक आणि धार्मिक संदर्भ

'श्रीमद्भागवता'नुसार (११.२७.३०-३१) आपापल्या कुवतीनुसार देवाला दररोज चंदन, खसखस मूळ, कापूर, कुंकू आणि गंधयुक्त पाण्याने स्नान घालायला हवे.

स्थानिक श्रद्धेप्रमाणे उशिरवनेश्वराची पूजा केल्यानंतर भाविक, विशेषतः अविवाहित मुली, खसखशीच्या गवताला प्रदक्षिणा घालून त्याच्या दोन पात्यांची गाठ बांधतात. यामुळे मुलींचे लग्न लवकर ठरते, अशी आजही समजूत आहे.

स्वयंभू लिंगाच्या रूपात भगवान शंकर खसखस गवताच्या कुरणात उभा असल्यामुळे त्याला 'उशिरवनेश्वर' हे नाव मिळाले आहे.

औषधी उपयोग

सांधेदुखी, सांध्यांवरची सूज, ताप, कावीळ, अपचन आणि रक्तक्षीणता या आजारांवरच्या उपचारांमध्ये खसखशीच्या मुळाचा काढा वापरतात. उलट्या होत असतील तर या काढ्यात साखर घालून घेतात. खसखसीच्या मुळांपासून मिळणारे तेल केस बळकट करते आणि केसांची वाढही करते. उष्माघात आणि डोकेदुखी कमी करण्यासाठी या वनस्पतीचा सुगंध गुणकारी ठरतो. खसखस वार्धक्य लांबवणारी आहे. मुळाचा लगदा तहान शमवतो आणि मूत्रविसर्जनाच्या वेळी होणारी जळजळ कमी करतो (षण्मुगम १९८९, २६३-६४).

सीताफळ

वनस्पतिशास्त्रीय नाव	:	*Annona squamosa* Linn.
इंग्लिश नाव	:	Custard Apple
स्थानिक नावे	:	अटोआ, सीताफल, शरीफा (हिंदी), शीतफळ, गंधगात्र, शुभा (संस्कृत)
प्रकार	:	वृक्ष
विस्तार	:	वेस्ट इंडीज. उष्णकटिबंधीय प्रदेशात रुजला आहे. इतरत्र लागवड झाली आहे.

ीताफळ हे मुळात वेस्ट इंडीजमधील झाड आहे. सगळ्या उष्णकटिबंधीय प्रदेशात ते वाढते. उष्ण आणि तुलनेने कोरड्या हवामानात त्याची वाढ अधिक चांगली होते. भारतात त्याची लागवड मुख्यत: फळांसाठी होते. मध्य भारत, राजस्थान, गुजरात, पश्चिम बंगाल, आसाम, आंध्र प्रदेश आणि दख्खनच्या पठारावरच्या कोरड्या पानगळीच्या जंगलांमध्ये हा वृक्ष मोठ्या प्रमाणात आढळतो. 'गरिबांचे सफरचंद' म्हणून सीताफळ ओळखले जाते (ओ. पी. खंतवाल 'ए कस्टर्ड ॲपल ट्रीट', *द हिंदू*, ३० ऑगस्ट २००४).

सीताफळ वृक्ष मुळात अमेरिकेच्या उष्णकटिबंधीय प्रदेशातील. नंतर तो भारतात रुजला. सोळाव्या शतकात पोर्तुगीजांनी सीताफळाचे झाड भारतात आणले (रंधवा १९८२, १८७). पण रामायणात (म्हणजे ख्रिस्तपूर्व १००० वर्षे) त्याचा उल्लेख आहे आणि ख्रिस्तपूर्व दोन शतके या कालखंडातील भारहूत इथल्या शिल्पात सीताफळाचे झाड कोरले गेले आहे. हे लक्षात घेता फार प्राचीन काळापासून सीताफळाची लागवड भारतात होत असणार.

हैतिअन भाषेतील 'ॲनॉन' या शब्दावरून या वृक्षाचे कूळनाम तयार झाले आहे. 'ॲनॉन' म्हणजे खाद्यफळांची झाडे. *Squamosa* या प्रजातीच्या नावाचा लॅटिनमध्ये अर्थ आहे 'खवले असणारा'. सीताफळाचा बाहेरचा जाड खवल्यांसारखा पोत या नावातून सूचित होतो.

पौराणिक आणि धार्मिक संदर्भ

सीतेला प्रिय असणारी अनेक झाडे आहेत, पण सीताफळ या सर्वांमध्ये वैशिष्ट्यपूर्ण आहे, ते त्याच्या भरपूर बियांमुळे (फरलाँग २००८, ३०७).

पौराणिक आणि पारंपरिक साहित्यात सीताफळाचा उल्लेख वेगवेगळ्या नावांनी झाला आहे. भारतातील विविध पारंपरिक समूहांच्या लोकसाहित्यात अनेक घटक सामायिक आहेत. भारतातील दुर्गम प्रदेशात, तेथील मूळ स्थानिक समूहांचा वारसा सांगणारे जे समुदाय विखुरलेले आहेत, त्यांच्या अनेक दिव्यकथा, दंतकथा आणि परंपरा यांचे योगदान आधुनिक मौखिक लोकसाहित्याला मिळाले आहे. मानववंशशास्त्राच्या अभ्यासकांनी ते तुरळक प्रसिद्ध केले आहे. या स्रोतांमध्ये सीताफळाचा उल्लेख हिंदी आणि बंगाली भाषेत सीताफळ, ओडिया भाषेत सीताफोलो, तेलगुमध्ये सीताफलमु, तामिळ भाषेत सीताफलम– म्हणजेच 'सीतेचे फळ'– असा आहे. याचप्रमाणे रामफळ *(Annona reticulata)* हे फळ हिंदीत आणि कानडी भाषेत रामफळ, ओडिया भाषेत रामोफोलो आणि रामो-सीताफोलो, तामिळ भाषेत रामसीता आणि तेलुगू भाषेत 'रामासीताफलमु' या नावांनी ओळखले जाते. रामफळाचे इंग्लिश नाव Bullock's Heart असे आहे. त्याचप्रमाणे रामफळाला *(Annona muricata)* कानडी भाषेत मुल्लु रामफळ, तामिळ भाषेत मुल्लुसीता आणि तेलगु भाषेत मुल्लुसीताफलमु या नावांनी ओळखले जाते. केरळमध्ये याच झाडाला रामचक्कमरूम (रामाला आवडणाऱ्या फळाचे झाड) असे नाव आहे. सीताफळ हे नाव या वृक्षाला

पडण्याचे कारण म्हणजे, वनवासात असताना सीतेची उपजीविका याच झाडाच्या फळांवर होत होती, अशी सार्वत्रिक समजूत आहे (सारस्वत, राजगोपालन आणि रविप्रसाद २००६, २८३-३०७). या फळात अनेक बिया असल्यामुळे सीताफळ सुफलनही सूचित करू शकते (सोरेन्सन आणि जोहानेसेन २००४, ६५).

या वृक्षाला किमान चार संस्कृत नावे होती. याचे फळ रामायणातील नोंदींमध्ये राम पत्नीशी– सीतेशी, म्हणजेच एका पवित्र व्यक्तिमत्त्वाशी निगडित आहे. ख्रिस्तपूर्व दुसऱ्या शतकातील भारहूत शिल्पकलेत हे फळ शिल्पांकित झाले आहे आणि अजिंठा येथील गुहांमध्ये असलेल्या चित्रकलेतही त्याचे अस्तित्व आढळले आहे. त्या कालखंडापासून इतर पवित्र कलांमध्येही त्याचे दर्शन होते.

तिमोर बेटावरच्या ख्रिस्तपूर्व तिसऱ्या सहस्रकाच्या मध्यातील एका गुहेच्या उत्खननातून सीताफळाच्या बिया सापडल्या आहेत. अमेरिकन उगमाच्या आणखी दोन वृक्षांच्या बियाही या उत्खननात मिळाल्या आहेत. ख्रिस्तपूर्व ७००व्या शतकापासूनच भारतात त्याचे अस्तित्व उत्खननाद्वारे आढळले आहे.

सीताफळ आणि रामफळ किंवा हनुमानफळ *(Annona cherimolia,* इंग्लिश नाव Cherimoyer) यांसारख्या त्याच्या नातलग वृक्षांचे मूळ स्थान अमेरिकेचा उष्णकटिबंधीय प्रदेश आणि वेस्ट इंडीज हे आहे. मग हा वृक्ष जर मूळचा भारतातील नसेल तर या मातीतील प्राचीन शिल्पांमध्ये सीताफळाच्या वृक्षाचे दर्शन कसे होते, याची उकल करता येत नाही.

भारहूत (ख्रिस्तपूर्व दुसरे शतक) येथील स्तूपावरील एका उठावचित्रामध्ये सीताफळाच्या वैशिष्ट्यपूर्ण फळासोबत त्याची पानेही दाखवली आहेत. सांची, मथुरा आणि अजिंठा येथील शिल्पांमध्येही सीताफळाची ओळख पटली आहे (एस. एम. गुप्ता १९९६, १९; वॅट १८८५, २५९; कनिंगहॅम (१८७९) १९६२, ४७).

युरोपिअन लोकांनी भारतीय भूमीवर पाऊल ठेवण्यापूर्वीच्या कालखंडात सीताफळाचा पुरावा आढळतो तो अनेक शिल्पांमधून. बंगालमधील श्रीविष्णू (नववे-दहावे शतक), मुखलिंगम (आंध्र प्रदेश) येथील मधुकेश्वर मंदिरातील कार्तिकेय (आठवे शतक), आंध्र प्रदेशातील वरंगळमधील काकतीयाच्या द्वारपट्टिकेवरच्या त्रिमूर्तीतील शिव (बारावे शतक) या विविध देवतांच्या हातात सीताफळ दाखवले आहे.

बसाग्ली आणि शिवराममूर्ती (१९७८, १८९) यांनी आठव्या शतकातील वरुणाचे एक शिल्प दाखवले आहे. त्यात वरुण आपल्या पत्नीसह मकर राक्षसावर आरूढ झाला आहे आणि त्याच्या हातात सीताफळाच्या जातीचे एक फळ आहे.

प्राचीन भारतीय कला आणि मिथकसाहित्यात उष्णकटिबंधीय प्रदेशातील या फळाच्या किमान तीन प्रजातींची ओळख पटली आहे (एस. एम. गुप्ता १९९६, १९). जोहानेसेन आणि सिमिंग यांनी (१९९८, ९-३६), कर्नाटकातील अइहोळे येथील दुर्गा मंदिरातील दहाव्या शतकातील दुर्गेच्या हातात सीताफळ असल्याचे स्पष्ट केले आहे.

चित्रकला, साहित्य आणि शिल्पांमध्ये सीताफळाचे जे अस्तित्व आढळते, त्यावरून हा वृक्ष मूळ भारतातील असावा, असा अभ्यासकांचा विचार होता (पोखरिया इ. २००९, ९२३-०). इसवीसन एक हजार पूर्वीच्या कालखंडातील सीताफळाच्या आणि त्याच्या बियांच्या पुरातत्त्वशास्त्रीय शोधावरून, भारताचा भाव तिमोरपर्यंत पसरलेला होता, असे म्हटले जाते (ग्लोवर ९७७, ४२-६१).

सीताफळ

भारतातील वनप्रदेशातील या वृक्षाचे अस्तित्व, *ऐन-ए-अकबरी*मध्ये उल्लेखलेली त्याची संस्कृत नावे आणि प्राचीन चित्रकला आणि कोरीवकामातील त्याचे दर्शन, या सगळ्यामुळे सीताफळ हे मुळात भारतीय फळ असल्याची लोकांची समजूत आहे.

औषधी उपयोग

सीताफळाचे संस्कृत नाव 'शीत' म्हणजे थंड या शब्दावरून तयार झाले आहे. हे फळ जास्त प्रमाणात खाल्ले तर त्याच्या थंड गुणामुळे सर्दी होते. शरीराला थंडावा देण्याची या फळाची प्रवृत्ती आहे, म्हणून 'शीतफळ' हे नाव त्याला मिळाले.

अपस्मार, जुलाब, हृदयविकार, जंत, मलावरोध, रक्तस्राव, जिवाणूंचा संसर्ग, ताप, ण, मूत्रविसर्जनाच्या वेळी होणारा त्रास या सगळ्या विकारांवर सीताफळाच्या झाडाचा पारंपरिकरीत्या वापर होतो. या वनस्पतीमध्ये फलनविरोधी, गाठी (ट्यूमर)विरोधी आणि गर्भपाताचा संभव वाढवणारे गुण आहेत (चंद्रशेखर आणि कुलकर्णी २०११, १८३१-३२).

सीताफळाची पाने आणि देठ यापासून मिळणाऱ्या इथेनॉलयुक्त पदार्थात कर्करोगविरोधी गुण असल्याची नोंद आहे. पानांपासून मिळणाऱ्या जलयुक्त घटकामुळे हायपरथायरॉडिझम बरा होतो, अशीही नोंद आहे. झाडाची साल आणि फळाचे आवरण यांचा घरगुती औषधांमध्ये वापर होतो.

खैर

वनस्पतिशास्त्रीय नाव	:	*Senegalia catechu* (L.f.) P.J.H. Hurter and Mabb.
इंग्लिश नाव	:	Cutch Tree
स्थानिक नावे	:	काथ, कैर (हिंदी), खदिर (संस्कृत)
प्रकार	:	वृक्ष
विस्तार	:	आशिया (समशीतोष्ण, उष्णकटिबंधीय)

हा आशिया खंडातील भारत, चीन आणि इतर देशांत आढळणारा पानगळीचा आणि काटेदार वृक्ष आहे. खैर-शिसवीच्या जंगलांमध्ये, दक्षिणेकडील काटेरी वृक्षांच्या अरण्यांमध्ये, नदीकाठच्या काटेरी झाडांच्या जंगलांमध्ये, दक्षिणेकडच्या काटेरी वृक्षांच्या अरण्यांमध्ये आणि अत्यंत कोरड्या सागवानाच्या जंगलात खैराचे झाड हमखास आढळते (चँपिअन आणि सेठ १९६८, १८१-८२, २२२-२३, २३१, २४०). जम्मू, पंजाब, हिमाचल प्रदेश, उत्तर प्रदेश, मध्य प्रदेश, बिहार, आंध्र प्रदेश आणि ओडिशा या राज्यांमध्ये हा वृक्ष मोठ्या प्रमाणात आढळतो. काळ्या काताचे झाड *(Catechuoides)* सिक्कीम, आसाम आणि पश्चिम बंगालमध्ये आढळते; तर लाल खैराचे झाड (सुंद्रा) दक्षिण पठार, गुजरात, राजस्थान आणि महाराष्ट्राच्या दक्षिण भागात आढळते (सिंग आणि लाल २००६, १०९-१२).

या झाडाच्या लाकडापासून कोळसा बनवतात.

पौराणिक आणि धार्मिक संदर्भ

ऋग्वेदाने (३.५३.१९) खदिराच्या झाडाचा वारंवार उल्लेख केला आहे; तर अथर्ववेदाने (३.६.१; ५.५.५; ८.८.३; X.६.६) हे कठीण लाकूड असलेले झाड असल्याचा उल्लेख केला आहे. पतंजलीने केलेल्या वर्णनानुसार या झाडाचा बुंधा पांढरा आणि खोड टणक असते. पाने लहान असतात. ज्याला स्वर्गप्राप्तीची इच्छा असेल, त्याने खदिराच्या लाकडापासून बनवलेला यज्ञस्तंभ वापरावा, असे ऐतरेय ब्राह्मणात (हॉग, १९२२, ७३) म्हटले आहे. शतपथ ब्राह्मणानुसार सृष्टीच्या निर्मितीच्या वेळी ब्रह्माच्या म्हणजेच प्रजापतीच्या हाडांपासून हा वृक्ष निर्माण झाला (३.४.४.९).

यज्ञाच्या वेळी स्तंभ म्हणून या वृक्षाचे खांब उभारले जातात, असे रामायणामध्ये (१.४.२) म्हटले आहे. पंचवटीच्या जंगलात आढळणारा हा वृक्ष असल्याचाही उल्लेख आहे (३.१५.१८).

भागवत पुराण आणि इतर प्राचीन भारतीय ग्रंथांमध्ये खैराचा उल्लेख आहे. वायू पुराणामध्ये (७४.९) याचा उपयोग श्राद्धविधीत केला जात असल्याचा उल्लेख आहे.

यज्ञस्तंभासाठी खैराचे लाकूड वापरले जाते आणि सरपण म्हणूनही त्याचा उपयोग होतो. या झाडाचे लाकूड अतिशय टणक असल्यामुळे यज्ञविधीमध्ये डावासारखा त्याचा उपयोग केला जातो. भारताच्या काही विशिष्ट भागांत लग्नविधीमध्ये खैराची फुले आवश्यक मानली जातात.

असे म्हणतात की, बुद्धाला जेव्हा ज्ञानप्राप्ती झाली, तेव्हा तो भक्तथीमधील सुमरखिरीजवळच्या खदिरवनात राहायला गेला. खदिरवनाबद्दल लिहिताना, ते बोधिसत्त्वाचे निवासस्थान असल्याचा उल्लेख नागार्जुनाने केला आहे.

एका दंतकथेनुसार बोधिसत्त्वाचा जन्म सुतार पक्षी म्हणून झाला आणि तो खदिरवनात राहत होता. 'खदिरवनीय' म्हणून तो ओळखला जात होता (क्रूक १९९३, २५४-५५).

जातककथांमध्ये या झाडाविषयीचे अनेक संदर्भ आहेत. हिंदू आणि बौद्धधर्मीय या झाडाचे लाकूड पवित्र मानतात. हिमालयाच्या पश्चिमेकडील शिवालिक पर्वतरांगांमध्ये राहणाऱ्या लोकांनी ज्या वृक्षांना पावित्र्य बहाल केले आहे, त्यातील हा एक वृक्ष आहे आणि तो आत्म्याला मुक्ती देतो, अशी त्यांची श्रद्धा आहे. खैराचे लाकूड पवित्र समजले जाते. धार्मिक विधींमध्ये त्याचा वापर होतो. अंत्यसंस्काराच्या वेळी वापरल्या जाणाऱ्या भोजपत्रासह *(Betulautilis)* ही वनस्पती धार्मिक वनस्पतींपैकी एक आहे (सिंग आणि लाल, २००६, १०९-१२).

खैर

औषधी उपयोग

या झाडाची साल आणि मुळे तोंडातील व्रण, अस्थमा आणि अपचन या विकारांवर गुणकारी असतात. मूळव्याध, घसा सुजणे, खरूज आणि कुष्ठरोगाच्या काही विशिष्ट प्रकारांवरील उपचारांत विशेषतः साल उपयुक्त असते. दातांच्या भेगा भरून येऊन वेदना थांबवण्यासाठी काताची पावडर उपयोगी ठरते. (दस्तूर १९६२,४)

थंडी-ताप बरा करण्यासाठी या झाडाच्या सालीच्या काढ्यात दूध मिसळून घेतात. तीव्र अतिसार थांबवण्यासाठी हा काढा नुसता किंवा अफूसोबत घेतात.

वाळलेला कात लिंबाच्या फोडीवर चोळून हे औषध रिकाम्या पोटी घेतल्यास मूळव्याध बरी होते.

खैराच्या झाडाचे लाकूड इतर काही घटकांसह पाण्यात उकळून तो काढा गर्भवती स्त्रिया चहासारखा पितात. यामुळे शरीर गरम राहते. गर्भावस्थेत थंडी-ताप आला तर तोही या काढ्यामुळे बरा होतो. प्रसूतीनंतर दोन-तीन दिवसांनी कात आणि वेलदोड्याचा काढा बाळंतिणींना प्यायला देतात. यामुळे त्यांची ताकद भरून येऊन दूधनिर्मिती वाढते, असे म्हणतात. प्रसूतीनंतरच्या स्नानासाठी खैराचे लाकूड घालून उकळलेले पाणी वापरतात. यामुळे अंगदुखीही कमी होते. (सिंग आणि लाल २००६, १०९-१२)

देवदार

वनस्पतिशास्त्रीय नाव	:	*Cedrus deodara* (Roxb.ex.D. Don) G. Don
इंग्लिश नाव	:	Deodar
स्थानिक नावे	:	देबदार, दयोदार (हिंदी), देव-दारु (संस्कृत)
प्रकार	:	वृक्ष
विस्तार	:	भारताचा हिमालयातील प्रदेश, नेपाळ, पाकिस्तान, अफगाणिस्तान आणि चीन

'देव' आणि 'दारु' (लाकूड) या संस्कृत शब्दापासून *Deodar* हे इंग्लिश नाव तयार झाले आहे. प्रचंड, चकित व्हायला लावणाऱ्या उंचीमुळे हा वृक्ष देवांचे निवासस्थान असल्याची समजूत आहे. जगातल्या देवदार वृक्षांच्या चार प्रकारांपैकी हा एक असून हिमालयात समुद्रसपाटीपासून १००० ते ३००० मीटर उंचीवर तो आढळतो.

पौराणिक आणि धार्मिक संदर्भ

अतिप्रचंड उंचीमुळे या वृक्षावर देवदेवतांचा निवास असतो, असे म्हटले जाते. कुमाऊँ टेकड्या आणि हिमालयाच्या पश्चिम भागातील कुलू खोऱ्यामध्ये रोगराई दूर राहावी, मृत्यू टळावा आणि गायी-गुरे, पिकांचे रक्षण व्हावे म्हणून या झाडाची प्रार्थना केली जाते (एस. एम. गुप्ता १९९१,७).

अथर्ववेदानुसार (VIII.२.२८) आणि तैत्तिरीय संहितेनुसार (६.२.८) पुतु-द्रू हे देवदाराचे आणखी एक नाव आहे.

काश्मीर आणि पंजाबात हा पवित्र वृक्ष मानला जातो. रामायणातही त्याचा उल्लेख आहे. सीतेचा शोध कुठे घ्यावा याबाबत वानरांना सूचना देताना राम म्हणतो,"तिला लोध, पद्मक वृक्षाच्या राईत आणि देवदारांच्या अरण्यात शोधा" (४.४३.१३).

देवदार

महाभारतानुसार, मेरू पर्वताच्या पूर्वेकडे असलेल्या सर्वात मोठ्या जंगलात देवदार वृक्ष आढळतो.

तेविसावे जैन तीर्थंकर, पार्श्वनाथ यांना याच वृक्षाखाली ज्ञानप्राप्ती झाली.

भगवान शिव देवदार वृक्षाखाली ध्यानाला बसलेला असताना कामदेवाने प्रेमबाण सोडून त्यांच्या तपश्चर्येचा भंग केला. यामुळे संतापलेल्या शिवाने आपला तिसरा डोळा उघडून कामदेवाला भस्मसात केले. हिमालयीन प्रदेशात या दिव्यकथेद्वारा देवदार

वृक्षाचे शिवपूजेशी नाते जुळते आहे. शिवाची उपासना करणाऱ्या प्राचीन ऋषीमुनींचा निवास देवदार वृक्षांच्या अरण्यातच होता अशी समजूत आहे.

शिवमंदिरांच्या परिसरातील देवरायांमध्ये देवदार वृक्षांचे उत्तम प्रकारे संवर्धन झालेले आढळते.

औषधी उपयोग

दाह कमी करण्यासाठी आणि क्षयाच्या ग्रंथींवर उपचार करण्यासाठी या झाडांची पाने उपयुक्त असतात.

या झाडाचे तेल जंतुनाशक आणि मूत्रविसर्जन सुरळीत व्हावे यासाठी मदत करणारे आहे. जखमा, व्रण, ताप, कुष्ठरोग आणि इतर त्वचाविकार यावरही हे तेल गुणकारी आहे.

कुंद

वनस्पतिशास्त्रीय नाव	:	*Jasminum multiflorum* (Burm.f.) Andrews
इंग्लिश नाव	:	Downy Jasmine
स्थानिक नावे	:	कुंदफूल, चमेली (हिंदी), कुंद, कुंदा (संस्कृत)
प्रकार	:	वर चढत जाणारे झुडूप
विस्तार	:	भारत, इतरत्र लागवड

हे लहानसे, एखाद्या आधाराच्या साहाय्याने वर चढत वाढणारे झुडूप आहे. त्याचे कोवळे भाग मखमली, केसाळ आणि तांबूस असतात. भारतभरात सगळीकडे हे झुडूप आढळते. विविध प्रकारच्या जमिनींमध्ये, विविध तापमानात आणि प्रकाश अथवा सावलीत हे झुडूप वाढते. हिमालयात १५०० मीटर उंचीपर्यंत कुंदाचे अस्तित्व आढळले आहे.

हे झुडूप पर्यावरण शुद्धीकरणाचे काम करते (नायर, राममूर्ती आणि अग्रवाल १९८९, ३६). त्याच्या सुगंधी, ज्वलनशील उच्छ्वासांमुळे दुर्गंधी दूर होते आणि मंदिराचा परिसर सुगंधित राहतो. कुंद किंवा चमेलीचा पांढराशुभ्र रंग सुपरिचित आहे. एखाद्या व्यक्तीच्या सुंदर पांढऱ्या दातांना कुंदकळ्यांची उपमा दिली जाते.

पौराणिक आणि धार्मिक संदर्भ

कुंदफुलांचे हार देशभरात अनेक देवदेवतांना आवडीने घातले जातात. या फुलांचा सुंदर सुगंध आणि रूप यामुळे हे फूल प्रत्येकाला आवडते. देवी सरस्वतीचे वर्णन करताना 'ती कुंदासारखी शुभ्रवर्णी आहे, चंद्रासारखी शीतल आहे, बर्फासारखी तेज:पुंज आहे आणि मोत्यांच्या हाराप्रमाणे ती तेजाळते आहे,' असे म्हटले जाते *(या कुंदेंदु तुषार हार धवला...)*.

रामायणानुसार, पंपा सरोवराभोवती इतर वृक्ष आणि फुलांच्या बरोबरीने कुंदाची फुले होती (३.७५.२३,२४); पण मोगऱ्याची झुडपे सगळीकडे आढळत असत (४.१.७७).

तुळशीपत्रांचे महत्त्व सांगताना 'श्रीमद्भागवता'मध्ये (३.१५.१९) म्हटले आहे, 'मांदार, कुंद, करूबाक, उत्पल, चंपक, अर्ण, पुन्नग, नागकेशर, बकुळ, कुमुद आणि पारिजात यांसारखी फुलझाडे अलौकिक सुगंधाने युक्त आहेत, कारण विष्णूने जिला विशेष प्राधान्य दिले आहे, त्या तुळशीच्या करारीपणाची त्यांना पूर्ण जाणीव आहे. कुंद विष्णूला विशेष प्रिय आहे, असे म्हणतात.

कुंद

तिरुक्कड्डयूर येथील अमृतकडेश्वर मंदिराच्या (नागपट्टिनम जिल्हा, तामिळनाडू) स्थळ पुराणानुसार, हे सुगंधी फुलांचे झाड मार्कंडेय ऋषींनी वाराणसीहून अमृतकडेश्वराच्या पूजेसाठी आणले. या फुलांनी येथील देवाची पूजा जो करतो, त्याच्या सगळ्या इच्छा पूर्ण होतात, अशी श्रद्धा आहे. पूजेत वापरले जाणारे कुंदाचे एक फूल इतर प्रकारची १०० फुले वाहण्यासारखे आहे, असे म्हटले जाते. मणिपूरमध्ये पूजेत कुंदाची फुले वापरतातच; पण लग्नविधीचाही ती आवश्यक घटक आहेत. येथील लग्नांत वधू कुंदाच्या फुलांचे दोन हार वराला घालते. मग नवरदेव दोन्हीपैकी एक हार काढून तो वधूला घालतो.

हे झुडूप शिवाशी निगडित आहे. हे फूल जरी तांत्रिक पंथीयांनी आपलेसे केले असले तरी त्याच्या प्रतीकात्मतेमुळे ते शिवाला वाहिले जाते (बर्डवुड १९८२, ८७).

औषधी उपयोग

या झुडपाच्या मुळांपासून बनवलेला काढा सर्पदंशावर गुणकारी असतो तर पानांपासून बनवलेला काढा हट्टी व्रण बरे बरण्यासाठी वापरला जातो (बोर आणि रईजादा १९९०, २४१).

पळस

वनस्पतिशास्त्रीय नाव	:	*Butea monosperma* (Lam.) Taub.
इंग्लिश नाव	:	Flame of the Forest
स्थानिक नावे	:	धक, पळस (हिंदी), पलाश, किंशुक (संस्कृत)
प्रकार	:	वृक्ष
विस्तार	:	आशिया (उष्णकटिबंधीय), इतरत्र लागवड

कंशुक' या संस्कृत शब्दाचा अर्थ 'पोपटासारखा' किंवा 'काय तेज आहे,' असा आहे. लाश या शब्दाचे संस्कृतात दोन अर्थ आहेत– पर्णयुक्त आणि सौंदर्य. या झाडाचे प्राचीन ाव पर्ण म्हणजे पान.

पळस हा भारतातील प्रसिद्ध वृक्ष आहे. त्याच्या फुलांच्या भडक लाल रंगामुळे याला 'फ्लेम ऑफ द फॉरेस्ट' म्हटले जाते. हे मध्यम आकाराचे झाड आहे. पाने संयुक्त कारची असतात. एका देठाला तीन पर्णिका असतात. हा वृक्ष मिश्र किंवा पानगळीच्या ंगलात आढळतो. पठारी प्रदेशात आणि डोंगरांच्या खालच्या बाजूच्या उतारांवर तो सर्रास ाढळतो. भारतीय वनांमध्ये पळस जोमाने वाढतो.

एक घनलीटर हवेतील ७५ टक्के धूलिकण पळसामुळे कमी होतात. सरासरी उंचीचे ळसाचे झाड बाष्पोत्सर्जनाद्वारे १०-२० लीटर पाणी हवेत सोडत असल्यामुळे पळस 'एअर कडिशनर' किंवा वातानुकूलक म्हणूनही काम करतो. हवेतील सल्फर डायऑक्साईडचा ळस हा निर्देशक आहे (नायर, राममूर्ती आणि अग्रवाल १९८९-३६).

*ऋतुसंहार*मध्ये कालिदासाने (इ.स. ४००) पळसवनांचे वर्णन करताना ती गधगणाऱ्या आगीप्रमाणे भासत आहेत आणि त्यामुळे पृथ्वी, लाल रंगाची वस्त्रे परिधान कलेल्या नवपरिणित स्त्रीसारखी दिसते आहे, असे म्हटले आहे.

पळसाची फुले सिंहाच्या रक्ताळलेल्या पंजासारखी आहेत, असे अमीर खुस्रोने म्हटले ाहे. भारतीय काव्यात, प्रियकराच्या शरीरावर उठलेल्या नखांच्या ताज्या खुणांची उपमा ळस-फुलांना दिली गेली आहे.

पळसाची रुंद पाने शिवून ग्रामीण भागात छत्रीसारखा त्यांचा वापर केला जातो.

लाखेच्या किड्यासाठी हा अत्यंत मौल्यवान असा यजमान वृक्ष आहे. या झाडाच्या ऊ लाकडाचा रंग मळकट पांढरा असतो आणि त्याच्यावर पाण्याचा परिणाम होत नाही. लाकूड मुख्यतः कोळसा आणि जलविद्युत निर्मितीसाठी वापरले जाणारे साधेसे उपकरण यार करण्यासाठी वापरतात. या झाडाच्या बुंध्यापासून मिळणाऱ्या डिंकात गॅलिक ॲसिड आणि किनोटॅनिक ॲसिड्स भरपूर प्रमाणात असतात (कृष्णमूर्ती १९९३, २४९, ४७४, ११९). पळसाच्या मुळांपासून संथाल आदिवासी दोर बनवतात. बुंध्याच्या आतील तंतूंचा पयोग बोटी तयार करण्यामध्ये होतो. पळसाची पाने मोठी आणि रुंद असल्यामुळे तान्ह्या ाळांना त्यात गुंडाळतात, त्यापासून द्रोण आणि पत्रावळी तयार करतात. गुरांना खाद्य हणूनही या पानांचा उपयोग होतो.

पळसाच्या फुलांपासून मिळणारा रंगच मुळात होळीच्या वेळी गुलाल म्हणून वापरला ायचा. होळीचे नाते कृष्णाशी असल्यामुळे हा वृक्षही कृष्णाशी जोडला गेला आहे.

ौराणिक आणि धार्मिक संदर्भ

ळसाच्या झाडाचे लाकूड धार्मिक विधिविधानांमध्ये वापरले जाते आणि वेदांमध्ये त्याचा

पळस

वारंवार उल्लेख आहे.

तीन पर्णिका असलेले पळसाचे पान हिंदू धर्मातील त्रिमूर्तीचे प्रतीक आहे. डाव्या बाजूला ब्रह्मदेव, मध्यभागी विष्णू आणि उजवीकडे शिव! उत्पत्ती, स्थिती, लयाची हिंदू धर्मातील संकल्पनाही या पानांतून सूचित होते. पळसाची लाल फुले देवाला वाहिली जातात. ऋग्वेदात (१०.८५.२०) विवाहमंत्रात पळसाचा उल्लेख आहे. वधूचे वाहन या फुलांनी सजवण्याची प्रथा असल्याचाही संदर्भ आहे.

रामायणानेही या पर्वतीय वृक्षाचा वारंवार उल्लेख केला आहे. हिवाळ्याच्या अखेरीला फुलांच्या हारांनी बहरलेला हा सुंदर वृक्ष आहे (२.६३.९). हा पंचवटी अरण्यातील देखणा वृक्ष आहे (३.१५.१८). पंपा सरोवराभोवतीचे पर्वत आणि पठारे, वसंतात फुललेल्या पळसाच्या झाडांमुळे सुंदर दिसतात (४.१.८२). फुलांच्या भारामुळे वाकलेले हे वृक्ष धरणीला स्पर्श करत आहेत (५.१५.८). ज्वाळेचे उग्र, धगधगणारे तेज किंशुक फुलांच्या तुऱ्यांसारखे आहे (५.५४.३४). किंशुक आणि शाल्मली वृक्षांप्रमाणे त्यांच्यात साम्य आहे (६.४०.१४), असे अनेक संदर्भ रामायणात आढळतात.

महाभारतात जमदग्नी ऋषींनी पळसवनात देवांसाठी एक विधी केल्याचा आणि या समारंभाला सर्व नद्या उपस्थित असल्याचा उल्लेख आहे. फुलांनी पूर्ण बहरलेला वृक्ष क्षितिजावर जळणाऱ्या ज्वाळांप्रमाणे दिसतो, असेही महाभारतात म्हटले आहे.

बौद्धधर्मीयांनीही या झाडाला आदराचे स्थान दिले आहे. आपल्या पुत्राच्या– गौतम बुद्धाच्या–जन्माच्या क्षणी राणी महामायेने पळस वृक्षाची फांदी पकडली होती, असे म्हणतात.

पळसाच्या फुलांपासून मिळणाऱ्या केशरी-लाल रंगाचा उपयोग बौद्ध भिक्षू आपली वस्त्रे रंगवण्यासाठी करतात. हा रंग परिधान करणे म्हणजे सगळ्या वासना जाळून टाकणे. बौद्ध जातककथांमध्ये पळसाचे वारंवार दर्शन घडते.

कालिदासाच्या कुमारसंभवामध्ये पळस हा भारतातील अत्यंत आदरणीय वृक्षांपैकी एक असल्याचे म्हटले आहे. इतर वृक्षांचा सन्मान करणाऱ्या किंवा वृक्ष लागवडीचा शुभारंभ करणाऱ्या समारंभांमध्ये पळसाच्या काटक्या एकमेकांवर घासून पवित्र ज्वाला पेटवली जाते.

हिंदू परंपरेत चिता पेटवण्यासाठी या पवित्र वृक्षाचा ओंडका वापरला जातो.

प्राचीन भारतीय परंपरेत गायींना त्यांच्या वासरांपासून वेगळे करण्यासाठी पळसाच्या काठीने गायींना स्पर्श करण्याची प्रथा रूढ होती. इंग्लिश रोवन वृक्षाचे या बाबतीत पळसाशी साम्य आहे. स्कॉटलंडमधील गुराखी गोठ्यात शिरण्याचा प्रयत्न करणाऱ्या दुष्ट शक्तींना दूर ठेवण्यासाठी रोवन वृक्षाची काठी गायींच्या पाठीला लावतात. पळसाच्या काठीने गायींना

मारले तर त्या जास्त दूध देतात, अशी समजूत जर्मनीत आहे (क्रूक (१८९६) २००४, ११२). पळसाचे चंद्राशी नाते आहे आणि तो अमर असल्याची समजूत आहे. सोमरस प्यायलेल्या ससाण्याच्या पंखातून हा वृक्ष उगवला, असे म्हटले जात असल्यामुळे त्याला अमरत्व मिळाल्याची समजूत आहे (कोवेन १९८४, ३).

पळसाच्या झाडाचे ब्रह्मदेवाशीही नाते आहे. पार्वतीने दिलेल्या शापामुळे त्याचे रूपांतर पळसाच्या वृक्षात झाले होते. (पद्मपुराण, उत्तरकांड) कूर्म पुराणानुसार (२.३४.२२; १७.२०) या झाडाचा कुठलाही भाग खाण्यासाठी वर्ज्य आहे; याचे कारण शापित प्रजापतीला, म्हणजे ब्रह्मदेवाला प्रायश्चित्त म्हणून हीच बाब सांगितली होती.

वायू पुराणानुसार (३७.१८-१९) पळसाचे झाड चाफ्याच्या बनात आढळते.

ब्राह्मण समाजामध्ये मौजीबंधन विधीत पळसाच्या लाकडाची काठी मुंज मुलाने हातात धरावी, असा संकेत आहे. धार्मिक विधिविधानांमध्ये लागणारी सोवळ्याची भांडीही पळसाच्याच लाकडापासून बनवतात (कोवेन १९८४,३).

कृष्णजन्माशी निगडित समारंभामध्ये आणि तलाव खणण्यासाठी हेच लाकूड वापरतात. (पुराण सूची, खंड २)

एस. एम. गुप्ता यांच्या म्हणण्यानुसार (१९९१, २७-२९), यज्ञ पेटवण्यासाठी पळसाचे लाकूड वापरले जात असल्यामुळे आणि पळसाच्या केशरी फुलांपासून मिळणारा रंग होळीच्या उत्सवात वापरला जात असल्यामुळे हा वृक्ष पवित्र मानला जातो. प्राचीन कर्मकांडानुसार यज्ञस्तंभ खैर, बिल्व किंवा पळसापासून बनवला जात असे. पळसाच्या वाळलेल्या काटक्या यज्ञात समिधा म्हणून वापरल्या जातात.

चिता पेटवण्यासाठी पळसाचे लाकूड वापरणे पवित्र समजले जाते. आजही पळसाच्या लाकडापासूनच यज्ञस्तंभ तयार करतात. पळसाच्या दोन काटक्या परस्परांवर घासून यज्ञ पेटवला जातो. गायींनी भरपूर दूध द्यावे, यासाठी गायींना आशीर्वाद देण्याच्या समारंभातही पळसाच्या लाकडाचा (काठीचा) उपयोग केला जातो. शरद ॠतूतील अश्विनी नक्षत्राच्या मुहूर्तावर, पळस वृक्षाचे मूळ घेऊन पुरुषाने ते स्वतःच्या दंडाला बांधले तर, तो ज्या स्त्रीला स्पर्श करेल, ती स्त्री त्याच्या प्रेमात पडते, अशी समजूत आहे.

या वृक्षाविषयी आणखी एक कथा सांगितली जाते. एकदा इंद्राला खूप तहान लागली. देवांनी देवी गायत्रीला मुजावंत या स्वर्गीय पर्वतावर जाऊन तिथे वाढणारी सोम वनस्पती घेऊन यायला सांगितले. यामुळे इंद्राला सोमरसाचा अखंड पुरवठा होत राहील, असा यामागील उद्देश होता. मग गायत्रीने गरुडाचे रूप घेतले आणि ती या पर्वतावर गेली. तिथे चंद्राचे पहारेकरी सोम वनस्पतीच्या रक्षणासाठी सज्ज असलेले तिने पाहिले. पण ती वेगाने सोमवेलीकडे झेपावली आणि ती वेल तिने चोचीत पकडली. गोंधळलेल्या पहारेकऱ्यांना काही करता येण्यापूर्वी ती वेल घेऊन उडून गेली. पहारेकऱ्यांपैकी एकाने– क्रिशाणूने या उडणाऱ्या पक्ष्यावर बाण सोडला. हा बाण गायत्रीला लागला नाही; पण वेलीवर मात्र

तो आदळला. त्यामुळे वेलीचे एक पान तुटून पृथ्वीवर पडले. याच पानापासून पळसाचे झाड वाढले.

आणखी एका कथेत, एका राजाने या विशिष्ट वृक्षाचा शोध घेण्यासाठी आपल्या चार पुत्रांना पाठवले आणि परत आल्यानंतर प्रत्येकाला त्याचे वर्णन करायला सांगितले. प्रत्येक मुलाने या झाडाचे केलेले वर्णन वेगवेगळे होते, कारण त्यांनी हे झाड वेगवेगळ्या ऋतूत पाहिले होते. पळसाची रूपे खरोखरच अशी विविध आणि मनोहारी आहेत. प्रत्येक वेळी त्याची भावावस्था वेगळी आहे असे वाटते आणि प्रत्येक वेळी या वृक्षाचे सौंदर्य पाहत राहावे असे असते.

या झाडाचे लाल-केशरी फूल कालीला वाहिले जाते. रिचर्ड पिअरसन (१९८८, ४२) यांच्या मते, पळस वृक्ष हे गंधर्व आणि अप्सरांचे निवासस्थान आहे. बर्डवुड यांच्या म्हणण्यानुसार (१९९२, ८७), स्वर्गातील पाहुण्यांसाठी, उदाहरणार्थ, सोम आणि चंद्र यांच्यासाठी हे पवित्र झाड आहे.

औषधी उपयोग

या झाडांच्या बियांमध्ये प्रोटिओलिटिक आणि लिपोलिटिक संप्रेरके असतात. फुलांमध्ये ग्लायकोसाईड्स, ब्युटिन, आणि नेटेरोसाईड्स असतात आणि त्यांच्या तेलातून अनेक फॅटी ॲसिड्स आजपर्यंत वेगळी करता आली आहेत.

मल-मूत्रविसर्जनावरील नियंत्रण कमी झाले तर त्यावरील उपचारात आणि मूळव्याधीवरील उपचारात पळसाच्या पानांचा उपयोग होतो. संधिवातावरील उपचारांमध्ये पळसाचे लाकूड वापरतात.

जुलाब आणि अतिसारामध्ये या झाडाचा डिंक गुणकारी असतो (बखरु १९९३, ४८-५०). चेहऱ्यावरचे फोड, ट्यूमरसदृश मूळव्याध, व्रण आणि सूज बरी करण्यासाठी पळसाच्या पानांचे गरम पोटीस बांधतात. थंडी-ताप बरा करण्यासाठी या वृक्षाच्या सालीचा काढा दिला जातो (दस्तूर १९६२, ३९-४०).

पोटातील जंत बरे करण्यासाठी पळसाच्या बियांची पूड मधात मिसळून पोटात घेतात. लिंबाच्या रसात वाटलेल्या बिया त्वचेची खाज आणि पुरळ (dhobi's itch) बरे करण्यासाठी उपयोगी ठरतात (षण्मुगम १९८९, ५४५).

तीळ

वनस्पतिशास्त्रीय नाव	:	*Sesamum indicum* Linn.
इंग्लिश नाव	:	Gingelly
स्थानिक नावे	:	तिल (हिंदी), तिली, तिल (संस्कृत)
प्रकार	:	झुडूप
विस्तार	:	भारतीय उपखंड

मानवजातीच्या परिचयाच्या तेलबियांपैकी तीळ हे सर्वात प्राचीन असे तेलबियांचे झुडूप आहे. हडप्पा संस्कृतीच्या कालखंडात भारतीय उपखंडात याची लागवड झाली आणि ते रुळले (अली, यासुमोटो आणि कत्सुत २००७, १२-२३). जरी ही भारतीय उपखंडातील वनस्पती असली तरी आता ती जगाच्या अनेक भागात रुजली आहे.

तिळाचे तेल हा स्वयंपाकातील एक घटक आहे. शिवाय साबण तयार करण्यासाठी आणि रंग, शाई, सुगंधी द्रव्ये आणि सौंदर्य प्रसाधने यांच्या उत्पादनातही त्याचा उपयोग होतो. प्रकाशनिर्मितीसाठी आणि स्नेहक (lubricant) म्हणूनही तिळाचे तेल उपयुक्त आहे. तेल काढून घेतल्यानंतर उरणारा चोथा गुरांना अन्न म्हणून दिला जातो.

पौराणिक आणि धार्मिक संदर्भ

या वनस्पतीचे दाणे आणि बियांपासून मिळणारे तेल यांचा अथर्ववेद आणि छांदोग्य उपनिषद, पतंजलीचे महाभाष्य, कौटिल्याचे अर्थशास्त्र, चरक संहिता आणि सुश्रुताचे सूत्रस्थान यांसारख्या नंतरच्या ग्रंथात उल्लेख आहे (पै १९७५, २९६).

विष्णूचा घाम पृथ्वीवर पडला आणि त्यापासून तिळाचे झुडूप निर्माण झाले, अशी समजूत आहे. अतिप्राचीन काळापासून या वनस्पतीच्या बियांचा धार्मिक कार्यात वापर होतो. ईश्वराला तिळाच्या बिया अर्पण केल्याने मनुष्य पापमुक्त होतो, असे मानले जाते.

तिळाच्या बिया कश्यप ऋषींच्या हातातून उगवल्या, असेही म्हणतात (एस. एम. गुप्ता १९९१, २०-३०). पितृतर्पणाच्या वेळी (भाद्रपद अमावस्येला पितरांसाठी केला जाणारे विधी) पूर्वजांच्या आत्म्यांना पाणी आणि तीळ अर्पण केले जातात (पाध्ये २००८, १५१-५८).

तीळ हे पिंगल गणपतीचे प्रतीक आहे (स्टटले १९८५, १४२). श्रीविष्णूंच्या पूजेत वापरल्या जाणाऱ्या वनस्पतींमध्ये तिळाचा समावेश आहे (बेनेट, गुप्ता आणि विजेंद्र राव १९९२, १४).

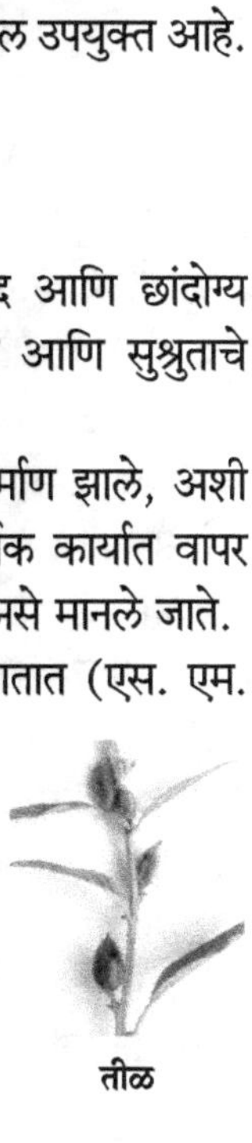

तीळ

औषधी उपयोग

तिळाची पाने वाटून डोक्याला लावल्यास कोंडा जातो. पानांचा आणि मुळांचा काढा केस धुण्यासाठी वापरतात.

रक्ती मूळव्याध बरी करण्यासाठी तिळाच्या बियांची पूड पाणी आणि लोण्यासोबत घेतात.

कुठल्याही प्रकारचे व्रण, भाजल्याच्या जखमा, वाफेने आलेले फोड बरे करण्यासाठी तिळाचे पोटीस बांधले जाते. तिळाचे तेल आणि लिंबूपाणी यांचे सम प्रमाणातील मिश्रण अशा वेळी वरून लावले तरी गुणकारक ठरते (दस्तूर १९६२, १४९-५०).

द्राक्ष

वनस्पतिशास्त्रीय नाव	:	*Vitis vinifera* Linn.
इंग्लिश नाव	:	Grapevine
स्थानिक नावे	:	दाख, द्राख (हिंदी), द्राक्ष, मृद्‌विका (संस्कृत)
प्रकार	:	वर चढत जाणारे झुडूप
विस्तार	:	आफ्रिका, आशिया (समशीतोष्ण), युरोप, इतरत्रही लागवड

Vitis हे कूळनाम लॅटिन शब्दावरून तयार झाले आहे. या लॅटिन शब्दाचा अर्थ वेल किंवा द्राक्षवेल. *Vinifera* हे प्रजातीचे नाव Vinum (Wine) आणि fer (bearing) या दोन लॅटिन शब्दांपासून तयार झाले आहे. म्हणून *Vinefera* या शब्दाचा अर्थ आहे Winebearing (मद्यधारक). viere या लॅटिन शब्दापासून या वेलीचे नाव पडले आहे. viere म्हणजे नागमोडी वळत जाणे. या वनस्पतीच्या नागमोडी पद्धतीने वाढत जाण्याच्या प्रवृत्तीचे सूचन या शब्दावरून होते.

द्राक्षवेल हे पानगळीचे वर चढत जाणारे झुडूप आहे. उत्तर आफ्रिका, पश्चिम आशिया, आशिया मायनर आणि युरोपचा दक्षिण भाग येथील ही स्थानिक वनस्पती आहे. वालुकामय किंवा चिकणमातीची जमीन, उथळ किंवा खोल जमीन, चुनखडीची किंवा बिनचुनखडीची जमीन आणि अत्यंत सुपीक जमीन अशा विविध प्रकारच्या जमिनींमध्ये द्राक्षवेल वाढते. भारतात दोन वैशिष्ट्यपूर्ण हवामानाच्या प्रदेशात द्राक्षांची लागवड होते. पंजाब, हरयाणा, उत्तर प्रदेश, राजस्थान आणि दिल्लीचा उपउष्णकटिबंधीय प्रदेश आणि भारतीय प्रायद्वीप (आंध्र प्रदेशचा रयाल सीमाप्रदेश आणि संपूर्ण तेलंगण (यातल चित्तूर आणि प्रकासम जिल्हे अंतर्भूत नाहीत), कर्नाटकचा अति उत्तरेकडचा प्रदेश, तामिळनाडू आणि महाराष्ट्रातील पश्चिम घाटाचा पर्जन्यछायेचा प्रदेश, बंगळुरु, कोलार आणि म्हैसूर हे कर्नाटकातील जिल्हे).

ौराणिक आणि धार्मिक संदर्भ

्राक्षवेल दानशूरता, सार्थकता, उल्हास, ग्रामीण सुख-शांती, यौवन आणि नशेचे प्रतीक ाहे. अनेक धर्मांमध्ये 'वाईन' जीवनरस मानली जाते आणि द्राक्ष हे दानशूरतेचे चिन्ह ानले जाते.

भारतीय द्राक्षलागवडीच्या इतिहासानुसार ही नस्पती सुमारे २६०० वर्षांपूर्वी निर्माण झाली. ्राक्षापासून गोड रस मिळवणे मुळीच अवघड नाही. ारतीय साहित्यात आणि ख्रिस्तपूर्व ४०० ते इ.स. ५० या कालावधीत लिहिल्या गेलेल्या वैद्यकीय ोधनिबंधांमध्ये द्राक्षपाकाचा (द्राक्षाचा रस) उल्लेख ाहे. कौटिल्याने त्याच्या अर्थशास्त्रात मृद्विकेचा ंकवा द्राक्षापासून मिळणाऱ्या मधाचा उल्लेख २२५.२४) केला आहे. या मद्यालाच संस्कृतमध्ये द्राक्ष' म्हणतात. मृद्विका आणि द्राक्ष या दोन्ही ाब्दांचा उल्लेख बृहत्संहितेत आहे आणि चरकानेही तो केला आहे (बृहत्संहिता, ृक्षायुर्वेद २, ४; चरक सूत्रस्थान, २७.१२६, १३२; चिकित्सास्थान, ४.८४). श्राद्धाच्या ेळी द्राक्षपाक देऊन ब्राह्मणांना तृप्त केले जाते (कूर्म पुराण, २.२०-३८).

द्राक्षवेल, पक्षी बुद्धाला द्राक्षे अर्पण करत आहेत. ख्रिस्तपूर्व तिसरे शतक, सांची, जिल्हा रायसेन, मध्य प्रदेश

विष्णू पुराणाने म्हटले आहे की, पृथू राजाने एका भव्य यज्ञाचे आयोजन केले होते. या ज्ञात सोमाभिषेकाच्या वेळी पृथ्वीमधून एक स्त्री आणि पुरुष अवतरले. नंतर देवी वरुणी ाणि मद्यदेवता सुरा प्रकटले. देवांनी अगदी सहजपणे सुरेचा स्वीकार केला. म्हणून त्यांना सुर' हे नाव मिळाले. शिवासाठी केलेल्या व्रताच्या शेवटी ब्राह्मणांना चांदीची द्राक्षे द्यावीत, ासे मत्स्य पुराणाने सांगितले आहे (अख्तर १९७२, १.९६.२६२).

कुशाणकालीन कलेमध्ये उत्सवांमधील मद्यप्राशनाची अनेक दृश्ये आहेत. मथुरेतील ्का शिल्पामध्ये (इ.स. दुसरे शतक) मद्याने भरलेली सुरई हातात धरलेली एक स्त्री दिसते. ाच शिल्पातील आणखी एक स्त्री एका खिडकीखाली एका बुटक्या मनुष्याच्या खांद्यावर ्भी आहे; तिच्या उजव्या हातात द्राक्षाचा घड तर डाव्या हातात मद्याने भरलेला कुंभ ाहे. तो एका भांड्याने झाकलेला आहे. *मृच्छकटिका*तील एका दृश्यात मद्यधुंद दरबारी ाणिकेभोवती अनेक पुरुष जमले आहेत. भारहूतमधील एका शिल्पामध्ये डाव्या हातात ्लवार आणि उजव्या हातात एकच पान असलेली द्राक्षवेलीची फांदी आणि द्राक्षाचा घड ारलेला योद्धा दिसतो. भारहूत येथील आणखी एका प्रतिमेवरील पदकाच्या मध्यभागी कमळ आहे; परीघावर त्याच्या पाकळ्या पसरल्या आहेत; रेषांची गोलाकार ओळ कमळाचे ेठ दर्शवते आणि त्याभोवती पाने आणि द्राक्षांचे घड असलेल्या द्राक्षवेलीची नक्षी आहे.

सांची येथील एका शिल्पावर म्हशी, कदंब आणि आम्रवृक्षांसह, आकड्यासारख्या

चोचींचे तीन पोपट दाखवले आहेत. यापैकी एका पोपटाने द्राक्षांचा घड पकडला आहे. राजस्थानातील माऊंट अबूवरील मंदिरात आणि तामिळनाडूमधील श्री विल्लीपुत्तूर येथील आंदाळ मंदिरातही द्राक्षवेल शिल्पांकित झालेली दिसते; या ठिकाणी द्राक्षाचा घड हातात धरलेली रती दर्शवली आहे (एस. एम. गुप्ता १९९६, १७२).

इराण आणि अफगाणिस्तानातील आक्रमणकर्त्यांनी भारतात द्राक्षाच्या व्यावसायिक जाती आणल्या. मुहम्मद बिन तुघलकाने १३३८ मध्ये भोकरी, फाखरी आणि साहेबी या प्रजाती आणल्या. हिमाचल प्रदेशात वाढणाऱ्या द्राक्षाच्या रानटी प्रजातीपासून स्थानिक पद्धतीचे मद्य तयार केले जात असे. इब्न बटुटा (इ.स. १३३०) आणि जीन द थेवेनॉट (१६६६-६७) यांसारख्या अनेक प्रवाशांनी आपल्या प्रवासवर्णनांमध्ये भारतीय द्राक्षाचा उल्लेख केला आहे. माणसाने लागवड केलेल्या फळांमधील द्राक्ष हे एक अत्यंत प्राचीन फळ आहे. मात्र एवढा प्रदीर्घ इतिहास आणि प्रचंड जनुकीय वैविध्य असूनही भारतात वाईनचे व्यावसायिक उत्पादन विसाव्या शतकाच्या प्रारंभी सुरू झाले. प्राचीन भारतीयांना द्राक्ष हे फळ सुपरिचित असले तरी १४व्या शतकापर्यंत त्याची व्यावसायिक लागवड सुरू झाली नव्हती (शिखमणी २००१, २८-३७). फ्रान्समधील ख्रिस्ती मिशनरीज् किंवा पाद्रींनी १८३२ मध्ये दक्षिण भारतात द्राक्षाची प्रथम लागवड केली.

औषधी उपयोग

गर्भवती स्त्रियांनी द्राक्षाचा रस प्यायला तर उलट्या, मळमळणे, अन्नावरची वासना नाहीशी होणे हे त्रास आटोक्यात येतात. अपचनामुळे जुलाब होत असतील तर द्राक्षाच्या पानांचा काढा मिरे आणि जिऱ्यांसह घेतात.

द्राक्षरसाचे नियमित सेवन केले तर आतड्याचे व्रण बरे होतात आणि पचनशक्ती वाढते. द्राक्षाच्या रसामुळे हायपरटेन्शनचा आजार बरा होतो. यकृत आणि प्लीहेच्या तक्रारीही दूर होतात. पित्तविकारामुळे होणारी जळजळ आणि झापड येणे, यावरही द्राक्षरस गुणकारी आहे. तो रक्तवर्धक आणि रक्त शुद्धिकारक आहे. तो कामोत्तेजकही आहे (षण्मुगम १९८९, ४२७; चटर्जी आणि पक्राशी १९९४, १७५-७६).

मूग

वनस्पतिशास्त्रीय नाव	:	*Vigna radiata (L.) R. Wilczek*
इंग्लिश नाव	:	*Green Gram*
स्थानिक नावे	:	मूंग (हिंदी), मुदकपर्णी (संस्कृत)
प्रकार	:	झुडूप
विस्तार	:	भारत, श्रीलंका

हे मूळ भारतातील आणि आशियातील उष्णकटिबंधीय आणि उपउष्णकटिबंधीय प्रदेशात विस्तारलेले लहान झुडूप आहे.

भगवान बुद्धांनी (ख्रिस्तपूर्व सहावे शतक) आपल्या अनुयायांना मुगाच्या सुपाची आवर्जून शिफारस केली होती. कश्यपाने इ.स. ८०० मध्ये डाळींच्या शेतीशास्त्राची तपशीलवार चर्चा केली होती (नेने २००६, १७९-२०२).

रजतरंगिणी या सुप्रसिद्ध ग्रंथाचा कर्ता, काश्मीरमधील कल्हण याने मात्र आश्चर्यकारकरीत्या मूग हे कमी प्रतीचे अन्न असल्याचे म्हटले आहे. इब्न बटुटा (इ.स. १३३२-४६), जीन-बॅप्टिस्ट टॅवरनिअर (इ.स. १६३८-४३) आणि अब्दुर रझाक (इ.स. १४४२-४५) या प्रवाशांनी मूगडाळ हा खिचडीचा आवश्यक आणि मोठ्या प्रमाणात वापरला जाणारा घटक पदार्थ असल्याचा उल्लेख केला आहे. बौद्ध आणि जैन कालखंडात मुगाचे पापड 'परपता' म्हणून ओळखले जात असत. हा भारतीय जेवणातील लोकप्रिय पदार्थ (तोंडीलावणे) होता. पापडाच्या या लोकप्रियतेमुळे 'कागल कूत' या पापड व्यावसायिकांना राजस्थानातील राजांच्या सैन्याचा भाग होण्याची संधी मिळाली होती. १४व्या शतकातील कागदपत्रांमध्ये या बाबतचे उल्लेख आहेत.

पौराणिक आणि धार्मिक संदर्भ

तिरुप्पयित्रुनधर मंदिराच्या स्थळ पुराणानुसार एक व्यापारी एकदा बैलगाडीतून मिरे घेऊन आला. त्याने भाड्याचे पैसे देताना देवाची प्रार्थना करून, मिऱ्यांचे रूपांतर पासीपयिरूमध्ये (मुगाच्या डाळीत) व्हावे, (म्हणजे कमी पैसे भरावे लागतील) अशी विनंती केली. मुक्तपुरीश्वराने त्याची इच्छा पूर्ण केली आणि मिऱ्यांचे रूपांतर डाळीत केले. तेव्हापासून येथील देव तिरुप्पयित्रुनधर– दैवी डाळींचा ईश्वर– म्हणून ओळखला जातो.

मूग

औषधी उपयोग

उलट्या होत असतील तर मुगाच्या डाळीच्या सुपाची शिफारस केली जाते. स्तनदा माता, अर्धांगवायू झालेल्या आणि संधिवाताच्या रूग्णांना हे सूप गुणकारी आहे. मुगाच्या डाळीचे पीठ हा साबणाला उत्तम पर्याय आहे. त्यामुळे त्वचा मऊ आणि कोमल राहते (वॅट १८८५).

मधुमालती

वनस्पतिशास्त्रीय नाव	:	*Hiptage benghalensis* (L. Kurz)
इंग्लिश नाव	:	Hiptage
स्थानिक नावे	:	माधवीलता, मधुमालती (हिंदी), माधवी, अतिमुक्ता (संस्कृत)
प्रकार	:	वर चढत जाणारे झुडूप
विस्तार	:	आशिया (समशीतोष्ण, उष्णकटिबंधीय) इतरत्रही लागवड

हे झुडूप मूळ भारत, आग्नेय आशिया आणि फिलिपिन्समधील आहे. हे मोठे, देखणे, सदाहरित आणि आधार घेऊन वर चढत जाणारे झुडूप भारतातील ठिकठिकाणच्या जंगलांमध्ये दिसून येते. याचे फूल अतिशय सुंदर असते आणि शोभेच्या बागांमध्ये ते अनेकदा लावले जाते.

पौराणिक आणि धार्मिक संदर्भ

प्राचीन हिंदूंना माहीत असलेल्या या वनस्पतीचा उल्लेख प्राचीन भारतीय साहित्यात वारंवार आढळतो. पंपा सरोवराजवळ असलेल्या मधुमालतीच्या फुलांचे वर्णन रामायणामध्ये (३.७५.२३, २४) आहे. कृष्णाच्या कथांमध्ये, तिरंगी फुले असलेली माधवीलता वृंदावनात सर्वत्र आढळते आणि आपल्या सुगंधाने वातावरण भारून टाकते. 'वृंदावनात अतिमुक्ताची खूप झाडे आहेत, त्यामुळे हार तयार करणाऱ्या लोकांना हे स्थान आवडते आणि ज्यांना मुक्तीची अपेक्षा आहे, ते वृंदावनात येतात,' असे म्हटले जात असे.*

या वनस्पतीविषयी अनेक दंतकथा आहेत. चंद्रवंशीय पाचवा राजा ययाती याने असुर बिंदुमतीशी लग्न करण्यासाठी आपले वार्धक्य आपल्या मुलाला– पुरूला देऊन त्याचे तारुण्य मिळवले. लवकरच या दोघांना माधवी नावाची मुलगी झाली. माधवी वयात आली, तेव्हा फार लावण्यवती होती. एका रात्री तिला कुठलीशी कुजबूज ऐकू आली. आवाजाचा कानोसा घेत ती गेली आणि एका आम्रवृक्षाच्या खोडाला स्पर्श केला, त्या क्षणी त्या वृक्षाचे रूपांतर एका तरुणात झाले. हा ब्रह्मदेवाचा सृष्टिनिर्मात्याचा अवतार होता. प्रजापतीने माधवीला मिठीत घेतले आणि तेव्हापासून ते दोघे तशाच स्थितीत आहेत. त्यामुळे आम्रवृक्ष हे जीवनाचे प्रतीक मानले जाते, तर माधवीची वेल हे प्रेम आणि आध्यात्मिक यशाचे प्रतीक मानले जाते.

---

* http://www.flowersofindia.net/mythology.html.

औषधी उपयोग

मधुमालती

धुमालती ही मोठे औषधी मूल्य असलेली वेल आहे; वचारोगावर ती विशेष गुणकारी आहे. या वेलीच्या फुलांपासून बनवलेला पदार्थ खरूज बरी करण्यासाठीचे भावी औषध आहे.

मधुमालतीच्या सालीला एक सुगंध असतो. ही ाल दमा आणि संधिवातावरील औषधांत वापरतात.

या वनस्पतीची पाने आणि साल कीटकनाशक आहेत आणि पित्तविकार, कफ, जळजळ, तहानेने घसा कोरडा पडणे, दाह होणे यांसारख्या तक्रारींवर ती उपयुक्त ठरतात. वचाविकार आणि कुष्ठरोगांवरच्या उपचारातही या पानांचा वापर होतो (आघारकर १९९१, २०३-०४).

करंज

वनस्पतिशास्त्रीय नाव	:	*Pongamia pinnata* (Linn.) Pierre
इंग्लिश नाव	:	Indian Beech
स्थानिक नावे	:	डिथौरी (हिंदी), करंज (संस्कृत)
प्रकार	:	वृक्ष
विस्तार	:	आशिया (समशीतोष्ण, उष्णकटिबंधीय), ऑस्ट्रेलिया, प्रशांत महासागरी प्रदेश

करंज हा मूळचा भारत आणि श्रीलंकेतील वृक्ष आहे. या वृक्षाच्या पोंगा अथवा पोंगम या ामिळ नावावरून *Pongamia* हे त्याचे कूळनाम तयार झाले आहे. Pinnata हे प्रजातीचे ाव लॅटिन शब्दावरून तयार झाले आहे. या लॅटिन शब्दाचा अर्थ आहे, पिसे असलेला.

महाराष्ट्राच्या किनारपट्टीवर हा वृक्ष इतक्या मोठ्या प्रमाणात आढळतो की, मुंबई जवळच्या एका प्रायद्वीपाचे नाव या झाडावरून 'करंज' असे पडले आहे.

हा मध्यम आकाराचा वृक्ष साधारणतः १० ते २० मीटर उंचीपर्यंत वाढतो. त्याचा र्णसंभार विस्तारणारा आहे. बुंध्याची साल राखाडी-हिरवट असते. बुंध्यावर गाठी असतात. ारताचा हा स्थानिक वृक्ष प्रवाहांच्या कडेला किंवा किनाऱ्यालगत आढळतो. रस्त्यांच्या कडेला लावण्याच्या दृष्टीने हे झाड सर्वांत योग्य आहे. वालुकामय जमिनीपासून काळ्या कपाशीच्या जमिनीपर्यंत विविध प्रकारच्या मातीत हे झाड वाढते.

करंजाचे लाकूड सरपण म्हणून सर्वत्र वापरले जाते (संतपऊ १९६६, ९३; लॉरी १९४५, १७). करंजाची पाने गुरांना चारा म्हणून वापरली जातात. महाराष्ट्रात झाडाचे

करंज

सगळे हिरवे भाग गुरांना खायला दिले जातात (सिंग १९८२, २६४). बियांपासून तेल काढल्यानंतर उरणारा चोथा कोंबड्यांना खाद्य म्हणून उपयोगात येतो.

बैलगाड्या, कपाटे, नांगर, खांब अशा वस्तू बनवण्यासाठीही करंजाचे लाकूड वापरले जाते. तेलाच्या घाण्यामध्ये आणि लगदा बनवण्यासाठीही त्याचा उपयोग होतो. लाकडाची राख रंगांच्या कारखान्यात उपयोगी पडते. करंजाची पाने आणि डहाळ्यांपासून उत्तम सेंद्रिय खत तयार होते. ग्रामीण भागात त्याचा खतासाठी मोठ्या प्रमाणात वापर होतो. तेल काढल्यानंतर उरलेला चोथा नत्राने परिपूर्ण असतो; तोही खत म्हणून वापरला जातो. करंजाच्या बियांपासून मिळणारे पिवळट तपकिरी तेल साबण तयार करण्यासाठी वापरतात. शिवाय प्रकाशनिर्मितीसाठी त्याचा उपयोग होतो (संगवान, राव आणि शर्मा २०१०, १३०-३९).

हे भरपूर पाने असलेले, सावली देणारे झाड असल्यामुळे ते कार्बन डायऑक्साईड मोठ्या प्रमाणात शोषून घेते. आणि प्राणवायू उत्सर्जित करते, त्यामुळे वातावरणातील प्राणवायूचे संतुलन नियंत्रित करण्यात ते महत्त्वाची भूमिका बजावते. दुष्काळात ते तग धरून राहते आणि मातीची धूप रोखत छोटी राई किंवा बन निर्माण करण्याच्या दृष्टीने करंज हे फार योग्य झाड आहे (मथौडा १९६५, ५६३-६५). करंजाचे तेल सूक्ष्मजीवरोधक आहे. धूलिसंचयाचे काम हे झाड उत्तम करते. पर्यावरण शुद्धीकरणासाठी हे झाड अत्यंत उपयुक्त आहे; याचे कारण झाडाची पाने धूळ आणि धुराचे कण शोषून घेतात. हवेतील ७५ टक्के धूलिकण ती शोषून घेतात (नायर, राममूर्ती आणि अग्रवाल, १९८९, ३१). पडीक जमीन पुन्हा लागवडीखाली आणण्यासाठी हे झाड योग्य आहे (शास्त्री आणि कवठेकर १९९०, २३१).

पौराणिक आणि धार्मिक संदर्भ

वानरांना अशोक, करंज, वड, जंबू, पातरी, नागवृक्ष, विभैदक या वृक्षांवर खेळायला आवडते, असा रामायणामध्ये उल्लेख आहे (६.४.७५).

महाभारतानुसार, करंजनिलया ही वनस्पतींची प्राचीन देवता आहे. शिवाचा वानस्पत्य पैलू म्हणजेच देवी दुर्गा.

करंज-अरण्यम्च्या स्थळ पुराणानुसार एके काळी या ठिकाणी करंजाच्या झाडांची खूप दाटी होती. म्हणून या ठिकाणाला करंज-अरण्यम् हे नाव मिळाले. या करंज-अरण्यम्मध्ये एका करंज वृक्षाखाली भगवान शिव लोकनाथाचे लहानसे देऊळ बांधले गेले होते आणि सगळे देव, सप्तमातृका, संत नंदनार आणि विरमिंद नयनार त्याची पूजा करत. या शिवाची

ज्या स्त्रियांनी केल्यामुळे आणि ज्या झाडाखाली त्याचे मंदिर आहे, त्या झाडावर पाळणे टांगल्यामुळे अपत्य, संपत्ती आणि समृद्धी मिळते, अशी स्थानिक समजूत आहे.

दक्षिणेतील वैष्णव पंथाशी या वृक्षाचे नाते आहे. करंज नरसिंह स्वामींना याच झाडावरून नामाभिधान मिळाले आहे. एकदा हनुमानाने अहोबिलममध्ये रामाचे दर्शन व्हावे, म्हणून तपश्चर्या केली. त्या वेळी राम नरसिंहाच्या रूपात त्याच्यासमोर प्रकटला. त्याने रामाच्या स्वरूपातच दर्शन द्यावे, अशी प्रार्थना हनुमानाने नरसिंहाला केली. नरसिंहाने त्याची विनंती मान्य केली आणि करंजाच्या झाडाखाली धनुर्धारी रामाच्या स्वरूपात हनुमानाला दर्शन दिले. म्हणून ही देवता 'करंज नरसिंह' या नावाने ओळखली जाऊ लागली.

करंज वृक्षदेवी वराहीला प्रिय आहे. विष्णूच्या वराह अवताराची ही पत्नी. वराहाचे शिर आणि मानवी देह, या स्वरूपात ती दाखवली जाते. ती करंज मुकुट करवंद *(Carissa caraadas)* या वनस्पतीचा मुकुट आणि त्यासोबत पांढरी किंवा गुलाबी फुले आणि लालसर काळी फळे) आणि पोवळ्याचे दागिने परिधान करते. नांगर आणि भाला या तिच्या खुणा आहेत आणि करंज हा तिचा लाडका वृक्ष आहे (स्टटले, १९८५, ६९).

औषधी उपयोग

त्वचाविकारांवर करंजाची पाने हा फार प्रभावी उपचार आहे. रक्ती मूळव्याध आणि संसर्गजन्य फोड बरे करण्यासाठी या पानांचा उपयोग होतो. करंजाची पाने घालून उकळलेल्या पाण्याने स्नान केले तर सांध्यांच्या वेदनांपासून मुक्ती मिळते आणि व्रण आणि फोड, पुरळ असे विकारही बरे होतात. करंजाच्या झाडाची ताजी साल रक्तस्राव थांबवण्यासाठी उपयोगी आहे. व्रण उठलेल्या जागी मुळांचा अर्क लावला जातो. करंजाची फुले मधुमेहावरील उपचारात वापरतात.

श्वसनमार्गाची सूज आणि खोकल्याची सतत येणारी उबळ बरी करण्यासाठी करंजाच्या बिया वापरतात. कुष्ठरोगाचे चट्टे, त्वचाविकार आणि दुखणाऱ्या सांध्यांवर या बियांचा लेप लावला जातो. करंजाच्या बियांचे तेल हा शुद्धीकरण करणारा पदार्थ आहे. परजीवी जिवाणूंचा संसर्ग आणि चिघळलेल्या जखमा, फोड बरे करण्यासाठीही या तेलाचा उपयोग होतो. दृष्टी सुधारण्यासाठी डोळ्यांच्या औषधांमध्ये या झाडाचे तेल वापरतात. खाज, सूज आणि व्रण असणाऱ्या त्वचाविकारांवरच्या उपचारांमधील हा प्रमुख घटक आहे (दस्तूर १९६२, १३६; षण्मुगम १९८९, ५९२).

मोह

वनस्पतिशास्त्रीय नाव	:	*Madhuca longifolia* (L.) J.F. Macbr.
इंग्लिश नाव	:	Indian Butter Tree
स्थानिक नावे	:	महुआ, महुवा (हिंदी), मधु-दुघ, महुआ (संस्कृत)
प्रकार	:	वृक्ष
विस्तार	:	भारत, श्रीलंका, म्यानमार

मधु म्हणजे मध. या संस्कृत शब्दावरून या वनस्पतीचे *Madhuca* हे कूळनाम तयार झाले आहे.

मोह हा भारतात सर्वत्र आढळणारा वृक्ष आहे. हा आकाराने मोठा, पानगळीचा, साधारणत: २० मीटर उंचीपर्यंत वाढणारा आणि विस्तारित पर्णसंभार असणारा वृक्ष आहे. झाडाला खूप दाट पाने असतात. फांद्यांच्या टोकाला छोट्या, फिकट पांढऱ्या रंगाच्या, कस्तुरीसारख्या सुवासाच्या फुलांचे घोस लागतात. मुळात भारताचा मध्यभाग, गुजरात, पश्चिम घाट, छोटा नागपूरचा पूर्व भाग या ठिकाणचा हा वृक्ष आहे. हिमालयाच्या उपपर्वतीय भागात मोहाचे झाड सर्वत्र आढळते. काही विशिष्ट ठिकाणी जंगलातील वनस्पतींमध्ये मोहाचा समावेश हमखास आढळतो. कमी पावसाच्या रूक्ष प्रदेशांशी या वृक्षाने चांगले जुळवून घेतले आहे. हे झाड रस्त्याच्या दुतर्फा पुष्कळ वेळा लावले जाते. मंदिरांच्या प्रांगणातही ते लावतात.

निचरा चांगला होणाऱ्या वालुकामय चिकणमातीच्या किंवा खोल चिकणमातीच्या जमिनीत हे झाड वाढते. उथळ, खडकाळ आणि कॅल्शिअमयुक्त जमिनीतही ते वाढते.

मोहाच्या झाडाचा प्रत्येक भाग उपयुक्त आहे. मंदिरांमधील मिरवणुकीचे महाकाय रथ तयार करण्यासाठी मोहाचे लाकूड वापरतात. एवढे प्रचंड वजन पेलण्याची ताकद फार कमी लाकडांमध्ये आहे. मोहाचे लाकूड इतके बळकट असते की ते योग्य प्रकारे वाळवले तर लोखंडी पटाशीनेही त्याला आकार देता येत नाही. मंदिरांचे दरवाजे, तुळया, खिडक्यांच्या चौकटी, खांब, फर्निचर, क्रीडा साहित्य, ढोलासारखी वाद्ये, तेल व साखर काढून घेतल्यावर उरलेल्या चोथ्याचे ब्लॉक्स, बोटी, जहाजे, नांगर आणि कुऱ्हाडी अशा अनेकविध वस्तू तयार करण्यासाठीही मोहाच्या लाकडाचा उपयोग होतो.

मोहाच्या फुलांची चव सुकवलेल्या अंजिरांसारखी लागते आणि त्यातून बाहेर पडणारा रस विविध पेयांमध्ये वापरला जाऊ शकतो. मोहाच्या फळाची भाजी करतात. त्याच्या बियांपासून तेल काढतात आणि फळाची आतील साल कुटून त्याचा अन्नपदार्थांमध्ये उपयोग करतात.

मोहाचे लाकूड पर्यावरण शुद्धीकरणाचे काम करते. ते जाळल्यानंतर निर्माण होणारा

धूर सूक्ष्मजीव नाहीसे करतो. प्रदूषणाला तोंड देण्याची क्षमता या वृक्षात आहे (ए. के. भट्टाचार्य १९९४, ६५८-६९).

मोह

पौराणिक आणि धार्मिक संदर्भ

मोहाच्या फुलांपासून प्राचीन काळी अन्न, मद्य आणि साखर मिळवली जात असे. मोहाच्या फुलांपासून मिळणारे मद्य मध्य भारतातील जवळजवळ सगळ्या आदिवासी जमातीं-मध्ये लोकप्रिय आहे. त्यांच्या विधिविधानांमध्येही ते वापरले जाते.

मधुक– मधुवृक्ष– ॠग्वेदात 'मधु-दूध' म्हणून संबोधला गेला आहे (६.७०.१-५). तर अथर्ववेदात त्याला 'मधुक' असे नाव आहे (१.३४.४; ६.१२२.३). अथर्ववेदात (१.३४.५) हे प्रणयभावना निर्माण करणारे आणि फुलांपासून मद्यनिर्मिती करता येऊ शकणारे झाड असल्याचा उल्लेख आहे.

चित्रकूट अरण्यातील हा अत्यंत देखणा वृक्ष असल्याचा उल्लेख वाल्मिकी रामायणात (२.९४.९) आहे. पंचवटीतही मोहाची झाडे असल्याचे रामायणाने म्हटले आहे (३.११.७४). याशिवाय मोहाच्या झाडांचेच अधिक्य असणारे जंगल असल्याचेही वाल्मिकींनी सांगितले आहे (३.१५.२१). मरीच हरणाच्या दोन्ही बाजूंचा रंग मोहाच्या (मधुकाच्या) फुलांसारखा आहे (३.४२.१७). पंपा सरोवराभोवती मोहाची झाडे आहेत (४.१.७८). वसंतात हा वृक्ष फुलतो (६.४.७९). आणि रामाच्या राजवाड्याच्या बगिचात मोहाचा वृक्ष आहे (७.४२.३).

क्षितिजापर्यंत विस्तारलेल्या कुरणांवरचे उदास, शांत मोहाचे वन पाहा.
ते वन पार केल्यानंतर उत्तरेकडे वळल्यानंतर एक जुना वटवृक्ष दिसेल.

असे अनेक संदर्भ रामायणामध्ये आढळतात (रामायण ५.२.१५).

वराहमिहिराच्या बृहत्संहितेने तळे बांधण्यासाठीच्या तपशीलवार सूचना दिल्या आहेत (५४.११९). आणि तळ्याकाठी लावण्यासाठीच्या काही विशिष्ट वनस्पतींची शिफारसही केली आहे. वराहमिहिराच्या मते, तळ्याकाठी मिश्र प्रकारची झाडे असावीत. त्यामध्ये अर्जुन, वड, आंबा, पिंपळ, जांभूळ, इंगळी ताड अशोक, मोह, बकुळ यांसह इतर झाडांचा समावेश असावा (भट १९८१, १०६६).

मधुवन हा असुर मधु आणि त्याचा पुत्र लवण यांचा प्रदेश आहे (ब्रह्मांड पुराण, ३.६३.१८६). हे वन यमुनेच्या काठावर असून कृष्णाला (हरीला) प्रिय आहे. इथे अंबरीश राजाने अभिषेक करून कृष्णाची प्रार्थना केली. इथेच शत्रुघ्नाने लवणाचा वध करून मधुरा नावाची नगरी वसवली (भागवत पुराण, ९.४.३०-३१). मधुरा म्हणजेच आजचे मथुरा हे शहर.

भागवत पुराणानुसार ध्रुवाने तपश्चर्या केली आणि मधुवनातच हरीने त्याला दर्शन दिले. हे मधुवन म्हणजेच यमुनेच्या तीरावरची मथुरा नगरी. 'हर्षचरिता'नेही या झाडाचा संदर्भ दिला आहे.

मोहाच्या झाडाच्या जन्माविषयीची एक लोककथा आहे. एक दिवस शिवाच्या मनात मानवजातीचा विचार आला. मोहाची झाडे नसली तर माणसे देवदेवतांना मद्य कसे अर्पण करतील, असे त्याच्या मनात आले. मग त्याने पोपट, वाघ आणि वराहाला बोलावून स्वत:चे रूपांतर मोहाच्या झाडात करण्याविषयी त्यांना सूचना केल्या. चैत्र महिन्यात या मोहाच्या झाडांवर फुले फुलली. इवल्याशा पक्ष्यांचे थवे या फुलांच्या झुबक्यांपाशी जमून ती खायला लागले. जेमतेम दोन-तीन फुले खाल्ल्यावर हे पक्षी मोठ्याने ओरडून गोंगाट करायला लागले. पक्षी इतका आवाज करत आहेत, त्याअर्थी मोहाच्या फुलांमध्ये नक्कीच मद्याचा अंश असला पाहिजे, असे लोकांच्या लक्षात आले. मग त्यांनी या फुलांपासून मद्य बनवायला आणि सण-उत्सव-समारंभांमध्ये ती वापरायला सुरुवात केली. मोहाची थोडीशी दारू एखाद्याने प्यायली तर तो माणूस पोपटासारखे तीचतीच गोष्ट पुन:पुन्हा बोलायला लागतो, त्यापेक्षा थोडी जास्त प्यायली, तर तो वाघासारखा डरकाळी फोडतो आणि त्याहूनही जास्त प्यायल्यावर तो डुकराप्रमाणे जमिनीवर लोळतो.

स्थानिक श्रद्धेनुसार बाबा गोरखनाथ मोहाच्या झाडावर निवास करतात आणि त्यामुळे मुरादाबाद, बिजनौर, रामपूर, मेरठ, बुलंदशहर, मुझफ्फरनगर, सहराणपूर आणि ज्योतिबा फुले नगर या ठिकाणी मोहाच्या झाडाची पूजा केली जाते.

बिहारचे मुंडा आणि संथाल आदिवासी लग्नसमारंभांमध्ये मोहाची पूजा करतात. मध्य प्रदेशातील अनेक आदिवासी जमातींसाठी मोहाचे झाड हे नितांत आदराचे स्थान आहे. भुईया जमातीमध्ये लग्नप्रसंगी वधू-वर मोहाच्या झाडाची लहानशी फांदी हातात धरतात. गोंड आदिवासी आपल्या नातेवाइकांच्या मृतदेहाचे दफन करण्यापूर्वी मोहाच्या फांदीला टांगतात.

प्राचीन भारतामध्ये स्वयंवराच्या वेळी मोहाच्या फुलांपासून सुंदर हार बनवले जात असत (उपाध्याय १९६४, १५-३४).

*कुमारसंभव*मध्ये कालिदासाने मोहाच्या नाजूक फुलांच्या सौंदर्याविषयी भरभरून लिहिले आहे आणि लग्नात पार्वतीने मोहाच्या फुलांचा हार परिधान केला असल्याचे म्हटले आहे.

जंगलात राहणाऱ्या आदिवासींसाठी मोहाचा वृक्ष हे मोठे वरदान आहे आणि त्याचे संवर्धन ते फार काटेकोरपणाने करतात; पण जंगलाबाहेर राहणारे लोक या झाडाच्या वाढीबाबत अनुकूल नसल्यामुळे मोहाच्या संरक्षण-संवर्धनाकडे गेल्या काही दशकांपासून दुर्लक्षच झाले आहे.

विवाह मंडपाच्या मध्यभागी उभारलेल्या खांबाभोवती अनेक आदिवासी वधू-वर प्रदक्षिणा घालतात आणि यासाठी प्रत्येक आदिवासी गट आपापल्या विशेष पवित्र वृक्षाची

नेवड करतो. मध्यभारतातील बिंझवार आदिवासी दोन फांद्या असलेल्या मोहाच्या वृक्षाचा बुंधा विवाह मंडपात लावतात. कुरमी लोक एक उंच आणि एक बुटका– एक वराचा आणि वधूचा– असे दोन खांब उभारतात. गुजरातेतील भरवाड आदिवासींच्या विधीतील विवाहस्तंभ हे या संदर्भातील ठळक उदाहरण आहे. या विधीमध्ये ज्योतिषी आदिवासी गटप्रमुखाला बोटाला बारीकशी जखम करून त्या रक्ताने झाडाच्या बुंध्यावर खूण करायला सांगतो.

महोबा या गावावरूनच ज्यांना 'महोबिया' हे नाव मिळाले आहे, त्या आदिवासींनी कुलचिन्ह म्हणून मोहाच्या झाडाचा स्वीकार केला आहे. हे लोक जमिनीत लहानसा खड्डा खणून त्यात थोडे पाणी आणि मोहाची दारू ठेवतात आणि त्याची पूजा करतात.

बस्तर आणि ओडिशातील दक्षिण रायपूर जिल्ह्यातील भत्रा जमातींना मोहाच्या झाडाविषयी नितांत आदर आहे. लग्नविधीमध्ये या झाडाभोवती प्रदक्षिणा घातल्या जातात.

तरुण मुलीचे लग्न मोहाच्या झाडाशी तर तिच्या वराचे लग्न आंब्याच्या झाडाशी लावण्याची प्रथा कोल आणि लोढा आदिवासींमध्ये होती. विधिवत् लग्न पार पडण्यापूर्वी वधू-वरांना मोहाच्या झाडाला अनेक प्रदक्षिणा घालाव्या लागतात. मोहाच्या झाडावरच्या कुंकवाचा वास घेऊन वधू झाडाला प्रदक्षिणा घालते. वर हेच सर्व आंब्याच्या झाडाला करतो.

ओडिशातील मलकनगिरी जिल्ह्यातील कोया जमात मोहाचे झाड तोडत नाही किंवा त्यावर चढतही नाही. या बाबतीतील निर्बंध फार काटेकोरपणे पाळले जातात. त्यांच्या बहुतेक सगळ्या उत्सवांमध्ये आणि समारंभांमध्ये या झाडाची पूजा केली जाते. या झाडाला ते 'मुल्लो' असेही म्हणतात. मुल्लो म्हणजे उगम किंवा केंद्रस्थान. कोया आदिवासी मोहाच्या झाडाला आयुष्याच्या आणि आपल्या संस्कृतीच्या केंद्रस्थानी मानतो, असा याचा अर्थ आहे. कोयाच्या चितेसाठी वापरले जाणारे मोहाचे लाकूड अत्यंत पवित्र मानले जाते.

सगळ्या वनवासी जमातींनी पवित्र मानलेला मोहाचा वृक्ष मृत्यूशी फार घट्ट जोडलेला आहे. प्रौढ माणसाचे अंत्यसंस्कार या झाडाखाली करता येऊ शकतात. बागडी, कुर्मी, मुडा आणि संथाल यांसारख्या अनेक आदिवासी जातिजमातींच्या विवाह विधींमध्ये बांबू, आंबा, चाफा, बेल आणि इतर काही वृक्षांसोबत (क्रूक १९२६, ४०४-१८) मोहाची उपस्थिती अत्यावश्यक मानली जाते. छत्तीसगढमधील आदिवासींसाठी मोह पवित्र असून, उपजीविकेचे साधनही आहे. खरवार आदिवासींचा पवित्र मोह वृक्ष 'ब्याही महुआ' (लग्नाचा मोह) म्हणून ओळखला जातो; लग्नाच्या वेळी त्यावर दोरे टांगले जातात.

मध्य भारतापासून पूर्व भारतापर्यंतच्या अनेक लोकगीतांमध्ये मोहाचे गुणवर्णन केले गेले आहे (रंधवा १९८३,१८५). सैतान आणि एकूणच दुष्ट शक्ती हा वृक्ष टाळतात, अशी समजूत आहे. 'मला तुझे मोहाचे झाड दे, मी तुला दारू आणि पैसे देईन,' अशी एक ओडिसी म्हण आहे.

तिरुक्कुरल या दक्षिण भारतीय महाग्रंथाच्या लेखकाचा– तिरुवल्लुवर यांचा– जन्म पवित्र इलुप्पई (मोह) वृक्षाच्या सावलीत झाला, असे म्हणतात.

मोहाच्या झाडाचे शिवशंकराशी नाते आहे. म्हणूनच त्यांचे एक नाव 'मधुक' असे आहे. तामिळ थेवरम संतांनी तामिळनाडूमधील नागपट्टिनम् जिल्ह्यातील इलुप्पई पट्टू (मोहाच्या झाडाचे गाव) येथील नीळकंठेश्वर मंदिराचा गौरव गीतांमध्ये केला आहे. या मंदिराच्या स्थळ पुराणानुसार, शिवाने या झाडाला आग्नेय बाजूला वाढण्याची सूचना केली. झाडाने ही आज्ञा मान्य केली आणि त्या बदल्यात आपले तेल मंदिरांमधील दिवे उजळण्यासाठी रोज वापरले जावे आणि संपूर्ण चोल प्रांतात हा वृक्ष आढळावा, अशी विनंती शंकराला केली. शंकराने ती मान्य केली. म्हणून या गावाला 'इलुप्पईपट्टू' किंवा 'मधुकवन' असे नाव मिळाले. आणखी एका दंतकथेनुसार, रोमास ऋषींनी या स्थळाला भेट देऊन इलुप्पई तेलाचे दिवे लावून भगवान शंकराचे आशीर्वाद घेण्याचा सल्ला पांडवांना दिला होता.

'जिथे साखर कारखाना नाही, तिथे मोहाच्या झाडाचे फूल ही साखर आहे,' या अर्थाची एक तामिळ म्हण आहे.

राजस्थानातील एक लोकगीत– विरहगीत आहे. त्यात म्हटले आहे -

माझ्या राजा, माझ्या सरदारा,
पोपट आणि मोर तुला हाकारताहेत;
फक्त एकदा तुझा घोडा वळव;
मोहाच्या फुलांचा रस गळतो आहे,
माझ्या राजा, फक्त एकदा तुझा घोडा वळव.....

(पटनाईक १९९३, ११८)

औषधी उपयोग

अनेक आजारांवरच्या औषधांमध्ये मोहाच्या झाडाचे विविध भाग पारंपरिकरीत्या वापरले जातात. झाडाच्या सालीपासून बनवलेला काढा खाज, हिरड्यांमधून येणारे रक्त आणि अल्सर बरा करण्यासाठी उपयुक्त असतो. मोहाच्या पानांमुळे रक्तस्राव थांबतो आणि पानांची राख लोण्यात मिसळून लावली तर भाजल्याच्या जखमांची आग कमी होते. मोहाच्या फुलांमुळे कफ कमी होण्यास आणि श्वसनमार्गाची सूज बरी होण्यास मदत होते. मोहाच्या बियांमुळे स्तनदा मातांमध्ये दूध निर्मितीला आणि दूध स्रवण्याला मदत होते. बियांपासून मिळणारे तेल त्वचाविकारांवर उपयुक्त ठरते (दस्तूर १९६२, १०५). तुपाला पर्याय म्हणून अनेक अन्नपदार्थांमध्ये आणि मार्गारीन तयार करण्यासाठीही हे तेल वापरले जाते (ए. के. भट्टाचार्य १९९४, ६५८-६९).

चेकुर्टी

वनस्पतिशास्त्रीय नाव	:	*Cadaba farinosa* Forssk.
इंग्लिश नाव	:	Indian Cadapa
स्थानिक नावे	:	कोढब, डाबी, कढाब (हिंदी), चेकुर्टी (संस्कृत)
प्रकार	:	झुडूप
विस्तार	:	आफ्रिका, आशिया (समशीतोष्ण, उष्णकटिबंधीय)

काटे नसलेले, वेडेवाकडे वाढणारे आणि खूप फांद्या असलेले झुडूप आहे.

राणिक आणि धार्मिक संदर्भ

चेकुर्टी

वी पार्वतीने जेव्हा कात्यायनी म्हणून जन्म घेतला, तेव्हा चा शंकराशी विवाह झाला तो तामिळनाडूमधील नागपट्टिनम जल्ह्यातील तिरुवीलीमिलल्ई (चेकुर्टीचे गाव) या ठिकाणी. ष्णूने चेकुर्टीची १००० फुले वाहून शंकराची पूजा केल्यावर याला शिवाकडून सुदर्शन चक्र प्राप्त झाले. या स्थानाचे रुवीलीमिलल्ई हे नाव कसे पडले, हे सूचित करणाऱ्या दोन था आहेत. एका कथेनुसार कोणे एके काळी या ठिकाणी गल होते. चंदन, चाफा, फणस आणि वीली या वनस्पतींची येथे दाटी होती. त्यातही लीचे या जंगलात आधिक्य होते. म्हणून त्याला वीलीचे जंगल असे म्हटले जात असे. सऱ्या कथेनुसार मिलल्ई कुरूंबर येथे राहत असे आणि तो शंकराला दररोज कवठाचे फळ हत असे. त्याची भक्ती पाहून शंकराने त्याला दर्शन दिले. वीली या तामिळ नावामुळे करला तिथे 'वीलीनाथ' म्हटले जाते. द्वापार युगापासून या वनस्पतीचे शिवाशी नाते आहे, से म्हटले जाते *(तिरुवीलीमिलल्ई स्थळ पुराण)*.

ौषधी उपयोग

ा झुडपाच्या पानांचा अर्क तूप आणि एरंडाच्या तेलासोबत घेतल्यास पोटातील जंत बाहेर डतात. पानांचा रस प्यायल्यावर गुदद्वारातील जंत नाहीसे होतात. गर्भाशयाची ताकद ाढवण्यासाठी या वनस्पतीच्या मुळांचा अर्क गुणकारी आहे (षण्मुगम १९८९, ७३९).

भोकर

वनस्पतिशास्त्रीय नाव	:	*Cordia Myxa* Roxb.
इंग्लिश नाव	:	Indian Cherry
स्थानिक नावे	:	बरा-लसोरा, चोकरगोंड, लसुरा (हिंदी), श्लेष्मातक (संस्कृत)
प्रकार	:	वृक्ष
विस्तार	:	भारत, इराण, पाकिस्तान

मोनिअर विल्यम्सच्या संस्कृत-इंग्लिश शब्दकोशानुसार या वनस्पतीचे संस्कृत नाव श्लेषमातक आहे. इंग्लिशमध्ये त्याला Clammy Cherry किंवा Indian Sherry म्हणतात. जर्मन वनस्पतितज्ज्ञ व्हॅलेरिअस कॉर्डस याच्या नावावरून या झाडाचे *Cordia* हे कूळनाम तयार झाले आहे. *Myxa* या प्रजातीच्या नावाचा अर्थ ग्रीक भाषेत 'श्लेष्म' असा आहे.

लहान किंवा मध्यम आकाराचे हे सदाहरित झाड कोरड्या पानगळीच्या जंगलांपासून आर्द्र पानगळीच्या जंगलांपर्यंत विविध प्रकारच्या जंगलांत आढळते. नद्यांच्या आर्द्र आणि सावली असलेल्या दऱ्यांमध्ये हे झाड विखुरलेल्या स्वरूपात आढळते. खोल, ओल असलेल्या, वालुकामय चिकणमातीच्या जमिनीत त्याची वाढ चांगली होते.

या झाडाची पाने हा गुरांसाठी उत्तम चारा आहे. या झाडाला प्रखर प्रकाश लागतो आणि दुष्काळात ते तग धरते. कमी पावसाच्या प्रदेशातील वनीकरणासाठी हे योग्य झाड आहे (सिंग १९८२, १०८-१३). या झाडाचे फळ काहीसे चिकट, गोड आणि खाण्याला योग्य असते. या झाडाची साल तंतुमय पदार्थांचा उत्तम स्रोत आहे. बोटींच्या भेगा भरण्यासाठी ही साल वापरतात (कृष्णमूर्ती १९९२, १९०, ३८३).

पौराणिक आणि धार्मिक संदर्भ

रामायणामध्ये गोकर्णाभोवती असलेल्या श्लेष्मातक वनाचे वर्णन केले आहे. या ठिकाणी शिव हरणाच्या रूपात लपलेला होता. धार्मिक विधीत वापरल्या जाणाऱ्या लाकडी स्तंभांचेही वर्णन रामायणामध्ये आहे.; त्यापैकी एक स्तंभ, नियमानुसार श्लेष्मातकाच्या लाकडापासून बनवलेला होता (१.१४.२२-२३).

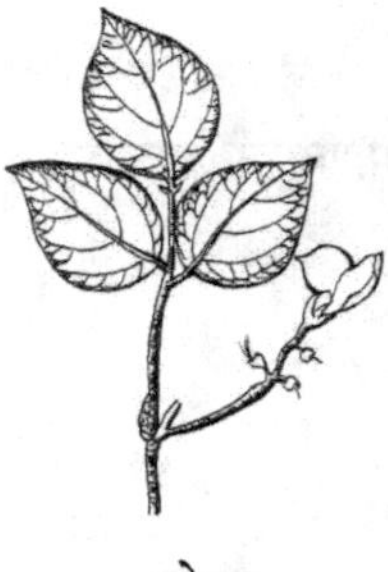
भोकर

महाभारत (४९.२) आणि सुश्रुतानेही या वृक्षाचा उल्लेख केला आहे. तामिळनाडूमधील नागपट्टिनम् जिल्ह्यात 'कुथलम' या ठिकाणी असलेल्या उक्तवनीश्वरर मंदिराच्या स्थळ पुराणानुसार शिव (उक्तवनीश्वरर) या ठिकाणी देवी पार्वतीशी विवाह

करण्यासाठी आला. तो इथे असतानाच चारही वेद छत्रीच्या रूपात आले आणि नंतर त्यांचे रूपांतर पवित्र वृक्षांत झाले. या झाडाला आजपर्यंत कधीच फुले लागलेली नाहीत आणि तसे कधी झालेच तर ती गावातील या चांगल्या किंवा वाईट घटनेची सूचना असते, अशी स्थानिकांची श्रद्धा आहे.

उत्कल / उक्तल वृक्षावरूनच या गावाला 'कुथलम' हे नाव मिळाले आहे.

औषधी उपयोग

या झाडाच्या पानांत आणि देठांमध्ये सूक्ष्मजीवविरोधी गुणधर्म आहे (माहोर, कुमर आणि अंदविहन २००८, ११-१३). पानांची पूड करून त्याचा लेप बनवला तर तो छातीतील दम्यासारखी घरघर बरी करण्यासाठी वापरतात. चेहऱ्यावरील फोड आणि गळवे बरी करण्यासाठी पानांच्या अर्काचा उपयोग होतो. पोटदुखीवर सालीचा काढा नारळाच्या दुधासह घेतात (असोलकर, कक्कर आणि चक्रे १९९२, २३१). गुळण्या करण्यासाठी सालीचा काढा उपयुक्त असतो (षण्मुगम १९८९, ४७३; दस्तूर १९६२, ६३).

आवळा

वनस्पतिशास्त्रीय नाव	:	*Phyllanthus emblica* Linn.
इंग्लिश नाव	:	Indian Gooseberry
स्थानिक नावे	:	आमला, अम्लिका (हिंदी), अमलक, धत्री (संस्कृत)
प्रकार	:	वृक्ष
विस्तार	:	भारतीय उपखंड, चीन, इंडोनेशिया, थायलंड, म्यानमार, व्हिएतनाम

हे लहान अथवा मध्यम आकाराचे झाड आहे. पर्णसंभार गोलाकार असतो आणि साधारणत: ९ ते १३ मीटर उंचीपर्यंत हे झाड वाढते. पाने जाड कातडीसारखी असतात आणि फळ मांसल असते. भारतीय द्वीपकल्पामधील मिश्र, कोरड्या पानगळीच्या जंगलात हे झाड हमखास आढळते. घरांच्या बागेतही ते लावले जाते. भारत, श्रीलंका, ब्रह्मदेशाचा काही भाग हे प्रदेश या झाडाचे उगमस्थान आहे. अनेक प्रकारच्या मातीत आवळा वाढू शकतो.

या झाडाच्या छोट्या डहाळ्यांमध्ये टॅनिन असते. फळाच्या गरापासून गडद तपकिरी रंग मिळतो. आवळा हे फळ नुसते तर खाल्ले जातेच; पण त्यापासून लोणची, जेली, मुरांबा आणि आमटीही बनवतात (कृष्णमूर्ती १९९३, ५५, १९७, ३४८).

आवळ्याची पाने हरित खत म्हणून उपयुक्त असतात. जमिनीतील अल्कयुक्त घटकात ते वाढ करतात. नायट्रोजन आणि सल्फरची विविध ऑक्साईड्स आणि

पेट्रोकेमिकल आणि औष्णिक विद्युत प्रकल्पातून बाहेर पडणारा कार्बन यांसारख्या प्रदूषकांना तोंड देण्याची क्षमता या झाडात आहे (ए. के. भट्टाचार्य १९९४, ६५८-६९).

पौराणिक आणि धार्मिक संदर्भ

या झाडाच्या संस्कृत नावांपैकी एक आहे– अमलक. त्याचा अर्थ 'आधार देणारा' किंवा 'जिथे समृद्धीची देवता निवास करते, ते फळ,' असा आहे. हिंदू धर्मात या वृक्षाची पूजा 'भू-देवता' समजून केली जाते. या झाडाचे फळ मानवजातीचे भरणपोषण करणारे आहे, असे म्हणतात. धात्री हे या झाडाचे आणखी एक संस्कृत नाव आहे. त्याचा अर्थ 'शुश्रूषा करणारी माता'.

मॅक्डोनेल आणि केथ (१९८२-३०) यांच्या म्हणण्यानुसार अमलक *(Emblica officinalsis)* हे या झाडाचे नाव जैमिनीय उपनिषद ब्राह्मणात (१.३८.६) आणि छांदोग्य उपनिषदात (७.३.१) उल्लेखले गेले आहे. सांची स्तूपावरील उठावचित्रांमध्ये ज्या वनस्पतींचा समावेश आहे, त्यांपैकी अमलक ही एक आहे.

या झाडाला अमला अथवा अम्लक असेही म्हणतात. चरक सूत्रस्थान (२.२६), सुश्रुत सूत्रस्थान (४६.१३९) आणि कूर्मपुराणाने (१.१२.२०३; ९.१०; ४९.६४) औषधी वनस्पती म्हणून त्याचे वर्गीकरण केले आहे.

पद्मपुराणाच्या उत्तर कांडानुसार (४७.७-११) महाप्रलयात पृथ्वी बुडालेली असताना आणि हा प्रलय पाहून ब्रह्मदेव थक्क झालेला असताना, त्याच्या तोंडातून लाळ गळली. या लाळेपासून अमलक वृक्ष निर्माण झाला.

स्कंद पुराणात म्हटले आहे, 'कोणे एके काळी संपूर्ण पृथ्वी पाण्याखाली गेली होती आणि ब्रह्मदेव विष्णूच्या ध्यानात मग्न होता. त्या वेळी तो इतका भावविवश झाला की त्याच्या डोळ्यांतून अश्रुधारा वाहायला लागल्या आणि त्या अश्रूंपासून आवळ्याचे झाड उगवले. पृथ्वीवर अवतरलेले हे पहिले झाड होते; म्हणून त्याला 'आदिरोह' किंवा 'पूर्व-प्रमुख वृक्ष' असे म्हटले जाते.

विष्णूला हे झाड फार आवडत असे. एक दिवस सगळे देव या झाडाकडे पाहत असताना त्यांनी आकाशवाणी ऐकली, 'सगळ्या वृक्षांमध्ये आवळ्याच्या वृक्षाचे स्थान सर्वोच्च आहे कारण हे झाड भगवान विष्णूंना प्रिय आहे. गोदानामुळे जो लाभ मिळतो, त्याच्या दुप्पट लाभ आवळ्याचे झाड पाहण्याने मिळतो. गोदानामुळे मिळणाऱ्या लाभाच्या तिप्पट लाभ आवळ्याचे फळ खाण्याने मिळतो. म्हणून या झाडाच्या संवर्धनासाठी सर्वतोपरी प्रयत्न केले पाहिजेत.'

आवळ्याच्या झाडाखाली पिंडदान केले तर मृतात्म्यांना मोक्ष मिळतो, अशी समजूत आहे. जिथे आवळ्याची फळे ठेवलेली असतात, त्या घराला भुतांची किंवा कुठल्याच दुष्ट शक्तींची बाधा होत नाही.

ज्याला संपत्ती प्राप्त व्हावी, अशी इच्छा आहे, याने दररोज आवळ्याचा रस पाण्यात मिसळून अंघोळ करावी. आवळ्याचा रस पाण्यात मिसळून त्याने केस धुतले तर या युगात हातून घडलेली पापे नष्ट होऊन विष्णूलोक प्राप्त होतो (स्कंद पुराण २.४.१२.१३). वराह पुराणानुसार, निर्ग राजाने अमलक एकादशीच्या दिवशी उपवास करण्याचा निश्चय केला. त्या रात्री तो

आवळा

आवळ्याच्या झाडाखाली झोपलेला असताना शत्रूंनी त्याच्यावर हल्ला केला. त्या वेळी याच्या देहातून एकादशी अवतरली. तिने त्याच्या सगळ्या शत्रूंना ठार केले आणि पुन्हा याच्या देहाशी ती एकरूप झाली (स्वामी १९८६, ५७-६१).

शिवरात्रीच्या दिवशी या झाडाची पूजा केली जाते. या वेळी झाडाच्या खोडाभोवती लाल-पिवळे धागे बांधून इतर पूजेच्या वेळी पाळल्या जाणाऱ्या प्रथेनुसार झाडाला फुले-फळे वाहिली जातात.

गुजरातमध्ये हे सर्वात पवित्र झाड मानले जाते. कार्तिक महिन्यात, विशेषतः अक्षय नवमीला (शुक्ल नवमी) स्त्रिया फुले, कुंकू आणि चंदनाचे गंध वाहून आवळ्याच्या झाडाची पूजा करतात. मुलगा व्हावा यासाठी ही पूजा केली जाते. प्रत्येक वेळी झाडाच्या खोडाला पवित्र धागा बांधत त्या झाडाला पाच प्रदक्षिणा घालतात.

वृंदेच्या मोहातून विष्णूला दूर करण्यासाठी अमलकी वृक्षाने स्वतः एका सुंदर स्त्रीचे रूप घेतले होते, असे म्हणतात. हिंदुधर्मीयांसाठी हा वृक्ष अतिशय पवित्र आहे आणि आदिवासी लोकांनी त्याला अनेक जादुई गुण बहाल केले आहेत.

अक्षय नवमीच्या दिवशी या झाडाला विशेष नैवेद्य दाखवला जातो. या झाडाच्या सावलीत ब्राह्मणांना भोजन दिले जाते. यामुळे यजमानाला अमाप पुण्य मिळते, असे म्हणतात. इतर जातींचे लोक या झाडाच्या सावलीत बसून आपले अन्न शिजवतात आणि तिथेच जेवण करतात. जिथे आवळ्याची मोठी झाडे नसतील, तिथे छोट्या रोपांवर काम भागवले जाते. या दिवशी ब्राह्मणांना दान म्हणून पांढरा भोपळा देणे योग्य मानले जाते. या भोपळ्याचा लहानसा तुकडा कापून चांदी, सोने आणि पितळ्याचे छोटे तुकडे त्या भोकात ठेवले जातात. नवीन कापडाने हे भोक झाकून पुरोहिताला हा भोपळा भेट दिला जातो, हे गुप्तदान स्वीकारून तो दात्याला पुत्रप्राप्तीचा आशीर्वाद देतो.

तामिळनाडूमध्ये शिवरात्रीच्या दिवशी स्त्रिया आवळ्याच्या झाडाची पूजा करतात. पिवळे आणि लाल धागे झाडाभोवती गुंडाळून त्याला फळे-फुले वाहिली जातात.

शिव आणि विष्णू या दोघांनाही हा वृक्ष प्रिय आहे. लक्ष्मीशी आणि पार्वतीशी त्याचे नाते आहे. समृद्धीची देवता– लक्ष्मी, हिचा निवास आवळ्याच्या फळात असल्याची श्रद्धा असल्यामुळे या झाडाची पूजा भूदेवता / पृथ्वीदेवता समजून केली जाते (एस. एम. गुप्ता,

१९९१, ३८). आवळा हे सुफलनाशी निगडित झाड असल्याने हिंदूंनी त्याला पवित्र मानले आहे (द्विवेदी आणि तिवारी १९८९, १५८-८६).

या झाडाला औषधी मूल्यही आहे आणि ते मंदिराच्या दक्षिणेला लावावे, अशी समजूत आहे (बर्डवुड १९९२, ८) *(सुब्रमण्यस्वामी मंदिर, स्थळ पुराण, स्वामीमलय).*

तामिळ मिथककथांनुसार, तामिळ भाषा आणि साहित्य अमर व्हावे यासाठी संत औवैयार यांना राजा अधियमान याने दैवी आवळा दिला होता.

औषधी उपयोग

आवळ्याच्या झाडाची ताजी आणि वाळलेली साल, पाने, फुले, फळे आणि बिया या सगळ्यांपासून औषधे बनवली जातात. आवळ्याच्या फळात 'क' जीवनसत्त्वाचा भरपूर साठा असतो. त्याची कमतरता भरून काढण्यासाठी आवळा खातात. आवळ्याच्या रसात मध मिसळून रोज प्राशन केल्यास क्षयाला प्रतिबंध होतो. दमा, फुफ्फुसाचा संसर्ग, हिरड्यांतून होणारा रक्तस्राव, रक्तसंसर्ग, कर्करोग, मानसिक ताणतणाव आणि रक्तातील साखरेच्या तक्रारी यांसारख्या विविध विकारांना रोखण्याचे काम हा रस करतो. यकृतासाठी तर हे उत्तम टॉनिक आहे.

कच्चे फळ डोळ्यांना आणि शरीराला शांतवणारे आहे आणि ते मलावरोध दूर करते. अपचन, कावीळ आणि नाकाच्या तक्रारींसाठी आवळ्यापासून तयार केलेले मद्य गुणकारी आहे (षण्मुगम १९८९, ५१६-१७; दस्तूर १९६२, ८०). कर्करोगविरोधी गुण आवळ्यात आहेत. दातदुखी, ताप, रक्तक्षीता, मज्जासंस्थेचे विकार, दुखरे अवयव, पुटकुळ्या आणि स्त्रियांमधील वंध्यत्व अशा विविध आजारांवरच्या औषधांमध्ये आवळ्याच्या झाडाचे विविध भाग वापरतात (असोलकर, कक्कर आणि चक्रे १९९२, २९१-९२).

कांद्याच्या रसात आवळ्याच्या झाडाची साल मिसळून तयार होणारे मिश्रण विंचवाच्या दंशावरील प्रभावी औषध आहे (सुदर्शन, यल्लप्पा रेड्डी आणि गौडा १९९३, १०).

बोर

वनस्पतिशास्त्रीय नाव	:	*Ziziphus maurtiana* Lam.
इंग्लिश नाव	:	Indian Jujube
स्थानिक नावे	:	बेर, पेंडिबेर (हिंदी), बदरी, बदरा, करकंदू (संस्कृत)
प्रकार	:	वृक्ष
विस्तार	:	भारत, आफ्रिका आणि आशिया तसेच ऑस्ट्रेलिया, दक्षिण व उत्तर अमेरिकेच्या समशीतोष्ण आणि उष्णकटिबंधीय प्रदेशात रुळला आहे.

izouf या अरेबिक शब्दावरून *Ziziphus* हा शब्द तयार झाला आहे. Zizouf म्हणजे वचयुक्त फळ असणारे कमळ. Ziziiphon हा ग्रीक शब्द बोर *(Jujube)* या शब्दाचा मानार्थी आहे. जांभळासारखे खाण्यायोग्य फळ, हा त्याचा अर्थ. Zizyphum या लॅटिन ब्दाचाही हाच अर्थ आहे.

हा सदाहरित, पानगळीचा वृक्ष आहे. साधारणतः १० मीटर उंचीपर्यंत तो वाढतो. याची साल करडी, काळी, खडबडीत आणि चिरा पडलेली असते. बहुतांशी हा वृक्ष रानात कंवा रानसदृश झाडीत आढळतो. अति थंडी किंवा उष्ण, कोरड्या हवेचा त्याच्यावर रिणाम होत नाही. त्याची मुळे जमिनीत खोल जाणारी असल्यामुळे दुष्काळातही हे झाड ग धरते.

बोराची फळे आवडीने खातात. अर्धवट पिकलेल्या फळांचे लोणचे घालतात. खोडाच्या सालीपासून लाल रंग मिळतो. बोराच्या बियांपासून ब्रेसलेट्स बनवतात कृष्णमूर्ती १९९३, २३९, ३६४, ४५८). बोराच्या पानांचा उपयोग गुरांना चारा म्हणून ातो. बोराच्या लाकडापासून शेतीची अवजारे, बैलगाड्यांची चाके आणि कोळसा बनवतात.

लाखेचा किडा *(Tabhadia labbad)* बोराच्या झाडावर वाढतो. टसर सिल्कच्या किड्यांचे ोषण बोराच्या पानांद्वारे होऊ शकते. या किड्यांपासून मिळणारा कठीण कवचासारखा पदार्थ ाख तयार करण्यासाठी वापरला जातो (आर. के. गुप्ता १९९२, ५२१).

ौराणिक आणि धार्मिक संदर्भ

ृग्वेदात करकंदूचा उल्लेख आहे (I.११२.६). अथर्ववेद आणि कौशिकी सूत्रानुसार ोराची डहाळी (कुडी) मृतदेहाला बांधली होती. मृतात्म्याला पुन्हा मूळ देहात परतणे नवघड व्हावे, म्हणून देहाची खूण पुसून टाकण्याचा उद्देश असावा. यजुर्वेदापासून ुढच्या ग्रंथांमध्ये बोराचे झाड आणि फळ या दोन्हींसाठी वापरलेला हा सामायिक शब्द ाहे (कथक संहिता, ३.२,२; वाजस्नेयी संहिता १९.२३.९१; २१.३२; २४.२). ामायणानुसार हे अतिशय चिवट, टणक झाड आहे. राम-लक्ष्मण सीतेच्या शोधात हिंडत नसताना त्यांना वाटेत एक बोराचे झाड दिसले. त्यांनी झाडाला सीतेबाबत विचारले व्हा झाडाने आशादायक उत्तर दिले. आपण सीतेची वस्त्रे पकडून तिला वाचवायचा यत्न केल्याचे सांगून आपल्या फांदीला अडकलेला तिच्या वस्त्राचा तुकडाही झाडाने ाखवला. रावण सीतेला घेऊन ज्या दिशेला गेला, ती दिशाही बोराच्या झाडाने दाखवली. ीतेला वाचवण्याचा प्रयत्न केल्याबद्दल रामाने झाडाला आशीर्वाद दिला आणि 'कुठल्याही रिस्थितीत तू मरणार नाहीस,' असा वरसुद्धा दिला. एखादे मूळ आणि ताजी पाने किंवा ांद्यांपासूनही नवे झाड वाढू शकते. त्यामुळे कमी पावसाच्या प्रदेशात, उजाड ठिकाणीही ाढण्याची त्याची क्षमता आहे.

रामायणात शबरी या गरीब, आदिवासी स्त्रीची कथा आहे. ती रामाची परमभक्त होती.

आवळा

सीतेचा शोध घेत फिरणाऱ्या रामाला तिने बोराची फळे खायला दिली. फळे पूर्ण पिकली आहेत ना, याची खात्री करून घेण्यासाठी रामाला बोरे देण्यापूर्वी या गरीब शबरीने प्रत्येक बोर चाखून पाहिले होते. शबरीची ही उष्टी बोरे रामाने खाल्ली. शुद्ध अंत:करणाने आणि निरतिशय प्रेमाने अर्पण केलेली कुठलीही गोष्ट शुद्ध आणि स्वच्छ असते, असे तो म्हटल्याचे रामायण सांगते. तेव्हापासून बोराची फळे पवित्र मानली जातात आणि धार्मिक समारंभांत त्यांचा समावेश करून विविध देवदेवतांना अर्पण केली जातात.

एक दिवस भारद्वाज ऋषींनी जवळून जाणाऱ्या, टपोऱ्या डोळ्यांच्या घ्रितची या अप्सरेला पाहिले. तिचे तारुण्य आणि सौंदर्य पाहून त्यांचे वीर्यपतन झाले. एका कुंभात ठेवलेल्या त्यांच्या वीर्यापासून एका अतिशय लावण्यवती मुलीचा जन्म झाला. भारद्वाजांनी तिचे नाव स्रूरवती ठेवले. वयात आल्यावर तिने ब्रह्मचारिणीप्रमाणे राहायला सुरुवात केली. पती म्हणून इंद्राला प्राप्त करून घेण्यासाठी तिने घोर तपश्चर्या केली. शेवटी इंद्राने वसिष्ठ ऋषींचे रूप घेऊन तिच्या आश्रमात प्रवेश केला. त्या ज्येष्ठ मुनिवरांना पाहून स्रूरवती म्हणाली, ''हे आदणीय ऋषीवर, हे ज्येष्ठतम मुनिवर, मला आदेश द्या. माझ्या कुवतीनुसार मी तुमची सेवा करीन. मात्र शक्राविषयीच्या (इंद्राविषयीच्या) माझ्या नितांत आदरामुळे मी माझा हात तुमच्या हातात देऊ शकत नाही. या तीन जगांच्या स्वामीला मी माझ्या तपाने, निश्चयाने आणि निस्सीम संयमाने संतुष्ट करत आहे.'' हे ऐकून तो स्वर्गाचा राजा असलेला देव म्हणाला, ''आत्यंतिक संयमाने तू तप करत आहेस. या तपश्चर्येमुळे तुला प्रत्येक गोष्ट प्राप्त होऊ शकते. मोठ्या, निरलस आनंदाच्या मुळाशी तपश्चर्याच आहे. संयमपूर्ण तपश्चर्या केल्यानंतर जे पुरुष देहत्याग करतात, ते देवपदाला पोहोचतात. माझे हे शब्द लक्षात ठेव. आता हे कुमारिके, ही पाच बोराची फळे उकळ.''

स्रूरवतीच्या निष्ठेची परीक्षा घेण्यासाठी इंद्राने बोरे उकळण्याच्या प्रक्रियेत अडथळा आणला. स्रूरवती स्वत: स्नान करून इंद्राने दिलेली पाच बोरे उकळू लागली. त्याखाली असलेला अग्नी विझणार हे पाहून स्रूरवतीने स्वत:चे पाय जाळून बोरे उकळण्यासाठी आवश्यक इंधन पुरवायला सुरुवात केली. वसिष्ठ ऋषींच्या वेषात असलेल्या इंद्राचे 'बोरे चांगली उकळ,' हे शब्द तिच्या मनात खणखणत होते; ती त्यासाठी बोरे उकळवत राहिली. पण बोरे मऊ होण्याची चिन्हे दिसेनात. शेवटी तिचे दोन्ही पाय आगीत भस्मसात झाले. तिचा हा त्याग पाहून तिन्ही जगांचा स्वामी असलेला इंद्र आपल्या खऱ्या रूपात प्रकट झाला आणि म्हणाला, ''तुझे तप आणि निश्चय पाहून मी संतुष्ट झालो आहे. हे आशीर्वाद मिळालेल्या कन्यके, तुझा मर्त्य देह टाकून तू माझ्यासह स्वर्गात निवास करशील.''

बोराच्या पावित्र्याचा उल्लेख करणारी आणखी एक कथा आहे. वसिष्ठ ऋषींची पत्नी

अरुंधती हिच्यासह सात ऋषी वदरपचन येथे राहत होते. एकदा अरुंधतीला एकटीला आश्रमात ठेवून हे सात ऋषी उपजीविकेसाठी कंदमुळे आणि फळे आणण्यासाठी हेमावतावर गेले. हिमावतावरच्या जंगलात ते राहत असताना दुष्काळ पडला. बारा वर्षे हा दुष्काळ कायम राहिला. इकडे आश्रमात एकटीच असलेल्या अरुंधतीने स्वत:ला तपश्चर्येत गाडून घेतले होते. तिच्या या निष्ठेने प्रसन्न झालेला शिव ब्राह्मणाच्या वेषात तिच्याकडे आला आणि त्याने तिच्याकडे भिक्षा मागितली. आपल्याजवळचा अन्नधान्याचा साठा संपला असल्याचे सांगून अरुंधतीने त्याला बोरे खाण्याबाबत विचारले. महादेवाने ही बोरे शिजवायला सांगितली. अरुंधतीने तसे केले. बारा वर्षांच्या दुष्काळानंतर सात ऋषी हिमावतावरून फळे घेऊन परतले. मग महादेव त्याच्या खऱ्या स्वरूपात प्रकट झाला. बारा वर्षे बोरे शिजवून स्वत:ला जिवंत ठेवण्याच्या अरुंधतीच्या निष्ठेची त्याने स्तुती केली. तीर्थ वदरपचन हे सगळ्या ऋषींचे आणि सिद्ध पुरुषांचे प्रिय आश्रयस्थान होईल, असा आशीर्वाद त्याने अरुंधतीला दिला.

शंकराच्या पूजेत मुख्यत: त्याला बोरे अर्पण केली जातात. कैलास पर्वतावर असलेल्या भव्य अशा बोराच्या झाडाच्या मुळांपासून गंगा नदी उगम पावते, अशी समजूत आहे.

पंजाबातील तरणतारण जिल्ह्यामधील पट्टी या गावात धूलीचंद नावाचा एक उमराव राहत होता. त्याला चार विवाहित आणि एक अविवाहित कन्या होत्या. एके दिवशी या पाचही मुली सहलीला गेल्या आणि काही साधू भक्तिगीते गात असलेले त्यांना दिसले. ती गीते ऐकून सर्वात धाकटी बहीण रजनी, इतकी भावविवश झाली की, तिने आपले दागिने काढून त्या साधूंना वाटले. या बहिणी घरी परतल्या तेव्हा आपल्या धाकट्या मुलीचा ओकाबोका गळा आणि हात धूलीचंदने पाहिले. तिने सगळे दागिने साधूंना देऊन टाकल्याचे त्याला समजले. यामुळे संतापलेला धूलीचंद पाचही मुलींवर कडाडला, "तुम्हाला खाऊपिऊ कोण घालते? कपडालत्ता, घर, दागिने हे सगळे तुम्हाला कुणामुळे मिळाले?" मोठ्या चार बहिणी चटकन म्हणाल्या, "बाबा, तुमच्यामुळेच!" पण धाकटी मुलगी म्हणाली, "ईश्वर माझा रक्षणकर्ता आहे." धूलीचंदचा पारा या उत्तरामुळे चढला. त्याने मुद्दाम एक अपंग कुष्ठरोगी शोधून धाकट्या लेकीचे, बिबी रजनीचे लग्न त्याच्याशी लावून दिले. बिबी रजनी स्वत:चे आणि नवऱ्याचे पोट भरण्यासाठी गावोगावी भिक्षा मागत हिंडत राहिली. या भटकंतीत वाटेतील प्रत्येक देवळात ती आपल्या नवऱ्याला घेऊन जात असे. एक दिवस एका जलाशयाच्या काठावरील बोराच्या झाडाखाली नवऱ्याला नीट बसवून ती भिक्षा आणण्यासाठी गेली. तिचा कुष्ठरोगी नवरा बोराच्या झाडाखाली बसून समोरचे शांत, स्वच्छ पाणी निरखत होता. तेवढ्यात त्याला एक चमत्कार दिसला. काळे कुळकुळीत कावळे त्या थंड पाण्यात सूर मारत होते आणि बाहेर येताना त्यांचा रंग चकाकता पांढरा होत होता. तो सरपटत पाण्याच्या काठाशी पोहोचला आणि हळूच त्याने आपला देह तळ्याच्या पाण्यात बुडवला. एका हाताच्या लहानशा बोटाने त्याने बोराच्या झाडाची फांदी धरून ठेवली

होती. पाण्याच्या स्पर्शाने त्याचा रोग तत्काळ बरा झाला. झडलेले अवयव परत मिळून त्याचा देह इतरांसारखा झाला. त्याची बायको परतली, तेव्हा तिने आपल्या नवऱ्याला ओळखलेच नाही. घडलेला प्रकार नवऱ्याने तिला सांगितला. आनंदात न्हाऊन निघालेल्या या जोडप्याने ही हकिगत गुरु रामदासजींना सांगितली. त्यांनी ती बाबा बुधाजींना सांगितली. मग अमरदासजींनी ज्याविषयी सांगितले होते, ती पवित्र जागा म्हणजेच हे तळे असल्याचेही त्यांनी बाबा बुधाजींना सांगितले. ज्या झाडाखाली रजनीचा कुष्ठरोगी नवरा बसला होता, त्या झाडाला मग 'दुःखभंजनी बोर' असे नाव मिळाले; कारण ते झाड वेदना आणि रोग बरे करणारे होते. या झाडाजवळ मग गुरुद्वारा बांधण्यात आला. हा गुरुद्वारा अमृतसरच्या सुवर्णमंदिराचा एक भाग आहे. या तळ्याभोवती मग कठडा बांधला गेला. आजही या तळ्याच्या पाण्यात रोग बरे करण्याचे जादुई सामर्थ्य आहे, असे म्हणतात. या तळ्याच्या काठावरील बोराचे झाड 'दुःखभंजनी बेर' म्हणून ओळखले जाते.

बोराचे झाड विष्णूलाही प्रिय आहे; त्याला 'बदरीनाथ' म्हणतात ते याचमुळे. हिमालयातील ३००० मीटर उंचीवरच्या 'बदरीनाथ' या गावाला बोराच्या झाडावरूनच हे नाव मिळाले आहे. या ठिकाणी एक झरा (सल्फरयुक्त पाण्याचा) आहे आणि या झऱ्याशी प्राचीन वृक्ष संप्रदाय निगडित आहे.

इतर ठिकाणांपैकी अचल वटला, सुलतानपूर लोधी, दुःखभंजनी, आणि अमृतसर या शीखांच्या देवळांमध्ये बोराचे झाड आहे. यापैकी अनेक मंदिरे गुरु नानकांशी निगडित आहेत. ते म्हणाले होते, "हे ईश्वरा, तू आदि-अंत नसलेला वृक्ष आहेस आणि मी तुझ्या संरक्षणाखाली वावरणारी वधू आहे." इतर काही वृक्ष गुरु गोविंद सिंग, गुरु अर्जुनसिंग आणि गुरू हरगोविंद सिंग इत्यादींशी निगडित आहेत. या शीख गुरूंशी असलेल्या नात्यामुळे बोराच्या झाडाला पावित्र्य प्राप्त झाले (कालेर २०१२, ५).

तामिळनाडूमधील कडलोर जिल्ह्यात ओममुंपुलियूर येथे प्रणवव्यक्रपुरीश्वराचे मंदिर आहे. या मंदिराच्या स्थळ पुराणानुसार, देवी शिवकामसुंदरीला शिवाने शाप देऊन, ॐ या प्रणवमंत्राचा अर्थ समजून घेण्यासाठी पृथ्वीवर जन्म घ्यायला लावला होता. ओममंपुलियूर या ठिकाणी इलंथई (बोर) वृक्षाखाली तिने तप सुरू केले. मग गुरु दक्षिणामूर्तींच्या रूपात शिव तिच्यापुढे प्रकट झाला आणि त्याने 'ॐ'चा अर्थ तिला स्पष्ट करून सांगितला. या ठिकाणी शिवलिंग आणि देवीच्या मध्ये मूलस्थानावर दक्षिणामूर्ती उभा असलेला दिसतो (ओममंपुलियूर येथील ओ. एन. वेंकटेश गुरुक्कल यांनी दिलेली माहिती).

आणखी एका मिथककथेनुसार, कृष्णाच्या तुळशीबरोबरच्या प्रेमाबाबत कळल्यावर राधेने तुळशीला 'पृथ्वीवर तुला जन्म मिळेल' असा शाप दिला. दुखावलेल्या तुळशीने ब्रह्मदेवाची प्रार्थना केली आणि 'कृष्णाची पत्नी होण्याचा आणि कालांतराने श्रीविष्णूंशी पुनर्मीलन होण्याचा वर मागितला. काही काळाने राजा धर्मध्वज आणि राणी माधवीची मुलगी म्हणून तुळशीचा जन्म झाला. नारायण हाच पती मिळावा, यासाठी कठोर तप

करण्याकरता तुळशी बोराच्या अरण्यात गेली. एक लाख दैवी वर्षे तिची तपश्चर्या चालू राहिली. या काळात ती २० हजार वर्षे फळे आणि पाण्यावर, ३० हजार वर्षे बोराच्या पानांवर, ४० हजार वर्षे हवेवर आणि १० हजार वर्षे काहीच न खातापिता एका पायावर उभी राहून जगली (ओपर्ट १९७२, ३५२).

ख्रिस्तपूर्व १५००-१००० या कालखंडातील लोक बोराची फळे खात असत. भारत आणि चीन या दोन्ही ठिकाणी गेल्या ४०० वर्षांपासून बोराची लागवड होत आली आहे. भारतात खाण्यासाठी आणि औषधासाठी रानवनस्पतींचा उपयोग प्राचीन वैदिक आणि वैदिकोत्तर कालखंडापासून होतो आहे, हे *वृक्षायुर्वेद, चरकसंहिता, सुश्रुतसंहिता* आणि *अष्टांग हृदय संहिता* यांसारख्या ग्रंथांवरून सिद्ध झाले आहे. इतर जगाशी तुलना करता, भारतात वाहिन्यायुक्त वनस्पतींच्या १५ हजार प्रजाती आहेत. यापैकी ६०० प्रजाती ऱ्हास आणि शोषण यामुळे धोक्यात आल्या आहेत. लोपत चाललेल्या आदिवासी संस्कृती आणि त्यांनी जपलेली प्राचीन वनस्पतिशास्त्रीय मूल्ये यांविषयी अनेक स्तरांतून चिंता व्यक्त होते आहे (रावत १९९२, ६६-९९). बोराचे झाड शिव आणि विष्णू दोघांना प्रिय आहे (बर्डवुड १९९२, ८७).

औषधी उपयोग

मूत्रमार्गातील विषारी जखमा भरून येण्यासाठी बोराची पाने दुधात उकळून तो काढा प्यायला देतात. मूत्रविसर्जन सुलभरीत्या व्हावे, म्हणून बेंबीवर बोराच्या उकळलेल्या पानांचा चोथा लावतात. ओटीपोटाच्या हाडांवरही तो लावतात. पानांचा लगदा डोळ्यांचे मलम म्हणून गुणकारी आहे. फोडांवर आणि दुखणाऱ्या गळवांवर कोवळी पाने आणि देठांचा लेप लावतात (षण्मुगम १९८९, ७७-७८).

बोराची साल कडू असते. सतत होणारा रक्तस्राव थांबवण्यासाठी तिचा उपयोग होतो. अतिसार आणि जुलाबांवरील हे घरगुती औषध आहे (बखरू १९९३, २३६).

बोर रक्त शुद्ध करते आणि पचनाला मदत करते. वाळलेली बोरे हे मलनिस्सारण सुलभ करतात. (हलके रेचक आहे) आणि खोकल्यावरही ती उपयुक्त आहेत. पित्ताशयाच्या तक्रारी दूर करण्यासाठी बोराच्या बिया ताकासोबत देतात. वेदना कमी करण्यासाठी, एखाद्या सौम्य तेलासह बोराच्या बियांपासून तयार केलेले मलम वापरतात (दस्तूर १९६२, १८०). बोराच्या रसामुळे भूक वाढते आणि ताजेतवाने वाटते.

अमलताश

वनस्पतिशास्त्रीय नाव	:	*Cassia fistula* Linn.
इंग्लिश नाव	:	Indian Laburnum
स्थानिक नावे	:	किरला, अमलतास (हिंदी), अरग्वध (संस्कृत)
प्रकार	:	वृक्ष
विस्तार	:	भारत, श्रीलंका

अमलताश हा मूळचा आशियाच्या उष्णकटिबंधीय प्रदेशातील वृक्ष. डिओस्कोराइड्सने (इ.स. ४०-९०) लिहिलेल्या *डी मटेरिआ मेडिका* या ग्रंथात Cassia हे कूळनाम उल्लेखले गेले आहे. *Fistula* या प्रजातीच्या नावाचा अर्थ आहे नळी. या वृक्षाच्या लांबट नळीच्या आकाराच्या शेंगांचे सूचन या नावातून होते.

हा लहान ते मध्यम आकाराचा, पानगळीचा वृक्ष आहे. त्याचा पर्णमुकुट गोलाकार पण वेडावाकडा असतो. झाडाची उंची अंदाजे ९ ते ११ मीटर असते. पूर्ण वाढ होण्याआधी झाडाचे खोड गुळगुळीत आणि हिरवट रंगाचे असते. पूर्ण वाढीनंतर ते गडद तपकिरी आणि खडबडीत बनते. मुळात हा भारतातीलच वृक्ष आहे. सदाहरित आणि कोरड्या पानगळीच्या जंगलांमध्ये तो आढळतो. झाडाचे लाकूड टणक असते. बैलगाड्या, घोडागाड्या आणि शेतीची अवजारे तयार करण्यासाठी त्याचा वापर होतो. टॅनिंग करण्यासाठी सालीचा उपयोग होतो. बिहारमधील संथाल आदिवासी या झाडाच्या फुलांचा वापर अन्न म्हणून करतात (रंधवा १९८३, १२९).

हा दुष्काळात तग धरून राहणारा आणि रस्त्याच्या दुतर्फा लावण्यासाठी अत्यंत उपयुक्त असणारा वृक्ष आहे. वातावरणातील प्रदूषकांना तोंड देण्याची क्षमता या झाडात आहे आणि हवामान शुद्धीकरणाचे काम तो करतो. सरासरी उंचीच्या या प्रत्येक वृक्षामधून दररोज १०-२० लीटर पाणी उत्सर्जन प्रक्रियेद्वारा हवेत सोडले जात असल्यामुळे हवा थंड राहण्यासाठीही त्याची मदत होते. त्यामुळे पर्यावरणात थंडावा राहतो (नायर, राममूर्ती आणि अग्रवाल १९८९, ३५-३६).

पौराणिक आणि धार्मिक संदर्भ

उद्याने, धबधबे आणि अनेक वृक्षांनी इंद्रप्रस्थ नगरी सजलेली होती, असे महाभारत सांगते. यापैकी एक अमलताश– राजवृक्ष– होता. प्राचीन संगम साहित्यात या वृक्षाचा उल्लेख आढळतो. सिलप्पडीकारम या तामिळ महाकाव्यामध्ये, अमलताशाच्या शेंगेपासून तयार केलेली बासरी कृष्ण वाजवत असल्याचे वर्णन आहे.

या झाडाच्या फुलांचा सोनेरी रंग आणि लांब शेंगांचा उल्लेख संगम साहित्यात आहे.

उल्लेख करताना, महाबलिपुरम येथील पल्लवकालीन शिल्पातील, गरे असलेल्या पैजणांशी अमलताशाच्या शेंगांची तुलना केली आहे.

अमलताश

एखाद्या शौर्य मोहिमेवर निघताना शिव अमलताशाच्या फुलांचे र परिधान करतो, अशी समजूत आहे. 'शिवमंजरी'नुसार, तामिळनाडू-धील शैवपंथीय संत—नयनमर—या झाडाला शिवाचा अवतार मानतात. झाडाची फुले गूढ अशा ॐ प्रमाणे दिसत असल्यामुळे या वृक्षाला ॐकारमलर (ॐ पुष्पं) किंवा प्रणवपुष्पम् असेही म्हणतात. शंकराच्या जेप्रमाणे असणाऱ्या जटांना अमलताशाच्या लखलखीत फुलांनी सजवल्याचे असंख्य ल्लेख तामिळ संतांच्या तेवरम् गीतांमध्ये आहेत. शिवाची स्तुती करताना अप्पर म्हणतो, आपल्या जटांवर कोनरई (अमलताश)ची फुले माळणारा हा ईश आहे." "आपल्या कळ्यांमध्ये मधाची काळजीपूर्वक राखण करणाऱ्या कोनरईच्या माळा शिवाने परिधान ल्या आहेत," असे वर्णन सुंदररने केले आहे. तामिळ परंपरेत कोनरई हा शिवाशी निगडित क्ष आहे आणि त्याचे फूल हे शिवाचे आवडते फूल आहे. माध्यान्हपूजेच्या वेळी ही ले शिवाला अर्पण केली जातात. शिवाला अलंकृत करणारे फूल म्हणून आणि त्याच्या याशी— तिरुवन्नमलयाच्या पायथ्याशी— फुलणारे झाड म्हणून तामिळ साहित्यात मलताशाचे झाड वारंवार गौरवले गेले आहे. तिरुवन्नमलयावरच्या भगवान अरुणाचलाला जवल्याबद्दल त्याची स्तुतीही तामिळ साहित्याने अनेक वेळा केली आहे.

तिरुवेंकडूमधील श्वेतअरण्येश्वर मंदिराच्या स्थळ पुराणानुसार या झाडाला दोरा गाणि लहान पाळणा बांधला तर अपत्याची आणि संपत्तीची प्राप्ती होते, अशी श्रद्धा आहे. रळातील ओणम सणाच्या वेळी अमलताशच्या फुलांचा वापर करतात.

ौषधी उपयोग

यटा किंवा त्यासारख्या इतर संसर्गाच्या उपचारांमध्ये या झाडाच्या पानांचा अर्क वापरला ाते. मलावरोध दूर करण्यासाठी झाडाच्या नाजूक डहाळ्या आणि पानांचा उपयोग होतो. टातील जंत आणि पोटाच्या इतर तक्रारी दूर करण्यासाठी, मूत्रविसर्जनाला चालना देण्यासाठी गाणि कुष्ठरोग बरा करण्यासाठी या झाडाच्या फुलांचा काढा घेतात. ताप कमी व्हावा यासाठी गाणि उलट्या आणि पोटातील कळा दूर करण्यासाठी अमलताशाच्या मुळांचा अर्क गुणकारी ाहे. झाडाची साल आणि पाने वाटून तेलात मिसळून पुटकुळ्यांवर लावतात (दस्तूर ९६२,५१; षण्मुगम १९८९,२८८). आयुर्वेदिक उपचार पद्धतीच्या म्हणण्यानुसार या क्षात सर्पदंशविरोधी आणि विषविरोधी गुण आहेत (पटनाईक,१९९३, ६९).

पाधरी

वनस्पतिशास्त्रीय नाव	:	*Ficus microcarpa* L.f.
इंग्लिश नाव	:	Indian Laurel Fig.
स्थानिक नावे	:	कामरूप, पिंवल (हिंदी), प्लक्ष, नंदीवृक्ष (संस्कृत)
प्रकार	:	वृक्ष
विस्तार	:	आशिया (समशीतोष्ण, उष्णकटिबंधीय), ऑस्ट्रेलिया

हा सदाहरित वृक्ष आहे. त्याचा पर्णमुकुट मध्यम प्रमाणात विस्तारणारा असतो. साधारणतः हा वृक्ष डोंगराळ भागात, १२०० मीटरपेक्षा अधिक उंचीवर आढळतो. झाडाची फळे पक्षी खातात.

Ficus या कुळातील सगळ्या प्रजाती हवामान शुद्ध करणाऱ्या समजल्या जातात. हवेतील प्रदूषक वायू शोषून घेण्याचे काम हा वृक्ष करतो (नायर, राममूर्ती आणि अग्रवाल १९८९, ३६). चक्रव्यूहाप्रमाणे टप्प्याटप्प्याने हवा गाळली जाऊन प्रदूषक कणांचा निचरा हा वृक्ष करतो.

पौराणिक आणि धार्मिक संदर्भ

पुत्रप्राप्तीसाठी स्त्रिया या झाडाला १०८ प्रदक्षिणा घालतात आणि झाडाच्या खोडाला पाळणे आणि दोरे बांधतात. एकूणच संपत्ती मिळावी आणि भरभराट व्हावी म्हणून लोक या झाडाला प्रदक्षिणा घालतात.

प्रसिद्ध शैवपंथीय संत ज्ञान संबंदर यांनी कल्लाल (पाधरी) वृक्षाखाली एकदा शिवशंकराला पाहिले होते. शिवाची स्तुती करताना ते या वृक्षाचाही गौरवपूर्ण उल्लेख करतात. कल्लाल हा पवित्र वृक्ष शिवाशी निगडित आहे.

पाधरी

औषधी उपयोग

या झाडाच्या मुळांचा चीक आयुर्वेदिक औषधांमध्ये वापरतात. सालीचा रस यकृताच्या तक्रारी बऱ्या करण्यासाठी उपयुक्त आहे. अल्सर आणि कुष्ठरोगावरच्या उपचारात सालीचा काढा उपयोगी ठरतो (तिरुज्ञानम् १९९५, ६०-६१).

रातराणी

वनस्पतिशास्त्रीय नाव	:	*Guettarda speciosa* Linn.
इंग्लिश नाव	:	Indian Lavender
स्थानिक नावे	:	सुगंधित वृक्ष (हिंदी), हिन्म, धरू (संस्कृत)
प्रकार	:	वृक्ष
विस्तार	:	आफ्रिका, भारत, प्रशांत महासागरी प्रदेश, चीन, मलेशिया, इंडोनेशिया, फिलिपाईन्स, ऑस्ट्रेलिया

हे लहानसे झाड साधारणपणे ३ मीटर उंचीपर्यंत वाढते. त्याची साल पांढुरकी असते. पांढऱ्या रंगाची फुले लहान आणि सुवासिक असतात. ही फुले रात्री फुलत असल्यामुळे सगळा आसमंत सुगंधित होऊन जातो. या झाडाचे लाकूड फर्निचर तयार करण्यासाठी वापरतात.

या फुलांच्या अप्रतिम सुगंधामुळे ती मंदिरांमधील विधिविधानांमध्ये आणि देवांचे हार बनवण्यासाठी वापरतात. देवळाभोवती एखादा दुर्गंध असलाच तर तो या फुलांमुळे नाहीसा होतो.

पौराणिक आणि धार्मिक संदर्भ

हे झाड शिव आणि विष्णू दोघांनाही प्रिय असल्यामुळे ते पवित्र मानले गेले आहेत. देवळांमध्ये त्याच्या फुलांचा नित्य वापर होतो. तिरुचेंदूरच्या मंदिरात (तुतीकोरीन जिल्हा, तामिळनाडू) भाविकांना प्रसाद म्हणून दिला जाणारा अंगारा या झाडाच्या पानात गुंडाळून देतात.

रातराणी

औषधी उपयोग

या फुलांमधून काढला जाणारा रस मळमळ आणि अतिरेकी तहान बरी करण्यासाठी वापरतात. मुलांना येणाऱ्या पुटकुळ्यांवर या झाडाच्या पानांचा लेप लावतात. जुलाब बरे करण्यासाठी याच्या लाकडाचा उपयोग होतो (षण्मुगम १९८९, ५५२).

कमळ

वनस्पतिशास्त्रीय नाव	:	*Nelumbo nucifera Gaertn.*
इंग्लिश नाव	:	*Indian Lotus*
स्थानिक नावे	:	पद्म, कमल, कुमुद (हिंदी), अब्ज, सरोज, पुंडरीक, कमल (संस्कृत)
प्रकार	:	जल वनस्पती
विस्तार	:	भारत, इराण, चीन, व्हिएतनाम ते जपान, मलेशिया, न्यू गिनिआ, ऑस्ट्रेलिया

Nelumbuium या कूळनामाचा अर्थ– पाण्यातील द्विदल वनस्पती. हा निओलॅटिन शब्द 'नेलुंबू' या सिंहली शब्दावरून आला आहे. ग्रीक Lotos या शब्दावरून इंग्लिश Lotus हा शब्द तयार झाला आहे. अब्ज आणि सरोज या संस्कृत शब्दांचा अर्थ आहे– जलज– पाण्यातून जन्मलेली. कमल म्हणजे गुलाबी, हवीहवीशी वाटणारी, अप्रतिम. पुंडरीक म्हणजे पांढरे कमळ.

नाजूकपणा, सुगंध आणि अतुलनीय सौंदर्यासाठी प्रसिद्ध असलेले कमळ हे सुंदर फूल आहे. या अप्रतिम फुलाच्या स्तुतीसाठी अनेक विख्यात संस्कृत कवींनी पद्यरचना केली आहे. सौंदर्य, शुद्धता, समृद्धी आणि एकतेचे प्रतीक म्हणून भारतीय परंपरेत कमळाकडे पाहिले जाते. उगवत्या सूर्याला पाहून कमळ फुलते आणि रात्रीच्या वेळी ते आपले नेत्र (पाकळ्या) मिटून घेते. भारतभरातील सगळ्या जलाशयांमध्ये आणि आर्द्र हवामानात वाढणारे हे फार देखणे फूल आहे.

कमळ हे ज्ञान, विपुलता आणि भाग्याचेही प्रतीक आहे. हे भारताचे राष्ट्रीय पुष्प आहे – भारतातील विविध धर्म, संस्कृती आणि भारताभोवतीच्या राष्ट्रांची भरभराट कमळाच्या पाकळ्यांतून सूचित होते.

कमळाच्या बिया, फुले आणि देठ कच्च्या स्वरूपात खातात. ग्रामीण भागात कमळाच्या पानांचा उपयोग ताटासारखा होतो. कमळाच्या बिया ओवून त्यापासून जपमाळ बनवतात, तर कमळाच्या पानांच्या देठांचा उपयोग मंदिरातील दिव्यांमध्ये वाती बनवण्यासाठी करतात. अर्थात या झुडपाचा मुख्य उपयोग आहे, तो त्याच्या फुलांमुळे. सजावटीसाठी आणि धार्मिक विधींमध्ये ही फुले प्रामुख्याने वापरतात.

पौराणिक आणि धार्मिक संदर्भ

ऋग्वेदाने (१०.१४२.८) कमळाच्या फुलांचा उल्लेख केला आहे. अथर्ववेदाने (१०.८.४३) कमळाची तुलना मानवी हृदयाशी केली आहे. पंचविंश ब्राह्मणाने (१८.९.६)

कमळ नक्षत्रांच्या प्रकाशापासून जन्मले असल्याचे म्हटले आहे. विश्वनिर्मितीच्या तयारीत असणाऱ्या प्रजापतीने सृष्टी निर्माण होण्यापूर्वी पाण्याबाहेर आलेले कमळाचे पान पाहिले असे तैत्तिरीय ब्राह्मणाने सांगितले आहे. विश्व अजून द्रवरूपातच असताना फक्त प्रजापतीच कमलपत्रावर निर्माण झाला, असेही त्यात म्हटले आहे (हॅस्टिंग्ज १९१५, २४२-४६). नंतरच्या कालखंडात हेच वर्णन पद्मनाभाचे चित्र रंगवण्याकरिता वापरले गेले आहे. आदिजळावर पहुडलेल्या नारायणाच्या नाभीतून एक कमळ उगवले आणि त्यावर ब्रह्माचा किंवा प्रजापतीचा जन्म झाला, ही कथा आपल्या परिचयाची आहे.

रामायणाने कमळाचा वारंवार उल्लेख केला आहे. गंगेचे पाणी कमळफुलांनी आच्छादलेले होते, अशी समजूत आहे (२.५०.२०). रामायणात एका विशिष्ट कमळाचा संदर्भ आहे (३.१५.१). – ते सूर्यासारखे तेजस्वी आहे, ते विशाल आहे आणि संपूर्ण दिवसभर ते उमललेले असते. ते अत्यंत सुवासिक आहे आणि कमळतळ्याला त्याने सुशोभित केले आहे. पंपा सरोवरात इतकी कमळे फुलली होती की त्यामुळे पाण्यावर दाब निर्माण होत होता (३.७५.२०-२१). विविध प्रकारची कमळे एकत्र वाढतात तेव्हा त्याला पद्म सौगंधिका असे म्हणतात. अतिशय सुगंधी पद्म (३.१५.११ मध्ये उल्लेखलेले कमळ हेच असावे), तांब्याच्या रंगाचे ताम्र, दुसऱ्या प्रकारच्या पांढऱ्याशुभ्र कमळाने एक पांढरा पट्टा निर्माण केला होता. तिसरा प्रकार निळ्या (कुवलय) कमळांचा होता; या कमळांनी अरविंद आणि उत्पलासोबत एक देखणा गट तयार केला होता. या सगळ्या प्रकारची पुष्कळ कमळे होती. त्यांच्या स्वतंत्र समूहांमुळे सगळे तळे वेगवेगळ्या रंगांनी रंगवल्यासारखे वाटत होते. नलिन या आणखी एका प्रकारच्या कमळांनी पंपा सरोवर आच्छादलेले होते (४.१.७). पद्म सौगंधिकेमुळे तिथला वारा सुगंधित झाला होता (४.१.१०४). पूर्ण उमललेली पद्म सौगंधिका, कुमुद, उत्पल यामुळे जलाशय फार सुंदर दिसत होते. कमळफुलांच्या देठाइतका रामाचा रथ स्थिर होता (६.१०७.१६).

महाभारताने कमळाविषयी एक कथा सांगितली आहे. एक दिवस काही ऋषींसह इंद्र तीर्थयात्रेला निघाला होता. वाटेत ते अगस्त्य मुनींच्या आश्रमाशी आले. अगस्त्य मुनींचा उपदेश ऐकावा, अशी त्या क्षणी इंद्राला तीव्र इच्छा झाली. मुनींनी आपल्या आश्रमाभोवती कमळे राखली होती. त्यांनी काळजीपूर्वक वाढवलेली कमळे इंद्र आणि इतर ऋषींनी तोडून खाल्ली. अगस्त्य ऋषी जंगलातून परतले, तेव्हा त्यांना या चोरीबाबत कळले. त्यांनी पाठलाग करून त्यांना गाठले आणि इंद्राने ही चोरी केली असल्याचे त्यांनी ओळखले. त्यांनी कर्तव्य आणि नीतिमत्तेबाबत इंद्राला मोठा उपदेश केला. इंद्राने अतिशय समाधानाने त्यांचे बोलणे ऐकले. ते थांबले तेव्हा इंद्र त्यांना म्हणाला, "मुनिवर, तुमचा विद्वत्तापूर्ण उपदेश ऐकण्यासाठी अधीर झाल्यामुळेच केवळ मी तुमची कमळे तोडली," असे सांगून त्याने आश्रमाभोवती पुन्हा पूर्ववत कमळे निर्माण केली. हे ऐकून अगस्त्य मुनी संतोष पावले आणि इंद्र आणि इतर ऋषी शांतपणे मार्गस्थ झाले (गांधी आणि सिंग १९८९, १६६).

महाभारतातील एका कथेनुसार श्रीविष्णूंच्या भालप्रदेशातून कमळ उगवले आणि त्यातून श्री म्हणजे लक्ष्मी अवतरली. म्हणून त्याला 'श्रीपुष्पही' म्हणतात. मंदाकिनी नदी आणि नलिनी सरोवर कमळाच्या फुलांनी आच्छादलेले होते, असेही महाभारतात म्हटले आहे.

ऋषी सिखी यांच्या ज्ञानप्राप्तीची वनस्पती कमळ (पुंडरीक) असल्याची समजूत आहे (एस. एम. गुप्ता १९९१, १०).

वर्ष संपते तेव्हा दूध, वनस्पती आणि कमळफुलांची पूजा देवांना अर्पण केली जाते (एस. एम. गुप्ता १९९१,७).

कमळ हिंदू, बौद्ध, जैन या सर्वांसाठीच पवित्र आहे. कमळ सृष्टीच्या केंद्रस्थानी आहे. नाभीतून कमळ उगवलेल्या रूपात (पद्मनाभ) श्रीविष्णू दर्शवले जातात. या कमळावर ब्रह्मदेव आसनस्थ झालेले असतात (एस. एम. गुप्ता १९९१, ५८).

संपत्तीची आणि भाग्याची देवता असलेली लक्ष्मी पूर्ण उमललेल्या गुलाबी कमळावर बसते. हे तिचे दैवी आसन आहे. उजव्या हातातही ती कमळ धारण करते. पद्मप्रिया, पद्माक्षी आणि पद्महस्तम् ही तिची काही नावे आहेत (झिमर १९५३, १५९).

विद्येची देवता असलेली सरस्वती श्वेतकमळावर विराजमान असते. हिंदू परंपरेतील जवळजवळ सगळे देवदेवता– ब्रह्मा, विष्णू, महेश, लक्ष्मी, सरस्वती, पार्वती, दुर्गा, अग्नी, गणेश, राम आणि सूर्य– कमळावर विराजमान असलेल्या किंवा हातात कमळ धरलेल्या रूपात दाखवतात. सगळ्या स्त्री-देवतांच्या बाबतीत एका हातात असलेली कमळाची कळी किंवा फूल हे शुचिता आणि सौंदर्याचे महत्त्वपूर्ण प्रतीक आहे (गांधी आणि सिंग १९८९, १६१-६७).

बौद्ध ग्रंथांनुसार बुद्धाचा जन्म कमळापासून झाला. अनेकदा तो कमलपत्रावर उभ्या किंवा बसलेल्या आणि हातात कमळ धरलेल्या स्थितीत दर्शवला जातो. बौद्धधर्मीयांसाठी मोह आणि मायेच्या चिखलयुक्त पाण्यावर तरंगणाऱ्या देह, वाणी आणि मनाच्या शुचितेचे कमळ हे मूर्तिमंत प्रतीक आहे (सीन कॉनवे, 'Lotus Flowers Add New Dimension to Aquatic Garden,' *Chicago Tribune*, 6 September 2009).

कमळ

ख्रिस्तपूर्व तिसरे शतक, सांची, मध्य प्रदेश

भारतीय कलेत आजपर्यंत सगळ्या युगांमध्ये आणि सगळ्या धर्मांमध्ये सुशोभीकरणाचा प्रमुख घटक म्हणून कमळाचा वापर होत आला आहे. बौद्ध, हिंदू आणि जैनांच्या भारतभरातील सर्वात प्राचीन अशा स्थापत्यशास्त्रीय स्मारकांवर कमळ आढळते. साधारणतः, ख्रिस्तपूर्व २०० या कालखंडात भारताच्या विविध भागांमध्ये जी बौद्ध स्मारके निर्माण झाली त्या सगळ्यांवर

मळाचे अस्तित्व आहे. याचे अगदी ठळक उदाहरण म्हणजे भारहूत, सांची आणि उदयगिरी ा ठिकाणच्या शिल्पांमधील देवी लक्ष्मी. ही लक्ष्मी कमळावर बसलेली किंवा उभी असून च्या दोन्ही हातात कमळ आहे आणि दोन्ही बाजूंना उभ्या असलेल्या हत्तींच्या सोंडेतील भातून तिच्यावर जलवर्षाव होतो आहे. आपल्या युगापासून बुद्धाचे शिल्पांमध्ये दर्शन डायला सुरुवात झाली आणि त्याची प्रतिमा सतत पद्मासनात बसलेल्या स्थितीत आढळते. ांतरराष्ट्रीय बहाई समुदायाने नवी दिल्ली येथे बहाई मंदिर (लोटस टेंपल म्हणूनच हे प्रसिद्ध ाहे) उभारताना त्याच्या आरेखनात कमळाचेच प्रतीक वापरले.

ौषधी उपयोग

मळाच्या वनस्पतीत अनेक औषधी गुणधर्म आहेत. अतिसार, जुलाब रोखण्यासाठी आणि ळव्याधीवर उपचार करण्यासाठी कमळाचा मोठ्या प्रमाणात वापर होतो. त्वचाविकार ाणि कुष्ठरोगावरच्या उपचारातील कमळाच्या उपयुक्ततेच्या नोंदी अनेक पारंपरिक थांमध्ये आहेत. हृदयक्रिया सुरळीत सुरू राहण्यासाठीचे टॉनिक आणि यकृताच्या क्रारींवरील औषध म्हणून कमळाच्या फुलांची शिफारस केली जाते. गर्भधारणा आणि क्तविकारांसाठी कमळाच्या बिया अत्यंत गुणकारी आहेत. मानवी शरीरयंत्रणेला थंडावा ण्यासाठी या बियांचा उपयोग होतो (दस्तूर १९६२, ११९).

शमी

वनस्पतिशास्त्रीय नाव	:	*Prosopis spicigera (L.) Druce*
इंग्लिश नाव	:	*Indian Mesquite*
स्थानिक नावे	:	खेजडी, शमी (हिंदी), शमी, अग्निगर्भा (संस्कृत)
प्रकार	:	वृक्ष
विस्तार	:	ओमान, सौदी अरेबिया, संयुक्त अरब अमिरात, अफगाणिस्तान, इराण, भारत, पाकिस्तान

मध्यम आकारचे सदाहरित झाड आहे. अंदाजे १५ ते १८ मीटर उंची असणाऱ्या या ाडाचा पर्णमुकुट भव्य असतो. फांद्या नाजूक, लांबट असतात. त्यावर आखूड, घट्ट काटे सतात. खारवट जमिनींसह सर्व प्रकारच्या जमिनींमध्ये तग धरण्याची या झाडाची क्षमता ाहे. खोल, वालुकामय, चिकणमातीच्या, पुरेशी ओल असलेल्या जमिनीत त्याची वाढ ांगली होते.

शमीच्या झाडाचे लाकूड शेतीची अवजारे तयार करण्याकरिता वापरतात. झाडाच्या ांद्यांचा उपयोग कुंपणासाठी होतो. खांब, दरवाजे, खिडक्या, अवजारांचे दांडे, गाड्यांचे

आरे, जोखड बनवण्यासाठीही शमीचे लाकूड वापरले जाते (आर. के. गुप्ता, १९९३, ४१९-२६). सरपण म्हणून हे लाकूड अतिशय उत्तम आहे. गायी-म्हशी, उंट, मेंढ्या यांच्यासाठी मौल्यवान खाद्य असणारी पाने पोषक हिरवा आणि सुका चारा या प्राण्यांना पुरवतात. या झाडाच्या शेंगाही गुरे खातात. (फरोदा आणि सिंग १९७२, ३, ५६-५७)

या झाडाची मुळे विस्तारणारी असतात; ती वाहणारी माती घट्ट धरून ठेवत असल्याने जमिनीची धूप शमीच्या झाडांमुळे रोखली जाते. वाऱ्याचा जोर कमी करण्याचे कामही ही झाडे करतात. उजाड, कमी पावसाच्या प्रदेशात वनीकरण करण्यासाठी शमी हा उपयुक्त वृक्ष आहे (आर. के. गुप्ता १९९३, ४१९-३०). सूक्ष्मजीवांच्या मदतीने जमिनीमधील नत्रांचे स्थिरीकरण करण्याचे आणि त्याद्वारा जमिनीची सुफलनता वाढवण्याचे कामही शमीची झाडे करतात. वाळलेल्या पानांचे विघटन होऊन सेंद्रिय पदार्थांचा पुरवठा वाढल्याने मातीची स्थिती सुधारते.

पौराणिक आणि धार्मिक संदर्भ

या पुस्तकाच्या पहिल्या भागात, सिंधू संस्कृतीच्या शिळांवर स्त्रीची आकृती आणि व्याघ्रासह शमी वृक्ष कसा आढळतो, हे आपण पाहिले. देवी दुर्गा आणि तिचे वाहन असलेल्या वाघाचे शमी किंवा खेजडीच्या वृक्षासह होणारे हे बहुधा आद्य दर्शन असावे. नंतरच्या कालखंडात हा वृक्ष शिल्पकलेतून वगळला गेला तरी तामिळ साहित्याने मात्र या वाळवंटी झाडाची दुर्गेच्या कोर्रवी रूपाशी सांगड घालण्याची परंपरा चालू ठेवली.

अग्नी निर्माण करण्याचा गुण शमी वृक्षाला बहाल केला आहे. ऋग्वेदातील एका कथेनुसार (१०.९५.१-१८) पुरुरवाने शमीच्या दोन फांद्या पिंपळाच्या (अश्वत्थाच्या) झाडांवर घासून आद्य अग्नी पेटवला. शमीच्या दोन काटक्यांचा खालचा भाग पवित्र अग्नी पेटवण्यासाठी वापरला गेला (अथर्ववेद, ६.११.१; ३०.२.३). वैदिक कालखंडात हा वृक्ष *Prosopis Spicigera* आणि *Mimosa suma* या दोन्ही प्रकारे ओळखला जात होता. या वृक्षामध्ये अग्नीचा निवास असल्यामुळे तो पवित्र मानला गेला आहे आणि त्याचे लाकूड वैदिक यज्ञांचा अग्नी पेटवण्यासाठी अतिशय योग्य मानले गेले आहे. शमीचे लाकूड अत्यंत ज्वलनशील आहे आणि आजही ज्या दोन काटक्या परस्परांवर घासून यज्ञ पेटवला जातो, त्यापैकी एक काटकी शमीची, तर दुसरी पिंपळाची असते (मॅक्डोनेल आणि केथ १९८२, ३५४-५५).

शमी

शमी हा देवीचा अवतार मानला जातो. या वृक्षामध्ये अग्नी असल्यामुळे आणि रुद्र हे अग्नीचे

मूर्त रूप असल्यामुळे शिव किंवा रुद्र म्हणजेच शमीपासून बनवलेला यज्ञस्तंभ असतो, अशी समजूत आहे (जोब्ज् १९४९-५०, ५).

तैत्तिरीय ब्राह्मणात (१.१०३; २.६.४,५) शमीचा उल्लेख आहे. या झाडाच्या फळाला शमीधान्य म्हणतात, असे शतपथ ब्राह्मणाने म्हटले आहे (९.५.१.१५, १३; ३.४.१.२२). (धान्य म्हणजे डाळी असा अर्थ असला तरी येथे शमीचे फळ असाच अर्थ अभिप्रेत आहे). (१.१.१.१०). पवित्र अग्नी पेटवण्यासाठी लागणाऱ्या दोन काटक्या या झाडाच्या मऊ लाकडापासून बनवल्या गेल्याचा उल्लेख तैत्तिरीय संहितेत (५.१.९.६;४.७.४) आहे. अथर्ववेदानुसार हे लाकूड केसांसाठी घातक आहे.

रामायण आणि महाभारतातही या झाडाचे संदर्भ सापडतात. पंचवटीच्या अरण्यातील शमी हा मोठा वृक्ष असल्याचे वाल्मिकी रामायणाने सांगितले आहे (३.१५.१८). पंचवटी-मधील रामाची कुटी बांधण्यासाठी, झावळ्या घट्ट बांधण्यासाठी शमीच्या विस्तारणाऱ्या फांद्यांचा उपयोग केला होता (३.१५.२२).

रावणाचा पराभव करून अयोध्येला परतण्याच्या आदल्या दिवशी रामाने शमी वृक्षाची पूजा केली होती.

महाभारतामध्ये पांडवांनी द्यूतात सर्वस्व गमावल्यानंतर दुर्योधनाने त्यांना बारा वर्षे वनवास आणि एक वर्ष अज्ञातवास भोगून परतल्यावर राज्य परत करण्याचे आश्वासन दिले. पण अज्ञातवासात जर त्यांची ओळख पटली तर बारा वर्षांचा वनवास पुन्हा भोगावा लागेल, असेही त्याने बजावले होते. बारा वर्षांच्या वनवासानंतर पांडव विराटाच्या नगरीत आले आणि त्याच्या दरबारात वेष बदलून राहायचे त्यांनी ठरवले. नवा वेष धारण करण्यापूर्वी, विविध देवांनी दिलेली शस्त्रास्त्रे त्यांनी शमीच्या झाडावर टांगून ठेवली. त्यांना जवळच एका स्त्रीचा मृतदेह मिळाला; तो त्यांनी शमीच्या फांद्यांना टांगला. "हा आमच्या आईचा मृतदेह आहे. तो एक वर्ष असाच राहायला हवा. मग आम्ही तो खाली काढून त्याचे दहन करू," असे त्यांनी सांगितले. त्यामुळे कुणी त्या अस्त्रांना हात लावण्याचे धाडस केले नाही. एक वर्षानंतर पांडव परत आले, तेव्हा त्यांची शस्त्रे शमीच्या झाडावर सुरक्षित होती. ती काढून घेण्यापूर्वी त्यांनी शस्त्रास्त्रे जपून ठेवल्याबद्दल शमीच्या झाडाची पूजा करून त्याचे आभार मानले. नंतर पांडवांचा कुरुक्षेत्रावर विजय झाला, तेव्हा या विशेष आठवणी जागवत त्यांनी शमी वृक्षाची पूजा केली. दसऱ्याच्या दिवशी शमीच्या झाडाची पूजा करण्याची प्रथा आजही चालू आहे. पांडवांना त्यांच्या एकूण प्रयत्नांमध्ये जे सर्वांगीण यश मिळाले तसे आजच्या सामान्य माणसाला दैनंदिन आयुष्यात मिळावे, या हेतूने ही प्रथा चालू राहिली आहे. या दिवशी शमीची पाने एकमेकांना देऊन शुभेच्छा दिल्या घेतल्या जातात.

पंजाब आणि राजस्थानात जंद (पंजाबी) हा सुफलन देणारा वृक्ष आहे आणि स्त्रिया अपत्यप्राप्तीसाठी त्याची पूजा करतात. या झाडाखाली देवाची शिळा ठेवली जाते किंवा लहानसे मंदिर उभारले जाते. पताका आणि निशाणे लावून झाडाच्या फांद्या सुशोभित केल्या

जातात. अनेकदा लग्नाच्या वरातीसुद्धा वधूच्या घरी जाण्यापूर्वी या झाडाकडे जातात. आणि नवपरिणित वधूची डोलीही नव्या घरी जाण्याआधी या झाडापाशी आणली जाते.

मत्स्य पुराणानुसार, जर ब्राह्मण पुरुषाला पुत्र नसतील तर, प्राचीन काळी त्याला दोन लग्ने करण्याची परवानगी होती. पुरुषाला वारस नसेल तर त्याचे शमीच्या झाडाशी लग्न लावले जायचे. साखर आणि शिजवलेला भात झाडाला अर्पण केला जात असे. झाडाच्या खोडावर हात ठेवून तो माणूस म्हणत असे, "हे ब्रह्मदेवाने निर्माण केलेल्या शमी वृक्षा, माझे रक्षण कर. हे दयाळू देवते, मी तुला दंडवत घालतो. हे सूर्यकन्ये, मी तुझी पूजा करतो. आता तू माझी पत्नी असल्यामुळे, कृपा करून माझे संरक्षण कर. सगळ्या सजीवांच्या लाभासाठी ब्रह्मदेवाने तुझी निर्मिती केली. देवांचे प्रेम आमच्यापर्यंत पोहोचवणारा सर्वप्रथम जन्मलेला वृक्ष तू आहेस. तिसऱ्या विवाहाचे धोके दूर कर." आणि यावर पुरोहित उत्तर देताना म्हणे, "मी तुला कश्यप कुळातील माझी मुलगी अर्ककन्या, सरलेची नात, आणि आदित्याची पणती देईन." यानंतर दही, मध आणि मिठाई झाडाला अर्पण केली जाई. शमी वृक्ष आणि वर यांच्यामध्ये अंतरपाट धरला जाई आणि विवाहविधी संपन्न होई. नवरदेव शमी वृक्षाला फुलांचा हार घालत असे आणि पुरोहित दोघांना आशीर्वाद देत असे. मग यज्ञ पेटवून विष्णूची पूजा केली जाई आणि पुरोहिताला दोन गायी दिल्या जात असत (गांधी आणि सिंग १९८९, ३२-३३).

स्कंद पुराणानुसार एकदा दुर्गा शंकरावर रागावली होती. अप्सरांशी तो प्रेमचेष्टा करत असल्याचा तिचा आरोप होता. त्याने पुनःपुन्हा नकार देऊनही दुर्गेची समजूत पटली नाही; ती जंगलात निघून गेली आणि शमी वृक्षाच्या ढोलीत बसून तिने नऊ वर्षे तप केले. तिला चमत्काराचे प्रचंड सामर्थ्य प्राप्त झाले आणि तिच्या धगधगत्या संतापामुळे उफाळलेल्या ज्वाळा आसपास राहणाऱ्या सगळ्या प्राण्यांपर्यंत आणि मेंढपाळांपर्यंत विखुरल्या. यामुळे फार मोठा विनाश ओढवणार होता. मग तिच्या सन्मानासाठी विधी पार पाडण्यात आले. यामुळे शांत झालेल्या दुर्गेने ही आग शमी वृक्षापुरती मर्यादित ठेवण्याचा निर्णय घेतला. तेव्हापासून ती या झाडात शमी देवता म्हणून राहते. या वृक्षाच्या उत्सवाच्या वेळी ती तिच्या सगळ्या भक्तांना 'उदंड' धनधान्य प्राप्तीचा आशीर्वाद देते.

शमीची पूजा करताना पुढील प्रार्थना म्हटली जाते, "शमी वृक्ष पापक्षालन करतो. त्याचे काटे लाल रंगाचे आहेत. हा श्रीरामाचा प्रिय वृक्ष आहे आणि या वृक्षावर पांडवांनी त्यांची शस्त्रे लपवली होती. हे शमी, श्रीरामाने तुझी पूजा केली आहे. आता मी यशाच्या दिशेने प्रस्थान ठेवतो आहे. तू माझा प्रवास सुखकर कर आणि सगळे अडथळे दूर कर."

गरुड पुराणाने वनस्पतींच्या विधियुक्त उपयोगाचा उल्लेख केला आहे. ते सांगते, "मांदार, पळस, खदिर, आघाडा, शेफालिका, औदुंबर, शमी, दूर्वा, दर्भ– अशा सगळ्या वृक्ष किंवा वनस्पतींच्या काटक्या दही, मध आणि शुद्ध लोण्यात बुडवून यज्ञात आणि होमात सतत टाकत राहिल्या पाहिजेत, यामुळे ग्रह संतुष्ट होतात" (एस. एम. गुप्ता १९९१, ३).

शमी हा वृक्ष शनीला प्रिय आहे. शनीचे परिणाम आटोक्यात ठेवण्यासाठी शमीचे भस्म उपयुक्त असते. जन्मपत्रिकेत शनी जर चांगल्या स्थानात असेल तर त्यामुळे शिस्त, जबाबदारी आणि विनम्रता येते. शमीचे भस्म लावल्याने माणसाला दीर्घायुष्य मिळते आणि तो जी गोष्ट करतो ती सहृदयतेने आणि कुशलतेने करतो. शनीच्या होमासाठी शमीच्या झाडाचे लाकूड वापरतात. देवळाच्या ईशान्य कोपऱ्यात शमी वृक्ष लावण्याचा प्रघात आहे (सुब्रमण्यम १९८२, १८).

आणखी एका आख्यायिकेनुसार तारकासुर नावाचा राक्षस फार उन्मत्त झाला होता. सगळे देव त्यामुळे त्रस्त होऊन गेले होते. शेवटी ते ब्रह्मदेवाकडे गेले. ब्रह्मदेवाने त्यांना तारकासुराचा समाचार घेण्याचे आश्वासन दिले. पण देवांनी ब्रह्मदेवाला त्याने तारकासुराला दिलेल्या वराची आठवण करून दिली. त्या वरामुळे देव किंवा दानव कुणीच तारकासुराला मारू शकत नव्हते; पण त्यांच्या मुलांच्या हातून मात्र तारकासुराचा वध होऊ शकत होता. पण देवी उमेच्या शापामुळे देवांना मुले होऊ शकणार नव्हती. ब्रह्मदेवाला आठवले की उमेने या शापाचा उच्चार केला, तेव्हा अग्नी शमी वृक्षात दडलेला होता; त्यामुळे तो या शापातून मुक्त होता. मग देवदेवता आणि ऋषिमुनी अग्नीच्या शोधात निघाले. तो भेटल्यावर देवांनी त्याला विनंती केली आणि त्यानुसार अग्नीने स्कंदाला जन्म दिला. स्कंदाने अवघा सात दिवसांचा असताना तारकासुराचा वध केला (एस. एम. गुप्ता १९९१, ७७).

वृद्धाचलम येथील वृद्ध गिरीश्वर मंदिराच्या स्थळ पुराणानुसार, भाविक या वृक्षाला नऊ वेळा प्रदक्षिणा घालतात. प्रदक्षिणा घालताना ते न पिंजलेल्या कापसाचा धागा शमीच्या खोडाभोवती प्रार्थनापूर्वक गुंडाळत जातात. समृद्धी आणि पुत्रप्राप्ती व्हावी, असा यामागचा उद्देश असतो. गिरीश्वराच्या पूजेनंतर भाविक वन्नी (शमी) वृक्षालाही नऊ प्रदक्षिणा घालतात, त्याच्या सालीचा तुकडा काढून घेऊन तो खातात. भाविकांना यामुळे पुत्रलाभ होतो, अशी श्रद्धा आहे.

वन्नी (शमी) हे वन्नियारांचे कूळचिन्ह असलेले झाड आहे (मुदलियार १९२३, २४००). वन्नियार समुदायातील लोक मरण पावतात, तेव्हा त्यांच्या अंत्यसंस्कारासाठी वन्नीचे लाकूड वापरले जाते. कडलोर, विल्लुप्पुरम, अरिपलूर, पेरांबलूर आणि त्रिचिरापल्ली जिल्ह्यांमधील वन्नियार समूहांमध्ये ही प्रथा आजही पाळली जाते.

गोड्या पाण्यात मासेमारी करणारे तेलुगु जिल्ह्यांमधील चेंबडिस हे मच्छिमार, आपल्या जातीची देवता म्हणून गुरप्पा गुरुनाथूडूची पूजा करतात. आणि कुठल्याशा अनभिज्ञ कारणाने गुरुनाथूडूचे नाते ते शमीशी (तेलुगुमध्ये जम्मी) जोडतात. शिजवलेले अन्न अर्पण करून ते या वृक्षाचीही पूजा करतात. शिवाय तेलुगुमधील देवांग जातीचे लोक किंवा कानडी बोलणारे विणकर काली किंवा चंदेश्वरीची पूजा करतात आणि काही ठिकाणी शमी वृक्षापाशी मिरवणुकीने जाऊन उत्सवाच्या पहिल्या दिवशी सजवलेल्या कुंभाची पूजा करतात (थर्स्टन १९०९, ३२).

वर उल्लेखलेल्या या सगळ्या गोष्टींमध्ये शमी हा एक तर स्त्रीरूप आहे किंवा मग दुर्गा किंवा पार्वतीचा अवतार आहे. म्हणजेच सिंधू-सरस्वती संस्कृतीच्या शिळांवर दिसणारी, शमी वृक्षावर बसलेली यक्षीण किंवा देवता नंतरच्या कालखंडातील भारतीय परंपरेतही टिकून राहिली, असे म्हणता येईल.

इ.स. १५३५ मध्ये राजस्थानातील समराथल देवरा या गावात गुरु जंबोजींनी बिश्नोई चळवळीची स्थापना केली. आपल्या अनुयायांना त्यांनी चांगल्या जीवनाची जी २९ तत्त्वे सांगितली, त्यामध्ये, वाळवंटी भागात जगण्यासाठी आवश्यक असलेल्या खेजडी (शमी) वृक्षाचे संरक्षण हे एक तत्त्व होते. १७३० मध्ये जोधपूरच्या महाराजाने खेजडीची झाडे तोडायला माणसे पाठवली, तेव्हा अमृता देवी बिश्नोई, तिच्या मुली आणि इतर सहकाऱ्यांनी त्यांना अडवण्यासाठी या झाडांना मिठी मारली. 'चिपको' चळवळीचा उदय झाला, तो असा. ही चळवळ जगभरातील पर्यावरण चळवळींसाठी प्रेरणादायी ठरली.

औषधी उपयोग

झाडाची साल सांधेदुखी आणि स्नायूंच्या वेदना कमी करण्यासाठी वापरतात. गर्भपात होऊ नये म्हणून शमीची फुले आणि साखर यांचे चूर्ण घेतात. शमीच्या सालीपासून मेथॅनोल काढताना शिल्लक राहणारा, पाण्यात विरघळणारा पदार्थ दाहशामक असतो.

शमीच्या पानांच्या रसाचा उपयोग पोटातील वायू कमी करण्यासाठी तसेच सांधे आणि स्नायूंचे विकार, घशात सतत निर्माण होणारा द्रव, नाक आणि पित्ताचे विकार यांच्यावरच्या उपचारांसाठी वापरतात.

पाने, फळ आणि सालीचे मिश्रण (पूड) मधासोबत घेतल्यास सापाच्या विषाचा प्रभाव कमी होतो (षण्मुगम १९८९, ७२४).

बकुळ

वनस्पतिशास्त्रीय नाव	:	*Mimusops elengi Linn.*
इंग्लिश नाव	:	*Indian Medaller*
स्थानिक नावे	:	बकुल, बोलसरी, मौलसराऊ (हिंदी), बकुल, चिरपुष्प (संस्कृत)
प्रकार	:	वृक्ष
विस्तार	:	आशिया (उष्णकटिबंधीय), ऑस्ट्रेलिया, प्रशांत महासागरी प्रदेश, इतरत्रही रुजला आहे.

Iimusops हे कूळनाम दोन ग्रीक शब्दावरून तयार झाले आहे. Mimu म्हणजे 'वानर' ाणि Opsis म्हणजे 'रूप'. कदाचित या झाडाच्या फुलांचे वानराच्या चेहऱ्याशी काहीसे ाम्य असल्यामुळे हे नाव तयार झाले असेल. प्रजातीचे नाव हे मलबार प्रांतातील स्थानिक ाषेतील गुणवाचक विशेषण सूचित करणारे आहे.

हा मध्यम आकाराचा सदाहरित वृक्ष आहे. त्याचा पर्णमुकुट विस्तारणारा, गोलाकार ाणि आखीवरेखीव असतो. झाडाची उंची अंदाजे १० ते १६ मीटर असते. हे झाड मूलतः ारतातील आहे. पाणी साठून राहणाऱ्या जागा सोडल्या तर उष्णकटिबंधीय हवामानाच्या ागळ्या प्रदेशात हे झाड वाढू शकते.

बकुळीचे फळ खाण्याजोगे असते. बीच्या आतल्या मगजापासून खाद्यतेल मिळते. ाचा प्रकाशनिर्मितीसाठीही उपयोग होतो. खोडाच्या सालीपासून तपकिरी रंग मिळतो. कुळीची फुले सुगंधी असतात आणि मधाने परिपूर्ण असतात. फुलांपासून मिळणारे सुगंधी ल चंदनाच्या तेलात मिसळून सुगंधी द्रव्ये तयार करण्यासाठी वापरतात (कृष्णमूर्ती ९९३, १३९, ३०२, ३५४). पानांपासून मिळणारा चारा मध्यम दर्जाचा असते (लॉरी ९४५, १७) आणि लाकूड बांधकामासाठी वापरले जात असले तरी दुय्यम दर्जाचे ासते. धूलीकणांचा निचरा करण्याची भूमिकाही हे झाड पार पाडते (नायर, राममूर्ती आणि ाग्रवाल १९८९, ३५).

ैराणिक आणि धार्मिक संदर्भ

ार्मिक ग्रंथांमध्ये बकुळीला अतिशय महत्त्वाचे स्थान आहे. त्याच्या सुगंधी फुलांचे गुणगान ्राणांनी गायले आहे आणि हिंदू परंपरेने ज्या फुलांना 'स्वर्गीय' फुलांचा दर्जा दिला आहे, ्यात बकुळीचा समावेश आहे.

रामायणात बकुळीचे नाव पुनःपुन्हा आले आहे. गंधमादन पर्वतावर वाढणाऱ्या ्लझाडांपैकी हे एक असल्याची आणि पंचवटीत आढळणाऱ्या वृक्षांपैकी एक असल्याची ंद आहे (३.६०.२२). सरोवराजवळ वाढणारे (३.७५.१६), पंपा सरोवराभोवती पूर्ण ्ललेले (४.१.७८), समुद्र किनाऱ्याजवळचे हे देखणे झाड आहे (४.२७.१८). अशोक ाटिकेला या झाडाने सुशोभित केले आहे (५.१४.४३). पूल बांधण्यासाठी त्याचे लाकूड ोळा केले आहे (६.२२.५९). आणि रामाच्या राजवाड्यातील उद्यानाची शोभा त्याने ाढवली आहे (७.४२.५).

बकुळीच्या फुलांचा हार घालून कृष्णाने यमुनेच्या तीरावरच्या गोपिकांना मोहवले, ासे म्हटले जाते.

महाभारतात इंद्रप्रस्थाजवळ रोपण केलेल्या वृक्षांपैकी बकुळ हा एक वृक्ष आहे १.२०९).

फर्ग्युसन यांच्या मते (१९७१, १०४) बुद्धाशी निगडित असलेल्या सात वृक्षांपैकी

हा एक आहे. सांची आणि अमरावती येथील स्तूपांवरच्या उठावचित्रांमध्ये फुललेला बकुळ वृक्ष दिसतो.

हा वृक्ष नेमीनाथ या जैन तीर्थंकरांचे प्रतीक असल्यामुळे जैनधर्मीयांसाठीही तो पवित्र आहे, असे बी. सी. भट्टाचार्य (१९७४, ५६) यांनी म्हटले आहे. जरी नेमीनाथांच्या नीलकमलाशी नाते असले तरी त्यांना बकुळ वृक्षाच्या सावलीतच ज्ञानप्राप्ती झाली.

बृहत्संहितेनुसार बकुळ हा पवित्र वृक्ष घरे, देवळे आणि धार्मिक स्थानांच्या परिसरात लावावा (अय्यर १९५६, २४).

कालिदासाने *रघुवंशात* (९.३०) या वृक्षाचे वर्णन केले आहे– त्याची फुले हे प्रेम आणि सौंदर्याचे प्रतीक आहे; बकुळ फुलांचा सुवास मद्यासारखा आहे; त्याचा मंद सुगंध तरुण स्त्रियांच्या श्वासाप्रमाणे मोहक आहे (*रघुवंश* ७.६४). अभिज्ञान शाकुंतलम्‌मध्येही (५) कालिदासाने बकुळीचा उल्लेख केला आहे– उन्हात वाळली तरी बकुळ फुलांचा सुवास नष्ट होत नाही, तो दीर्घकाळ टिकतो. कालिदासाच्या *कुमारसंभव* आणि *ऋतुसंहार* या दोन ग्रंथांमध्ये बकुळ फुलांचा उल्लेख 'केशर' म्हणून केला गेला आहे. (कुमारसंभव ८.२५; ३.५५; ऋतुसंहार २.२०)

एखाद्या स्त्रीने रात्रीचे भोजन या झाडाखाली केले तर बकुळ वृक्ष फुलतो, असे म्हणतात. मॉनिअर विल्यम्स (१९८१, ७१९) यांच्या मते, सुंदर स्त्रियांनी आपल्या मुखातून या वृक्षावर मद्य शिंपडले तर हा वृक्ष फुलतो, असेही म्हणतात.

तिरुवन्नमलयमधील अरुणाचलेश्वर मंदिराच्या स्थळ पुराणानुसार 'महिलम्' या तामिळ शब्दाचा अर्थ मंगल किंवा शुभ असा आहे; म्हणून हा वृक्ष समृद्धी वाढवणारा आहे. सुब्रमणिया पिल्लई यांच्या मते (१९४८, २०) स्त्रियांच्या काही विशिष्ट कृतींचा प्रभाव या वृक्षावर पडतो, असे म्हटले जाते.

स्थानिक लोककथेनुसार, या झाडाखाली बसणारा आणि अरुणाचलेश्वराची पूजा करणारा पापमुक्त होतो, रोगराईतून मुक्त होतो. जर स्त्रियांनी बकुळ वृक्षाला प्रदक्षिणा घालून त्याच्या फांदीला पाळणा बांधला तर तिला पुत्रप्राप्ती होते. आजही या पवित्र वृक्षाला बांधलेले अनेक पाळणे दिसतात. हा वृक्ष अनुराधा नक्षत्राशी आणि अश्विनी नक्षत्राच्या द्वितीय चरणाशी निगडित आहे.

बकुळ

बकुळ वृक्ष हिंदू, बौद्ध आणि जैन या तिन्ही धर्मीयांसाठी पवित्र आहे. हिंदू परंपरेत हा शिवाला प्रिय असलेला वृक्ष आहे. हिंदू धार्मिक ग्रंथांमध्ये उल्लेखलेल्या पवित्र वृक्षांपैकी बकुळ एक आहे आणि या ग्रंथांनुसार हा वृक्ष त्रिमूर्तीला प्रिय आहे (बर्डवुड १९९२, ८७; एस. एम. गुप्ता १९९१, ७). बकुल हे शिवाचे एक नाव आहे आणि

चंद्रमुख या यक्षाची बकुळ वृक्ष ही ओळख आहे. कारण तो या वृक्षात निवास करतो, अशी समजूत आहे (स्टटले १९८५, १६). आंध्र प्रदेशातील तिरुमला येथील वेंकटेशाची आई बकुला देवी आहे.

औषधी उपयोग

जखमा आणि व्रणांवर बकुळफुलांपासून तयार केलेले मलम वापरतात. सालीचा काढा उतींच्या पुनर्निर्मितीला मदत करतो, रक्तस्राव नियंत्रणात आणतो, मूत्राशय आणि मूत्रमार्गात तयार होणाऱ्या अतिरिक्त श्लेष्मालाही आटोक्यात ठेवतो.

तापावरच्या उपचारात बकुळीची साल हे टॉनिक आहे आणि दात-हिरड्या बळकट करण्यासाठी सालीच्या काढ्याने गुळण्याही करतात.

चेहऱ्यावरची सूज घालवण्यासाठी मुळे वाटून त्यात व्हिनेगर मिसळून चेहऱ्यावर लावतात. त्वचेवरच्या पुटकुळ्या बऱ्या करण्यासाठी मुळे पाण्यात वाटून त्याचा लेप देतात (दस्तूर १९६२, १११).

बकुळीची कोवळी फळे नियमितपणे चघळल्यास दात बळकट होतात. डोळ्यांचे औषध तयार करण्यासाठी बकुळीच्या बिया वापरतात. विष उतरवणाऱ्या औषधांत आणि पोटाच्या तक्रारींवरही या बिया उपयुक्त आहेत. बियांपासून निघणारे तेल सांध्यांवर सूज आली असेल तर उपयुक्त ठरते (षण्मुगम १९८९, ६३६).

टेंभुर्णी

वनस्पतिशास्त्रीय नाव	:	*Diospyzos malabarica* (Desr.) Kostel
इंग्लिश नाव	:	Indian Persimmon
स्थानिक नावे	:	गाब (हिंदी), तिंडुक (संस्कृत)
प्रकार	:	वृक्ष
विस्तार	:	भारत, श्रीलंका, म्यानमार, थायलंड, इंडोनेशिया, मलेशिया

Diospyzos हे कूळनाम ग्रीक शब्दांवरून तयार झाले आहे. dios म्हणजे देव आणि pyros म्हणजे गहू. याचा अर्थ देवांचे फळ.

हा सदाहरित वृक्ष असून त्याचा पर्णमुकुट विस्तारणारा असतो. झाड अंदाजे ८-१० मीटर उंचीपर्यंत वाढते. झाडाचे लाकूड गडद राखाडी रंगाचे असते. त्यावर आणखी गडद पट्टे असतात. सामान्यत: हे झाड डोंगरउतारांवर, डोंगरांवरच्या झऱ्यांच्या काठावर, नद्यांच्या आणि बांधामुळे अडलेल्या जलाशयांच्या कडेला वाढते. त्याची लागवडही केली जाते.

या झाडाचे लाकूड बांधकामाकरिता आणि सरपण म्हणून वापरतात. पिकलेल्या

टेंभुर्णी

फळापासून पिवळा रंग मिळतो; तो पुस्तक बांधणी (binding) प्रक्रियेत डिंकासारखा वापरतात. याच्या बियांपासून तपकिरी पिवळ्या रंगाचे, ३२ टक्के चरबीयुक्त तेल मिळते. त्याचा वास शेंगदाणा तेलासारखा असतो (कृष्णमूर्ती १९९३, २९४).

हा वृक्ष प्रदूषणसूचक आहे आणि सल्फर डायऑक्साइड, फ्ल्यूराइड, आणि क्लोराइड्स यांसारख्या वायुरूप प्रदूषकांना तोंड देऊन तो उत्तम प्रकारे तग धरतो (बी. सी. भट्टाचार्य १९९४, ६५८-६९). पडीक जमिनींवर लावण्यासाठी हा योग्य वृक्ष आहे.

पौराणिक आणि धार्मिक संदर्भ

अगदी घनदाट जंगलात हा वृक्ष आढळतो, असे रामायणात म्हटले आहे (१.२४.१५). चित्रकूट अरण्यातही तो आढळतो (२.९४.८). या झाडाचे फळ एका जातककथेत (तिंडुक जातक, २.५३) उल्लेखले गेले असल्यामुळे बौद्धधर्मीयांसाठी हे फळ पवित्र आहे. हे सावली देणारे झाड असल्यामुळे भारतात त्याचे विशेष मोल आहे.

ओरॅओन जमातीच्या आदिवासींमध्ये, दुष्ट शक्तींना घरापासून दूर ठेवून, घरात भाग्य आणि संपत्ती यावी, यासाठी या झाडाचे लाकूड घरामध्ये ठेवतात.

तिंडुकाचे लाकूड काळे असण्याचे कारण स्पष्ट करणारी मुरिया आदिवासींची एक लोककथा आहे. ही रामायण काळातील गोष्ट आहे. लंकेतील युद्धापूर्वी, रामाने लंकेचे निरीक्षण करण्यासाठी हनुमानाला पाठवले होते. हनुमानाने कापडाचा एक तुकडा तेलात भिजवून स्वत:च्या शेपटीला बांधला आणि तो पेटवला. मग तो लंकेतील घराच्या एकेका छपरावर उड्या मारत राहिला आणि सगळी लंकाच त्याने पेटवून दिली. एका सुरक्षित जागी आल्यावर त्याने आपले काजळलेले हात तिंडुकाला पुसले; तेव्हापासून या झाडाचे लाकूड काळे आहे (एल्विन, १९४९, १२९).

हा वृक्ष शिवाशी निगडित आहे. तिरुचैंगट्टनगुडी येथील आदिवननादर मंदिराच्या स्थळ पुराणानुसार हे स्थान पूर्वी आठी (तिंडुक) वृक्षांनी आच्छादलेले होते. जंगलामध्ये आठी वृक्षाखाली देव प्रकटला. तो 'आदिवननादर' म्हणून ओळखला जाऊ लागला. तिरुचैंगट्टनगुडीमध्ये काट्टथी वृक्षाखाली पद्मासनात बसून १००८ वेळा पंचाक्षर स्तोत्र म्हणत जो देवाची आराधना करतो, तो मृत्यूनंतर स्वर्गात प्रवेश करतो. ही प्रथा आजही स्थानिक लोक आणि शैवपंथीय भाविक पाळतात.

औषधी उपयोग

अतिसार आणि जुलाबात या झाडाचे तेल उपयुक्त आहे. झाडाची साल उतींच्या पुनर्निर्माणाला आणि रक्तस्राव थांबावायला मदत करते. लेप म्हणून लावली तर ही साल

ळवे आणि गाठी बऱ्या करते, आणि काळ्या मिरीसोबत ती खाल्ली तर अतिसार आणि ुलाब थांबतात (दस्तूर १९६२, ७५). सालीचा अर्क मूत्रविसर्जन सुरळीत करण्याला ालना देतो आणि कर्करोगावरच्या उपचारातही तो वापरला जातो.

कच्च्या फळाची पूड करून ती तोंडातील व्रण आणि सूज घालवण्याकरिता खातात ाणि ही पूड अतिसारही बरा करते (असोलकर, कक्कर आणि चक्रे १९९२, २७९). ुप्तरोग बरे करण्यासाठी या झाडाच्या फळांचा रस वापरला जातो. फळाचा अर्क पाण्यात ाकून त्या गुळण्या केल्या तर तोंडाला आतून आलेली सूज आणि वेदना बऱ्या होतात. ुजलेला घसाही या गुळण्यांमुळे बरा होतो (षण्मुगम १९८९, ४३५).

शिरीष

वनस्पतिशास्त्रीय नाव	:	*Albizia lebbeck* (L.) Benth
इंग्लिश नाव	:	Indian Siris
स्थानिक नावे	:	शिरीष, शिरीस (हिंदी), मधुपुष्प, बऱ्हपुष्प (संस्कृत)
प्रकार	:	वृक्ष
विस्तार	:	भारत. उष्णकटिबंधीय प्रदेशात लागवड, इतरत्रही रुजला आहे.

ट्रालियन निसर्ग अभ्यासक अल्बिझी यांच्यावरून या वृक्षाचे *Albizia* हे कूळनाम पडले आहे. या झाडाच्या शेंगांमधील बियांचा खुळखुळ आवाज lebbeck या शब्दातून सूचित ोतो.

हा मोठा पानगळीचा वृक्ष आहे. त्याचा पर्णमुकुट विस्तारणारा असतो. झाडाची उंची १५ ते २० मीटर असते. उष्णकटिबंधीय कोरडी, सदाहरित जंगले आणि कोरडी पानगळीची जंगले या दोन्ही ठिकाणी हे झाड आढळते.

या झाडाचे लाकूड फर्निचरसाठी आणि घरांच्या आतील पॅनेलिंगसाठी वापरतात. झाडाची साले टॅनिंगसाठी, तर पाने आणि शेंगा गुरांना चारा म्हणून वापरतात (आर. के. ुप्ता १९९३, १३७).

हे सावली देणारे झाड आहे. दाट पर्णसंभारामुळे हे झाड कार्बन डायऑक्साइड जेवढा ोषून घेते, त्यापेक्षा अधिक प्राणवायू हवेत सोडते (सिंग आणि राव १९८३, २१८-२४).

कोरड्या प्रदेशात लावण्यासाठी हे उपयुक्त झाड आहे, कारण थंडीत आणि अगदी ार्च अखेरीपर्यंतही दव हे या झाडासाठी आर्द्रतेचा महत्त्वाचा स्रोत असते. खोलगट चिकण-ातीची किंवा काळी कपाशीची जमीन या झाडाच्या वाढीसाठी योग्य असते. आम्लयुक्त, अल्कयुक्त किंवा खारवट जमिनींमध्येही शिरीष वाढतो.

पौराणिक आणि धार्मिक संदर्भ

बुद्धाचा अनुयायी– क्रकुच्छंद– याचा हा बोधिवृक्ष आहे (रंधवा १९६४, १३, १७-१८). जैन तीर्थंकर सुपार्श्वनाथ यांच्याशीही शिरीष निगडित आहे. याच वृक्षाखाली त्यांना दैवी ज्ञान प्राप्त झाले (बी. सी. भट्टाचार्य १९७४, ४३).

तामिळ साहित्यानुसार शिरीष शिवाला प्रिय आहे आणि म्हणूनच त्याला 'कडवुल वागई' (शिवाचा पवित्र वृक्ष) म्हटले जाते. सामान्यत: विजयाचे प्रतीक म्हणून हा वृक्ष दुर्गेशी निगडित राहिला आहे. एकदा, तीर्थाटनाला निघालेल्या अर्जुनाला वाटेत भगवान माणिक्कवन्नर भेटले. पण ब्राह्मणाच्या रूपातील ईश्वराने त्याला आपण झाडाखाली राहत असल्याचे सांगितले. दोघेही शिरीषाजवळ पोहोचले, तेव्हा ब्राह्मणाने आपला दंड अर्जुनाला दिला आणि अर्जुनाची तलवार घेऊन पळ काढला. वाळवीच्या वारुळामागे त्याने ती तलवार लपवली. तलवार परत द्यावी, म्हणून अर्जुनाने ईश्वराची प्रार्थना केली. वारुळामागून तलवार घेण्याबाबत एका आवाजाने अर्जुनाला सूचना केली. तेव्हापासून हे ठिकाण वालोलीपुथूर (वारुळात लपवलेली तलवार) म्हणून ओळखले जाऊ लागले. या झाडाखाली माणिक्कवन्नर लुप्त झाले म्हणून शिरीष वाओलीपुथुचा पवित्र वृक्ष बनला. (स्थळ पुराण) शैवपंथीय संबंदर यांनी या वृक्षाचा उल्लेख केला आहे.

वालोलीपुथूर येथील माणिक्कवन्नर मंदिराच्या स्थळ पुराणानुसार, वागई (शिरीष) वृक्षाखाली बसलेल्या देवी दुर्गेने महिषासुराचा वध करण्यासाठी आवश्यक असलेली ऊर्जा तपश्चर्या करून आणि शिवाची उपासना करून मिळवली. त्यामुळे या वृक्षाची पूजा दुर्गा– यशोदेवता– म्हणूनही केली जाते. तिच्या विजयाचे प्रतीक म्हणून या झाडाला 'कडवुल वागई' असे म्हटले जाते. दुर्गेच्या प्रसन्नतेचे चिन्ह म्हणून विजयी राजे आणि त्याचे सैनिक वागई (शिरीषा)च्या फुलांचे हार घालत असत.

शिरीष

प्राचीन काळी पुहार नावाचे जे बंदर होते (आज ते समुद्राखाली आहे), त्याच्या जवळच्या स्मशानभूमीत असलेल्या भव्य शिरीषाविषयीची एक दंतकथा आहे. या बंदराचा ताबा दानव आणि इतर दुष्ट शक्तींनी घेतला होता, अशी समजूत आहे. या स्थानाला वागईमंद्रम असे नाव होते (सुब्रमणिया पिल्लई १९४८, २०).

आणखी एका दंतकथेनुसार, असुरांच्या भयामुळे देवदेवतांनी झाडांवर आश्रय घेतला होता. इंद्राने शिरीषाची निवड केली. या झाडाची फुले गणपतीला वाहिली जात नाहीत, कारण हा वृक्ष दुर्गेचे प्रतीक आहे. दुर्गा– पार्वती– ही गणपतीची आई असल्यामुळे तिच्या पुत्राला ही फुले (म्हणजे खुद्द माता) अर्पण केली जाऊ शकत नाहीत.

हरियाणा जिल्ह्यातील सिर्स या जिल्ह्याला (आणि मुख्यालयाला) हे नाव शिरीष क्षावरूनच मिळाले आहे. याबाबतची कथा महाभारतकालीन आहे. त्या वेळी सिर्स या वाला सिर्सपट्टण असेही म्हणत असत. उत्तर भारतातील सर्वात प्राचीन गावांपैकी हे एक सल्याचे सांगितले जाते. त्याचे प्राचीन नाव सैरिषक होते. महाभारतात आणि पाणिनीच्या ष्टाध्यायी आणि दिव्यवदन या दोन ग्रंथांमध्ये त्याचा उल्लेख आहे. स्थानिक परंपरेनुसार रस नावाच्या कुणी राजाने सातव्या शतकात हे गाव वसवून तिथे किल्ला बांधला. ध्याच्या गावाच्या आग्नेय दिशेला या प्राचीन किल्ल्याचे भग्नावशेष आजही आढळतात. त्र सिर्स हे नाव या ठिकाणी असलेल्या शिरीष वृक्षांच्या दाटीमुळेच मिळाल्याचे लोक ांगतात. हा वृक्ष हिंदू, बौद्ध आणि जैनधर्मीयांनी पवित्र मानला आहे.

ौषधी उपयोग

तांधळेपणावरच्या उपचारात शिरीषाच्या पानांचा काढा देतात. झाडाची साल आणि बिया ळव्याध, रक्तस्राव, जुलाब, अतिसार थांबवण्यासाठी आणि गुप्तरोग बरे करण्यासाठी ापरतात.

सालीची पूड हिरड्या बळकट करते. हिरड्यांची सूज आणि व्रण बरे करण्यासाठी ळांच्या सालीची पूड दंतमंजन म्हणून वापरतात. फुले गळवे, फोड, पुटकुळ्या आणि सूज री करतात.

डोळ्यांच्या विकारांवर शिरीषाच्या फुलांपासून तयार केलेले मलम वापरतात.

शिरीषाचे खोड, पाने आणि फुले यांचा उपयोग सर्पाच्या आणि विंचवाच्या दंशावर ोतो (दस्तूर १९६२, १३; तिरुज्ञानम् १९९५, १३).

नीलकमल

वनस्पतिशास्त्रीय नाव	:	*Nymphaea nouchali* Burm.f.
इंग्लिश नाव	:	Indian Blue Water Lily
स्थानिक नावे	:	नीलकमल (हिंदी), कुमुद, कृष्णकमलम् (संस्कृत)
प्रकार	:	जलवनस्पती
विस्तार	:	भारतीय उपखंडात सर्वत्र आणि थायलंड, म्यानमार यांसारख्या देशांत विस्तार

ारतीय उपखंडाच्या उबदार प्रदेशातील तलावांत आणि तळ्यात नेहमी आढळणारी ही लवनस्पती आहे. ही दिवसा फुलणारी वनस्पती आहे. तिचे नाजूक देठ आणि मुळे ाण्याखाली असतात. पाने हिरवी आणि गोलाकार असतात.

पौराणिक आणि धार्मिक संदर्भ

या वनस्पतीचे संस्कृत नाव 'कृष्णकमळ' भगवान कृष्णाचा सावळा रंग अधोरेखित करते. कुमुदफुले कृष्णलीलांच्या वेळी तळ्यात फुलायची. कृष्णाचा अवतार मानला जाणारा भगवान कपिल, याने त्रेतायुगामध्ये कुमुदवनात तप केले होते. कुमुद या शब्दाचा अर्थ 'पाण्यात फुलणारे कमळाच्या जातीचे फूल' असा आहे.

वाल्मिकी रामायणात या फुलांचा उल्लेख आहे (५.५७.३). 'तुंगभद्रा नदीमध्ये काही ठिकाणी नीलकमलांची दाटी आहे, इतरत्र ती लाल रंगाच्या कुमुदफुलांनी चकाकते आहे, तर इतर काही ठिकाणी पांढऱ्या कुमुदफुलांच्या सुंदर कळ्यांनी तिची शोभा वाढवली आहे' (४.२७.२२). 'गंगा नदीचा प्रवाह काही ठिकाणी कळ्यांच्या रूपात असलेल्या कुमुदफुलांच्या आच्छादनाने सजला आहे आणि प्रवाहात काही ठिकाणी असंख्य फुलांच्या पुंकेसरांनी लालिमा पसरवला आहे; जणू हा प्रवाह भावनोत्कट होऊन उद्दिपित झाला आहे' (२.५.२१). 'पंपा सरोवराच्या काठावर मोगरा, कुमुद आणि लाल कण्हेर वाढली आहे; या वनस्पती फुलल्या आहेत आणि मधाच्या सुगंधाने त्या घमघमत आहेत' (४.१.७६). 'कमळे आणि कुमुदफुलांनी भरलेल्या खंदकांनी सुशोभित झालेली, स्वर्गाप्रमाणे दिसणारी लंका नगरी तेजस्वी हनुमानाने पाहिली' (५.२.१४).

रावणाशी युद्ध सुरू करण्यापूर्वी रामाने देवी दुर्गेचा आशीर्वाद मागितला, असे म्हणतात. देवीला १०० नीलकमले वाहून तिची पूजा केली तरच ती प्रसन्न होईल, असे त्याला कळले. संपूर्ण विश्वात नीलकमलांचा शोध घेतल्यावर त्याला ९९ कमळे मिळाली. मग त्याने कुमुदफुलाप्रमाणे निळा असलेला आपला डोळा शंभरावे फूल म्हणून देवीला अर्पण करायचे ठरवले. रामाची निष्ठा पाहून प्रसन्न झालेली देवी त्याच्यासमोर अवतरली आणि तिने रामाला आशीर्वाद दिला.

नीलकमल

कामदेवाच्या बाणाच्या टोकाची शोभा वाढवणाऱ्या पाच फुलांपैकी नीलकमल एक आहे. गणेशाने आपल्या चौथ्या हातात नीलकमले धारण केली आहेत. वराहपुराण सांगते की कुमुदफुलांच्या तळ्यात जो स्नान करेल त्याला वैदिक साहित्यात व्यक्त झालेला आशय समजून घेण्याचा आशीर्वाद मिळेल.

औषधी उपयोग

या वनस्पतींच्या मुळांपासून तयार केलेले टॉनिक अतिसार, जुलाब थांबवण्यासाठी आणि मूळव्याधीवरच्या उपचारांसाठी वापरतात (षण्मुगम १९८९, ३२).

हिरडा

वनस्पतिशास्त्रीय नाव	:	*Terminalia chebula* Retz.
इंग्लिश नाव	:	Ink-Nut / Chebulic Myrobalan
स्थानिक नावे	:	बल्हर, हरड (हिंदी), अभय, हरितकी (संस्कृत)
प्रकार	:	वृक्ष
विस्तार	:	भारत, बांगला देश, भूतान, कंबोडिया, लाओस, नेपाळ, श्रीलंका, म्यानमार, व्हिएतनाम

हा मध्यम आकाराचा पानगळीचा वृक्ष आहे. २० ते २५ मीटर उंचीपर्यंत तो वाढतो. भारतातील हा स्थानिक वृक्ष आहे. फांद्यांच्या टोकाला पानांची गर्दी असते. दख्खन पठाराचा उत्तर भाग आणि तामिळनाडूच्या शेवरॉय टेकड्यांमध्ये तो अधिक प्रमाणात आढळतो. हिरड्याचे लाकूड फर्निचर, बैलगाड्या / घोडागाड्या, शेतीची अवजारे तयार करण्यासाठी आणि बांधकामासाठी वापरतात. पाने गुरांना चारा म्हणून वापरतात. टॅनिन आणि रंग बनवण्यासाठी हिरड्याची फळे गोळा केली जातात (सांबमूर्ती आणि सुब्रमण्यम् १९८९, ६९८). हा वृक्ष मुख्यतः तेल, डिंक अणि टॅनिन्स देणाऱ्या फळांसाठीच लावला जातो (आर. के. गुप्ता १९९३, ५०३). बियांपासून मिळणारे पिवळसर तेल कातडे कमावण्यासाठी वापरले जाते. या तेलातील आंबवण्याच्या, आकुंचनाला मदत करण्याच्या आणि विशिष्ट आम्ले निर्माण करण्याच्या गुणधर्मांमुळे कातडे योग्य प्रकारे कमावले जाते.

पौराणिक आणि धार्मिक संदर्भ

हा वृक्ष शिवाला (हर) प्रिय असल्यामुळे हिंदू परंपरेत तो धार्मिकदृष्ट्या अत्यंत महत्त्वाचा मानला गेला आहे. हिरड्याचे झाड निर्भीडपणाला चालना देत असल्याने त्याला 'अभय' असे नाव आहे. हर हे शिवाचे एक नाव आहे आणि अकरा रुद्रांपैकी तो एक आहे. विश्वविनाशाच्या वेळी आवश्यक अशी विघटनाची अपूर्व ताकद त्याच्या रूपाने व्यक्त होते.

'हरितकी' हे या झाडाचे संस्कृत नाव शंकरावरूनच पडले आहे. त्याच्या हिरवट-पिवळ्या रंगामुळेही त्याला हरितकी म्हटले जाते. जिथे हर (शिव) निवास करतो, तिथे हा वृक्ष वाढतो. हरितकी मेंदू आणि शिरांचे पोषण करतो आणि शिवाची (विशुद्ध जाणीव) ऊर्जा बहाल करतो.

हर हे निद्रेचे मूर्त स्वरूप आहे आणि वेदनामूलक आहे. हराच्या ध्यानामुळे अज्ञान दूर होते (स्टटले १९८५, ५३).

आयुर्वेदिक आणि तिबेटी वैद्यकीय ग्रंथांमध्ये या झाडाच्या उगमाविषयीच्या अनेक कथा आहेत. एका कथेनुसार विष्णूच्या मुखातून (काहींच्या मते, ब्रह्माच्या मुखातून)

अमृताचे सात थेंब पृथ्वीवर पडले. त्यापासून सात प्रकारचे हिरड्याचे वृक्ष निर्माण झाले. दुसऱ्या कथेनुसार इंद्राच्या मुखातून अमृताचा थेंब पृथ्वीवर पडला आणि त्यापासून हिरड्याचे झाड उगवले. झुर्मखर्द धर्मस्वामी यांनी *शेल फ्रेंग* या ग्रंथात नोंदवल्यानुसार वाराणसीच्या पूर्वेला असलेल्या गंधमादन पर्वतावर पृथ्वीचा देव लाग-पा-चेन-पो आणि जलदेवता त्सूंगचेन (ब्रह्मपुत्रा) यांचे मीलन झाले आणि पृथ्वी देवाचे वीर्य आणि जलदेवतेचे अंडे पृथ्वीवर एकत्र झाले. अशा प्रकारे हरितकीचे जंगल निर्माण झाले (व्ही. बी. डॅश १९९९, ७).

हिरडा

लोकसाहित्यानुसार कामदेव आणि देवी पार्वती यांच्यात जवळीक निर्माण झाली. रागावलेल्या शिवाने कामाचा किंवा मन्मथाचा नाश केला. कामदेव नेहमी मद्यपान (या झाडांच्या बियांपासून होणारे पेय) करायचा. त्यामुळे पौरुषत्व वाढते, अशी समजूत आहे. तेव्हापासून हा कुरुक्कई येथील मंदिराचा पवित्र वृक्ष झाला आणि कामाचा विनाश केल्यामुळे शिवशंकराला येथे विराटेश्वर हे नाव मिळाले.

औषधी उपयोग

ख्रिस्तपूर्व ७०० वर्षांपासून भारतीय औषधांमध्ये हरितकी किंवा कडुक्काईचा उपयोग केला जातो आहे. *चरक संहिता, सुश्रुत संहिता* आणि *अष्टांग हृदय* या तीनही ग्रंथांमध्ये या झाडाची माहिती उपलब्ध आहे. या झाडाच्या फळामध्ये गॅलिक आणि चेबुलिक ॲसिड्स मोठ्या प्रमाणात उपलब्ध असल्यामुळे प्राचीन वैद्यकतज्ज्ञ अनेक रोगांवरच्या उपचारात या फळांचा उपयोग करत असत (षण्मुगम १९८९, १४०). अपचन आणि मलविसर्जनातील अनियमितता यांवर फळाचे कवच पाण्यात उकळून तो द्राव प्यायला दिला जातो. या फळाची पूड आणि पिंपळीची पूड मधात कालवून लहान मुलांचा कफ घालवण्यासाठी चाटायला देतात. फळांच्या टरफलाची पूड, नागरमोथाची पूड *(Cyperus rotundus)* आणि ज्येष्ठमध (अधिमधुरम), *(Liquorice, Glycyrrhiza glabra)*ची मुळे एकत्र करून, आई आणि बाळाच्या मूत्रविसर्जनाला होणाऱ्या त्रासावरील उपचारात वापरतात. वाळलेल्या फळातून मिळणारे औषध जुने व्रण, जखमा, डोक्याची कातडी यांवर लावतात किंवा तोंडाला सूज आली असल्यास गुळण्यांसाठी वापरतात (सांबमूर्ती आणि सुब्रमण्यम १९८९, ४८३).

मोठे झालेले यकृत, पोटाच्या तक्रारी आणि दुखरे डोळे यांवरच्या उपचारात वापरले जाणारे त्रिफळा चूर्ण हे प्रसिद्ध आयुर्वेदिक औषध तयार करताना हिरडा वापरला जातो. आम्लविकार आणि छातीतील जळजळ बरी करण्यासाठी हिरडा आणि आवळा यांच्या रसाचे मिश्रण लाभदायी ठरते (शिवराजन आणि बालचंद्रन १९९४, १७२). जुने अल्सर, अतिसार, जुलाब आणि मूळव्याधीसाठीही हिरडा हे उत्तम औषध आहे.

दररोज रात्री हिरड्याच्या फळाचा तुकडा खाण्याने दमा कमी होतो. हिरड्याचे ताजे

फळ एरंडेल तेलात सोनेरी– तपकिरी रंग येईपर्यंत परतून त्याची पूड केली आणि दररोज रात्री झोपताना ही पूड अर्धा चमचा घेतली तर मूळव्याधीला उतार पडतो (दस्तूर १९६२, १६२-६३).

कावीळ, त्वचारोग, खाज आणि मज्जासंस्थेचे विकार यांवरच्या उपचारातही हिरडा उपयुक्त आहे. बखरू (१९९३, ६२) यांनी एक जुनी भारतीय म्हण सांगितली आहे - 'हिरड्याचा तुकडा जेवणानंतर दररोज नेमाने चावला आणि त्याचा रस गिळला, तर माणूस सर्व रोगांपासून मुक्त राहील.' मद्याची क्षमता वाढवण्यासाठीही हिरड्याच्या फळांचा उपयोग होतो (कृष्णमूर्ती १९९३, ४०८).

फणस

वनस्पतिशास्त्रीय नाव	:	*Artocarpus heterophyllus* Lam.
इंग्लिश नाव	:	Jackfruit
स्थानिक नावे	:	कटहर, कठल, पनस (हिंदी), पनस, फलवृक्ष, अतिबृहत्फल (संस्कृत)
प्रकार	:	वृक्ष
विस्तार	:	भारतातील पश्चिम घाट, उष्णकटिबंधीय प्रदेशात लागवड

हा मध्यम ते मोठ्या आकाराचा, सदाहरित वृक्ष आहे. २० ते ३० मीटर उंचीपर्यंत तो वाढतो. पश्चिम घाटामधील पर्जन्य वनातील हा स्थानिक वृक्ष आहे. समुद्रसपाटीपासून ६०० ते १२०० मीटर उंचीपर्यंत तो वाढतो. भारतीय उपखंडाच्या अनेक भागांत तो आढळतो. फळ आणि लाकूड या दोहोंसाठी आणि इतर आर्थिक कारणांसाठी त्याची लागवड केली जाते. विविध प्रकारच्या जमिनीत फणस वाढू शकतो.

फणसाच्या झाडाचे अनेक महत्त्वपूर्ण उपयोग आहेत. झाडाची पूर्ण वाढ होण्यापूर्वी बुंध्यापासून मिळणारा पांढरा चीक, पिवळा रंग तयार करण्यासाठी वापरतात. फळाच्या रसापासून रबरसदृश पदार्थ मिळतो. पाने गुरांना चारा म्हणून उपयोगी असतात. खोडाच्या सालीपासून मिळणाऱ्या चिकात मोठ्या प्रमाणात राळ असते. मातीच्या भांड्यांची भोके बुजवण्याकरिता तिचा उपयोग केला जातो. कच्ची फळे आणि बिया उकडून खातात. फर्निचर बनवण्यासाठी आणि बांधकामासाठी या झाडाचे लाकूड अत्यंत मौल्यवान समजले जाते; कारण त्याला वाळवी लागत नाही. झाडाचा भुसा उकळून मिळणारा भडक पिवळा रंग बौद्ध भिक्षूंची वस्त्रे रंगवण्यासाठी वापरतात (कृष्णमूर्ती १९९३, ३४४). फणसाच्या लाकडापासून मोरीन आणि सायनोमॅक्लूरीन हे अनुक्रमे पिवळे आणि निळे रंग मिळतात. विविध वायुरूप प्रदूषकांचा परिणाम या वृक्षावर होत नाही (ए. के. भट्टाचार्य १९९४,

६५८-६९). वीणा हे वाद्य बनवण्यासाठीही फणसाचे लाकूड वापरतात.

पौराणिक आणि धार्मिक संदर्भ

वाल्मिकी रामायणात या वृक्षाचे उल्लेख आहेत. हे भारद्वाज ऋषींच्या आश्रमातील फळझाड आहे (२.९१.३०). चित्रकूट अरण्यात तो आढळतो (२.९४.८). राम-लक्ष्मणांनी जे अरण्य पालथे घातले त्यात फणस आहेत (३.७३.३). पंचवटीत हे झाड आहे (२.६०.२१). पंपा सरोवराकडे जाताना लागणाऱ्या दाट जंगलात ते आहे आणि रामाच्या राजवाड्याभोवतीच्या बागेत आहे (७.४२.३). वाल्मिकींनी या झाडाची हनुमानाशी केलेली तुलना अचूक आहे. योगायोगाने, युद्धाच्या दरम्यान जखमी होऊन तो असाहाय्य, निपचित अवस्थेत पडलेला असताना त्यालाही 'पनस' असेच संबोधले आहे (६.३१.२९).

फणसाचे फळ बालगणेशाशी निगडित आहे (स्टटले १९८५, १०६). फणसाची पाने शुभ समजली जातात. आंब्याच्या पानांसह तीही कलश सजवण्यासाठी वापरतात (मुरलीधर राव, १९९५, १७८).

भारहूत आणि सांची येथील प्राचीन बौद्ध शिल्पांमध्ये फणसाचा वृक्ष दिसतो. तामिळनाडूमधील तीन शुभफळांपैकी एक फणस आहे. इतर दोन फळांमध्ये आंबा आणि केळ्याचा समावेश आहे.

फणस

कुट्रालम येथील कुट्रलीश्वरर मंदिराच्या स्थळ पुराणानुसार या मंदिराचा फणस हा पवित्र वृक्ष आहे आणि भाविकांच्या मनात त्याच्याविषयी आदर आहे. कुट्रालम येथील हा पवित्र वृक्ष काहीसा बुटका असल्या-मुळे त्याला कुरुंपल असे नाव पडले आहे. देव, आगम, शास्त्रे आणि वेद या सगळ्यांना या वृक्षाच्या सावलीत एकत्र येण्याने संतोष वाटला, कारण हा वृक्ष शिवाला प्रिय होता. या वृक्षाला सुरईने पाणी घालणे म्हणजे सर्व देवांना स्नान घालण्याइतके पुण्यकारक आहे *(कुट्रल स्थळ पुराण)*.

कुट्रालमचे सध्याचे नाव *Ficus* ही प्रजात सूचित करणारे आहे, तर जुने नाव 'कुरुंपल' *Artocarpus* ही प्रजात सूचित करते. संबंदर या शैवपंथीय संताने दहा गीते गायली आहेत आणि प्रत्येक गीतात त्याने कुट्रालमचा आणि कुरुंपलाचा उल्लेख केला आहे. हे दोन वृक्ष सध्याच्या मंदिराच्या आवारातील दोन स्वतंत्र मंदिरांशी संबंधित असल्याचे सांगितले जाते. मुख्य मंदिरामध्ये फणसाचे झाड पवित्र वृक्ष म्हणून गौरवले जाते; पण या मंदिराच्या प्रांगणात

टवृक्ष कुठेही दिसत नाही.

ौषधी उपयोग

 झाडापासून मिळणारा चीक रातांधळेपणा कमी करण्यासाठी वापरला जातो. व्हिनेगरमध्ये ासळून तो सूज कमी करण्यासाठी उपयुक्त असतो. कोवळ्या पानांचा लेप सूज आलेल्या ावयवांवर लावतात. सर्पदंश झाल्यावर विष उतरवण्यासाठी फणसाची पाने गुणकारी आहेत सांबमूर्ती आणि सुब्रमण्यम १९८९, ५९७). पिकलेला फणस जास्त प्रमाणात खाल्ला तर टात गॅसेस तयार होतात आणि भूक मंदावते. मुळांचा लेप व्रण आणि जखमांवर लावतात. ळाचा गर कीटकदंशावर लावल्यास उतार पडतो (षण्मुगम १९८९, ५४२). या झाडाचे विविध भाग दातदुखी, अस्थिरोग, पोटदुखी, दुखरे अवयव, सूज, संसर्ग आणि स्त्रियांमधील ध्यत्व यांवरील उपचारात वापरतात (असोलकर, कक्कर आणि चक्रे,१९९२, ९७).

आकाशमुळी

वनस्पतिशास्त्रीय नाव	:	*Aerva lantana* (L.) Juss. ex. Schutt.
इंग्लिश नाव	:	Javanese Wool Plant
स्थानिक नावे	:	गोरखगनिया, गोरखबुंदी, कपुरीजडी (हिंदी), अस्तमबैदा, पशनभेद (संस्कृत)
प्रकार	:	झुडूप
विस्तार	:	आफ्रिका, भारत, श्रीलंका, इंडोनेशिया, मलेशिया, पापुआ न्यू गिनिआ, फिलिपाइन्स, ऑस्ट्रेलिया

मुद्रसपाटीपासून ९०० मीटर उंचीपर्यंत भारतात ही वनस्पती सर्वत्र आढळते. या नस्पतीच्या मुळांना कापरासारखा वास असतो. सुकलेली पाने मऊसर कापसासारखी दिसतात. झुडपाच्या कोवळ्या डहाळ्या गुरे खातात (नायर, राममूर्ती आणि अग्रवाल ९८९, ४१).

ौराणिक आणि धार्मिक संदर्भ

ा झुडपाचे फूल दहा शुभ्रफुलांपैकी एक आहे. तामिळनाडूमधील अलंगुडी येथील इरमपुलई ा ठिकाणी आभधसहायर मंदिर आहे. त्याच्या स्थळ पुराणानुसार, या वनस्पतीचे पान ाभधसहायराला– शिवाच्या रूपाला– वाहिले जाते. तामिळनाडूच्या नीलगिरी जिल्ह्यात ोंगल सणाच्या वेळी घराच्या पुढच्या दाराला फुललेले झुडूप बांधण्याची प्रथा आहे.

आकाशमुळी

औषधी उपयोग

मूत्रविसर्जनाला चालना मिळावी आणि पोटातील जंत नाहीसे व्हावेत, यासाठी आयुर्वेदिक उपचार पद्धतीत या संपूर्ण वनस्पतीचा उपयोग होतो. मूत्रविसर्जनातील अडचणी, मूत्रपिंडातील खडे, जोडऊतींची सूज, काही गुप्तरोग यांवरच्या उपचारातही ही वनस्पती वापरतात (राम मनोहर १९९४, २९). या झुडपाचे मूळ सर्पदंशावर गुणकारी आहे. जिवाणू संसर्गावरही ते प्रभावी औषध आहे (षण्मुगम १९८९, ३६०). मूळव्याध झालेल्या रुग्णांना मिरे आणि दुधासोबत ते देतात (नायर, राममूर्ती आणि अग्रवाल १९८९, ४१).

फुले आणि मुळाचा काढा मूत्राशयाच्या तक्रारींवर उपयुक्त आहे. पानांचा काढा घसादुखी बरी करण्यासाठी गुळण्यांसारखा वापरतात. हिवतापामुळे बेशुद्ध झालेल्या मुलांचे शरीर पानांच्या काढ्याने पुसून मग जाळलेल्या झुडपाचा धूर त्यांना देतात. पानांचा रस डोळ्यांच्या तक्रारींवर गुणकारी आहे. पानांचा लगदा अतिसार बरा करण्यासाठी देतात आणि सूज आलेल्या भागांवर लावतात.

फुले आणि पाने यांची राख पाठीची खालची बाजू दुखत असल्यास त्या ठिकाणी चोळून लावतात.

सरांटा / माळवी गोखरू

वनस्पतिशास्त्रीय नाव	:	*Ficus benghalensis* L. var. Krishnae C. DC.
इंग्लिश नाव	:	Krishna's Butter Cup
स्थानिक नावे	:	माखनकटोरी (हिंदी), वट (संस्कृत)
प्रकार	:	वृक्ष
विस्तार	:	भारत, म्यानमार, थायलंड, आग्नेय आशिया, दक्षिण चीन, मलेशिया

हा शोभेचा वृक्ष आहे. वटवृक्षाचाच एक वेगळा प्रकार आहे. त्याला 'थोरला वड' असेही म्हणतात. वडापेक्षा थोड्या लहान असलेल्या पानाच्या देठापासून वरच्या बाजूला कपासारखी पिशवी असते.

पौराणिक आणि धार्मिक संदर्भ

माळवी गोखरू

या वृक्षाचे कृष्णाशी नाते आहे आणि त्याच्यावरूनच झाडाला ‘कृष्णाज् बटर कप’ हे इंग्लिश नाव मिळाले आहे. कृष्णाला लोणी अतिशय आवडायचे. ‘माखनचोर’ म्हणून कृष्णभक्तांनी त्याची ओळख आजही जपली आहे. लोणी चोरताना एकदा यशोदेने त्याला पकडले, तेव्हा कृष्णाने या झाडाच्या पानात ते लपवायचा प्रयत्न केला. तेव्हापासून या झाडाच्या पानांनी आपला विशिष्ट आकार जपला आहे, असे म्हणतात. कृष्णाने लपवलेले लोणी वितळून जमिनीवर पडायला लागले. वितळणारे लोणी आणि पानाच्या देठाच्या बाजूने गळणारा दुधासारखा चीक यांची सांगड भारतीय परंपरेने घातली आहे. म्हणून या वृक्षाच्या पानाला ‘कृष्णाज् बटर कप’ म्हटले गेले आहे.

आणखी एक दिव्यकथेनुसार, गोपिकांकडून दही आणि लोणी चोरण्यासाठी कृष्ण या झाडाच्या पानांपासून द्रोण बनवायचा. तेव्हापासून पानाचा देठाकडचा भाग द्रोण बनवण्यासाठी गुंडाळला गेला आहे. म्हणून हिंदीत या झाडाला ‘माखनकटोरी’ हे नाव मिळाले आहे.

औषधी उपयोग

मधुमेहावरच्या उपचारांत या झाडाच्या पानांचा उपयोग होतो (लक्ष्मी आणि इतर २०१०, १४-१८).

लिंबू

वनस्पतिशास्त्रीय नाव	:	*Citrus limon* (L.) Burm.f.
इंग्लिश नाव	:	Lemon
स्थानिक नावे	:	जमिरी निंबू, बर निंबू (हिंदी), जंबिर, महाजंबिरफलम् (संस्कृत)
प्रकार	:	वृक्ष
विस्तार	:	चीन. भारतात आणि इतरत्र लागवड

हा लहानसा वृक्ष आहे. ४-५ मीटर उंची असते. आग्नेय आशियामध्ये लिंबाच्या झाडाचा उगम झाला. तिथे प्राचीन काळापासून त्याची लागवड होत आली आहे. पिकलेली फळे पिवळ्या रंगाची असतात. भारतामध्ये घराभोवती आणि शेतात लिंबाची लागवड केली जाते.

आंबट असल्यामुळे लिंबाचे फळ कच्चे खात नाहीत; पण त्याच्या रसापासून सरबत बनवतात. अन्नपदार्थांमध्ये स्वादासाठी आणि सजावटीसाठी लिंबाच्या चकत्या किंवा फोडी वापरतात. ताज्या लिंबाची लोणची दीर्घकाळ टिकतात (सांबमूर्ती आणि सुब्रमण्यम १९८९, ५६५).

अॅरोमाथेरपीमध्ये लिंबाचे तेल वापरतात; कारण त्यामुळे मूड चांगला होतो. आम्लयुक्त असल्यामुळे लिंबाचा रस जिवाणूरोधक असतो. सायट्रिक अॅसिड बनवण्यासाठी लिंबे हा पूर्वी प्राथमिक व्यावसायिक स्रोत होता.

कपड्यावरील डाग घालवण्यासाठी आणि कपडे स्वच्छ करण्यासाठी लिंबाचा रस वापरला जातो. अर्धे लिंबू मिठात किंवा बेकिंग पावडरमध्ये बुडवून तांब्याच्या थाळ्या आणि इतर भांडी स्वच्छ करण्यासाठी उपयुक्त असते. तेलकट पदार्थाचे डाग लिंबाच्या रसाने धुऊन काढता येतात. इतर डागांचा रंगही हा रस नष्ट करतो. प्लास्टिकच्या डब्यांवर पडलेले अन्नपदार्थाचे डाग या रसामुळे नाहीसे होतात.

लिंबाच्या सालीच्या तेलाचे अनेक उपयोग आहेत : लाकूड स्वच्छ करण्यासाठी आणि त्याला पॉलिश करण्यासाठी, जुने मेण विरघळवण्यासाठी, बोटांचे ठसे आणि घट्ट मळ धुवून काढण्यासाठी बिनविषारी कीटकनाशक म्हणूनही लिंबाचे तेल वापरतात. लिंबाची फुले आणि पाने यांमध्ये सुवासिक तेल असते; सुगंधी द्रव्ये आणि स्नानतेले यांच्या उत्पादनात ते वापरतात (पटनाईक १९९३, १४१).

पौराणिक आणि धार्मिक संदर्भ

वर्ज्य अन्नपदार्थांच्या यादीत कौटिल्य आणि सुश्रुत यांनी लिंबाचा समावेश केला आहे. हिंदू दिव्यकथांनुसार लिंबाचे फळ हे सुफलनाचे प्रतीक आहे. त्रिकूट पर्वताच्या खोऱ्यातील ऋतुमत उद्यानात हा वृक्ष आढळला असल्याचा उल्लेख *श्रीमद्‌भागवतात* (८.१४) आहे.

गणेशाच्या प्रिय फळांपैकी लिंबू एक आहे. यक्ष, ब्रह्म, ईशान, कुबेर, लक्ष्मी, पार्वती, सदाशिव, विश्वरूप या सगळ्यांचे लिंबू हे चिन्ह आहे (पटनाईक १९९३, १४१). देवी किंवा शक्ती किंवा अम्मा (देवीचे दक्षिण भारतीय नाव) यांचेही ते प्रतीक आहे. लिंबाचे हार देवीला अर्पण केले जातात. हा वृक्ष शिवाशी निगडित आहे. तामिळनाडूच्या नागपट्टिनम जिल्ह्यात तिरुअन्नियूर या ठिकाणी असलेल्या शिवमंदिराचा हा पवित्र वृक्ष आहे. येथे लिंबाच्या झाडाखाली शिवशंकर विकुचरण्येश्वराच्या रूपात प्रकटला आहे, अशी श्रद्धा आहे.

लिंबू

लिंबू दुष्ट शक्तींचे निवारण करते, अशी समजूत आहे. वाईट शक्तींना दूर ठेवण्यासाठी, काही विशिष्ट मंत्र म्हणून लिंबाचे झाड कापणे, हा प्रभावी उपाय समजला जातो.

औषधी उपयोग

ऌंबाच्या रसात 'क' जीवनसत्त्व असते. ते त्वचा आणि केसांच्या निरोगीपणासाठी भावश्यक असते. लिंबू शतकानुशतके केसांची निगा राखण्यासाठी वापरले जात आहे. वेशेषत: उन्हाळ्यामध्ये केसाच्या त्वचेतून जास्त घाम आणि तेलाची निर्मिती होते, तेव्हा ऌंबाच्या रसाचा उपयोग होतो. केसांचा चिकटपणा घालवण्यासाठी, केस धुण्यापूर्वी लिंबाचा स आणि तेल डोक्याला चोळतात. या मिश्रणात इतर उपयुक्त औषधेही मिसळतात.

पुत्रंजीव

वनस्पतिशास्त्रीय नाव	:	*Putranjiva roxburghii* Wall.
इंग्लिश नाव	:	Lucky Bean, Child - Life tree
स्थानिक नावे	:	जीवपुत्रक, पटजी, पुत्रंजीव (हिंदी), गर्भद, जीवनपुत्र, पुत्रजीव, पुत्रंजीव (संस्कृत)
प्रकार	:	वृक्ष
विस्तार	:	भारत, कंबोडिया, लाओस, म्यानमार, थायलंड, इंडोनेशिया, पापुआ न्यू गिनिआ

ा मध्यम आकाराचा, सदाहरित वृक्ष आहे. तो १२ ते १८ मीटर उंच वाढतो. दकाप्रमाणे लोंबणाऱ्या फांद्या आणि गडद राखाडी रंगाची साल असते. भारतीय द्वीपकल्पाच्या उपहिमालयीन पट्ट्यांपासून श्रीलंकेपर्यंत सगळीकडे हा वृक्ष आढळतो. सामान्यत: दीकाठच्या गाळाच्या मातीत किंवा दलदलींमध्ये किंवा सदाहरित जंगलांमध्ये हा वृक्ष आढतो. पश्चिम घाटांत तो हमखास आढळतो आणि भारताच्या अनेक भागांमध्ये रस्त्याच्या कडेला लावण्यासाठी त्याला प्राधान्य दिले जाते.

काही वेळा या झाडाच्या बियांपासून काढलेले तेल ज्वलनासाठी वापरतात. कठीण कवच असलेली फळे जपमाळ आणि गळ्यातील माळा तयार करण्यासाठी वापरतात.

पौराणिक आणि धार्मिक संदर्भ

हिंदू स्त्रियांसाठी हा अत्यंत पवित्र वृक्ष आहे. मुलांचे आरोग्य चांगले राहावे आणि त्यांचे वाईट शक्तींपासून रक्षण व्हावे म्हणून या झाडाच्या कवचयुक्त फळांपासून तयार केलेल्या जपमाळा वापरतात.

या वृक्षाचा रामायणात उल्लेख आहे (२.९४.२५). गरुड पुराणनुसार, सांध्य पूजेच्या वेळी, कुशासनावर बसण्यापूर्वी पुरुषाने स्फटिक, कमळाचे मणी, रुद्राक्ष किंवा पुत्रंजीवाच्या बियांच्या माळा परिधान कराव्यात.

पुत्रंजीव

मुलांना वाईट बाधा होऊ न देण्याची काळजी हा वृक्ष घेतो, अशी समजूत आहे. याच्या कवचयुक्त फळांच्या माळा फकीर आणि इतर धर्मपरायण व्यक्ती घालतात. यामागेही वाईट शक्तींना दूर ठेवण्याचाच उद्देश असतो (एस. एम. गुप्ता १९९१, ८०).

औषधी उपयोग

वंध्य स्त्रियांमध्ये गर्भधारणा घडवण्याबाबत आणि पुत्रप्राप्ती होण्याबाबत या झाडाची ख्याती आहे. म्हणूनच त्याला पुत्रंजीव अथवा जियपोता असे म्हटले जाते.

टॉन्सिल्स आणि मूळव्याध या आजारांमध्ये या झाडाची पाने वापरतात आणि सांधेदुखीवरच्या उपचारात बियांचा उपयोग होतो. (षण्मुगम १९८९, ५९९)

आंबा

वनस्पतिशास्त्रीय नाव	:	*Magnifera indica L.*
इंग्लिश नाव	:	*Mango*
स्थानिक नावे	:	आम (हिंदी), आम्र (संस्कृत)
प्रकार	:	वृक्ष
विस्तार	:	भारत. उष्णकटिबंधीय प्रदेशात लागवड

'मांगा' या पोर्तुगीज शब्दाचा उगम मलय मांगावरून झाला आहे. हा शब्द तामिळ 'मांगाय' (म्हणजे आंबा) या शब्दावरून तयार झाला आहे. पण इंग्लिश Mango हा शब्द पोर्तुगीज 'मांगा' या शब्दावरूनच तयार झाला आहे. 'आम्रपाली' हा संस्कृत शब्द आम्र (आंबा) आणि पाली (कोवळी पाने) या दोन संस्कृत शब्दांवरून तयार झाला आहे.

आंबा हा भारतातील सर्वाधिक लोकप्रिय वृक्ष आहे. आकार, रंग आणि चवीनुसार त्याच्या अनेक जाती आहेत. महाराष्ट्रातील हापूस, केशर, वाराणसीचा लंगडा आणि लखनौचा दशहरा या त्यातील सर्वांत महत्त्वाच्या जाती आहेत. आंब्याच्या फुलाला मंजिरी म्हणतात. प्रेमी जीवांच्या हृदयात कामवासना जागृत करणारी बाब म्हणून संस्कृत साहित्यात मंजिरीचा वारंवार उल्लेख आहे.

आंबा हा भारतातील स्थानिक वृक्ष आहे. हा भव्य आणि पानगळीचा वृक्ष आहे. त्याच्या फांद्या बुंध्यापासून विस्तारणाऱ्या असतात. पर्णमुकुट डेरेदार किंवा कोनासारखा

सतो. झाडाची उंची १२-२० मीटरपर्यंत असते. पानगळीच्या जंगलांमध्ये हा वृक्ष नेहमी ाढळतो.

काडेपेट्या, प्लायवुड, खोकी, दरवाजांची पॅनेल्स आणि फर्निचर तयार करण्यासाठी या ाडाच्या लाकडाचा उपयोग होतो. आर.सी.सी. (रीइनफोर्सड् सिमेंट काँक्रीट) बांधकामात टरींगसाठी या झाडाच्या खोडाच्या फळ्या वापरतात. सुक्या काटक्या यज्ञविधीत वापरतात. र्भिक्ष असेल तेव्हा आंब्याची पाने छाटून गुरांना चारा म्हणून खाऊ घालतात. मंगल प्रसंगी ंडवाला किंवा घराच्या पुढच्या दाराला आंब्याची पाने लावून स्थळ सुशोभित करतात नायर, राममूर्ती आणि अग्रवाल १९८९, २१). आंब्याचे फळ अत्यंत मधुर असते. च्चे फळ म्हणजे कैरी लोणचे आणि चटण्या तयार करण्यासाठी वापरतात. पिकलेल्या ांब्यापासून विविध खाद्यपदार्थ बनवतात. कोयीचा मगज गुरांना खाद्य म्हणूनही उपयुक्त सतो.

निकेल (१९५९, २८१-३१८) यांच्या संशोधनानुसार आंब्याच्या पानांमध्ये सूक्ष्म-ीवविरोधी गुण आहे. त्यामुळे घराचा दरवाजा आम्रपर्णांनी सुशोभित करण्याच्या प्रथेमागे ंसर्ग दूर ठेवण्याचा उद्देश आहे, हे सिद्ध होते. आंब्याचा पानाचा पृष्ठभाग गुळगुळीत सल्यामुळे धूलिकण संचयक म्हणून तो काम करतो (नायर, राममूर्ती आणि अग्रवाल ९८९, ३५). आंब्याचा पर्णसंभार भरगच्च असतो आणि आपल्या चक्रव्यूहाप्रमाणे सलेल्या पानांच्या जाळीतून तो प्रदूषक वायू गाळण्याचे काम करतो. शिवाय प्रदूषककणांचा ंचराही आंब्याच्या पर्णसंभारामुळे होतो. कुजणाऱ्या सेंद्रिय पदार्थांच्या दुर्गंधीचा प्रभाव ांब्याच्या सुगंधी ज्वलनशील वाफांमुळे नष्ट होतो.

आंबा हे भारताचे राष्ट्रीय फळ आहे.

ौराणिक आणि धार्मिक संदर्भ

ांबा हे भारतीयांचे बहुधा सर्वाधिक लाडके फळ आहे. गोड आवडणाऱ्या भारतीयांच्या वादग्रंथींशी आंब्याशी मधुर चव थेट जुळते. पण आंब्याची एवढीच ओळख नाही. हा वृक्ष ुभ-समृद्धीचा सूचक आहे. सगळ्या धार्मिक आणि मंगल प्रसंगी आंब्याचे तोरण घराच्या वेशद्वारावर लावले जाते. कलशावर ठेवलेल्या नारळालाही आंब्याच्या पाच पानांचे कोंदण सते. यज्ञात तूप ओतण्यासाठी आंब्याच्या पानाचा उपयोग चमच्यासारखा करतात. हिंदू ंस्कृतीत आंबा हा खुद्द प्रजापती– सृष्टिनिर्माता– मानला जातो. आंब्याच्या पानांच्या पस्थितीखेरीज कुठलेही धार्मिक कार्य किंवा उत्सव पूर्ण होऊच शकत नाही.

आंबा हा कल्पवृक्ष आहे, इच्छापूर्ती करणारा वृक्ष आहे, प्रेम आणि भक्तीचे ते प्रतीक ाहे. तो फळांचा राजा आहे आणि सुफलनाचे प्रतीक आहे.

आंबा हा जंगलातील वृक्ष असल्याचे वर्णन रामायणात आहे (३.७३.३). वसंतात ांब्याची फुले फार आकर्षक दिसतात आणि पंपा सरोवराभोवती हे वृक्ष वाढले आहेत.

(४.१८०). पक्वान्ने आणि इतर कौशल्यपूर्ण पदार्थ बनवताना त्यात आंब्याची फुले घातली जातात (५.१०.२५). वसंताच्या प्रारंभी आंब्याचे झाड फळांनी लगडलेले असते (५.१४.३). इकडून तिकडे हिंडणाऱ्या वानरांच्या टोळ्यांमुळे मोडणारा हा जंगलातील वृक्ष आहे (६.४.७२). हा फुलांनी बहरलेला वृक्ष आहे आणि युद्धात शस्त्र म्हणून त्याचा वापर होतो (६.५९.७७). रामाच्या राजवाड्यातील उद्यानाला या वृक्षाने शोभा आणली आहे (७.४२.२).

आंब्याचा उल्लेख महाभारतातही आहे. फुलांनी बहरलेले आम्रवृक्ष पांडवांनी पाहिले. काळे भुंगे त्यांभोवती गुणगुण करत होते. (तीर्थयात्रा पर्व)

बौद्धधर्मीयांसाठी आम्रवृक्ष पवित्र आहे, कारण लुंबिनी येथील ज्या उद्यानात बुद्धाचा जन्म झाला, ते साल वृक्ष आणि आम्रवृक्ष यांनी वेढलेले होते. भगवान बुद्धांना आमराई भेट दिली गेली होती. तिथे ते विश्रांती घेत. त्यामुळे बौद्ध या वृक्षाला पवित्र मानतात. बौद्ध ग्रंथ आंब्याच्या झाडाचा उल्लेख अनेकदा जिवक-आंबा-वन असा करतात (टिनल्हा १९५६, ३१-३३).

बौद्ध आणि जैन शिल्पकलेत आंब्याचा वृक्ष अनेकदा आढळतो. स्त्री आणि वृक्ष यांची प्रतिमा म्हणून किंवा आम्रवृक्षाखाली उभे असणारे युगुल म्हणून आंब्याची उपस्थिती शिल्पांमध्ये दिसते. भारहूत, सांची आणि नंतरच्या कुशाण कालखंडातील शिल्पांमध्ये अनेक वृक्षिका आणि शालभंजिका आंब्याची फांदी धरून उभ्या असलेल्या स्थितीत दर्शवल्या आहेत. फळ आणि स्त्री या दोहोंचे मोहक रूप या शिल्पांनी अधोरेखित केले आहे. सांची येथील स्तूपावरील उठावचित्रांमध्ये आम्रवृक्ष वारंवार आढळतो. भारहूत आणि सांची या दोन्ही ठिकाणी आम्रवृक्ष आणि त्याचे फळ विविध प्रकारे शिल्पांकित झाले आहे. सांची येथील प्रवेशद्वारांवर सुंदर, नग्न आणि अलंकृत वृक्षिका एका हाताने आंब्याच्या झाडाची फांदी धरून त्याला फळवत आहेत (एस. एम. गुप्ता १९९६, ९७-१०३).

आंबा, कुशाण, इ.स. २००, संघोल, फतेहगड साहिब जिल्हा, पंजाब

बुद्धाने काही भिक्षूंना आपल्या पूर्वजन्मीची कथा सांगितली. त्या वेळी त्याला वानराचा जन्म मिळाला होता. आपल्या टोळीसह तो आंब्याच्या झाडावर राहत होता. आंब्याचे फळ जमिनीवर पडू नये म्हणून प्रत्येक जण काळजी घेई. कारण माणसाला हे फळ सापडले, त्याने चाखले, तर त्याला मोह उत्पन्न होईल, हे वानररूपी बुद्धाला

उऊक होते. पण एक आंबा नदीत पडला. तो वाहत वाराणसीपर्यंत गेला. तिथे नदीत स्नान करणाऱ्या राजाला तो सापडला. त्याने ते फळ खाल्ले. त्या चवीने हरखून गेलेला राजा आपल्या सैनिकांसह झाडाच्या शोधात निघाला. शेवटी ते झाड मिळाले, तेव्हा राजाने झाडावरच्या सगळ्या वानरांना मारण्याचा आदेश आपल्या सैनिकांना दिला. मग बुद्धाने आपल्या शरीराचा पूल करून इतर वानरांना नदीपलीकडच्या बांबूच्या जंगलात सुरक्षित पोहोचवले. पण हे करताना त्याने स्वतःचा जीव मात्र गमावला. म्हणून बौद्ध धर्मीयांसाठी हा वृक्ष पवित्र आहे (गांधी आणि सिंग १९८९, ११२-१३).

नेमीनाथ या जैन तीर्थंकरांना याच झाडाखाली दिव्य ज्ञान प्राप्त झाले आणि म्हणून हा जैन धर्मासाठीही पवित्र वृक्ष बनला. तारा, अम्रा किंवा कुशमंडिनी नावांनी ओळखली जाणारी जैन यक्षीही या झाडाशी निगडित आहे. अंबिका ही जैन यक्षी लहान मुलासह आंब्याच्या झाडाखाली बसते किंवा उभी राहते, कारण आंबे हे सुफलनाचे प्रतीक आहे.

हिंदू संस्कृतीतही आंब्याला अनन्यसाधारण महत्त्व आहे. या वृक्षाचे पार्वतीशी– शिवपत्नीशी– नाते आहे. शिव हा पती लाभावा, यासाठी पार्वतीने तप केले. आम्रवृक्षाखाली एका पायावर उभी असलेली पार्वती आणि चारही बाजूंना पेटलेली आग, शिवाय डोक्यावर तळपणारा सूर्य असे तपाधीन पार्वतीचे रूप आहे (एस. एम. गुप्ता १९९६, ९७). कांची येथील एकाम्रेश्वर मंदिरामध्ये आम्रवृक्ष हे धार्मिक प्रतीक आहे.

आंब्याच्या झाडाचा उगम थेट भारतीय मिथककथांमध्ये सापडतो. सूर्याच्या कन्येचा पाठलाग कुण्या एका चेटकिणीने केला. तिला चकवण्यासाठी या मुलीने तळ्यात उडी मारली आणि तिचे रूपांतर कमळात झाले. एका राजाने हे फूल पहिले आणि ते तोडण्याची इच्छा त्याला झाली. पण त्याने फुलाला हात लावण्यापूर्वीच चेटकिणीने ते जाळून टाकले. फुलाच्या राखेतून आम्रवृक्ष निर्माण झाला.

अभिज्ञान शाकुंतलम् या कालिदासाच्या प्रसिद्ध नाटकात आंब्याचा काव्यात्म उल्लेख आहे. आपली दत्तक कन्या– शकुंतला– हिला तिच्या आवडीचा जोडीदार मिळाला आहे हे कळल्यावर ते म्हणतात, "दीर्घकाळ मी एका देखण्या आम्रवृक्षाच्या शोधात होतो (दुष्यंताला त्यांनी आम्रवृक्ष म्हटले आहे) आणि आता मला तो मिळाला आहे. मी माझी माधवीलता शकुंतला विवाह करून त्याला देईन." नवमल्लिकेच्या फुलाचा विवाह आम्रवृक्षासोबत झाल्याचा उल्लेख कालिदासाने केला आहे (बुद्धदास आणि कीर्तिसिंघे १९८४, ४२).

शिव आणि पार्वतीच्या विभक्तावस्थेत, शिव आंब्याच्या झाडाखाली बसला आणि देवी पार्वतीचे एक रूप असलेल्या ललितेच्या कृपेने पार्वतीशी एकरूप झाला. 'ब्रह्मसारसा'त आम्रवृक्ष ब्रह्माच्या रूपात आहे; आंब्याच्या झाडाला जो पाणी घालेल, तो आपल्या पितरांना मुक्त करेल (वायू पुराण ४३.६; दीक्षित २००३, १.१६६).

श्रीमद्भागवतात म्हटले आहे, (५.१६.१६), 'मंदार पर्वताच्या खालच्या उतारांवर

असलेल्या, देवाच्युत नावाच्या आम्रवृक्षाला पर्वताच्या शिखरांइतके मोठे आणि स्वर्गीय जनतेच्या सुखोपभोगासाठी वृक्षमाथ्यावरून पडणाऱ्या अमृतासारखे गोड आंबे लागले आहेत.' आंबा यमुनेच्या काठांवर राहतो, असाही त्यात उल्लेख आहे (अध्याय १०, भाग २.३०.१०).

अग्नी पुराणानुसार (२४७, ३०-३१) मासे धुऊन ते पाणी आंब्याच्या झाडाला पाणी घालावे. बंगालच्या काही भागात आजही ही प्रथा पाळली जाते.

संपत्ती आणि समृद्धी मिळावी, यासाठी भाविकांना आंब्याचा प्रसाद दिला जातो. आंब्याच्या झाडाच्या लहान डहाळ्या आणि तुकडे यज्ञविधीत वापरले जातात. आंब्याच्या झाडाचे लाकूड वापरून पेटवलेल्या यज्ञात / आगीतच अनेकदा बळी अर्पण केला जातो.

काही जण आंब्याच्या लहान कोवळ्या काड्या दात घासण्यासाठी वापरतात. पण रविवारी आणि मंगळवारी मात्र हा उपयोग करायला पूर्ण बंदी असते.

मुंजविधीमध्ये आंब्याचा उपयोग विविध प्रकारे होतो : बसण्यासाठी पीठ / आसन म्हणून आणि ज्यावर ब्रह्मचारी बाराखडी लिहितो ती पाटी म्हणूनही आंब्याचा वृक्ष असतोच.

विवाहविधीत नवरदेव आंब्याच्या लाकडापासून तयार केलेल्या पाटावर बसतो. अंत्यसंस्काराच्या वेळी आंब्याच्या लाकडाची चिता बनवतात. ती पवित्र मानली जाते. चिचिंडीला (दात घासण्यासाठी वापरली जाणारी वनस्पती, विशेषतः ऋषीपंचमीच्या व्रतात तिचा उपयोग होतो) आंबा हा उत्तम पर्याय आहे. रात्रीच्या वेळी या झाडाची पाने तोडणे हे पापकर्म आहे. हिरवा आम्रवृक्ष कधीच तोडला जात नाही; कारण असे करण्याऱ्या माणसावर संकट कोसळते. आंब्याचे फळ हे पुत्रप्राप्तीचे प्रतीक आहे.

जर एखाद्याने आमराई लावली असेल तर त्याने नवरदेव म्हणून दुसऱ्या एखाद्या जवळपास वाढणाऱ्या झाडाशी, सामान्यतः चिंचेशी औपचारिक विवाह करेपर्यंत तो किंवा त्याची पत्नी आंबा खात नाहीत, अशी हिंदू परंपरेत प्रथा आहे. (फ्रेझर १९७१, १५१)

नागपट्टिणम् येथील कायरोगणेश्वर मंदिराच्या स्थळ पुराणानुसार मंदिराचा पवित्र वृक्ष आंबा आहे. या आंब्याला दोन विभिन्न प्रजातींच्या दोन फांद्या आहेत. दोन्ही फांद्यांना वेगवेगळ्या चवीची फळे येतात.

आंबा हे हिंदुस्तानातील वैशिष्ट्यपूर्ण फळ असल्याचे *बाबरनामा* सांगतो : 'पिकलेले आंबे छान असतात. पण अनेक आंबे खाल्ले, त्यापैकी थोडेच उत्तम आहेत. सर्वसाधारणपणे कच्चे आंबे झाडावरून तोडून घरात पिकवले जातात. कच्च्या आंब्यापासून चविष्ट व्यंजने बनतात आणि रसाच्या स्वरूपात आंब्याची साठवण होते. एकूण लक्षात घेता, आंबा हे हिंदुस्तानातील सर्वोत्तम फळ आहे. काही जण सगळ्या फळांत (अपवाद खरबुजाचा) आंब्याला प्राधान्य देऊन त्याची स्तुती करतात; पण ही स्तुती जरा जास्त आहे. आंब्याचे करडी पीच फळाशी साम्य आहे. आंबा पावसाळ्यात पिकतो. तो दोन प्रकारे खाल्ला जातो : एक म्हणजे दाबून त्याचा गर काढणे. छोटे भोक पाडून हा गर आणि रस चोखून खातात

ाणि दुसऱ्या पद्धतीत त्याची साल काढून करडी पीचप्रमाणे तो खायचा.' अकबराने रभंगाजवळ एक लाख आम्रवृक्षांचे उद्यान तयार केले होते. (बुद्धदास आणि किर्तिसिंघे ९८४, ३८-४२)

गोव्यातील लोकसाहित्यानुसार आम्रवृक्ष हनुमानाने भारतात आणला. हिंदूंच्या अनेक ण-उत्सवात आम्रवृक्षाची उपस्थिती असते. पीतवस्त्र परिधान केलेल्या हिंदू वधू, सौभाग्य ायम राहावे, यासाठी गौरीहर पूजतात. या वेळी भिंतीवर सूर्य आणि चंद्रकोर यांच्या-ध्ये आम्रवृक्षाचे चित्र काढलेले असते. आनंद आणि भरभराटीचे प्रतीक म्हणून विशेष संगी आंब्याच्या पानांची तोरणे घरावर आणि मंडपावर लावतात. भाताचा पहिला कोंभ आंब्याच्या पानात गुंडाळून घरांच्या आणि मंदिरांच्या दरवाजांना ते पान टांगतात. आंब्याच्या ोवळ्या डहाळ्या दात घासण्यासाठी वापरतात आणि पंच पल्लवसारख्या अनेक समारंभात आंब्याची पाने थाळ्यांसारखी वापरतात. काटक्यांचा उपयोग ग्रहशांतीसाठी केल्या जाणाऱ्या ोमांमध्ये अग्नी प्रज्वलित करण्यासाठी होतो. गर्भवती हिंदू स्त्रियांच्या शुद्धतेच्या विधीमध्ये (गर्भादान विधी) पंचगव्याच्या मिश्रणात आंब्याच्या पानांचा समावेश करतात. बाळाच्या ाळण्याला शुभसूचक म्हणून आंब्याची पाने लावतात. वसंताच्या प्रारंभी गोव्यात 'झगोर' ावाचा हिंदूंचा उत्सव साजरा होतो. करंबोलीम या गावामध्ये (ही गोव्यातील सर्वाधिक जुन्या वसाहतींपैकी एक आहे) लोक नृत्य-संगीतासह झगोर साजरा करतात. यापैकी एका ीतात लोक म्हणतात, *'आंब्या तुजेम पान अंबोटो'* (अरे आंब्या, तुझे पान आंबट आहे) (डो रेगो २०१०).

एका आदिवासी कथेनुसार आंब्याच्या झाडाला केवळ स्त्रियाच गळामिठी घालत ाहीत, तर पुरुषही लग्नाच्या आदल्या दिवशी प्रदक्षिणा घालून मिठी मारतात.

भारताच्या आदिवासी क्षेत्रात, प्रत्यक्ष लग्नविधी पार पडण्यापूर्वी वधू-वर आंब्याच्या ाडाला अनेक प्रदक्षिणा घालतात. नवरदेव कुंकू लावलेल्या आंब्याच्या सालीचा वास ेऊन त्याला मिठी मारतो. हीच बाब वधू मोहाच्या झाडाबाबत करते. आदिवासींच्या ीतांत, त्यांच्या कोड्यांमध्ये पशु-पक्षी-वनस्पती नेहमी केंद्रस्थानी असतात; यामध्ये अर्थातच आंब्याचाही समावेश आहे.

देवर आदिवासींच्या एका ओडिया गीतात आदिवासींना आम्रवृक्षाविषयी असणारे प्रेम आणि श्रद्धा अधोरेखित झाली आहे :

तू वड तोडलास,
तू पिंपळ तोडलास,
पण तू आंब्याचे झाड का तोडलेस?
जणू काही गायीचा पाय
तू स्वतःच्या डोक्यावरून वाहून नेत होतास

तू तुझा चांगुलपणा का रे सोडलास?
तू तुझ्या पुतण्यालाच का रे मारलेस?

(गांधी आणि सिंग १९८९, १११)

एका ओडिया कथेनुसार, कितुंगला बळी दिलेल्या बकऱ्याच्या मांडीच्या हाडापासून आंब्याचे झाड निर्माण झाले; भाविकाच्या हातून एक हाड चुकून मागे राहिले होते. भारतातील आदिवासींच्या विश्वात किंचेसुम हा मानवी बळीचा स्वीकार करणारा देव आहे. आंबा या देवाशीही निगडित आहे.

एक विवाहगीतही वृक्ष या संकल्पनेभोवती गुंफलेले आहे. लग्नाचा मंडप उभारताना ते गायले जाते :

आंब्याचं झाड म्हणतं जांभळाला,
चल उंबराला बोलावून आणू या,
मी उंबराचं बी पेरलं की रे होतं;
तेहतीस कोटी देवांनी ते पाहिलंही होतं;
प्रत्येक झाडानं उंबर व्हावं, अरे अरे उंबरा
तुझ्या फांद्यांचा चहूबाजूंना पसारा,
एक तर गेली आभाळात,
दुसरी जमिनीच्या पोटात,
आणि तिसरी आली रामराजाच्या मंडपात. *

गडबा आणि कोंड आदिवासी आंब्याशी मानवी वीर्योत्पादक ग्रंथींची सांगड घालतात. आंब्याची कोय तशीच दिसते, अशी त्यांची समजूत आहे. एका बोंडो कथेनुसार मृत्यू पृथ्वीवर आला तो आंब्याद्वारा. अंत्यसंस्काराच्या वेळी उपस्थित असणाऱ्या शोकाकुल गडबा आणि बोंडोंना घरी परतण्यापूर्वी आंब्याची साल ओलांडावी लागते. गावातून रोगराई घालवण्यासाठी केल्या जाणाऱ्या रोगप्रतिबंधक विधीमध्येही गडबा आदिवासी आंब्याच्या फांद्या वापरतात.

भारतातील जवळजवळ सगळ्या आदिवासी जमाती आंबा फळ महोत्सव साजरा करतात. त्यापूर्वी हे फळ खायला मनाई असते.

आंब्याचे लाकूड पवित्र असल्यामुळे ते चिता पेटवण्यासाठी आणि पवित्र अग्निस्तोम समारंभातही वापरतात. आंब्याची फुले चंद्र आणि प्रणयदेवता मदनाला प्रिय आहेत, असे

---

* http://www.chitralakshana.com/trees.html

ऱ्हटले जाते. माघ महिन्याच्या दुसऱ्या दिवशी ही फुले चंद्राला अर्पण केली जातात.

हिंदू, बौद्ध आणि जैन या तीनही धर्मांमध्ये आम्रवृक्ष पवित्र मानला गेला आहे. हिंदू ंपरेत तो प्रत्यक्ष ब्रह्मदेवाचा– सृष्टिनिर्मात्याचा– अवतार मानला गेला आहे (एस. एम.गुप्ता ९९१, ५३). देवी अंबिका आणि लक्ष्मीशीही त्याचे नाते आहे (हूलर १९९४, ३२३- ९). हा वृक्ष सुफलनाचे आणि सुखी वैवाहिक जीवनाचे प्रतीक आहे (झा आणि बसक ९९४, ९-१८).

बाराव्या शतकातील तामिळ संत सेक्कीलर यांनी तिरुक्कुर्रीप्पू तोंडर पुराणम् (V.७५, ६) या ग्रंथात कांचीपुरम हे ठिकाण आम्रवृक्षांनी बहरलेले असल्याचे वर्णन केले आहे. वेदक सांगतो की कांची म्हणजे आंबा. पण कांची म्हणजे पातरी हा वृक्ष असल्याचेही ांगितले गेले आहे (सुब्रमणिया पिल्लई १९४८, २२).

एका मिथककथेनुसार, कामाक्षीच्या रूपातील पार्वतीने, वाळूपासून तयार केलेल्या थ्वीलिंगाच्या स्वरूपातील शिवाची पूजा आम्रवृक्षाखाली केली. एकदा शेजारून हणाऱ्या वेदवतीचा प्रवाह वाढला आणि तिने वाळूचे लिंग नष्ट करू पाहिले. तत्क्षणी ामाक्षीने लिंगाला मिठी मारली. तिची भक्ती पाहून शिव तिच्या समोर प्रकट झाला आणि याने तिच्याशी विवाह केला. 'काम-कोट्टम्'चे वर्णन आम्रवृक्षाचे मंदिर असे केले जाते. ालप्पडीकारम (५.११, १७१-७२)नुसार कोट्टम म्हणजे मंदिर आणि कामम् म्हणजे ाम्रवृक्ष. कामाक्षीच्या विविध नावांमध्ये बलीकांबल (यात 'आंबा' समाविष्ट आहे) मदिवीचा समावेश आहे आणि जैन यक्षी 'अंबिके'चे नावही 'अंबा' या शब्दावरूनच यार झाले आहे. कांचीपुरम येथील एकाम्रेश्वराच्या मंदिरात अनेक स्तंभ आहेत. त्यावरील ठावचित्रांमध्ये आंब्याच्या झाडाखाली बसलेली कामाक्षी लिंगाला मिठी मारताना दिसते एस. एम. गुप्ता १९९६, ९५).

एकाम्रेश्वर मंदिराचा स्थळ वृक्ष असलेल्या आंब्याला चार विविध चवींचे आंबे लागतात ाणि हे प्रकार चार वेदांचे प्रतिनिधित्व करतात, अशी श्रद्धा आहे. अलीकडच्या काळात हा ृक्ष पडला आणि या जुन्या वृक्षातून उगवलेले रोप पुन्हा त्याच जागी लावले आहे.

ौषधी उपयोग

ांब्याच्या कोवळ्या आणि जुन्या पानांपासून आणि सालीपासून मॅंग्निफेरीन हे अँटिऑक्सिडंट मळते. त्यात मधुमेह, बुरशी, सूक्ष्मजीव, विषाणू, कर्करोगविरोधी गुण आहेत. काविळीच्या ंतूंपासूनही ते संरक्षण देते. ॲलर्जीनाही ते अटकाव करते. दाह शमवण्याची क्षमता त्यात ाहे आणि ते रक्तातील साखर कमी करते. आयुर्वेदिक उपचारातील त्याचा एक उपयोग हणजे पचन साफ करणे आणि पित्त शमवणे. अतिसार आणि शर्करेच्या समस्यांसाठी ोवळी पाने सुकवून त्याची पूड देतात.

पाने सुकवून केलेली पूड विषारी दंशावर वापरतात. साल आणि पानांचा काढा उतींच्या

पुनर्निर्मितीसाठी आणि रक्तस्राव थांबवण्यासाठी उपयुक्त असतो. माऊथवॉश म्हणूनही तो प्रभावी आहे. दातदुखी, हिरड्या आणि घशाची सूज यांवर हे उपयुक्त औषध आहे. मासिक पाळीच्या वेळी होणारा अतिरिक्त रक्तस्राव, जुलाब, रक्ती मूळव्याध, फुफ्फुसे, गर्भाशय आणि अतिसाराच्या वेळी आतड्यातून होणारा रक्तस्राव रोखण्यासाठी आंब्याची साल दिली जाते (दस्तूर १९६२, १०६-०७). उत्तर भारतामध्ये आंब्याची कच्ची फळे (कैऱ्या) भाजून पेय बनवले जाते आणि उष्माघात होऊ नये, यासाठी त्याचा उपयोग केला जातो.

खारफुटी / तिवर

वनस्पतिशास्त्रीय नाव	:	*Excoecaria agallocha* L.
इंग्लिश नाव	:	Mangrove (Blinding Tree)
स्थानिक नावे	:	तेजबल, गंगिव (हिंदी), अगारू, तिल्वक, उगारू (संस्कृत)
प्रकार	:	वृक्ष
विस्तार :		आशिया (समशीतोष्ण, उष्णकटिबंधीय) ऑस्ट्रेलिया, प्रशांत महासागरी प्रदेश, इतरत्र लागवड

हे लहानसे, दाट पाने असलेले सदाहरित झाड आहे. साधारणतः २ ते ८ मीटर उंचीपर्यंत ते वाढते. हे उभयलिंग पुष्पी झाड वालुकामय, खारवट प्रदेशांत वाढते. भारताच्या पूर्व आणि पश्चिम किनाऱ्यांवर ते एके काळी मोठ्या संख्येने आढळत असे.

पूर्व किनाऱ्यावरील सुंदरबन आणि आग्नेय किनाऱ्यावरील पिचावरम् या खारफुटीच्या दलदली आहेत. सुंदरबनात खारफुटीच्या अनेक देवराया आहेत. ही वनस्पती जमिनीची धूप रोखते आणि वाऱ्याला प्रतिरोध करण्याचेही काम करते.

पौराणिक आणि धार्मिक संदर्भ

मद्यदिनार ऋषींनी चार वेद आणि सहा शास्त्रांचा अभ्यास केला. त्यानंतर त्यांना परमोच्च ज्ञानाची अनुभूती घ्यायची होती. ही इच्छा पूर्ण करण्यासाठी चिदंबरम येथील थिल्लई वनात (खारफुटीचे जंगल) जाऊन स्वयंभू लिंगाची पूजा करण्याचा सल्ला त्यांना त्यांच्या वडिलांनी दिला. त्यानुसार हे ऋषी थिल्लई वनात पोचले आणि एका खारफुटीच्या झाडाखाली त्यांना लिंग दिसले. ऋषींनी शिवगंगा तळ्यावर स्नान करून आन्हिके पूर्ण केली आणि शिवलिंगापुढे दंडवत घातला. मग त्यांनी स्वतःसाठी एक झोपडी उभारली आणि लिंगाला ऊन-पावसापासून संरक्षण देण्यासाठी पानांचे छत तयार केले. शिवाच्या कृपेमुळे मद्यदिनार ऋषींना वाघाचे पाय आणि अंधारातही सर्व दिसण्याची दृष्टी लाभली. मग शिवाने त्यांना व्याघ्रपाद आणि थिल्लई वनाला 'व्याघ्रपुरम' हे नाव दिले.

आदिशेषाचा अवतार असलेल्या पतंजली ऋषींना शिवशंकराचे नटराजाच्या रूपातील देव्य नृत्य पाहण्याची इच्छा होती. आदिशेषाने आपली इच्छा श्रीविष्णूंजवळ व्यक्त केली आणि त्यांच्या परवानगीने तो थिल्लई वनात येऊन व्याघ्रपाद ऋषींना भेटला. आदिशेषाने मानवी चेहरा असलेल्या सर्पाचे– पतंजलींचे– रूप धारण केले. पतंजली आणि व्याघ्रपाद दोघांनी थिल्लई वनात शिवशंकराची पूजा केली. त्यांच्यावर प्रसन्न झालेल्या शंकराने आनंद तांडव सुरू केले. हे नृत्य थेल्लई किंवा चिदंबरम येथे आजही सुरू आहे, असे म्हटले जाते. चिदंबरम येथील प्रसिद्ध नटराज मंदिराचा 'खारफुटी' हा स्थळ वृक्ष आहे. चिदंबरम हे स्थान पिचावरमच्या खारफुटींच्या दलदलीपासून जवळच आहे. एके काळी समुद्र चिदंबरमपर्यंत आत आलेला होता.

खारफुटी

गौडा साम्राज्याचा राजा सिंहवर्मन याला काही आजार होता. एका शिकाऱ्याकडून त्याला थिल्लई वनातील स्वयंभू लिंग आणि व्याघ्रपाद आणि पतंजलींनी त्याची केलेली उपासना याबाबत कळले. मग तो खारफुटीच्या जंगलात जाऊन त्यांना भेटला. स्वतःच्या आजाराबाबत सांगून त्याने दोघांचा आशीर्वाद मागितला. तिरुमलअनंताची आराधना केल्यानंतर, त्या करुणाकर ईश्वराने, सिंहवर्मनाला शिवगंगेच्या तळ्यात स्नान करण्यास सांगण्याबाबत व्याघ्रपादांना सांगितले. त्यानुसार सिंहवर्मनाने त्या तळ्यात ईश्वराचे स्मरण करत स्नान केले आणि त्याचा आजार बरा झाला. एवढेच नव्हे, तर त्याच्या देहाला सुवर्णाची झळाळी लाभली आणि तेव्हापासून त्याला हिरण्यवर्मन हे नाव मिळाले. चिदंबरम जवळच्या विहिरीतून मिळालेल्या सोन्याचा उपयोग मंदिराचे छत मढवण्याकरिता केला गेला, असे येथील परंपरा सांगते. आजही हे सोन्याचे छत अस्तित्वात आहे. गावाच्या पूर्वेला हिरण्यवर्मनाचे राजवाडे असल्याचे सांगितले जाते (मयप्पन १९९८, ५-८८).

आषाढ महिन्यात या झाडाची पाने वाहून देवादिकांची पूजा केली जाते. या झाडातून पाझरणाऱ्या द्रव्यापासून सुगंधी धूप बनवला जातो. कारण तो यक्ष, राक्षस आणि नागांना स्वीकारार्ह आहे.

औषधी उपयोग

सालीचा चीक आणि बियांचा उपयोग मज्जासंस्थेच्या विकारांवरील उपचारात केला जातो. ताज्या सालीचा चीक विषारी असतो आणि जखमा भरून येण्यासाठी तो वरून लावतात. जुन्या व्रणांवरच्या उपचारांत जाळण्याची प्रक्रिया करण्यासाठीही त्याचा उपयोग होतो

(असोलकर, कक्कर आणि चक्रे १९९२, ३०९). विषारी दंशावर उपचार करण्यासाठी आणि कुष्ठरोग बरा करण्यासाठी बिया उपयुक्त असतात (षण्मुगम १९८९, ४३२).

झेंडू

वनस्पतिशास्त्रीय नाव	:	*Tagetes patula* L.
इंग्लिश नाव	:	Marigold
स्थानिक नावे	:	गेंदा / गेंदू (हिंदी), स्थूलपुष्प (संस्कृत)
प्रकार	:	झुडूप
विस्तार	:	उत्तर अमेरिका. आफ्रिका, भारत, ऑस्ट्रेलिया, युरोप, दक्षिण अमेरिका या ठिकाणी रुजला आहे.

ही झुडूप वर्गातील शोभेची वनस्पती आहे. भारतभर सगळीकडे तिची लागवड होते. पाण्याचा चांगला निचरा होणाऱ्या जमिनीत, तसेच घट्ट मातीच्या जमिनीत झेंडू वाढतो.

फुलांपासून मिळणारा पदार्थ हा काही वेळा खाण्याचा रंग म्हणून वापरला जातो. वस्त्रनिर्मितीसाठीचे रंग बनवण्यासाठी फुलांचा उपयोग होतो आणि होळीचे रंग बनवण्यासाठीही फुले उपयुक्त असतात.

पौराणिक आणि धार्मिक संदर्भ

भगवान विष्णूला झेंडूची फुले वाहतात. मध्य भारतातील गोंड आदिवासींमध्ये झेंडूच्या जन्माची सांगड, त्यांची लोकदेवता– कोंडमुलीशी घालणारी कथा सांगितली जाते. कोंडमुलीने दुसऱ्या एका देवाची पत्नी पळवली आणि त्यानंतरच्या घनघोर युद्धात दुसऱ्या देवाने कोंडमुलीचा शिरच्छेद करून विजय मिळवला. कोंडमुलीच्या पत्नीने आपल्या पतीचा मृतदेह ओढून आणला. ती खूप रडली. हे करत असताना तिच्या केसांची पिन पडली. त्यावर तिचे अश्रू पडले आणि त्यातून झेंडूचे रोप उगवले, असे ही कथा सांगते. या रोपाच्या फुलाला तेव्हापासून गोंडा हे नाव मिळाले. नंतर त्याचा अपभ्रंश होऊन 'गेंदा' हा शब्द रूढ झाला (गांधी आणि सिंग १९८९, १७९-८०).

झेंडू

झेंडू हे हारांमध्ये नेहमी वापरल्या जाणाऱ्या आणि हिंदू देवदेवतांना वाहिल्या जाणाऱ्या फुलांपैकी एक आहे. विशेषत: उत्तर भारतात झेंडूचे हार अधिक वापरले जातात. तामिळनाडूमध्ये मात्र झेंडू अशुभ मानला जातो. त्यामुळे धार्मिक समारंभांमध्ये ही फुले वापरली जात नाहीत. उलट भारतातील बऱ्याच भागांमध्ये मृतदेहाला झेंडूच्याच फुलांचे हार वाहिले जातात.

औषधी उपयोग

 झेंडूच्या फुलांचा रस पारंपरिक उपचारपद्धतीत रक्त शुद्धीकरणासाठी आणि रक्ती मूळव्याध बरी करण्यासाठी वापरला जातो.

याच्या पानांद्वारे मिळणारे तेल बुरशीरोधक आणि कीटकनाशक म्हणून उपयुक्त असल्याची नोंद आहे. आरोग्याच्या अनेक तक्रारींवर झेंडूचा उपयोग होतो. चहा म्हणून घेतल्यास हृदयाची ताकद वाढते. झेंडू अँटिऑक्सिडंट आहे. डोळ्यांना मोठ्या नुकसानापासून तो वाचवतो. जखमा, ओरखडे, कापलेल्या जखमा आणि दाह बरा करण्यासाठी झेंडूची पाने वापरतात. झेंडूची ताजी पाने वाटून त्यांचा रस काढतात आणि जखमेवर किंवा भाजलेल्या जागेवर एका वेळी त्याचे दोन-तीन थेंब लावतात (षण्मुगम १९८९, ३३४).

देवकांचन / रक्तकांचन

वनस्पतिशास्त्रीय नाव	:	*Bauhinia variegata* L.
इंग्लिश नाव	:	Mountain Ebony / Orchid tree
स्थानिक नावे	:	बरिअल, कचनार (हिंदी), रक्तकांचन, रक्तपुष्प, गंदरी, युगपत्रक, कंटर, कोविदरा (संस्कृत)
प्रकार	:	वृक्ष
विस्तार	:	भारत, चीन, पाकिस्तान, भूतान, लाओस, व्हिएतनाम, म्यानमार, थायलंड

हा लहान ते मध्यम आकाराचा वृक्ष आहे. त्याची उंची साधारणतः १५ मीटर असते. पर्णसंभार चहूकडे विस्तारलेला पण झुडपासारखा असतो. उप-हिमालयीन प्रदेश, आसाम, खासी टेकड्या आणि पश्चिम द्वीपकल्प या भागांत तो सामान्यतः वाढतो. मिश्र पानगळीच्या आणि पर्वत उतारांवरच्या जवळपास सदाहरित जंगलांमध्ये हा वृक्ष हमखास आढळतो. कोरड्या ऋतूत त्याची पाने गळून पडतात. पाने लांब, रुंद, गोलाकार आणि देठापासून दोन दलांत विभागलेली असतात. फुले गडद गुलाबी किंवा पांढरी, पाच पाकळ्यांची आणि सुगंधित असतात. या झाडाचे फळ म्हणजे अनेक बिया असलेली शेंग असते. भारतातील हा लोकप्रिय असा शोभिवंत वृक्ष आहे; गाणाऱ्या पक्ष्यांचा हा लाडका वृक्ष आहे. या वृक्षाची लागवड, मुख्यतः त्याच्या सुंदर फुलांसाठी होते. चिकणमातीपासून वालुकामय जमिनीपर्यंत तो सर्वत्र वाढू शकतो.

देवकांचनाची पाने गुरांना चारा म्हणून वापरतात. फुले, कोवळी पाने आणि कळ्या शिजवून किंवा लोणची घालून खातात (संतपऊ १९६६, १५). झाडाचे लाकूड शेतीची अवजारे बनवण्यासाठी आणि सरपण म्हणून वापरतात. मुळाची साल अगदी लहान

प्रमाणातही विषारी असते. टॅनिन, तपकिरी रंग, डिंक आणि दोऱ्या तयार करण्यासाठी ही साल उपयुक्त असते (कृष्णमूर्ती १९९३, १८४, ३४४). हे झाड वायू प्रदूषणाला तोंड देऊ शकते (दास आणि प्रसाद २०१०, ९७८-८८). पानांवरील छिद्रांद्वारे हवेतील प्रदूषके शोषून घेतली जातात आणि एक पान वातावरणातील अंदाजे ३.९ ग्रॅम धूलिकणांचा निचरा करू शकतात, अशी नोंद आहे (पांडे आणि चास्ता २००६, ९३-१०६).

देवकांचन

पौराणिक आणि धार्मिक संदर्भ

हिंदू आणि बौद्ध धर्मांमध्ये देवकांचन हा पवित्र वृक्ष आहे.

रामायणात या वृक्षाचा वारंवार उल्लेख आहे. देवकांचनाचे चिन्ह असलेल्या ध्वजामुळे भरताचा रथ ओळखता येतो. देवकांचन वृक्षाचे चिन्ह असलेला ध्वज फडकावत भरताचा रथ आला असल्याचे लक्ष्मण रामाला सांगतो. युद्धात हा ध्वज आपल्या नियंत्रणाखाली येऊ शकतो, असेही लक्ष्मण सांगतो (रामायण, २.९६.१८-२१).

संपूर्ण कैलास टेकडी अनेक प्रकारच्या वृक्षांनी सुशोभित झाली आहे. त्यामध्ये देवकांचन एक आहे (*श्रीमद्‌भागवतम्* ४.६.१४-१५). इंद्राच्या स्वर्गातील सदैव फुललेल्या पाच झाडांपैकी हे एक आहे.

कूर्म पुराणानुसार (२.१४.७८; २०.४७), या झाडाखाली अध्ययन करायला मनाई आहे. या वृक्षाची फुले पहाटपूजेत वापरली जातात, असे शिवमंजरीने म्हटले आहे.

हा वृक्ष शिवाला प्रिय आहे आणि दुर्गापूजेच्या वेळी त्याची पूजा केली जाते (बर्डवुड १९९२, ८७). *चरक संहितेत* या वृक्षाचा उल्लेख आहे. तामिळ *अभिधान चिंतामणी*नुसार, हा वृक्ष म्हणजे मंधर ऋषींचा अवतार आहे. त्यामुळेच मंदराई हे नाव त्याला मिळाले आहे.

औषधी उपयोग

अस्थमा आणि अल्सर या आजारांवरच्या उपचारांत देवकांचन वापरला जातो. त्याच्या कळ्या आणि मुळे पचनाच्या तक्रारींवर गुणकारी आहेत.

झाडाच्या विविध भागांना औषधी मूल्य आहे. फुलांच्या कळ्यांचा अर्क हे कफ, अंतर्गत किंवा बाह्य रक्तस्राव, मासिक पाळीच्या वेळी होणारा अतिरिक्त रक्तस्राव यांवर गुणकारी आहे. लाळ जास्त प्रमाणात तयार होत असल्यास आणि घसा धरला असल्यास देवकांचनाची साल, बाभळीची साल आणि डाळिंबाचे फूल यांचा काढा करून पितात. फुले काहीशी रेचक आहेत (षण्मुगम १९८९, ६४९). सापाचे विष उतरवण्यासाठी देवकांचनाचे फूल हा उत्तम उपाय असल्याची समजूत आहे (सिन्हा १९९३, ४५).

जुई

वनस्पतिशास्त्रीय नाव	:	*Jasminum auriculatum* Vahl.
इंग्लिश नाव	:	Needle Flower Jasmine
स्थानिक नावे	:	जूही, जूबी (हिंदी), जती, हेमपुष्पिका (संस्कृत)
प्रकार	:	झुडूप
विस्तार	:	भारत, नेपाळ, श्रीलंका, पाकिस्तान आणि थायलंडमध्ये लागवड

यास्मिन' या पर्शियन शब्दापासून 'जस्मिनम' हे कूळनाम तयार झाले आहे. यास्मिन या शब्दाचा अर्थ आहे - ईश्वरी देणगी.

हे फूल पर्यावरण शुद्धीकरणाची भूमिका बजावते. मंदिराचे प्रांगण आणि पर्यावरण स्वच्छ ठेवण्यासाठी तीर्थक्षेत्रांच्या ठिकाणी जुईची झुडपे नेहमी लावली जातात (नायर, रामूर्ती आणि अग्रवाल १९८९, ३६). हे आरोही झुडूप आहे. नागमोडी पद्धतीने ते वर वाढत राहते. ते वेगाने वाढते. पठारी भागातही त्याची लागवड होते.

पौराणिक आणि धार्मिक संदर्भ

पावित्र्याचे प्रतीक म्हणून सप्त कन्यका हे फूल माळायच्या. शिवाची सहचारिणी असलेल्या देवी कालीशी या फुलाचे नाते आहे. हार आणि गजरे बनवण्यासाठी शतकानुशतके या फुलांचा वापर होत आला आहे. दक्षिण भारतीय स्त्रिया ही फुले केसात माळतात आणि सुवास आणि सौंदर्य या दोन्हीसाठी या फुलांना तिथे मोठी मागणी आहे. सुब्रमणिया पिल्लई (१९४८, ४६), यांच्या मते देवी कालीकडे जुईचा प्रचंड मोठा वेल होता. त्याचे तंतू चंद्रावर पोहोचले. म्हणूनच जुईचा वेल वाढवणे आणि त्याची फुले माळणे हा निःसंशय स्त्रीसुलभ शुद्धतेचे प्रतीक आहे.

तिरुक्करुकवुर येथील माधवी-वनेश्वर मंदिराच्या स्थळ पुराणानुसार गौतम आणि गार्गेय ऋषींनी या मुल्लई वनात (जुईचे वन) तप केले. निदुर आणि वेदिका या जोडप्याने तेथे राहून ऋषींची सेवा केली. अपत्यप्राप्तीसाठी मुल्लई-वनम्‌मधील देवदेवतांची पूजा करण्याचा सल्ला या ऋषींनी जोडप्याला दिला. त्यानुसार पूजा केल्यावर त्यांच्या प्रार्थनेला फळ मिळाले. एक दिवस ऊर्ध्वपाद ऋषी या जोडप्याच्या निवासस्थानी आले आणि त्यांनी भिक्षा मागितली. पण वेदिकाने प्रतिसाद दिला नाही, कारण गर्भावस्थेमुळे ती बेशुद्धावस्थेत होती. ऋषींनी रागाने तिला शाप दिला आणि परिणामतः तिचा गर्भपात झाला. मग वेदिकेने देवीचा धावा करून 'नईद्रुवन' या आपल्या मुलाला वाचवायची विनंती केली. देवी या ठिकाणी गर्भ-रक्षांबिकेच्या रूपात आहे आणि गर्भवती स्त्रियांच्या बाबतीत ती विशेष उदार

देवकांचन

आहे, अशी भाविकांची श्रद्धा आहे. तेव्हापासून हे पवित्र स्थान तिरुक्करुकवूर म्हणून ओळखले जाऊ लागले. या देवीची पूजा केल्यास अपत्यप्राप्ती होते, अशी समजूत आहे.

सरस्वती वंदन मंत्रात देवी सरस्वतीचे वर्णन करताना म्हटले आहे ''ती जुईप्रमाणे, पूर्ण चंद्रा-प्रमाणे किंवा हिमकणांप्रमाणे शुभ्र आहे...'' (सेहगल १९९९, १२१४).

औषधी उपयोग

जुईची ताजी फुले आणि त्यांचे वेल दुखऱ्या भागावर बाहेरून लावतात. मुळांचा अर्क डोळे धुण्यासाठी वापरतात. फुलांपासून काढले जाणारे तेल केसांना लावतात (बिर आणि छथा १९८८, ९३). तोंड आल्यास पानांपासून मिळणाऱ्या रसाने गुळण्या करतात. पू होऊ नये म्हणून स्तनदा मातांच्या वक्षस्थळांवर फूल परतून केलेली पूड तुपात मिसळून लावतात. मासिक पाळीलाही त्यामुळे सुरुवात होते आणि मूत्रविषयक तक्रारी दूर होतात (तिरुज्ञानम् १९९५, ४२-४३).

कडुनिंब

वनस्पतिशास्त्रीय नाव	:	*Azadirachta indica* A. Juss
इंग्लिश नाव	:	Neem
स्थानिक नावे	:	नीम, नींब, नीमगच्च (हिंदी), निंब, निंबिका (संस्कृत)
प्रकार	:	वृक्ष
विस्तार	:	भारत, बांगला देश, म्यानमार. इतरत्रही रुजला आहे

'निंब' या संस्कृत शब्दापासून 'नीम' हा शब्द तयार झाला आहे. हा वृक्ष सर्व रोगनिवारक आहे. या वृक्षाला संस्कृतात अनेक नावे आहेत. त्यापैकी नेता (औषधी वनस्पतींचा) हे एक आहे. शिवाय अरिष्ट (कीटकरोधक) हेही निंबाचे एक नाव आहे.

कडुनिंबाचा वृक्ष 'आरोग्यकारक', 'दैवी वृक्ष', 'ग्राम दवाखाना' म्हणून ओळखला जातो. 'निसर्गाचे औषधभांडार' अशीही त्याची ओळख आहे. परसबागेतील आवश्यक पाच वृक्षांपैकी हा एक आहे.

निंब हा वेगाने वाढणारा सदाहरित वृक्ष आहे. त्याचा पर्णमुकुट वेडावाकडा गोलाकार असतो. झाड १५ ते २० मीटर उंचीपर्यंत वाढते. भारतातील हा स्थानिक वृक्ष आहे आणि

देशातील सगळ्या कोरड्या प्रदेशात तो वाढतो. हा दुष्काळात तग धरणारा आणि सगळ्या प्रकारच्या जमिनीत वाढणारा वृक्ष आहे; पण पाण्याचा उत्तम निचरा होणाऱ्या, खोल, वालुकायुक्त जमिनीत त्याची वाढ उत्तम होते. दुष्काळप्रवण क्षेत्रात टिकाव धरणाऱ्या सावली देणाऱ्या वृक्षांमधील हा एक आहे.

निंबाची फळे लहान, पिवळ्या रंगाची असतात. कोवळी फळे पक्षी, भुंगेरे आणि इतर कीटक खातात आणि सुवासिक फुले या पक्षी-कीटकांना आकर्षित करतात (कोवेन १९८४, १७-१८). गोवर, गालगुंड, कांजिण्या झालेल्या रुग्णाच्या गादीखाली कडुनिंबाची पाने अंथरतात किंवा रुग्णाच्या खोलीतील जमिनीवर अंथरतात. घरातील शितळा देवीच्या अस्तित्वाची खूण म्हणून दारावर कडुनिंबाची पाने लावतात. कांजिण्यांचा उल्लेख कधीच अवमानाने करत नाहीत. तसे केल्यास शितळादेवी रुग्णाला मारून टाकते, असे म्हटले जाते. उलट हा आजार माई-दया (आईचा दयाळूपणा) किंवा माई-खेल असल्याचा उल्लेख केला जातो (वैद्य, १९९२, ७६-७७).

कडुनिंब

झाडाच्या सालीत असलेले टॅनिन टॅनिंग आणि डाईंग प्रक्रियेत वापरतात. सालीपासून तयार केलेला रंग तलम कपडे रंगवण्यासाठी आणि गडद रंग बनवण्यासाठी वापरतात. सालीपासून डिंकही मिळवला जातो.

दक्षिण भारतात या झाडाच्या लाकडापासून फर्निचर बनवतात. देवदेवतांच्या मूर्ती, खेळणी याच लाकडापासून बनवतात. याखेरीज शेतीची अवजारे, गाड्या, फळ्या आणि पॅनेल्स बनवण्यासाठी भारतभरात सगळीकडे कडुनिंबाचे लाकूड वापरतात. सालीपासून जे तंतू मिळतात ते दोऱ्या विणण्यासाठी उपयुक्त असतात. कडुनिंबाच्या सुकलेल्या पानांचा उपयोग पारंपरिकरीत्या कीटकनाशक म्हणून केला जात आहे.

कडुनिंबाच्या कोवळ्या पानांचा उपयोग खाद्यपदार्थांमध्ये करतात, तर पक्व पाने गायीगुरांना चारा म्हणून उपयुक्त ठरतात. बियांच्या गरातून मिळणारे पिवळे तेल टूथपेस्ट, साबण, अंघोळीची पूड, शांपू, त्वचेची मलमे आणि माऊथ वॉशमध्ये वापरतात. हे तेलही कीटकनाशक आणि रोगनाशक म्हणून वापरतात. बियांचा चोथा दुग्धोत्पादन वाढवण्यासाठी गुरांना खाऊ घालतात.

इतर झाडांपेक्षा कडुनिंब प्राणवायू अधिक प्रमाणात हवेत सोडतो आणि हवा शुद्धीकरणाचे काम करतो. वायू प्रदूषणाचा (मिश्र वायुरूप प्रदूषके, कारखाने आणि औष्णिक विद्युत प्रकल्पातून बाहेर पडणारे नायट्रोजन, कार्बन, सल्फर ऑक्साईड्सचे उत्सर्जन) परिणाम या झाडावर होत नाही. सल्फर डायऑक्साईडचाही परिणाम त्यावर होत

नाही. पानांच्या पृष्ठभागावर वातावरणातील धूलिकण जमा होतात (२.९२ ग्रॅम / चौरसमीटर / प्रतिदिन), दुष्काळातही हे झाड धग धरते आणि बहुधा जमिनीची धूपही रोखते. विविध हवामानांशी जुळवून घेण्याची आणि जमिनीच्या प्रतिकूल अवस्थेत टिकाव धरण्याची मोठी क्षमता या झाडामध्ये आहे (लाल १९९३, १५-१७).

पौराणिक आणि धार्मिक संदर्भ

घरात निंबाचे झाड लावण्याने हमखास स्वर्गप्राप्ती होते, अशी समजूत आहे. दुष्ट शक्ती, रोगराई, जीवजंतू यांना दूर ठेवण्यासाठी घराच्या मुख्य प्रवेशद्वारावर कडुनिंबाची पाने टांगली जातात. पाण्यात निंबाची पाने भिजवून ठेवून नववधू त्या पाण्याने अंघोळ करतात. संसर्ग आणि रोगराईपासून संरक्षण मिळावे, याकरिता नवजात अर्भकांना निंबाच्या पानांवर झोपवतात.

भारतीय उपखंडात, कित्येक शतकांपासून निंबाचे मानवी आयुष्याशी आणि संस्कृतीशी जवळचे नाते आहे. हा वृक्ष सत्याचे प्रतीक आहे. या झाडाखाली जो असत्य बोलतो, तो आजारी पडतो, अशी समजूत आहे. हा भारतातील बहुपयोगी वृक्ष आहे आणि अनेक प्राचीन ग्रंथांमध्ये त्याचा उल्लेख आहे.

ईश्वरी देणगी म्हणून या वृक्षाकडे पाहिले जाते आणि भारतातील हिंदू परंपरेत हा अत्यंत पवित्र वृक्ष मानला जातो. एक जुनी म्हण सांगते –

'ज्या भूमीवर निंबाच्या झाडांची दाटी आहे, तिथे मृत्यू, रोगराईने पाऊल ठेवण्याची शक्यताच नाही.'

मोहेंजोदरा संस्कृतीतील निंबाच्या ताईतांवरून अगदी प्राचीन काळापासून निंबाच्या झाडाचा उपयोग होत असल्याचे सिद्ध होते (पटनाईक १९९३, ४०-४२).

राम-सीता आणि लक्ष्मणासह १४ वर्षांच्या वनवासातून अयोध्येला परत आले, तेव्हा अयोध्यावासींना इतका आनंद झाला, की त्यांनी घरांच्या प्रवेशद्वारांवर गुढ्या उभारून तो दिवस साजरा केला. या गुढीला फुलांचा हार आणि निंबाच्या डहाळ्या (शुद्धीकरण करणारे झाड) लावल्या होत्या (वैद्य २००५, ३४).

कडुनिंब हा इतका पवित्र होता की देवांना तो अर्पण केला जात असे. प्राचीन काळापासून निंबाचे झाड लावणे ही लोकप्रिय प्रथा आहे. वराह पुराणामध्ये (१७२.३९) या झाडाचा उल्लेख आहे. 'वनमहोत्सव' नावाच्या समारंभात हा वृक्ष लावला जायचा. हा वृक्ष पवित्र असल्यामुळे बांधकामासाठी तो वापरू नये, असे मत्स्य पुराणाने म्हटले आहे. नारद पुराणानुसार निंबाची काठी होमात वापरतात. गणेशाची मूर्ती तयार करण्यासाठी निंबाचे लाकूड, तर त्याच्या पूजेसाठी निंबाची पाने वापरतात (नंबियार १९७९, ३०१).

बौद्ध जातककथांमध्ये, 'निसर्गाचा कडू वर' असा कडुनिंबाच्या झाडाचा उल्लेख आहे (एन. कुमार १९९८, २९-३१).

काही वेळा, जिथे मंदिर नसते, तिथे कडुनिंबाची पूजा करतात, कारण या वृक्षात देवी वतः राहते, अशी समजूत आहे. लहान गावांमध्ये जेव्हा स्थानिक देवतांचे देऊळ नसते, व्हा या देवता एखाद्या मोठ्या वृक्षाच्या छायेत उघड्यावरच प्रतिष्ठित केलेल्या असतात. ो वृक्ष हेच त्या देवतेचे मूर्त रूप मानले जाते आणि देवतेसह त्या वृक्षाचीही यथासांग पूजा ल्ली जाते. स्थानिक देवतेला संरक्षण देणाऱ्या वृक्षाला नेहमी पवित्र मानले जाते आणि हा वित्र वृक्ष सामान्यतः कडुनिंब असतो (रमय्या १९८५, १६). दक्षिण भारतीय वनांमध्ये नंबाच्या झाडांना कुंकू, लाल कापड आणि मण्यांचे हार वाहून सुशोभित केले जाते, कारण ी झाडे वनदुर्गेचे– वनदेवतेचे– प्रतिनिधित्व करतात; तर कालीची मंदिरे नीम वृक्षाखाली असतात. या झाडांनाही देवदेवतांप्रमाणेच मान आणि नैवेद्य अर्पण केला जातो.

ओडिशामध्ये जगन्नाथ, बलभद्र आणि सुभद्रेच्या मूर्ती निंबाच्या लाकडातून कोरल्या नातात. खांबासारख्या लाकडावर कोरीव काम करून चेहरे रंगवले जातात आणि हात हणजे छोट्या खुंट्या असतात (मिश्रा २००७, ६७-६९). ओडिशामधील काही विशिष्ट आदिवासी जमातींमध्ये अंत्यसंस्कारानंतरच्या जेवणात निंबाची पाने वापरतात (एस. एम. ुप्ता १९९१, ३).

राजस्थानात आणि पंजाबात हा वृक्ष पुरुषरूप मानला जातो. चेहऱ्यावर पडदा घेणाऱ्या स्त्रिया परपुरुषांना आपला चेहरा दाखवत नसल्यामुळे राजस्थानातील स्त्रिया कडुनिंबाच्या ाडाजवळून जाताना चेहऱ्यावर वस्त्र ओढतात.

पुण्यातील गोवर्धन ब्राह्मणांमध्ये, बाळाच्या जन्मानंतर घराच्या पुढील आणि मागील ारांवर निंबाची पाने टांगतात. संसर्ग दूर ठेवण्याचा उद्देश यामागे आहे.

निंब आणि पिंपळ यांच्यात अतूट नाते आहे, कारण जिथे पिंपळ वाढतो, तिथे निंब ाढतोच. म्हणूनच तामिळनाडू आणि आंध्र प्रदेशातील लोक पाऊस यावा, यासाठीच्या ुफलन विधीत पिंपळ आणि निंबाचा विवाह लावतात.

आंध्र प्रदेश आणि तामिळनाडूमध्ये पिंपळ आणि कडुनिंबाची लागवड एकमेकांजवळ करतात. वाढताना ते परस्परांत गुंतावेत, अशी ही योजना असते. या वृक्षांखाली नागाची तिमा ठेवून तिची पूजा केली जाते. संतती हवी असणाऱ्या स्त्रिया या पवित्र वृक्षांखाली नागम्माचे (नागदेवतेचे) प्रतिनिधित्व करणाऱ्या, नक्षीदार फणे असलेल्या नागशिळा ठेवतात. त्यांची प्रतिष्ठापना करून, प्रार्थना आणि विधिवत पूजा केली जाते. पहाटे स्नान करून स्त्रिया या वृक्षांना प्रदक्षिणा घालतात. गर्भधारणेच्या उद्देशाने नागदेवतेसमोर नवस बोलले जातात आणि बाळाच्या जन्मानंतर त्याला अथवा तिला सामान्यतः 'नागप्पा' किंवा 'नागम्मा' असे संबोधले जाते.

निंबाशी निगडित अनेक लोकश्रद्धा आहेत. दुष्ट शक्ती, राक्षस, भुते आदिंना दूर ठेवण्याच्या निंबाच्या क्षमतेमुळे आजही या झाडाचे लोकसंस्कृतीत मोठे मूल्य आहे. नंबाच्या झाडाच्या फांदीला टांगलेली, 'शितळा' या लोकदेवतेची प्रतिमा अनेक ठिकाणी

दिसते. कांजिण्यांना संरक्षण देणारी (थंडावा देऊन या आजाराचा दाह शमवणारी) ही देवता आहे. तिचा या झाडातच निवास असल्याचे म्हटले जाते. कडुनिंबाची पाने आजार बरा करणारी असल्यामुळे शितळा देवीची सांगड या झाडाशी घातली गेली आहे. हिंदी भाषेतील अनेक लोकगीतांमध्ये, रुग्णाचा छळ संपावा, यासाठी या देवीला कळकळून विनवणी केलेली दिसते. चैत्र महिन्यात, नवरात्रामध्ये स्त्रिया फुले, कुंकू आणि इतर सुवासिक वस्तू वाहून शितळादेवीची पूजा करतात.

एखाद्याला बाधा झाली असेल तर निंबाची पाने जाळून तो धूर त्या व्यक्तीला घ्यायला लावतात. वाईट शक्तींना दूर ठेवण्यासाठी बाळंतिणीच्या खोलीच्या दाराजवळ चूल ठेवून निंबाच्या झाडाचे छोटे तुकडे जाळतात. उत्तर भारतात, स्मशानातून परत येताना, मृतात्म्यांपासून संरक्षण मिळावे म्हणून निंबाच्या पानांचा उपयोग करतात.

स्त्रीला मूल होते तेव्हा मातीच्या भांड्यात गोमूत्र आणि निंबाची पाने भरून ते भांडे बाळंतिणीच्या खोलीबाहेर ठेवावे, अशी महाराष्ट्र आणि गुजरातमध्ये समजूत आहे. बाळंतिणीच्या खोलीत जाताना प्रत्येकाने निंबाच्या काडीने स्वत:च्या पायावर गोमूत्र शिंपाडण्याची प्रथा महाराष्ट्रातील चित्पावन ब्राह्मणांमध्ये आजही पाळली जाते. गोमूत्र आणि निंब यामुळे संसर्गाला आळा बसतो, असे म्हणतात.

अहमदनगर जिल्ह्यात सर्पदंश झाला तर त्या व्यक्तीला ताबडतोब भैरवाच्या देवळात नेऊन निंबाच्या पानांमध्ये काळे मिरे मिसळून देतात. मंत्र म्हणून आणि निंबाच्या तुऱ्याचा रुग्णाच्या देहाला वारंवार स्पर्श करत पुरोहित सापाचे विष उतरवण्याचा प्रयत्न करतो. पूर्वीच्या मद्रास प्रांतातील 'जोगी' या गुन्हेगार (ही जमात कालांतराने सूचीतून वगळली गेली आहे) जमातीविषयी १८९२ मध्ये लिहिताना मुल्लली यांनी म्हटले होते की, ही जमात निंबाच्या झाडाविषयी आदरभाव बाळगते आणि या झाडाची तप्तमुद्रा कुत्र्यांच्या शरीरावर उमटवते (मुल्लली १८९२, २०).

बंजारा लोक आपल्या स्त्रियांच्या पातिव्रत्याची परीक्षा या झाडाद्वारे घेतात. निंबाची काठी जमिनीवर फेकून नवरा म्हणतो, "जर तू पवित्र असशील तर ही काठी तुझ्या हाताने उचल."

काली, दैवी माता या वृक्षात राहते, अशी उत्तर प्रदेशातील डोम लोकांची श्रद्धा आहे. काही वेळा कालीचे प्रतीक म्हणून निंबाच्या झाडाखाली दगड ठेवून त्यांची पूजा केली जाते.

निंबाच्या झाडाच्या औषधी गुणधर्मांविषयी एक दंतकथा आहे. एका स्त्रीचा नवरा प्रवासाला निघणार होता आणि त्याने लवकर परतावे, अशी तिची इच्छा होती. तिने वैद्यांचा सल्ला घेतला, तेव्हा त्यांनी सांगितले, "प्रवासाला जाताना दररोज रात्री तुमच्या पतीला चिंचेच्या झाडाखाली झोपायला सांगा आणि परत येताना दररोज निंबाच्या झाडाखाली झोपायला सांगा." पतीने हा सल्ला मानला. चिंचेच्या झाडातून आम्लयुक्त, तब्येतीला हानिकारक वाफा बाहेर पडतात, अशी या झाडाची ख्याती आहे. त्यामुळे लवकरच या दुर्दैवी माणसाला रोगांनी ग्रासल्यामुळे पुढील प्रवास करणे अशक्य झाले. तो परत फिरला

ाणि येताना दररोज निंबाखाली झोपल्यामुळे त्याची तब्येत इतकी भरून आली की घरी होचला, तेव्हा तो खडखडीत बरा झाला होता.

निंब हे आईचे प्रतीक आहे. लग्न होऊन मुली सासरी जातात, तेव्हा आईला जसे उदास ाटते, तसे निंबावरच्या चिमण्या उडून गेल्यावर या झाडाला सुनेसुने वाटते. ही भावना वधी भाषेतील हिंडोल गीतात व्यक्त झाली आहे. त्याचे हे भाषांतरित रूप :

बाबा, हे निंबाचे झाड कधीच तोडू नका,
ते चिमण्यांना आश्रय देतं.
बाबा, तुमच्या मुलींना कधीच त्रास देऊ नका,
मुली चिमण्यांसारख्या असतात.
सगळ्या चिमण्या एक दिवस उडून जातील,
निंबाला मग एकटे वाटेल.
सगळ्या मुली सासरी जातील,
आईला खूप एकटे वाटेल.

ौषधी उपयोग

ंबाचे झाड औषधी हेतूंनी वापरले जात असल्याचा उल्लेख महाभारताच्या शांतिपर्वाने ला आहे. भारतातील पारंपरिक उपचारपद्धतीत, आजार बरे करणारे निंबाचे गुणधर्म आणि पयोग कौटिल्याच्या अर्थशास्त्रात (२.१५, २५) अधोरेखित केलेले आहेत. निंबाच्या िविध भागांपासून काढे तयार करण्याची पद्धत आणि अनेकविध रोगांवरच्या उपचारात या-त्या काढ्याचा उपयोग चरक संहितेने सांगितला आहे. निंबाची साल, पाने आणि फळे ांच्या औषधी उपयोगाचे वर्णन सुश्रुत संहितेत आहे.

वराहमिहिराच्या *बृहत्संहितेत* वनस्पतिजन्य औषधांविषयी एक स्वतंत्र प्रकरण आहे. रांजवळ निंबाचे झाड लावण्याची सूचना त्यात आहे, शिवाय निंबाच्या पानांमुळे कांजिण्या ाणि देवी हे आजार बरे होऊ शकतात किंवा दूर ठेवता येतात, असेही त्यात म्हटले आहे.

कच्छ आणि सौराष्ट्रातील कानफाटे योगी आपले कान टोचून त्यात निंबाचे तुकडे ालून ठेवतात. जखम बरी करण्यासाठी ते निंबाचे तेल जखमेवर लावतात. भारताच्या हुतांश भागात असा उपयोग केला जातो. जखम भरून येण्यासाठी निंबाच्या काडीसारखे सरे औषध नाही. कान टोचल्याची जखम भरून येईपर्यंत ही काडी ठेवतात; नंतर सोन्याचे र्णफूल घालतात.

निंबाच्या पानांच्या काढ्याने स्नान केल्यास कांजिण्या आणि गोवराचे व्रण निघून ातात. हे स्नान म्हणजे हे आजार बरे झाल्याची विधिवत खूण असते. जंतुनाशक ुणधर्मामुळे हे झाड स्त्रिया आणि मुलांसाठी विशेष संरक्षक मानले गेले आहे.

निंबाच्या फळांपासून काढलेल्या तेलाला मोठे औषधी मूल्य आहे. हे तेल स्वयंपाकात वापरले जात नाही. सौंदर्य प्रसाधने (साबण, केसांची उत्पादने, मलमे) तयार करण्यासाठी, आयुर्वेदिक आणि युनानी औषधांमध्ये आणि त्वचाविकार, ताप, कुष्ठरोग, हिवताप, क्षय आणि संधिवातासारख्या विविध आजारांवरच्या उपचारांत हे तेल वापरले जाते. हे तेल जंतुनाशक, मूत्रविसर्जन प्रक्रिया सुरळीत ठेवणारे, दाह शमवणारे आणि संसर्ग रोखणारे आहे. हे तेल कीटकांना पळवून लावते. घरगुती जंतुनाशक आणि जैविक जंतुनाशक म्हणून ते उपयुक्त आहे. विविध प्रकारचे कीटक, जीवाणू, बुरशी यांना ते नष्ट करते. कांजिण्या, देवी, गालगुंड, गोवर या रोगांना ते प्रतिबंध करते. सस्तन प्राणी, पक्षी, किडे आणि फूलपाखरे आणि भुंगेरे यांसारख्या काही उपयुक्त कीटकांना निंबाच्या तेलाचा धोका नसतो. निंबाच्या बियांच्या मगजापासून पिवळसर तेल निघते; ते टूथपेस्ट आणि साबण तयार करण्यासाठी वापरतात.

जर एखाद्या व्यक्तीला सर्पदंश झाला तर त्याच्या शरीरात विष राहिले आहे अथवा नाही, हे तपासण्यासाठी त्याला निंबाची पाने चावायला सांगतात. पानांची चव त्याला कडू लागल्यास, तो विषमुक्त झाला आहे, असे समजतात.

टूथब्रश आणि पेस्ट हा निंबाचा सर्वांत जास्त प्रमाणातील उपयोग आहे. प्राचीन काळापासून निंबाची काडी टूथब्रश आणि पेस्ट म्हणून वापरली जाते आणि आजही हा वापर होतो आहे. भारताच्या ग्रामीण भागात काही ठिकाणी आधुनिक टूथब्रश आणि पेस्टचा वापर न करता लोक निंबाचाच उपयोग करतात.

देवीचे फोड, विषाणूंचा संसर्ग, सुजून खाजणाऱ्या जागा, भेगाळलेल्या टाचा, गळवे, भाजण्यामुळे झालेल्या जखमा यांवर निंबाची पाने वाटून त्यात हळद मिसळून तयार केलेले मिश्रण लावतात.

डोळ्यांची जळजळ, डोळ्यांतून पाणी गळणे, पित्त, उलट्या, छातीतील जळजळ, भोवळ आल्यासारखे वाटणे हे विकार निंबाच्या फुलांची पेस्ट नियमित सेवन केली तर बरे होतात. पिकलेले फळ पोटातील जंत बरे करते (षण्मुगम १९८९, ७६०-६१).

कुष्ठरोग, ॲलर्जी, खाज, खरूज, नायटा या आजारांमध्ये जंतुनाशक म्हणून निंबाचे तेल ड्रेसिंग करण्यासाठी वापरतात. केसांत उवा झाल्या तरी निंबाचे तेल उपयुक्त असते (दस्तूर १९६२, २९-३१).

पारिजात / प्राजक्त

वनस्पतिशास्त्रीय नाव	:	*Nyctanthes arbor-tristis* L.
इंग्लिश नाव	:	Night Jasmine
स्थानिक नावे	:	हार, हारसिंगार (हिंदी), पारिजात, हारशिंगार पुष्पक (संस्कृत)
प्रकार		झुडूप
विस्तार	:	आशिया (उष्णकटिबंधीय) भारतीय उपखंड

या प्रजातीचे लॅटिन भाषेतील नाव फिकट रंगाची वनस्पती सूचित करणारे आहे. याला 'दु:खाचा वृक्ष' (Tree of Sorrow) म्हटले जाते, कारण प्राजक्ताच्या फुलांचा गडदपणा दिवसा नाहीसा होतो. *arbor-tristis* या विशिष्ट नावाचा अर्थही दु:खी झाड असाच आहे.

झाडाची साल हा टॅनिनचा उत्तम स्रोत आहे आणि वाळलेल्या काटक्यांचा उपयोग सरपण म्हणून होतो.

फुलांच्या लखलखीत केशरी दलसमूहापासून (पाकळ्या) मिळणारा निक्टँथिन नावाचा रंग रेशमी वस्त्रे रंगवण्यासाठी वापरतात. मिथिला शैलीतील चित्रकलेतही तो वापरला गेला आहे. पिवळ्या रंगाचा स्रोत म्हणूनही ही फुले उपयुक्त असतात. वस्त्रोद्योगात हा रंग वापरतात.

ही वनस्पती प्रदूषण सहन करणारी आहे. तिचा सुगंध हवेला ताजेपणा देतो (नायर, राममूर्ती आणि अग्रवाल १९८९, ३६). पण हा सुगंध काहीसा विषारी असल्याचीही समजूत आहे.

पश्चिम बंगालमध्ये पारिजाताच्या फुलाला राज्य-पुष्पाचा दर्जा आहे. तिथे हे फूल 'शेफाली' किंवा 'शिऊली' म्हणून ओळखले जाते.

पौराणिक आणि धार्मिक संदर्भ

रामायणानुसार (१.४५.१७-१; ४५.४५) समुद्र-मंथनाच्या वेळी कामधेनूबरोबर हे झाडही निर्माण झाले आणि देवाधिदेव इंद्र हे झाड घेऊन स्वर्गात गेला. पारिजाताचे झाड इंद्राच्या स्वर्गलोकात वाढते आणि ते संपूर्ण विश्वाला सुगंधित करते, अशी समजूत आहे. तीन पर्णिका असलेले पारिजाताचे पान हे त्रिमूर्तींचे प्रतीक आहे. मधली पर्णिका विष्णूचे, उजवी पर्णिका ब्रह्माचे तर डावी पर्णिका शिवाचे प्रतीक आहे. सामान्यत: झाडावरून खाली पडलेली फुले हिंदू भाविक देवाला वाहत नाहीत; पण पारिजात याला अपवाद आहे. पडलेली फुले गोळा करून पूजेत वापरतात.

पारिजात

या झाडाच्या उगमाविषयीच्या वायू पुराणातील आणखी एका मिथककथेनुसार हे झुडूप म्हणजे मुळात एका राजाची मुलगी होती. तिचे नाव पारिजातका. ती सूर्याच्या प्रेमात पडली; पण त्याने तिला लगेच सोडून दिले. त्यामुळे तिने स्वतःला जाळून घेतले. तिच्या राखेतून पारिजाताचे झाड जन्माला आले. म्हणून त्याची फुले रात्री उमलतात. सूर्यप्रकाश त्यांना सहन होत नाही. ही कथा खरोखर दुःखद आहे आणि 'दुःखाचा वृक्ष' हे त्याचे नाव स्पष्ट करणारी आहे (एस. एम. गुप्ता १९९१, ६५). दंडकारण्यातील आदिवासी अशाच प्रकारची कथा सांगतात. प्राजक्त फक्त रात्रीच का फुलतो आणि सूर्योदयाच्या वेळी त्याची फुले का गळून पडतात, याचे स्पष्टीकरण देणारी ही कथा आहे. या कथेनुसार, आदिवासींच्या प्रमुखाची मुलगी सूर्यदेवाच्या प्रेमात पडली. देवाने तिच्या प्रेमाला प्रतिसाद दिला; पण लवकरच त्याने तिचा विश्वासघात करून सोडून दिले. या असह्य दुःखामुळे ती मरण पावली. तिचे दहन करण्यात आले. वाऱ्याने तिची राख संपूर्ण भारत देशात नेली आणि जिथेजिथे ही राख पडली तिथेतिथे पारिजात फुलला. भारतभरात सगळीकडेच असलेल्या या झाडाच्या विस्ताराचे स्पष्टीकरण या कथेने दिले आहे. त्या मुलीला सूर्याविषयी वाटणाऱ्या अनुरागाचे प्रतीक म्हणजे पारिजाताचे फूल असल्यामुळे, तिला सूर्याचे पुन्हा कधीही दर्शन घेण्याची इच्छा नव्हती. म्हणून पारिजात रात्री फुलतो आणि सूर्योदयाच्या वेळी ही फुले गळून पडतात.

महाभारतानुसार (१.१८.४८-५५), पारिजात स्वर्गातून द्वारकेत आणला, तो श्रीकृष्णाने. समुद्रमंथनातून निर्माण झालेला हा वृक्ष इंद्राने स्वर्गातील आपल्या उद्यानात लावला. भांडणे लावण्यात पटाईत असणाऱ्या नारदांनी त्याचे फूल द्वारकेत आणले आणि कृष्णाला भेट दिले. हे फूल कृष्ण कोणत्या पत्नीला देतोय, याची वाट ते बघत होते. कृष्णाने ते फूल रुक्मिणीला दिले. ते पाहून नारद थेट सत्यभामेकडे गेले आणि स्वर्गातून पारिजाताचे झाडच आणून ते आपल्या निवासस्थानाजवळ लावावे, असा हट्ट कृष्णाजवळ धरण्याचा सल्ला त्यांनी तिला दिला. सत्यभामा हे ऐकून क्रोधागारात गेली. कृष्णाने तिची समजूत काढायचा प्रयत्न केला, तेव्हा 'पारिजाताचे झाड मिळाल्याखेरीज माझा राग शांत होणार नाही,' असे तिने कृष्णाला सांगितले. कृष्ण सत्यभामेसह अमरावतीला (इंद्रनगरी-स्वर्ग) गेला आणि चोरून इंद्राच्या बागेत शिरून त्याने प्राजक्ताचा वृक्ष समूळ उपटला. गरुडावर आरूढ होऊन तो वृक्षासह तिथून निसटला. पण नारदांच्या इशाऱ्यामुळे सावध झालेल्या इंद्राने त्याचा पाठलाग केला. दोघांमध्ये युद्ध पेटले. त्यात इंद्राचा पराभव होऊन कृष्णाने पारिजाताचे झाड द्वारकेत आणले. आता रुक्मिणीला अवमानित न करता, सत्यभामेला दिलेल्या वचनाची पूर्तता करण्याचे संकट त्याच्यासमोर होते. त्याने झाड अशा पद्धतीने लावले की झाडाचे खोड सत्यभामेच्या बागेत होते पण त्याच्या फांद्या शेजारच्या रुक्मिणीच्या महालाच्या आवारात पसरल्या होत्या. पारिजाताची फुले पहाटेच्या वेळी रुक्मिणीच्या बागेत विखरत.

भारतीय मुस्लीम हे झाड थडग्यांजवळ आणि संतांच्या दर्ग्याजवळ लावतात. यामुळे

ाकाळी पारिजातकांच्या फुलांचा सडा त्यावर पडतो.

पारिजात हा कल्पवृक्ष आहे, कारण तो आपल्या प्रत्येकाजवळ जन्मापासून राहतो; याच्या सावलीत सगळ्या इच्छा पूर्ण होतात, असे मत्स्य पुराणाने आणि पद्म पुराणाने म्हटले भाहे (४.१०, १-४).

पारिजाताची फुले हे देवी वरुणीचेही चिन्ह आहे. बौद्ध भिक्षूही आपली वस्त्रे गवण्यासाठी या फुलांचा उपयोग करतात (कोवेन १९८४, १३७).

औषधी उपयोग

ाडाच्या सालीपासून निघणारे तेल कफावर उपयुक्त आहे आणि डोळ्यांसाठीही गुणकारी भाहे. बियांची पूड हा त्वचारोगांवरचा उपाय आहे आणि डोक्याच्या त्वचेला संसर्ग झाल्यास यावर ही पूड टाकतात (दस्तूर १९६२, १२१).

पारिजातकाची कोवळी पाने आल्याच्या रसासह ताप उतरवण्यासाठी वापरतात. पाने ाण्यात बुडवून ठेवून दिवसातून दोन वेळा खाल्ली तर अंगदुखी कमी होते. पारिजातकाच्या ानांचा रस काढून त्यात मीठ आणि मध मिसळून घेतला तर पोटातले जंत नाहीसे होतात षण्मुगम १९८९, ५४७).

प्राजक्ताची पाने, फुले आणि बिया यांमध्ये प्रतिकारशक्ती चेतवण्याचा, काविळीच्या ांतूपासून संरक्षण देण्याचा, बुरशी आणि विषाणूंना प्रतिबंध करण्याचा, परजीवींना ाखण्याचा गुणधर्म आहे. सायटिका, संधिवात, ताप, विविध प्रकारच्या वेदना आणि ालावरोध यांसाठीच्या आयुर्वेदिक औषधांमध्ये पाने वापरतात (पुरी आणि इतर १९९४, ३१-३७).

पनई-ताड

वनस्पतिशास्त्रीय नाव	:	*Borassus flabellifer* L.
इंग्लिश नाव	:	Palmyra Palm
स्थानिक नावे	:	ताल, तालतर (हिंदी), ताल, ताल द्रुम (संस्कृत)
प्रकार	:	वृक्ष
विस्तार	:	भारत, श्रीलंका, म्यानमार, थायलंड, इंडोनेशिया, मलेशिया, पापुआ न्यू गिनिआ

ानई ताड हा उंच, हेलकावे घेणारा वृक्ष आहे. *Borasus* हा शब्द ज्या ग्रीक शब्दावरून ायार झाला आहे, त्याचा अर्थ आहे - फळाचे कातडीसदृश आवरण. *Flabellifer* म्हणजे पंखा धारण करणारा.' हा अतिशय निरोगी वृक्ष आहे. शंभर वर्षांपेक्षा अधिक काळ तो

जगू शकतो. ३० मीटर उंचीपर्यंत तो वाढतो. खोडाच्या टोकाला मोठ्या, पंख्यासारख्या पानांचा मुकुट असतो. ३ मीटर लांबीपर्यंत पसरलेल्या अनेक झावळ्यांचे निळसर हिरवे छत असते. मोठे, उंच खोड नारळाच्या झाडाशी साम्य सांगते. तरुण ताडाची वाढ सुरुवातीला संथ असते; पण वाढत्या वयाबरोबर वाढीचा वेगही वाढत जातो. झाडाचा बुंधा काळा आणि कठीण बाह्य आवरण असणारा असतो. हे आवरण कडक, लांबट तंतूंचे बनलेले असते. हा वृक्ष आफ्रिकेच्या उष्णकटिबंधीय भागातील स्थानिक वृक्ष आहे आणि सगळ्या उष्णकटिबंधीय आणि उप-उष्णकटिबंधीय प्रदेशांत त्याचा विस्तार झाला आहे. भारतीय द्वीपकल्पाच्या कोरड्या भागात तो वाढतो.

पंखे, छत्र्या, टोपल्या, चट्या बनवण्यासाठी आणि घरे शाकारण्यासाठी या झाडाच्या झावळ्या वापरतात. बुंध्याचे लाकूड तराफे, बांधकामातील खांब बनवण्यासाठी आणि ओबडधोबड पूल बांधण्यासाठी वापरतात. गटारे स्वच्छ करण्यासाठी आणि छोट्या शोभेच्या वस्तू बनवण्यासाठी याचे लाकूड उपयुक्त असते (कोवेन १९८४, १०१-०३).

नारळाप्रमाणेच या झाडाला भारतात अपरिमित मूल्य आहे. खाऊच्या गोळ्यांच्या उत्पादनात ताडाचा गूळ आणि साखर वापरतात. या झाडाच्या बीमध्ये मऊ, गोड, सरसासारखा गर असतो. त्याच्या आतला लहान प्रमाणातला द्रव उन्हाळ्यात फार आवडीने प्यायला जातो. कोवळे बीजांकुर आणि मांसल मुळांपासून मिळणाऱ्या पिष्टमय पदार्थापासून पीठ बनवतात. पानाच्या देठात लांब आणि चिवट, दणकट तंतुमय पदार्थ असतात. त्यापासून ब्रश आणि खराटे बनवतात. झावळ्यांपासून बसाईन नावाचा तंतुमय पदार्थही मिळतो. या झाडापासून एक प्रकारचा काळा डिंकही निघतो. प्राचीन काळी या झाडाची पाने लिखाणासाठी वापरली जात असत (संतपाऊ १९६६, ७५).

पनई ताडाची पाने धूलिकणांचे कोठार म्हणून काम करतात. भारतातील कोरड्या प्रदेशात लावण्यासाठी हे झाड योग्य आहे. किनारी प्रदेशातही याची लागवड होऊ शकते कारण ते वाऱ्याचा वेग नियंत्रित करते.

तामिळनाडू राज्याचा हा अधिकृत राज्यवृक्ष आहे.

पौराणिक आणि धार्मिक संदर्भ

शुभप्रसंगी शकुन म्हणून या झाडाच्या कोवळ्या, गाठी मारलेल्या पानांची तोरणे घरांच्या आणि मंदिरांच्या प्रवेशद्वारांवर लावतात. हिंदू परंपरेत समारंभाच्या वेळी आणि विवाहप्रसंगी याची पाने आणि फळे दरवाजांवर आणि मंडपावर लावतात (कोवेन १९८४, १०१-०३).

'भारद्वाजांच्या आश्रमातील उंच वृक्ष' असे रामायणाने त्याचे वर्णन केले आहे (२.९१.५०). पंचवटीतील रामाची कुटी शाकारण्यासाठी त्याची मोठी पाने वापरली होती (२३.३५.१३). पंचवटी अरण्यातील हा देखणा वृक्ष आहे (३.१५.१६). या नक्षीदार, उंच वनवृक्षाचे (३.४४.१६) पान मोठे असून ते पंखा म्हणून वापरले जाते (५.५६.३६).

नेक ताल वृक्षांभोवती मोठ्या पर्वताचा वेढा आहे (६.२२.५६). पूल बांधताना तराफा ऽणून त्याचा उपयोग करतात (६.३९.३ ३). लंकेच्या सुवेळ पर्वतावर तो मोठ्या संख्येने ाढळतो (६.६७.१५९). युद्धात लांब आणि जाडजूड शस्त्र म्हणून त्याचा वापर होतो ६.७७.६१). जोरदार वाऱ्याने त्याची पिकलेली फळे गळून पडण्याची शक्यता असते ४.४०.५३). या झाडापासून धनुष्ये बनवली गेल्याचा उल्लेख महाभारतात आहे. पूजेच्या ळी आसन म्हणून पानाचा उपयोग होतो. त्यापासून भेटवस्तूही बनवल्या जातात (एस. म. गुप्ता १९८७, ११०-१६). भारहूत, सांची आणि अमरावती येथील उठावचित्रांमध्ये वृक्ष दिसतो.

ताड वृक्षाचा रस (ताडी) हे शिवशंकर आणि त्याच्या गणांच्या आवडत्या पेयांपैकी क आहे. भागवत पुराणाच्या कर्त्याने शिवभक्तांचे वर्णन करताना म्हटले आहे : 'ज्यांचे ायुष्य दिशाहीन झाले आहे, ज्यांची विचारशक्ती गढुळली आहे, त्यांच्यातील शुद्धतेने वपंथाला आपल्या कवेत घ्यावे; त्यांनी जटा ठेवाव्यात, शरीराला भस्म विलेपन करावे ाणि गळ्यात हाडांची माळ घालावी. अशा पद्धतीने ज्यांनी दीक्षा घेतली आहे, त्यांच्यासाठी डी, पौष्टी, माधवी आणि आसने (ताडाच्या रसापासून तयार केलेले मद्य) ही चार मद्ये त्यक्ष देवांइतकीच स्वागतार्ह आहेत. म्हणून शैवपंथाची दीक्षा घेतल्यानंतर संन्याशांनी द्याचा आनंद घेतला, केसांच्या जटा बांधल्या, शरीरावर भस्माचे पट्टे ओढले आणि ावाची उपासना केली. *श्रीमद्भागवतात* एक दंतकथा आहे (१०.१५.३३, ३४). धेनुक वाचा असुर गोकुळ आणि वृंदावनाभोवतीच्या ताडाच्या जंगलात राहायचा. तिथल्या हिवाशांमध्ये त्याने दहशत निर्माण केली होती. अर्थात त्याचा मुख्य शत्रू होता कृष्ण. एक वस बलराम आणि कृष्ण ताडाच्या जंगलात गेले. हे धेनुकाचे निवासस्थान होते. त्या घांनी झाडे हलवली. खाली पडलेल्या फळांचा मोठा आवाज झाल्यामुळे धेनुक सावध ाला. त्याने गाढवाचे रूप घेऊन दोन्ही भावांवर हल्ला केला. बलरामाने त्याला ठार करून मृतदेह झाडांच्या माथ्यावर फेकला.

ताडाच्या पंख्यासारख्या झावळ्यांच्या फिकट आऱ्यांपासून (देठांपासून) प्राचीन रळात 'चेरा' राजांचे मुकुट बनवले जात. आजही सण-उत्सवांच्या वेळी, देवळांच्या गडद पकिरी रंगाच्या लाकडी कमानींवर ताडाच्या गुळगुळीत, घोटीव, पांढऱ्या गाठी चकाकून ठतात. इतरत्र ताडाच्या पानांच्या चटया विणतात, पंखे बनवतात किंवा भातशेतीत बणाऱ्या मजुरांची इरली याच पानांपासून विणतात.

त्याच्या हातात आहे भाला...
त्याच्या काळ्या केसात... पांढऱ्या पानांच्या सुया
कोवळ्या ताडाच्या पानांची ही सगळी किमया

(पुरुनानरू, इ.स. तिसरे शतक)

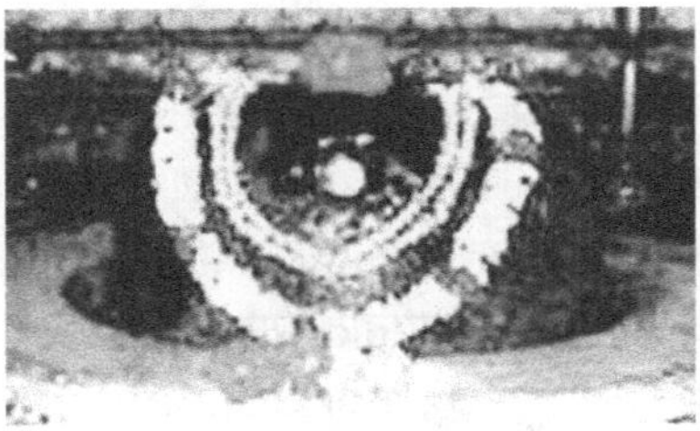

पनई ताड शिवलिंग, तारकनाथ मंदिर, तारकेश्वर, हुगळी जिल्हा, पश्चिम बंगाल

ताडाचे अनेकविध उपयोग लक्षात घेऊन तामिळ संतांनी ताडाचे वर्णन 'कल्पवृक्ष' म्हणूनच केले आहे 'लाल विलसम' (ताडाच्या झाडाचा उगम) या प्रसिद्ध तामिळ कवितेत विविध उद्देशांसाठी केल्या जाणाऱ्या ताडाच्या विविध भागांच्या उपयोगांची यादी आहे. नारळाप्रमाणे या झाडाच्या प्रत्येक भागाचाही काही ना काही उपयोग होतो.

हिंदू आणि बौद्ध या दोन्ही धर्मांमध्ये हा वृक्ष पवित्र मानला गेला आहे. पवित्र ग्रंथलेखनासाठी ताडपत्र वापरले जात असल्यामुळे हा वृक्ष पवित्र मानला गेला असावा (पटनाईक १९९३, १०१). कागद आणि छपाई यंत्रे यांचा वापर सुरू होईपर्यंत ग्रंथ लेखन आणि नोंदी यासाठी ताडाच्या पानांचा वापर केला जात असल्यामुळे कित्येक शतके या वृक्षाने विद्वत्तेचे रक्षण केले, असे म्हणावे लागेल.

पश्चिम बंगालमध्ये कोलकात्याजवळ असलेल्या प्रख्यात तारकेश्वर मंदिरातील शिवलिंग ताडाच्या ओंडक्यापासूनच तयार केले आहे. तारकेश्वर हे नाव मुळात 'तार' म्हणजेच 'ताड' या शब्दावरूनच तयार झाले असल्याचे सांगितले जाते. विवाह मंडपांच्या सुशोभीकरणासाठी ताडाची पाने आणि फळे वापरली जातात (कोवेन १९८४, १०१-०३).

ओपर्ट (१९७२, ५०१) यांच्या मते ताड वृक्षाचे नाते फक्त शिवाशी नाही तर पनई-वरीयम्मा या दुय्यम ग्रामदेवतेशीही आहे. तिला ताडी प्रिय आहे आणि म्हणून ती ताल-वन-वासिनी या नावाने ओळखली जाते.

औषधी उपयोग

श्वसनसंस्थेतील अवयवांच्या स्नायूंचे अचानक होणारे आकुंचन ताडाच्या पानांच्या रसामुळे नियंत्रणात येते आणि या रसामुळे जखमाही भरून येतात. मुळांची पूड मूत्रविसर्जन वाढवते आणि मूत्रविसर्जनाच्या वेळी होणाऱ्या वेदना आणि गुप्तरोग बरे करण्यासाठी उपयुक्त असते. फुलाच्या सुकलेल्या देठाची राख पित्तामुळे होणारी जळजळ थांबवण्यासाठी गुणकारी आहे. पित्ताशयाचा संसर्ग, मोठे झालेले यकृत आणि प्लीहा या विकारांवरही ही राख उपयुक्त ठरते.

न पिकलेल्या फळांतून निघणारा दुधी द्राव श्वसनसंस्थेतील अवयवांच्या स्नायूंचे आकुंचन पूर्ववत करतो. त्वचाविकारांसाठी पिकलेल्या फळाचा गर बाहेरून लावतात (दस्तूर १९६२, ३७; षण्मुगम १९८९, ५५०). ताज्या ताडीचे पोटीस शरीराला थंडावा देते. ताडीपासून तयार केली जाणारी साखर विष उतरवण्यासाठी वापरतात.

पिंपळ

वनस्पतिशास्त्रीय नाव	:	*Ficus religiosa* L.
इंग्लिश नाव	:	Pipal
स्थानिक नावे	:	पिपल (हिंदी), अश्वत्थ (संस्कृत)
प्रकार	:	वृक्ष
विस्तार	:	भारत, नेपाळ, बांगला देश, पाकिस्तान, म्यानमार, थायलंड, व्हिएतनाम, इतरत्र लागवड

पिंपळाचा वृक्ष ही वटवृक्षाची एक प्रजात आहे; भारतीय उपखंडापासून इंडो-चीन आणि नैऋत्य चीनपर्यंतच्या प्रदेशातील हा स्थानिक वृक्ष आहे. पिंपळाची पाने हृदयाच्या आकाराची असतात. पानांचे टोक उठून दिसण्याइतके लांबट असते. हा वृक्ष सरासरी आकाराचा आहे. पर्णमुकुट मोठा आणि फांद्या विस्तारलेल्या असतात. साधारणत: ३० मीटर उंचीपर्यंत वाढणारा हा पानगळीचा वृक्ष आहे. खोड जवळजवळ १ मीटर व्यासाचे असते. मार्च-एप्रिल महिन्यात, म्हणजे वसंत ऋतूत या वृक्षाची पाने झडतात. पिंपळाला लहान अंजिरासारखे फळ लागते. मे महिन्यात ते पिकते. पानांच्या खाली जोडीने ही फळे वाढतात आणि जांभळ्या बोरांसारखी दिसतात. या झाडाची साल फिकट राखाडी आणि गुळगुळीत असते. तुकड्यातुकड्याने ती निघून येते.

यज्ञात ज्या वृक्षांच्या काटक्या वापरल्या जातात, त्या नऊ वृक्षांपैकी पिंपळ एक आहे. हत्ती आणि गायीगुरांना पिंपळपाने चारा म्हणून खायला घालतात. पिंपळाचे लाकूड खोकी, जोखड, डाव, कटोरे आणि काडेपेट्यांच्या काड्या बनवण्यासाठी वापरतात. त्याच्या सालीपासून गडद लाल रंग मिळतो आणि टॅनिंग प्रक्रियेत तो वापरला जातो. वाळलेली पिंपळपाने सजावटीसाठी वापरतात. ही पाने धुऊन, वाळवून त्यावर सोनेरी ॲक्रेलिक रंग दिला जातो.

पिंपळाचे झाड दिवस न् रात्र प्राणवायू हवेत सोडते. एक पिंपळ वृक्ष दररोज चार माणसांची प्राणवायूची गरज भागवू शकतो (नायर, राममूर्ती आणि अग्रवाल १९८९, ३५).

पौराणिक आणि धार्मिक संदर्भ

बिहारमधील बोधगया येथे असलेला महाबोधी वृक्ष (पिंपळ वृक्ष) सम्राट अशोकाने ख्रिस्तपूर्व २८८ मध्ये लावला असल्याची नोंद आहे. तपासून निश्चित केलेले फुलझाडाचे हे सर्वांत प्राचीन वय आहे. गया येथील पिंपळ वृक्षाखाली सिद्धार्थ गौतमाला ज्ञानप्राप्ती झाली, अशी श्रद्धा आहे. त्यानंतर तो 'गौतम बुद्ध' किंवा 'बुद्ध' म्हणून सर्वज्ञात झाला. भगवान बुद्धाने स्वत:ही म्हटले आहे, 'जो पिंपळ वृक्षाची पूजा करेल, त्याला माझी व्यक्तिश: पूजा

केल्यावर मिळावे, तसेच फळ मिळेल.' यामुळे बौद्ध धर्माच्या अनुयायांसाठी हा वृक्ष पवित्र आहे. मूळ झाडाच्या फांदीपासून तयार केलेले रोप ख्रिस्तपूर्व २२८ मध्ये त्या वेळच्या सिलोनमध्ये (आजची श्रीलंका) लावले गेले होते. हे झाड आजही जिवंत आहे.

श्रीविष्णूंचा जन्म पिंपळाखाली झाला आणि श्रीकृष्णाचा मृत्यू या झाडाखाली झाला, अशी हिंदू भाविकांची श्रद्धा आहे. याखेरीज वैदिक काळापासून याच वृक्षाखाली बसून ऋषिमुनींनी तपश्चर्या केली असल्याचे परंपरा सांगते. म्हणून हिंदू भाविकांनीही या वृक्षाला पवित्र मानले आहे.

मातीच्या भांड्यांवरील अनेक प्राचीन चित्रांमध्ये पिंपळाच्या खोडाच्या मध्यातून अवतरलेल्या किंवा पिंपळ पानांच्या कमानीखाली उभ्या असलेल्या देवता दिसतात.

ऐतिहासिकदृष्ट्या पिंपळ वृक्षाचे महत्त्व अनन्यसाधारण आहे. भारतीय कलांमध्ये उमटलेल्या वृक्षांमध्ये पिंपळ हा सर्वांत प्राचीन वृक्ष आहे. पिंपळाच्या पूजेचा पहिला संदर्भ मोहेंजोदारो येथील शिळेवर सापडला. सिंधू संस्कृतीतील महत्त्वाच्या नगरींपैकी मोहेंजोदारो ही एक आहे. मोहेंजोदारो येथील आणखी एका मुद्रेवर, एक शिंग अश्वांची दोन शिरे नक्षीदार पिंपळाच्या बुंध्यातून बाहेर आलेली दिसतात. सिंधू संस्कृतीतील मातीच्या भांड्यांवरील चित्रांत अनेकदा पिंपळाचा समावेश आहे (क्रूक १९९३, २५४-५५). मोहेंजोदारो येथील उत्खननात सापडलेली एक विहीर पिंपळपानाच्या आकाराची आहे.

हिंदू मिथककथांमध्ये पिंपळ आणि वटवृक्षांची हमखास उपस्थिती असते. सुफलन, संरक्षण आणि मृत्यूची महत्त्वपूर्ण प्रतीके म्हणून या वृक्षांचा उल्लेख या कथांमध्ये येतो.

मुलांच्या कल्याणासाठी, गणेशाच्या मूर्ती किंवा नागशिळा नेहमी पिंपळाच्या पायाशी ठेवल्या जातात. सौभाग्य लाभावे आणि अपत्यप्राप्ती व्हावी म्हणून देवी सावित्रीसाठीचे विधीही पिंपळाखाली पार पाडले जातात.

पिंपळ / पिपल हा शब्द 'पिप्पल' या शब्दापासून तयार झाला आहे.

अश्वत्थ हे पिंपळाच्या झाडाचे संस्कृत नाव आहे; त्याचा शब्दशः अर्थ आहे, 'जिथे घोडे उभे राहायचे.' पूर्वी घोडा हे वाहतुकीचे महत्त्वाचे साधन होते. प्रत्येक गावात, सगळ्या सजीवांना सावली पुरवणारे पिंपळ वृक्ष रस्त्याच्या कडेला लावले जायचे. या झाडाला दोराच्या साहाय्याने घोडे बांधून ठेवले जात असल्याचा संभव आहे.

पिंपळ

आदि शंकराचार्यांच्या मते, पिंपळ वृक्ष हे संपूर्ण विश्वाचे प्रतीक आहे आणि 'अश्वत्थ' या शब्दाचा अर्थ, 'उद्या जे आजच्या सारखेच वसते ते,' म्हणजे खुद्द विश्वच.

पिंपळ हा बहुधा भारतातील सर्वाधिक परिचित

ृक्ष आहे. देशभरातील बहुतेक सगळ्या गावांमध्ये तो आढळतो. हा सर्वात पवित्र वृक्ष माहे, कारण हिंदू त्रिमूर्तीचे– ब्रह्मा-विष्णू-महेशाचे हे निवासस्थान आहे. त्याची मुळे ब्रह्माचे, साल विष्णूचे आणि फांद्या हे शिवाचे प्रतीक असल्याची श्रद्धा आहे. ज्ञानवृक्ष, जीवनवृक्ष, चिरंतन जीवनवृक्ष, निर्मितीचा वृक्ष अशा विविध प्रकारे पिंपळाचे वर्णन केले गले आहे. सगळ्या सृष्टीला आशीर्वाद देण्यासाठी तो त्याच्या फांद्या विस्तारतो. या वृक्षाचे सुफलनतेशी जवळचे नाते आहे. सुफलन आणि दीर्घायुष्य यासाठी स्त्रिया त्याची पूजा करतात. श्रीविष्णूंचा अवतार आणि देवी लक्ष्मीचे मूर्त रूप म्हणून पिंपळाकडे पाहिले जाते. पिंपळाचे झाड तोडणे हे पूर्वी मोठे पाप समजले जायचे; तर जो कुणी हे झाड लावेल त्याला भावी पिढ्या आशीर्वाद देतील, कारण त्यांना त्यापासून सातत्याने लाभ मिळत राहील, अशी समजूत होती.

पिंपळ वृक्षाच्या पावित्र्याचा धागा थेट वैदिक कालखंडाशी जोडलेला आहे. धार्मिक समारंभातील यज्ञविधीसाठी अग्नी पेटवताना लाकडाचे दोन तुकडे एकमेकांवर घासले जात. त्यापैकी एक तुकडा अश्वत्थाचा असे. हा समारंभ अग्नीचा जन्म म्हणून ओळखला जात असे (रॅगोझिन १९६१, १५९).

हा वृक्ष विश्वाचे प्रतीक आहे, असे ऋग्वेदाने म्हटले आहे (१०.५.१०). हजार शाखा असलेला वृक्ष असे ऋग्वेदाने त्याचे वर्णन केले आहे. अश्वत्थ वृक्षाच्या लाकडापासून बनवलेल्या भांड्यांचा उल्लेखही त्याने केला आहे (१.२५.८; १०.९७.५). हा वृक्ष मरुतांशी जवळून निगडित होता. मरुतांना नैवेद्य दाखवण्यासाठी पिंपळाच्या पानांचे द्रोण आणि त्याच्या लाकडापासून मिळवलेल्या भांड्यांचा उपयोग केला जाई (शतपथ ब्राह्मण, ४.३.३.६).

पिंपळ वृक्ष हे देवादिकांचे कायमस्वरूपी आसन असल्याचा संदर्भ अथर्ववेदात आहे (५.४.३). म्हणूनच अश्वत्थाविषयीचा आदर हा खुद्द देवांविषयीचाच आदर होता. हा वृक्ष स्वर्गलोकात वाढल्याची श्रद्धा होती : अश्वत्थोदेव सदानह (अथर्ववेद १९.३९.६).

देह आणि आत्मा यांच्यातील भेद स्पष्ट करण्यासाठी, उपनिषदांनी पिंपळाच्या फळाचे उदाहरण दिले आहे - देह हा फळाप्रमाणे आहे; तो बाहेर असल्यामुळे त्याला विविध गोष्टी जाणवतात, त्यांचा उपभोग तो घेतो; आणि आत्मा हा बीजाप्रमाणे आहे. तो आत असल्यामुळे विविध गोष्टींचा साक्षीदार आहे.

प्रातःस्नानानंतर रोज पिंपळाची पूजा करावी, असे महाभारतात म्हटले आहे (६.१२६). त्याच्या गुणांमुळे त्याच्या फांद्या विशाल झाल्या आहेत. त्याचे अंकुर ही संवेदनांची साधने आहेत. त्याची मुळे कृतिप्रवण आहेत, माणसाच्या जगात ती विस्तारत जातात. त्याचे रूप किंवा आदि-अंत किंवा त्याचा आधार शोधला जाऊ शकत नाही.

पिंपळ हा सर्वांसाठी ज्ञानस्रोत आहे : दैवी ज्ञान आणि खजिन्याचे राखणदार असणारे सर्प, या वृक्षाखाली ज्याला ज्ञानप्राप्ती झाली तो बुद्ध, दैवी गुरू असणारा दक्षिणामूर्ती शिव

आणि या वृक्षाखाली अध्ययन-अध्यापनासाठी बसणारी असंख्य मानवी आणि दैवी अस्तित्वे, या सगळ्यांसाठी तो ज्ञानाचा स्रोत होऊन राहिला आहे. आपले सामर्थ्य आणि गुण विशद करताना भगवद्गीतेमध्ये (१०.२६) कृष्ण म्हणतो, 'मी अश्वत्थ– वृक्षाधिपती– आहे.' कृष्णाने मानवी आयुष्याची तुलनाही अश्वत्थ वृक्षाशी केली आहे. कठोपनिषदाचा पुनरुच्चार करत मानवी आयुष्याला तो चिरंतन अश्वत्थ वृक्षाची उपमा देतो; त्याची मुळे वरच्या दिशेने वाढणारी तर फांद्या खाली वाढणाऱ्या आहेत. हा वृक्ष कधी तोडला जात नाही, कारण या वृक्षाखाली बसलेला असताना कृष्णाला मृत्यू आला, अशी समजूत आहे. अशा प्रकारे प्रत्येक जण अश्वत्थाला पूजनीय मानतो (ड्यूबॉइस १९०६, ६५२-५३).

दहावे जैन तीर्थंकर, शीतलनाथ यांना पौष महिन्यात पिंपळ वृक्षाखाली ज्ञानप्राप्ती झाली. झारखंडमधील गिरीदिह जवळच्या संमेतशिखर येथे वैशाख महिन्याच्या दुसऱ्या दिवशी त्यांचे निर्वाण झाले.

पाणिनीच्या *अष्टाध्यायी*मध्ये (४.३.४८), कौटिल्याच्या *अर्थशास्त्रा*त (१.२०) आणि वराहमिहिराच्या *बृहत्संहिते*त (५९.५) अश्वत्थ वृक्षाचे संदर्भ मिळतात.

ज्याप्रमाणे संपूर्ण पिंपळ वृक्ष एका बीजात सामावला आहे, त्याप्रमाणे सगळे विश्व ब्रह्मदेवात एकवटले आहे, असे विष्णू पुराण सांगते.

जेव्हा असुरांनी देवांचा पराभव केला, तेव्हा विष्णूने पिंपळ कसा लपवला, हे ब्रह्म पुराणाने आणि पद्म पुराणाने सांगितले आहे. त्यामुळे पिंपळाची पूजाही विष्णूपूजेच्या बरोबरीची आहे आणि विष्णूंची मूर्ती किंवा मंदिराची पूजेसाठी आवश्यकता नाही.

पद्म पुराणानुसार अलक्ष्मी किंवा दुर्भाग्य या झाडाचा दर शनिवारी ताबा घेते; म्हणून त्याची दर शनिवारी– शनी ग्रहाच्या वारी– पूजा केली जाते. शनीही दुर्भाग्याशीच निगडित असणारा ग्रह आहे (एस. एम. गुप्ता १९९१, १०).

पिंपळ हे विष्णूचे प्रतीक आहे, असे स्कंद पुराण सांगते. विष्णूचा जन्म पिंपळाखाली झाला, अशी समजूत आहे. शिवाय एखाद्या व्यक्तीला पुत्र नसेल तर त्याने पिंपळाला आपला पुत्र मानावे; जोपर्यंत वृक्ष जिवंत आहे, तोवर कूळनाम टिकून राहील, असे स्कंद पुराणाने सांगितले आहे. जो पिंपळाला पाणी घालतो, तो आपल्या मुलाबाळांसाठी चांगुलपणा मिळवतो; आणि जो हे झाड तोडतो, तो नरकात जातो, असेही हे पुराण म्हणते.

श्राद्धविधीमध्ये अश्वत्थाच्या काटक्यांचा उपयोग करावा, असे वायू पुराण सांगते.

प्लक्ष द्वीप या काल्पनिक दिव्य बेटावर अश्वत्थ वाढत असल्याची समजूत आहे. तिसऱ्या स्वर्गात देवदेवता याच वृक्षाखाली बसतात, असेही म्हटले जाते.

पिंपळाचे पान हृदयाच्या आकाराचे असते आणि शीख भाविकांसाठी ते 'ईश्वरी हाताचा मधुर, प्रेमळ तळवा' आहे (मित्र १९९४, ९५-९८).

तामिळनाडू येथील तिरुपुल्लनी मंदिराच्या स्थळ पुराणानुसार, कोणे एके काळी पुल्लवर कलवर आणि कनवर महर्षी यांनी भगवान विष्णूला प्रसन्न करून घेण्यासाठी

प केले. श्रीविष्णू या दोन मुनींसमोर पिंपळाच्या रूपाने प्रकट झाले आणि अशा प्रकारे रुपुल्लनी येथे पिंपळ हा विष्णूंचा अवतार मानला गेला आहे.

तामिळनाडूच्या कोइंबतूर जिल्ह्यातील तिरुप्पेरूरच्या पट्टीश्वरर मंदिराच्या स्थळ राणानुसार, फाल्गुनी पौर्णिमेला शिवशंकर इतर देवांसह इथे आले आणि त्यांनी पिंपळ क्षाखाली दैवी नृत्य केले. तेव्हापासून तामिळनाडूच्या लोकांनी पिंपळाच्या पूजेला प्रारंभ ला.

तामिळनाडूमधील चांभार लोक कावेरी नदीच्या घाटावर वाढणाऱ्या पिंपळाच्या ाडाखाली गंगम्मा घट (पाण्याने भरलेल्या घटाला गंगादेवी मानतात) ठेवतात आणि दहा वस त्याची पूजा करतात.

पिंपळ किंवा अरस वृक्षावरून तामिळनाडूमध्ये अरिसिली, अरसडी आणि अरसुर गावांची नावे तयार झाली आहेत. या वृक्षावरून ज्या देवतेला नाव मिळाले ती आहे रिसिलिनाथर.

बंगाल प्रांतात वैशाख महिन्याच्या शेवटच्या दिवशी स्त्रिया अश्वत्थपत्र व्रत करतात. श्वत्थाची पाच पाने या विधीत आवश्यक असतात. प्रत्येक पान मानवी आयुष्यातील विविध अवस्था अधोरेखित करते : पुत्रजन्मासाठी कोवळे पान, सौंदर्य आणि तारुण्यासाठी ोवळे हिरवेगार पान, पतीच्या दीर्घायुष्यासाठी जुने पान, अधिक (वर्धमान) आनंद आणि पत्तीसाठी सुकलेले पान आणि अपेक्षांपलीकडच्या संपत्तीसाठी विरलेले पान.

उत्तर प्रदेशाच्या पूर्व भागात पुरबी नावाची बोलीभाषा प्रचलित आहे. वाईट शक्तींना र् घालवण्यासाठी किंवा एखाद्याच्या वाईट स्वभावाचे वर्णन करण्यासाठी या भाषेत एक हण आहे : 'जिने सगळे गाव उजाड केले आणि जिच्यामुळे राक्षसही पिंपळावरून पसार ाला, ती जगदीपा हातात मुसळ घेऊन आता येत आहे.' लोकसाहित्यात जगदीपा ही अत्यंत ांडखोर स्त्री म्हणून प्रसिद्ध आहे. ती सदासर्वकाळ गावातील प्रत्येकासोबत भांडायची. ती यांना मारायची, शिव्याशाप द्यायची आणि लोकांना जगणे इतके नको करून सोडायची, ो गावकरी गाव सोडून दुसरीकडे जात. एक दिवस गावात कुणीच शिल्लक राहिले नाही. ण जगदीपावर त्याचा काहीच परिणाम झाला नाही. तिने झाडू उचलला आणि शिव्यांची ाखोली वाहत पिंपळावर हल्ला केला. झाडामधल्या राक्षसाने हे काही काळ सहन केले. वटी तोही हताश झाला आणि हे झाड सोडून त्याने इतरत्र आश्रय शोधला!

मध्य भारतातील सहरिया या आदिवासींच्या लोकसाहित्यानुसार, पाऊस पडत सल्यामुळे लग्नाच्या वऱ्हाडाने पिंपळाच्या झाडाखाली आश्रय घेतला. थोड्याच वेळात पिंपळाच्या फांद्या आणि पानांनी स्वत:ची रचना बदलून वऱ्हाडाला पावसाचा मुळीच त्रास ोऊ दिला नाही. तेव्हापासून हे आदिवासी पिंपळाची पूजा करतात.

मध्य भारतातील बरोडिया समूहाचा पिंपळ हा कूळवृक्ष आहे. भारतातील अनेक ज्यांमध्ये पिंपळ हे पुरुषाचे प्रतीक आहे आणि त्याचा निंबाच्या झाडाशी (हे स्त्रीचे प्रतीक

आहे) समारंभपूर्वक विवाह लावला जातो. भारतातील अनेक शेतीप्रधान गावांमध्ये हे दोन्ही वृक्ष सामान्यत: शेजारी वाढतात आणि त्याच्याभोवती पार बांधलेला असतो. हा विवाह बहुतेक वेळी उन्हाळ्यात (मे महिन्यात) पुरोहितांमार्फत आणि वैदिक पद्धतीने लावला जातो. नैर्ऋत्य मान्सूनपूर्वी हा विवाह होतो. तो सुफलन अधोरेखित करतो आणि चांगला पाऊस पडून उत्तम पीक मिळते, अशी श्रद्धा आहे. निंब आणि पिंपळाचे हे प्रतीकात्मक नाते राजस्थान आणि पंजाबात बरोबर उलटे आहे. तिथे निंबाचे झाड पुरुषरूपी आहे.

डी. डी. कोसंबी (१९६४, ४६) यांच्या मते, महाराष्ट्रामध्ये पिंपळ हा पिंपळे घराण्याचा कूळवृक्ष आहे. उत्तर वैदिक काळातील एका ब्राह्मण समूहाचे नावही पिंपळ वृक्षावरून 'पैप्पलद' असे पडले आहे.

ओडिशामध्ये पुल्लिंगी वटवृक्ष आणि स्त्रीलिंगी पिंपळ यांचा विवाह लावला जातो. या भागात पिंपळाचे झाड अनेकदा वटवृक्षाजवळ लावले जाते. त्यांचा पर्णसंभार आणि बुंधे एकमेकांत मिसळून जावेत, असा यामागे उद्देश असतो. ही दोन्ही झाडे विषमलिंगी आहेत आणि ती एकत्र वाढत राहण्याने चांगला पाऊस पडून शेतात चांगले उत्पन्न मिळेल, अशी अंधश्रद्धा यामागे आहे. ब्राह्मण समुदायाप्रमाणे झाडाला जानवे घातले जाते आणि मुंजीप्रमाणे सगळा समारंभ पार पाडला जातो.

ओडिशातील बालासोर गावाच्या सीमेवर बलिआ नावाचे गाव आहे. तिथेही स्थानिक गावकरी वड आणि पिंपळाचा विवाह आयोजित करतात. पुरोहितांद्वारे मंत्रपठण होऊन हा विवाह लागतो. वधुपक्ष आणि वरपक्ष अशा दोन विभागात गावातील लोक आपली कुटुंबे वाटून घेतात. वृक्षांना हार घालून त्यांना दोऱ्याने एकत्र बांधले जाते. शंख, कुंकू, मुंडावळ्यांसह, ओडिशाच्या विवाहविधीतील सगळी प्रतीके त्या-त्या ठिकाणी हजर असणारा हा विवाह पूर्णपणे पारंपरिक असतो. अतिप्राचीन काळापासून जर वड आणि पिंपळ एकत्र वाढताना आढळले तर अनेक गावे वड आणि पिंपळाचा विवाह लावत आली आहेत. अशा विवाहामुळे गावाची भरभराट होते आणि ओडिशामध्ये दहशत निर्माण करण्याऱ्या उष्णतेच्या भयानक लाटांपासून लोकांचे रक्षण होते, अशी समजूत आहे. हे विवाह नवे नाहीत. प्राचीन काळी, अपत्यप्राप्तीसाठी देवदेवतांना प्रसन्न करून घेण्याच्या उद्देशाने निपुत्रिक जोडपी वड आणि पिंपळाचा विवाह लावत असत (जतींद्र दास, 'Banyan Marries Peepal, Sends Green Signal', *Hindustan Times,* 16 May 2007).

तामिळनाडूमध्ये पिंपळ आणि कडुनिंब अगदी जवळजवळ लावतात. यामुळे ते परस्परांत मिसळून वाढतात. त्यांच्याभोवती पार बांधला जातो आणि झाडांखाली नागशिळा ठेवून त्यांची पूजा केली जाते. या पूजेमुळे भाविकाला संपत्ती मिळते, भरभराट होते, अशी समजूत आहे. या वृक्षांखाली निपुत्रिक जोडपी एकत्र विळखा घातलेल्या नागशिळांची स्थापना करून त्यांची पूजा करतात. ग्रामीण भागात स्त्रिया पहाटे स्नान करून या झाडांना प्रदक्षिणा घालतात.

तामिळनाडूमध्ये अमावस्या सोमवारी आल्यास स्त्रिया पिंपळाला १०८ प्रदक्षिणा घालून विधिवत पूजा करतात आणि १०८ विवाहित स्त्रियांना १०८ वस्तूंचे दान देतात. यामुळे पतीला दीर्घायुष्य मिळते, अशी श्रद्धा आहे.

हिंदू परंपरेत मुली या झाडाशी निगडित अनेक उपवास लहानपणापासून करतात. जर मुलीच्या पत्रिकेत वैधव्य असेल तर प्रथम तिचा विवाह पिंपळाच्या झाडाशी लावला जातो. कारण पूर्वी विधवांच्या पुनर्विवाहाला जेव्हा संमती नव्हती, तेव्हा तरुण मुलींचा विवाह पिंपळाशी लावून मग निवडलेल्या वराशी त्यांचे लग्न लावले जायचे.

पिंपळाची झाडे दीर्घायुषी असतात. हरिद्वार येथील काही पिंपळ वृक्ष त्या शहरापेक्षाही जुने आहेत.

औषधी उपयोग

पिंपळाचे फळ रेचक म्हणून उपयुक्त आहे. हे फळ आणि पानाच्या कोवळ्या कळ्या दुष्काळात अन्न म्हणून उपयुक्त ठरतात. रक्त आणि हृदयाचे विकार बरे करण्यासाठी पिकलेले फळ वापरतात. सुकवून पूड केलेले फळ दम्याच्या रुग्णांसाठी अत्यंत गुणकारी आहे.

या झाडाचा चीक कठीण होऊन त्याचा डिंक झाला की लाख म्हणून किंवा भेगा भरण्यासाठीचे मेण म्हणून वापरतात. लाखेच्या किड्यांसाठी हा महत्त्वाचा यजमान वृक्ष आहे (सिन्हा १९९३, ८३).

विविध आजारांवरच्या उपचारात या झाडाचे विविध भाग कित्येक शतकांपासून वापरले जात आहेत. हाडे जुळवण्यासाठी आणि ठाकठीक करण्यासाठी पिंपळाची साल उपयुक्त आहे. सालीचा रस माउथ वॉश म्हणून तसेच दातदुखी बरी करण्यासाठी आणि हिरड्या बळकट करण्यासाठी वापरतात. कटिप्रदेशातील आणि फासळ्यांखालील संधिवाताच्या वेदना थांबवण्यासाठी आणि व्रण काढून टाकण्यासाठी मुळांची साल वापरतात (हॉकिंग १९९३, २१९).

कुष्ठरोग बरा करण्यासाठी पिंपळाचे बी वापरतात. हे बी नारळाच्या ताडीत आठवडाभर भिजवून मग उन्हात वाळवले जाते. त्याची सुकी पूड रोगग्रस्त भागावर लावतात (षण्मुगम १९८९, २५).

कावीळ झाल्यावर होणाऱ्या अतिरिक्त मूत्रविसर्जनाला अटकाव घालण्यासाठी कोवळ्या सालीचा तुकडा रात्रभर भिजवून त्याचा रस काढून तो रुग्णाला पाजतात (बाखरू १९९३, १३९). अतिरिक्त रक्तस्राव रोखण्यासाठी सालीचा कच्चा रस प्रभावी ठरतो : ५० मिलीलीटर रस किंवा सुकलेल्या पानांची एक छोटा डावभर पूड पाण्यासोबत घेतली तर चमत्कारासारखा परिणाम दिसतो. हाच रस किंवा पूड तेवढ्याच प्रमाणात कोवळी पाने, कोथिंबीर आणि साखरेसह घेतली तर जुलाब थांबतात. पिंपळपानांचा रस काढून आगीजवळ धरला तर तो इअर ड्रॉप्स म्हणून वापरता येतो. मुळांच्या सालीचा रस हे संधिवात, तोंडाचा

दाह यांवरचे प्रभावी औषध आहे. हा रस व्रण भरून काढण्यासाठी उपयोगी आहे.

गालगुंड, गळवे, जखमा, खरचटणे यांवरही पिंपळपाने उपयुक्त आहेत. पिंपळाची पाने बारीक वाटून त्यात गूळ मिसळून तयार केलेले मिश्रण दररोज दुधासोबत घेतल्यास ते प्रभावी वेदनाशामक ठरते.

पिंपळाची मुळे चावण्याने हिरड्यांचे आजार रोखले जातात. लसिका ग्रंथींना सूज आल्यास पिंपळ हा उत्तम उपाय आहे. पिंपळाची मुळे पाण्यात वाटून गळ्याच्या रोगग्रस्त भागावर लावतात.

पिंपळाच्या कोवळ्या फांद्यांचा धूर जंतुनाशक आणि सूक्ष्मजीवनाशक असल्यामुळे तो संसर्ग रोखतो. विशेषतः बाळंतपणात स्त्रियांना हा उपयुक्त असतो.

पिंपळाचे झाड मोठ्या प्रमाणात प्राणवायू हवेत सोडते. हा त्याचा सर्वात मोठा लाभ आहे. त्यामुळे औद्योगिक क्षेत्रात आणि दाट लोकसंख्येच्या भागात लावण्यासाठी पिंपळ ही सर्वोत्कृष्ट प्रजात आहे.

केळ

वनस्पतिशास्त्रीय नाव	:	*Musa Paradisiaca* L.
इंग्लिश नाव	:	Plantain
स्थानिक नावे	:	केला, मौझ (हिंदी), कदली, रंभा, मोका (संस्कृत)
प्रकार	:	झुडूप
विस्तार	:	आग्नेय आशिया आणि भारत येथील स्थानिक वृक्ष. उष्णकटिबंधीय आणि उपउष्णकटिबंधीय प्रदेशात लागवड

ही झुडूप वर्गातील वनस्पती आहे. मोठे आणि दिखाऊ खोड आणि गोलाकार, बारमासी मूलस्कंद (Rhizome) हे या वनस्पतीचे वैशिष्ट्य आहे. इंडो-मलाया प्रदेशातील हे स्थानिक झाड आहे. ही उष्णकटिबंधीय वनस्पती उबदार, आर्द्र हवामानात चांगली वाढते. चुनखडी आणि सेंद्रिय पदार्थ असणारी जमीन केळाच्या वाढीसाठी योग्य असते. अत्यंत पोषक आणि आरोग्यदायी फळांसाठी केळ उष्णकटिबंधीय भागात मोठ्या प्रमाणात लावले जाते.

केळीला जरी झाड म्हणून संबोधले जात असले तरी, हे मोठ्या, रुंद पानांचे, आकाराने फार मोठे, बारमासी झुडूप आहे. गडद हिरवी पाने महाकाय असली तरी ती इतकी मऊ असतात की जोराचा वारा किंवा वादळात ती सहजगत्या फाटतात. प्रारंभी प्रत्येक पान मध्यरेषेभोवती घट्ट गुंडाळलेल्या स्थितीत असते. ते हळूहळू उघडत जाते. नंतर उगवणारी पाने आखूड असतात. अगदी शेवटचे तर फारच आखूड असते; फुलाच्या कळीवर संरक्षक कवचाप्रमाणे ते लटकलेले असते.

ऑक्टॅव्हिअस ऑगस्टस सीझर (ख्रिस्तपूर्व ६३-१४) याचा वैद्यकतज्ज्ञ असलेल्या ॲंटोनिओ मुसा याच्या नावावरून केळीला मुसा हे कूळनाम मिळाले आहे. *paradisiaca* म्हणजे ॲडम आणि इव्ह यांच्या निवासस्थानाचा पहिला रहिवासी (of Paradise) आणि याची पाने ही ॲडम आणि इव्ह यांची पहिली वस्त्रे होती, असे म्हणतात.

कदली हे केळीचे संस्कृत नाव आहे. त्याचा अर्थ निशाण. केला या हिंदी शब्दाचा अर्थही हलणारा, थरथरणारा, असा आहे. मोका या संस्कृत शब्दाचा अर्थ रसदार. 'संयमी' असाही याचा अर्थ आहे. 'केळ हे पूर्व भारतातून आलेले झुडूप आहे, गंगा नदीच्या दोन्ही तीरांवर प्रथम त्याची वाढ झाली; तिथून ते पर्शिया, सिरीया, अरेबिया आणि इजिप्तमध्ये गेले,' असे रंफिअस या वनस्पती शास्त्रज्ञाने लिहिले आहे. बौद्ध शिल्पांमध्ये केळीची पाने दिसतात, तर 'मोकापान' या पेयाचा उल्लेख बौद्ध मठांसाठीच्या नियमपुस्तिकेत आहे.

केळ हे घडाने वाढणारे फळ आहे; त्यामुळे ते सुफलनाचे प्रतीक मानले जाते.

धातू मऊ करण्यासाठी कदलीची सुकवलेली पूड वापरतात, असे कौटिल्याने म्हटले आहे. कच्ची केळी भाजीसाठी वापरतात. दक्षिण भारतात केळाची पाने जेवण वाढण्यासाठी वापरतात. त्यात अन्न / खाद्यपदार्थ गुंडाळून ठेवले जातात आणि जेवण झाल्यावर ही पाने गायीगुरांना चारा म्हणून खाऊ घालतात. केळीच्या पानांचे आवरण सोलून ते पॅकिंगसाठी वापरले जाते. दोऱ्या, सतरंज्या, भरड कागद आणि कागदाचा लगदा बनवण्यासाठी केळाच्या तंतुमय पदार्थांचा उपयोग होतो. कापड किंवा साड्या बनवण्यासाठीही हे तंतू वापरतात.

पौराणिक आणि धार्मिक संदर्भ

रामायणात केळीचे अनेक संदर्भ आढळतात. खाली झुकलेले केळीचे झाड उदास दिसते आणि त्याची तुलना वाल्मिकींनी दुःखी, उदास कौसल्येशी केली आहे (२.२०.३). नाजूक, बारीक व्यक्तींप्रमाणे जोरदार वाऱ्यामुळे ते जोरात हलते— हे कौसल्येशी असणारे आणखी एक साम्य (२.११७.८०). केळीचा बुंधा हिरवट-निळ्या रंगाचा आणि गुळगुळीत असतो आणि स्त्रियांच्या मऊशार मांड्यांशी त्याची तुलना केली आहे (३.६२.४). घरे, रस्त्यांभोवती सीमेप्रमाणे हे झाड लावले जाते (आजही ही प्रथा आहे), आणि राम (३.४२.१३) आणि अगस्त्य ऋषींच्या (६.१२३.४७) आश्रमाभोवतीही केळी आहेत.

महाभारतातील कथेनुसार, कौरव-पांडवांमधील युद्ध सुरू होण्यापूर्वी कृष्ण कौरवांकडे शिष्टाई करायला गेला होता. आपल्याच चुलत भावंडांशी युद्ध करायला पांडव तयार नव्हते. पण कौरवांचा उद्दामपणा कायम होता. या युद्धामुळे सगळा कुरुवंशच नष्ट होईल, असे भाकित कृष्णाने बोलून दाखवल्यानंतरही त्याचा उचित सल्ला मानायला ते तयार नव्हते. एकाच कुटुंबातील दोन शत्रू पक्षांमध्ये समेट घडवून आणण्याच्या मोहिमेत अपयश आल्यानंतर कृष्ण विदुराकडे गेला. विदुर हा पंडू आणि धृतराष्ट्र यांचा सावत्र भाऊ. त्या वेळी विदुर घरी नव्हता. त्याच्या पत्नीने— सुलभाने— कृष्णाला 'कदली फल' दिले. कृष्ण

घरी आल्यामुळे ती इतकी आनंदून गेली होती की कुठल्याशा नादात तिने केळ फेकून केळीचे नुसते सालच कृष्णापुढे ठेवले. ही गोष्ट लक्षात येऊनही शुद्ध अंत:करणाने आणि निरतिशय भक्तीने ते दिले आहे, हे जाणवून कृष्ण केळीचे साल खात राहिला.

महाभारतामध्ये कुबेर पुष्करिणीच्या काठावरील कदलीवन हे हनुमानाचे निवासस्थान असल्याचा उल्लेख आहे.

या वनस्पतीचे संस्कृतातील आणखी एक नाव आहे रंभा. नल– कुबेराच्या पत्नीचे– नामांकित अप्सरेचेही हेच नाव आहे. पुत्रप्राप्तीसाठी या झाडाची जोडीने पूजा करतात. हे सुफलनाचे प्रतीक असल्यामुळे विवाह समारंभात वधूला हे फळ दिले जाते. तिला पुत्र व्हावा, असा उद्देश यामागे असतो (मोनिअर विल्यम्स १९८१, ८६७).

पद्म पुराणात विष्णूचा गौरव पुढील शब्दांत केला आहे : 'ज्याप्रमाणे कदलीची साल आणि पाने त्याच्या खोडातच पाहिली जातात, त्याप्रमाणे तू विश्वाचे खोड (बुंधा) आहेस आणि सगळ्या गोष्टी तुझ्यातच दृश्य आहेत.' हिंदू परंपरेत केळ ही शुभ वनस्पती मानली गेली आहे. विष्णू आणि शिव या दोघांचे अनुयायी केळाला शुभ मानतात, कारण ही वनस्पती शिवपत्नी पार्वती आणि विष्णुपत्नी लक्ष्मी या दोघींचा अवतार असल्याची समजूत आहे. धार्मिक समारंभात केळीचे झाड, विशेषत: पाने अत्यंत पवित्र मानली जातात. लग्नघरांच्या प्रवेशद्वारापाशी केळीचे संपूर्ण झाडच आणून ठेवले जाते. शिवाय विवाहमंडपाच्या सुशोभीकरणासाठीही केळीचे झाड वापरले जाते. यातून सुफलन आणि विपुलता अधोरेखित केली जाते. मंदिरांमध्ये देवदेवतांनाही केळी वाहिली जातात.

शून्य पुराणात शिवाचे स्थान विशद करताना म्हटले आहे : 'जेव्हा महेश्वर विवस्त्र अवस्थेत घरोघरी भिक्षा मागत, मुखाने ईश्वराचे नाव घेत हिंडत होता, तेव्हा भगवती आद्याने त्याला शेती करण्याचा सल्ला दिला. "तुझ्या शेतात पिकांच्या सगळ्या जाती लाव आणि केळीचीही लागवड कर. यामुळे धर्मपूजेच्या वेळी लागणाऱ्या सर्व आवश्यक गोष्टी आम्हाला मिळतील" (एस. एम. गुप्ता १९९१, ५६).

पुत्रप्राप्तीची आकांक्षा असणाऱ्या स्त्रिया कार्तिक महिन्यात केळीची पूजा करतात. केळीच्या झाडातील देवता हे लक्ष्मी आणि पार्वतीचे रूप असून ती नवपत्रिका (नऊ वनस्पती) नावाची कृषिदेवता आहे. केळीच्या झाडातून एक पूर्णाकृती पुतळा कोरला आहे. सुंदर वधूप्रमाणे तिची वेषभूषा आहे. बिल्वफळे ही तिची वक्षस्थळे आहेत. उसाच्या काठीने तिला आधार दिला आहे. कळा कोचिंदा, हळद, जव, डाळिंब, अशोक आणि धान्य ही तिच्या विविध अवयवांची प्रतीके आहेत. लक्ष्मी म्हणून नवपत्रिकेची पूजा केली जाते. बिल्व वृक्षासमोर ही देवी ठेवून दुर्गेचा अवतार म्हणूनही तिची पूजा केली जाते. नऊ वनस्पती ही दुर्गेचीच प्रतीके आहेत; पण या वनस्पतींचे सूर्याशीही नाते आहे. पश्चिम बंगालमध्ये दुर्गापूजेच्या वेळी गणेशाची केळीच्या झाडाशी सांगड घातली जाते. दुर्गेचे प्रतिनिधित्व करणारी 'कल बो' ही गणेशाची माता मानली जाते. 'कल बो' हे नऊ

कारच्या पानांचे (नवपत्रिका) प्रतीक आहे. पुरोहित आठ कारच्या वनस्पतींच्या पानांची जुडी केळीच्या झाडावर ांधतात. या औषधी गुणधर्म असलेल्या नऊ वनस्पतींचा गट ह्णजेच 'कल बो.' 'कल बो' हे दुर्गेचे वनस्पती रूप आहे. ा वनस्पतिविषयक दिव्यकथेशी गणेशाचे नाते आहे आणि ष्टदशौषधिसृष्टी (अठरा औषधी वनस्पतींचा निर्माता) हे णेशाचे नाव आहे.

वृक्षिका आणि केळ वृक्ष, अकरावे शतक, राजाराणी मंदिर, ओडिशा

केळीच्या झाडाची पूजा विशेषत: श्रावण महिन्याच्या सऱ्या दिवशी केली जाते. संपत्ती आणि समृद्धीच्या देवतेची ज़ा करण्यासाठी केळीचा उपयोग करतात आणि श्रावणी र्णिमेला सत्यनारायणाच्या पूजेसाठीही केळीची उपस्थिती ावश्यक मानतात. जन्म आणि मृत्यूच्या वेळी केल्या ाणाऱ्या विधीतही केळ ही वनस्पती असते.

ज्या देवळांमध्ये सुती दोऱ्यात ओवलेले फुलांचे हार वांना वाहिले जात नाहीत, तिथे फक्त केळीच्या सोपटात तंतूंमध्ये) गुंफलेले हारच स्वीकारले जातात. कारण केळाचे सोपट वर्षभर उपलब्ध असते ाणि देवतांना वाहिल्या जाणाऱ्या वस्तूंमध्ये त्याला मानाची जागा असते (डागर १९९५, -४).

तामिळनाडूच्या तिरुचिरापल्ली जिल्ह्यात तिरूपईनीली येथे 'नीली-वन-नाथर' मंदिर ाहे. त्याच्या स्थळ पुराणानुसार केळ हे शिवाचा अवतार असल्याची भाविकांची श्रद्धा ाहे. त्यामुळे त्या ठिकाणी केळीची पूजा होते. जेव्हा अप्पर हे थोर शैवपंथीय संत या दिरात आले, तेव्हा हे स्थान केळीच्या झाडांच्या जंगलाने आच्छादलेले होते. ते केळीच्या ाडाखाली आडवे झाले; पण उतारवय, पायी केलेला लांबचा प्रवास आणि भयंकर भूक ामुळे त्यांना झोप लागेना. आपल्या भक्ताचा त्रास पाहून शिवाने अप्पर यांना केळाच्या ानावर उत्तम जेवण दिले (पैन्नीली वालई). एके काळी हे मंदिर कदलीबनाने वेढलेले सल्यामुळे इथला ईश्वरही 'नीली-वन-नाथर' म्हणून ओळखला जाऊ लागला. या वळातील केळीच्या झाडाचे फळ फक्त अभिषेकाच्या वेळी देवाला वाहिले जाते; नंतर ते दीत सोडले जाते.

सत्यनारायण पूजेत केळीचा उपयोग करतात (मुरलीधर राव, १९९५, १७८).

परागीभवनाच्या प्रक्रियेशिवाय केळीच्या झाडाचे पुनरुत्पादन होते. त्यामुळे हे झाड ा देवी पार्वतीचा अवतार मानला जातो. पश्चिम घाटात केळ म्हणजे नंदादेवी असल्याची मजूत आहे. केळीच्या बुंध्यामध्ये तिची मूर्ती कोरतात आणि कार्तिक महिन्यात ही मूर्ती दीत सोडतात.

हिंदू परंपरेतील काली या देवीच्या नऊ रूपांना केळ प्रिय आहे, असे म्हणतात. बंगालमध्ये केळीच्या झाडाखाली विवाहविधी पार पडतात आणि श्रावण महिन्यात तिची पूजा होते. फळे काढल्यानंतरच केळ कापून टाकले जात असल्यामुळे, स्वतःच्या कर्मा-मुळे स्वतःचा नाश ओढवून घेणाऱ्या माणसाला लोकपरंपरेने केळाची उपमा दिली आहे. उत्तराखंडात नैनिताल जिल्ह्यात शिवपत्नी नंदादेवीची मूर्ती केळीच्या बुंध्यात कोरली जाते (भटला, मुखर्जी आणि सिंग १९८४, ३७-४२).

या पर्वतीय भागातील लोक नंदाष्टमीच्या दिवशी या देवीची पूजा करतात. तामिळनाडूमध्ये एखाद्या स्त्रीने दिवस पूर्ण भरण्यापूर्वी बाळाला जन्म दिला तर नवजात अर्भकाला रोज ताज्या केळ्याच्या पानावर झोपवले जाते.

एका ओरिया आदिवासी कथेनुसार केळीचे झाड हे सावरांची देवता बिम्मा याची निर्मिती होती. या झाडाला पोषक फळे लागली आणि त्याचा प्रत्येक भाग उपयुक्त ठरू लागला, हे पाहून बिम्माचा भाऊ रम्मा याला बिम्माच्या या निर्मितीविषयी भयानक मत्सर वाटला. 'फुलांचा फक्त एक गुच्छ निर्माण करून तू मरशील,' असा शाप त्याने या झाडाला दिला. ओरिसा आणि मध्य प्रदेशातील काही विशिष्ट आदिवासी जमाती किटुंगसम आणि मार्डिसम या देवांना केळी वाहतात आणि सगळ्या धार्मिक समारंभांमध्ये केळीचा उपयोग करतात.

परागीभवनाखेरीज केळाला फलधारणा होण्याचे कारण गडाबा आदिवासी कथेत फार रंजक पद्धतीने स्पष्ट केले आहे. फार-फार वर्षांपूर्वी, पाच बहिणी राहत होत्या– आंबा, चिंच, अंजिर, जांभूळ आणि केळ. मुली वयात आल्या, तेव्हा त्यांच्या वडिलांना त्यांच्या लग्नाची चिंता लागली. केळीला तिची इच्छा विचारली, तेव्हा ती म्हणाली, ''मला मुले नक्कीच हवीत, पण नवरा नको.'' मग आंबा, चिंच, अंजीर आणि जांभूळ यांचे विवाह झाले. त्यांना लग्नानंतर इतकी मुले झाली की त्यांचे नवरे घाबरून पळून गेले. या मुलींना पुढच्या जन्मी वृक्षांचा जन्म मिळाला आणि या झाडांना खूप फलधारणा झाली. ही फळे म्हणजे आधीच्या जन्मातील त्यांच्या मुलांची प्रतीके. केळीने लग्न केले नाही पण मुलांना जन्म दिला आणि ती म्हातारी झाली (बर्डवुड १९९२, ८७).

केळीविषयीच्या आणखी एका कथेत, मनकनक नावाचे एक ऋषी होते. इक्षुमती नगरीजवळच्या अरण्यातील आश्रमात ते राहत असत. मनकनकांनी मेनका या सुंदर अप्सरेशी विवाह केला आणि त्यांना मुलगी झाली. तिचा जन्म केळाच्या झाडाच्या आत झाला. तिचे नाव त्यामुळे 'कदलीगर्भा' असे ठेवण्यात आले. एक दिवस मध्यदेशचा राजा दृढवर्मन या आश्रमाजवळून चालला होता. त्याने कदलीगर्भाला पाहिले. तिचे सौंदर्य पाहून तो तिच्या प्रेमात पडला. त्याने थांबून तिच्या वडिलांकडे लग्नासाठी संमती मागितली. ऋषींनी ही विनंती मान्य केली. दोघांचे धूमधडाक्यात लग्न लागले. स्वर्गातील सगळ्या अप्सरा कदलीगर्भाला आशीर्वाद देण्यासाठी या लग्नाला आल्या होत्या. त्यांनी राजवाड्यात

जाताना रस्त्यात पसरून टाकण्यासाठी तिला मोहरीचे दाणे दिले. अप्सरांनी दिलेल्या सल्ल्यानुसार कदलीगर्भा वाटेत ते दाणे टाकत गेली. दृढवर्मनाचे आपल्या नव्या पत्नीवर अतिशय प्रेम होते. तो सगळा वेळ तिच्या सोबतच घालवायचा. यामुळे राजाच्या इतर राण्यांना तिचा मत्सर वाटायला लागला. त्याच्या मुख्य पत्नीने मग नोकराणीला पाठवून एका चेटूक करणाऱ्या बाईला बोलावले आणि कदलीगर्भाला कायमचे संपवून टाकायला सांगितले. त्या बदल्यात राणीने तिला मोठे बक्षीस कबूल केले. मांत्रिक बाई कबूल झाली. पण आपल्याला चेटूक वगैरे काहीच येत नसल्यामुळे तिला मनातून फार अपराधी वाटले. मग तिने आपल्या एका न्हावी मित्राची मदत मागितली. तो तयार झाला. त्याने मांत्रिक बाईकडे रोज हातापायांची हाडे पाठवली आणि कदलीगर्भाचा नाश कसा करायचा यांबाबत राणीला आवश्यक सूचना द्यायला सांगितल्या. दररोज कदलीगर्भाच्या शयनकक्षात ही हाडे गुपचूप ठेवली जायची. कदलगर्भा चेटकीण असल्याची बातमी एका जुन्या नोकराणीने राजाच्या कानावर घातली. राजा फार दु:खी झाला आणि त्याने कदलीगर्भाला हाकलून दिले. मग न्हाव्याला राणीकडून योग्य बक्षीस मिळाले.

कदलीगर्भाने मग मोहरीच्या बियांपासून उगवलेल्या रोपांचा मार्ग पकडून आश्रम गाठला. वडिलांना तिने झाला प्रकार सांगितला. ते ऐकून तिला राजवाड्यात परत घेऊन जाऊन राजाशी स्वत: बोलण्याचा निर्णय ऋषींनी घेतला. ऋषी राजवाड्यात आले आहेत, हे कळताच न्हावी धावत राजाकडे गेला आणि त्याने राजाला सत्य सांगितले. मुख्य राणीला मग राजवाड्यातून हद्दपार केले गेले. राजाने कदलीगर्भाला परत बोलावले आणि ते सुखाने राहू लागले. तेव्हापासून केळीच्या झाडाला राजवाड्यात आदराचे स्थान मिळाले आणि बहुसंख्य घरांमध्ये ते लावले जाऊ लागले (गांधी आणि सिंग १९८९, ५१-५३).

केळ भारतातील सर्वात महत्त्वाच्या पवित्र वृक्षांपैकी एक आहे, विशेषत: हिंदू परंपरेने केळीला आदराचे स्थान दिले आहे.

औषधी उपयोग

केळ वाळवीला दूर ठेवत असल्यामुळे शेताच्या बांधावर रानकेळ लावले जाते. केळात लोह, फॉस्फरस, सोडिअम, मँगनीज, मॅग्नेशिअम यांसारखी खनिजे आणि जीवनसत्त्वे असतात. ऊर्जा देणाऱ्या अन्नाचा हा एक महत्त्वपूर्ण स्रोत आहे. बाळांना दिल्या जाणाऱ्या घन स्वरूपतील अन्नात केळ हे बहुधा पहिले अन्न आहे, कारण ते पचायला सोपे आहे.

केळीच्या सगळ्या भागांना औषधी मूल्य आहे. केळीची शिजवलेली फुले जुलाब आणि मूळव्याध बरी करू शकतात; तर फुलांच्या रसात ताडाची साखर मिसळून तो घेतल्यास संसर्गजन्य गुप्तरोग आणि पोटदुखी बरी होते.

कोवळे केळे नियमित खाल्यास रक्ती मूळव्याध, आतड्यातील व्रण आणि वारंवार मूत्रविसर्जनासारखे विकार दूर होतात. केळ्यामुळे रातांधळेपणा जातो आणि रक्त शुद्ध होते.

लाल रक्तपेशींची संख्या वाढवण्यासाठी तसेच मूत्रपिंडाची सूज, रक्तातील युरीक ॲसिडचे प्रमाण वाढल्यामुळे सांध्यांना येणारी वेदनादायी सूज, हायपरटेन्शन आणि हृदयविकार या आजारांसाठीही पिकलेले केळे गुणकारी आहे. कच्चे केळे आणि शिजवलेली फुले मधुमेहावरील उपचारात प्रभावी ठरतात (सांबमूर्ती आणि सुब्रमण्यम् १९८९, ५५७).

केळीच्या बुंध्याचा रस मूत्राशयातील खडे विरघळवतो आणि त्यात तुंबी *(Leucas aspera)* मिसळून घेतल्यास सर्पदंशावर उतारा म्हणून उपयोग होतो (षण्मुगम १९८९, ७३२).

थायरॉईड आणि इतर ग्रंथींच्या विकारांवर केळीचे मूळ उपयुक्त ठरते. मद्यपान करणाऱ्या व्यक्तींसाठी केळीच्या मुळांचा थंड अर्क हे प्रभावी पेय आहे (दस्तूर १९६२, ११६-१७).

डाळिंब

वनस्पतिशास्त्रीय नाव	:	*Punica granatum* L.
इंग्लिश नाव	:	Pomegranate
स्थानिक नावे	:	अनार (हिंदी), दालिमा, दादिमा (संस्कृत)
प्रकार	:	झुडूप
विस्तार	:	अफगाणिस्तान, इराण, इराक, टर्की. इतरत्र लागवड

हे फळ धारण करणारे, पानगळीचे झुडूप किंवा लहान झुडूपसदृश झाड आहे. त्याच्या फांद्या निमुळत्या आणि काटेरी असतात. पश्चिम आशियातला हा स्थानिक वृक्ष आहे. भारतभरात सगळीकडे याची मोठ्या प्रमाणात लागवड होते.

डाळिंबाचे फळ लोकप्रिय आहे. त्याची फुले आणि कळ्या वाळवून त्यापासून व्यंजन बनवतात.

डाळिंबाच्या लाकडापासून शेतीची अवजारे तयार करतात.

पौराणिक आणि धार्मिक संदर्भ

हा वृक्ष मूळ भारतातील नसला तरी तो सुफलन आणि समृद्धीचे प्रतीक मानला जातो. मंदिरांच्या कोरीव कामात डाळिंबाचे झाड अनेक ठिकाणी दिसते.

अंत:करणातील दुष्ट भावनांचा निचरा होण्यासाठी डाळिंब खाण्याचा सल्ला प्रेषित मोहम्मदाने आपल्या अनुयायांना दिला असल्याचे सांगितले जाते.

पारशी लोक डाळिंबाच्या काटक्यांपासून त्यांचा पवित्र झाडू बनवतात. पारशी मुलाला पवित्र दोरा बांधण्याचा कार्यक्रम ज्या वेळी होतो, तेव्हा दुष्ट शक्तींना दूर हाकलण्यासाठी,

याच्या डोक्यावरून डाळिंबाचे दाणे फेकतात. मरणाऱ्या यक्तीच्या तोंडात डाळिंबाचा रस घालतात.

डाळिंब

एकदा एक राजा आपल्या राज्यातील दूरच्या भागांना टट देण्यासाठी निघाला होता. एका उद्यानाशी तो आला, त्व्हा तहानेने फार व्याकूळ झाला होता. बागेतील प्रत्येक ााड फळांनी लगडले होते. 'मला डाळिंबाचा थोडा रस मेळेल का?'' राजाने विचारले. माळ्याने एक रसरशीत डाळिंब तोडून बागेच्या कोपऱ्यातील आपल्या खोलीत नेले. काही मिनिटांत, एका सुंदर मुलीने राजासाठी डाळिंबाचा कपभर रस आणला. त्या मुलीला बघून राजाचे डोळे चकाकले; तो अधाशाप्रमाणे रस प्यायला. त्याची तहान भागली होती. अभोवतालच्या बागेवर त्याने नजर टाकली, तेव्हा सगळीकडे जोमाने वाढलेली फळझाडे याला दिसली. "ही फळे विकून तू किती नफा मिळवतोस?'' त्याने माळ्याला विचारले. 'तीनशे दिनार,'' माळी सरळपणाने म्हणाला. डाळिंबाच्या झाडांमुळे मिळणारा घसघशीत नफा राजाच्या लक्षात आला. म्हाताऱ्या माळ्याने राजाला ओळखले होते; पण त्याने तसे दर्शवले नाही. राजाची डाळिंबांच्या झाडांवरून फिरणारी अधाशी नजर पाहताना त्याच्या मनातील विचार माळ्याने अचूक टिपले. तो आत गेला आणि त्याने राजासाठी कपामध्ये रसाचे चार-पाच थेंबच आणले. ते पाहून राजा गोंधळून गेला. तो म्हणाला, "हे काय? एतकासाच रस?'' त्यावर माळी म्हणाला, "तुम्ही पहिल्यांदा रस मागितलात, तेव्हा तुमचे हृदय विशाल होते, त्यामुळे फळाने भरभरून रस दिला. आमच्या राजाचे मन मोठे आहे. आता मात्र राजाला या फळांच्या विक्रीवर कर लादण्याची इच्छा आहे, असे फळाला वाटतेय. फळाला जाणवतेय, की त्याचा आशीर्वाद संपत चाललाय. त्यामुळे त्याचा रस आटलाय.'' हे ऐकून आपल्या स्वार्थी विचारांची राजाला लाज वाटली. फळांवर कर बसवण्याची कल्पना त्याने मनातून काढून टाकली. त्याचे विचार बदललेले माळ्याला कळले. राजाने जेव्हा परत रस मागितला, तेव्हा कप काठोकाठ भरलेला होता. त्याने माळ्याचे आणि त्याच्या मुलीचे आभार मानले आणि तो पुढच्या प्रवासाला गेला (गांधी आणि सिंग १९८९, १३५-३७).

औषधी उपयोग

या झाडाचा प्रत्येक भाग औषधी आहे. डाळिंबाच्या बियांपासून काढले जाणारे तेल, साबण, मसाज ऑईल्स, चेहऱ्याची काळजी घेणारी उत्पादने आणि इतर सौंदर्य प्रसाधने यांत, फेकटलेली किंवा रापलेली त्वचा पूर्ववत करण्यासाठी वापरतात.

डाळिंब प्रतिकारशक्ती वाढवण्यासाठी आणि कर्करोग, लठ्ठपणा, मधुमेह, हृदयविकार यांसारख्या आजारांना तोंड देण्यासाठी आपल्या शरीराला मदत करते.

फक्त डाळिंबातच सापडणारी काही संयुगे (punicalagins) हृदय आणि

रक्तवाहिन्यांसाठी लाभदायी असतात. ही संयुगे कोलेस्टेरॉल आणि रक्तदाब कमी करतात आणि हृदयाला रक्तपुरवठा करणाऱ्या वाहिन्यांमधले अडथळे (blockages) विरघळवण्याचा वेग वाढवतात.*

आघाडा

वनस्पतिशास्त्रीय नाव	:	*Achyranthes aspera* L.
इंग्लिश नाव	:	Prickly Chaff Flower
स्थानिक नावे	:	चिरचिटा, लटजिरा, ओंगा (हिंदी), अधशल्य, दुर्ग्रह, अपमार्ग (संस्कृत)
प्रकार	:	झुडूप
विस्तार	:	भारतभर सर्वत्र आणि उष्णकटिबंधीय प्रदेश

ही झुडूपवजा वनस्पती आहे. रस्त्याच्या कडेला, पडीक अवस्थेतील जमिनींवर, पदपथांवर आणि रेल्वे मार्गांवर ती आढळते. भारतभरात सगळीकडे या झुडपाची वाढ होते.

आघाडा

पौराणिक आणि धार्मिक संदर्भ

चेटूककलेत आघाड्याचा नेहमी उपयोग करतात आणि औषधी उद्देशाने ही वनस्पती वापरतात (अथर्ववेद ४.१७.६; ६.६७). ही वनस्पती पुन:पुन्हा मूळ स्थितीत येणारी आणि दुष्ट किंवा वाईट प्रभावांना दूर करून ते प्रभाव निर्माण करणाऱ्यावरच उलटवणारी आहे, असे वर्णन अथर्ववेदाने केले आहे (मॅक्डोनेल आणि केथ १९८२, २५).

बुध ग्रहाला ही वनस्पती प्रिय आहे (बर्डवुड १९९२, ८७). या ग्रहाचा कुठलाही वाईट परिणाम नियंत्रित करण्याच्या दृष्टीने ही वनस्पती आदर्श असल्याची समजूत आहे. आघाड्याच्या वापराने व्यक्ती सुखी, सुशिक्षित, सुदैवी आणि अत्यंत आदरणीय बनते.

औषधी उपयोग

पारंपरिक उपचारपद्धतीत आघाड्याला अत्यंत महत्त्व आहे.

* http://www.drfuhrman.com/library/article19.aspx

मा, रक्तस्राव, गळवे, फुफ्फुसांचा संसर्ग, कफ, खोकला, शक्तिपात, जलोदर, श्वानदंश, ्लाब, कानाचे विकार, डोकेदुखी, न्यूमोनिया, मूत्रपिंडाशी संबंधित विकार, विंचूदंश, चाविकार आणि पोटशूळ यांसारख्या आजारांवरील उपचारात त्याचा वापर होतो. सूतीलाही तो मदत करतो.

दात स्वच्छ करण्यासाठी आघाड्याचे मूळ वापरतात (षण्मुगम १९८९, ४८६).

कीटकदंशावर आघाड्याच्या ताज्या पानांचा लेप लावतात (दस्तूर १९६२, ७).

तांदूळ

वनस्पतिशास्त्रीय नाव	:	*Oryza sativa* L.
इंग्लिश नाव	:	Rice
स्थानिक नावे	:	चावल (हिंदी), व्रिही, धान्य, अन्नम् (संस्कृत)
प्रकार	:	झुडूप
विस्तार	:	उष्णकटिबंधीय, उपउष्णकटिबंधीय आणि उबदार समशीतोष्ण प्रदेशात लागवड

ात किंवा तांदूळ हे अन्नधान्याचे पीक आहे. झुडपासारखी दिसणारी ही वनस्पती आहे. ारतभरात तिची लागवड होते. ओल्ड फ्रेंच भाषेत ris नावाचा शब्द आहे. तो इटालिअन iso, लॅटिन oriza आणि ग्रीक ozuza या शब्दांवरून आला आहे. rice हा इंग्लिश शब्द is या फ्रेंच शब्दावरून तयार झाला आहे आणि हे सगळे शब्द तामिळ 'अरिसी'वरून यार झाले आहेत.

तांदूळ हे *Oryza sativa* (एशिअन राईस) या एकदल वनस्पतीचे बी आहे. कच्च्या ांदळासाठी 'व्रिही' हा संस्कृत शब्द आहे तर शिजवलेल्या तांदळासाठी 'अन्नम्' हा शब्द ाहे. अन्नम् या शब्दाचा अर्थ अन्न असाही आहे, ही वस्तुस्थिती लक्षात घेतली तर ांदळाचे / भाताचे महत्त्व लक्षात येईल. ऋग्वेदात तांदळाचा उल्लेख नाही. यजुर्वेदात याचा प्रथम उल्लेख आढळतो. अर्थात ऋग्वेदात जव किंवा सातूच्या संपूर्ण आणि कोंडा काढलेल्या दाण्यांसाठी अक्षता हा शब्द वापरला आहे. सिंधू संस्कृतीच्या उत्खननातही ा उल्लेख आढळतो. नंतरच्या कालखंडात वैदिक लोक जसजसे पूर्वेकडे सरकत गेले, सतसा अक्षता हा शब्द तांदळासाठी वापरला जाऊ लागला.

तांदूळ हे अन्नधान्य आहे. भारतातील बहुतांश लोकांच्या दररोजच्या जेवणातील तो ्ख्य घटक आहे. तांदळाचे भारतातील अगदी पहिले अवशेष गंगेच्या खोऱ्यात सापडले ाहेत. त्यांचा कालखंड ख्रिस्तपूर्व ७००० ते ६००० असा आहे.

तांदळाचे बाह्य आवरण काढण्यासाठी तो गिरणीत भरडला जातो. अशा भरडलेल्या

तांदळाला 'ब्राऊन राईस' म्हणतात. तो आणखी भरडला तर सगळा कोंडा निघून जाऊन पांढरा तांदूळ (white rice) मिळतो. हा तांदूळ टिकतो; पण त्यातील महत्त्वाची पोषक द्रव्ये नष्ट झालेली असतात. 'ब्राऊन राईस' बेरीबेरी या आजाराला प्रतिबंध घालण्यासाठी मदत करतो.

पांढऱ्या तांदळाला हाताने किंवा यंत्राने पॉलिश करता येते. याला 'पॉलिश्ड राईस' म्हणतात. पारबॉइल्ड राईस अर्थात उकडा तांदूळ हा ब्राऊन राईसचे दाणे वाफवून किंवा अर्धवट उकडून तयार केलेला असतो. यामुळे कोंड्यातील पोषक द्रव्ये, विशेषतः थिआमाईन, दाण्यात शोषले जाते. उकडा तांदूळ शिजवताना भांड्याला चिकटत नाही. पांढरा तांदूळ मात्र चिकटतो. हा तांदूळ भारताच्या अनेक भागात, विशेषतः ग्रामीण शेतकरी कुटुंबांमध्ये खाल्ला जातो. कारण पॉलिश केलेल्या पांढऱ्या तांदळापेक्षा तो जास्त ताकद देतो, असे म्हटले जाते.

भाताचे दांडे आणि कोंडा गुरांना चारा, सरपण, मशरुम लागवडीसाठी बेड्स, फलोद्यानासाठी जमिनीवर आच्छादन म्हणून वापरला जातो. शिवाय कागद आणि कंपोस्ट खत तयार करण्यासाठीही त्याचा उपयोग होतो. भाताचा कोंडा सरपणासाठी, कागद आणि फळ्या उत्पादनात, पॅकिंग आणि बांधकाम साहित्य तयार करण्यासाठी आणि विद्युतविरोधक म्हणून उपयुक्त असतो.

राईस ब्रान ऑईल स्वयंपाकात वापरतात. सौंदर्य प्रसाधने, कृत्रिम तंतू, साबण तयार करण्यासाठी आणि फेसा मिश्रणे (emulsifiers) तयार करण्याच्या प्रक्रियेतही त्याचा उपयोग होतो. पोषणाच्या दृष्टीने हे तेल अत्यंत गुणकारी आहे आणि हृदयाला ते उत्तम संरक्षण पुरवते.

भातशेती वर्षाला ६-२९ टक्के मिथेनच्या उत्सर्जनाला जबाबदार असल्याचे सांगितले जाते. इतर धान्यापेक्षा भातशेतीला पाणी जास्त लागते.

पौराणिक आणि धर्मिक संदर्भ

'कधीच मरण न पावणारे स्वर्गपुत्र' असे अथर्ववेदाने (६.१४०.२; ८.७.२०, ९.६.१४) तांदळाचे वर्णन केले आहे. तैत्तिरीय ब्राह्मणानुसार अन्नदेवता (rice goddess) ही यज्ञाची पहिली फलनिष्पत्ती आहे.

पुरुष (Supreme Being) हा अन्न (rice) आणि रस यांच्यापासून तयार झाला, असे तैत्तिरीय उपनिषद (२.१) सांगते. तांदळाविषयी या उपनिषदाने (२.२) अनेकानेक सूचना दिल्या आहेत : तांदळाकडे तुच्छपणे पाहू नका, त्याच्याकडे दुर्लक्ष करू नका, तो सतत अनेक पटींनी वाढवत राहा, तांदळाची विपुलता मिळवा. तांदळाची शिस्त आणि वैभव ज्यांना ज्ञात आहे, त्यांना त्यांच्या इच्छेनुसार सर्व प्राप्त होते (३.१०-१६).

शतपथ ब्राह्मणानुसार इंद्राच्या देहापासून तांदूळ निर्माण झाला 'इंद्राच्या अस्थिसारापासून

त्याचे पेय–सोमरस–प्रवाहित झाला आणि त्याचे तांदूळ झाले. अशा प्रकारे त्याची ऊर्जा किंवा त्याच्या महत्त्वपूर्ण शक्ती त्याच्या देहापासून निघून गेल्या' (हॅमिल्टन २००३, २५५-७२).

महाभारतामध्ये कृष्ण द्रौपदीला अक्षयपात्र देतो. तांदळाने पूर्ण भरलेले हे पात्र होते. हीच संकल्पना नंतरच्या कालखंडातील तामिळ महाकाव्यात– *मणिमेखलाई*मध्ये– उमटलेली दिसते. या महाकाव्यात अपुत्रन ऋषींकडे अशाच प्रकारचे पात्र होते.

देवी अन्नपूर्णा

मुख्य अन्न म्हणून असलेल्या महत्त्वामुळे सांस्कृतिकदृष्ट्या भात / तांदूळ हे पीक अत्यंत महत्त्वपूर्ण आहे. कल्याण, संपत्ती आणि सुफलन अधोरेखित करणारे पवित्र प्रतीक म्हणून तांदळाकडे पाहिले जाते. हिंदू परंपरेने तांदळाचे नाते देवी अन्नपूर्णा आणि लक्ष्मी यांच्याशी जोडले आहे. तांदळाला 'धान्यलक्ष्मी' म्हटले जाते. दक्षिण भारतात तांदूळ इतका पवित्र आणि अत्यावश्यक आहे की या दोन्ही देवतांचे एकत्रीकरण करून त्याला 'अन्नलक्ष्मी' म्हटले जाते.

अन्नपूर्णा (अन्नाने परिपूर्ण) ही तांदळाची देवता आहे. तिच्या एका हातात पात्र (तांदळाने भरलेले) आणि दुसऱ्या हातात डाव असतो. कोणे एके काळी पृथ्वीवरून सगळे अन्न नाहीसे झाले आणि सगळे सजीव मृत्युपंथाला लागले. त्यांनी ब्रह्मदेवाला मदतीसाठी साकडे घातले. ब्रह्मदेवाने विष्णूशी चर्चा केली आणि पृथ्वीवर पुन्हा समृद्धी-भरभराट निर्माण करण्याचे काम शंकराकडे सोपवण्याचा निर्णय घेतला. शिवाने देवी अन्नपूर्णेला पृथ्वीवर निमंत्रण दिले आणि तांदळासाठी तिची विनवणी केली. तिने तसे केले आणि काशीमध्ये तिचे मंदिर बांधले गेले. त्या ठिकाणी ती भगवान विश्वेश्वराची किंवा विश्वनाथाची पत्नी म्हणून दिसते. म्हणजेच अन्नपूर्णा ही इथे पार्वतीच्या– शिवपत्नीच्या– रूपात आहे. बहुसंख्य हिंदू कुटुंबांमध्ये देव्हाऱ्यात अन्नपूर्णेची छोटी मूर्ती असते. घरात अन्नधान्याची भरभराट व्हावी म्हणून तिची पूजा केली जाते.

या कथेने पुरातत्त्वशास्त्रीय शोधालाही पुष्टी दिली आहे. तांदळाची भारतात प्रथम लागवड झाली ती काशीभोवतीच्या भागात. काशी ही भारतातील सर्वांत पवित्र नगरी समजली जाते, ते यामुळे.

बंगाल आणि आसामात समृद्धीची देवता असलेली लक्ष्मी 'अन्नपूर्णा' (Godess of rice) आणि 'धान्यलक्ष्मी' (Godess of grain) समजली जाते. हातात भाताच्या कणसाची आवरणे असलेले तिचे रूप असते. धान्यलक्ष्मीच्या उपासकांचा पंथ जावापर्यंत पोहोचला. तिथे मुस्लीमधर्मीय तिची 'देवी श्री' (किंवा 'श्री देवी'– लक्ष्मीचे एक नाव) म्हणून पूजा करतात. बालीमध्येही हा पंथ विस्तारला आहे. तिथे 'बातरी श्री देवी' म्हणून तिची उपासना

चालू आहे. 'पूरा बेसाकी' बेटावरील सर्वात पवित्र मंदिरात श्री देवीचीच उपासना चालते.

तामिळनाडूमध्ये स्थानिक अन्नदेवताही अनेक आहेत. तामिळनाडूच्या उत्तरेकडच्या जिल्ह्यांमध्ये आदि (जुलै-ऑगस्ट) महिन्यात 'पोन्नी अम्मा'ची पूजा केली जाते. अनेक गावांमध्ये तिला ग्रामदेवतेचा मान आहे. तिचा पूर्णाकृती पुतळा असतो किंवा ती सप्त-मातृकांपैकी एक असते किंवा जमिनीवर ठेवलेल्या शिळेच्या स्वरूपात ती असते (बहादूर २००३, ८९-१००).

तिरूनेलवेलीचा अन्नदेव– नेल्लीअप्पर हा पुरुष आहे. या गावाच्या नावाचा अर्थ आहे - तांदूळ सीमेचा देव. तांदूळ हा खुद्द प्रजापती किंवा जनार्दनही समजला जातो. कारण माणसाला माहीत असलेल्या सर्वात प्राचीन अन्नपिकांपैकी हा एक आहे. म्हणून त्याला पवित्र मानून पूजा केली जाते.

मणिपूरमध्ये भात लागवडीचा विधी शेतकऱ्यांच्या आयुष्याचा महत्त्वपूर्ण भाग आहे. लौटाबा विधीपासून शेतीच्या कामांचा प्रारंभ होतो. या विधीत तांदूळ, फुले, नागकुडाच्या *(Eupatorium birmanicum)* आठ कळ्या, मिठाई आणि मूठभर भात देवांना अर्पण केला जातो. सगळ्या संकटांपासून रक्षण व्हावे, अशी प्रार्थना केली जाते. मागच्या वर्षापेक्षा दुप्पट उत्पादन मिळावे, अशी शेतकरी प्रार्थना करतो. पीक कापणीनंतर फौरेमा (Rice Goddess - अन्नपूर्णा देवी) आणि फोउंगदोऊ (Rice God - अन्नदेव) म्हणून टोपलीभर तांदूळ घरी नेले जातात. मैलेई विधीमध्येही तांदूळ हा अत्यावश्यक घटक असतो. बाळाच्या जन्मानंतर सहाव्या दिवशी 'इपानथवा' हा विधी असतो, विवाहाच्या दिवशी 'चेंगलुक लुबाक कैबा' असतो - या वेळी नवरदेव वधूच्या घरी टोपलीभर तांदूळ आणतो. सप्टेंबर-ऑक्टोबरमध्ये पौर्णिमेनंतर पंधरा दिवस (पितृपंधरवड्यात) 'तरपॉन' या विधीत मृत पूर्वजांना भात अर्पण केला जातो. सण-उत्सवांच्या दिवशी आणि इतर विशेष प्रसंगी दुष्ट शक्तींना दूर ठेवण्यासाठी मांत्रिक (जादूई) धार्मिक नैवेद्य म्हणून समूहदेवतेला तांदूळ अर्पण केले जातात (कृष्णा २००३ब, ३९३-४०७).

अनेक हिंदू विधिविधानांमध्ये तांदळाची उपस्थिती असते. यात ज्येष्ठ व्यक्ती तरुणांच्या / लहानांच्या डोक्यावर अक्षता टाकतात; घरात आणि मंदिरात देवाला जेवणाचा नैवेद्य दाखवतात. तांदळाच्या ढिगावर पाण्याने भरलेला कलश ठेवतात. यज्ञामध्ये भाताचा हवी देतात; आणि तांदूळपिठीने रांगोळी (कोलम) काढतात. तांदूळ हे नवधान्यांपैकी– नऊपवित्र धान्यांपैकी– एक आहे.

प्रत्येक संस्कारात (जन्मापासून मृत्यूपर्यंतच्या १६ संस्कारांत) तांदूळ वापरतात. नामकरण विधीमध्ये बाळाचे नाव तांदळाच्या ढिगावर लिहितात. अन्नप्राशन विधीत (बाळाला प्रथम घन स्वरूपातील अन्न खाऊ घालण्याचा विधी) शिजवलेले तांदूळ-डाळीचे मिश्रण किंवा वरणभात प्रथम वाक्देवतेला अर्पण करून मग बाळाला खायला देतात. कान टोचण्याच्या विधीत सोनाराला तांदळाने भरलेले पोते भेट देतात. जावळ काढताना

हाव्याला तांदळाचे पोते देतात. अक्षराभ्यम् विधीत, मुलगा-मुलगी यांच्या शिक्षणाचा प्रारंभ करताना वडील मुलाला / मुलीला स्वतःच्या मांडीवर बसवतात, त्याचे पहिले बोट धरून तांदळाने भरलेल्या ताटात ॐ काढतात. मुलगी वयात येते तेव्हा तिला इडली खायला दिली जाते. उपनयन, विवाह आणि अंत्यसंस्काराच्या विधीत जात आणि प्रांतानुसार तांदळाचा उपयोग अनेकदा, अनेक प्रकारे केला जातो. नववधू गृहप्रवेशाच्या वेळी घराच्या उंबऱ्यावर ठेवलेले तांदळाचे माप ओलांडून आत जाते किंवा भरभराटीची खूण म्हणून तांदळाचा कुंभ घेऊन आत शिरते. काही समुदायांमध्ये, उदाहरणार्थ, आंध्र प्रदेशातील बलिज नायडूंमध्ये, समृद्धी आणि सुफलनाचे प्रतीक म्हणून वधू-वर परस्परांच्या अंगावर तांदूळ ओततात. मृत्यूनंतर केल्या जाणाऱ्या तेराव्या-चौदाव्या दिवसाच्या विधीत मृतात्म्याला आणि पूर्वजांना भाताचे पिंड दान केले जाते. प्रत्येक विधीत कोणत्या ना कोणत्या प्रकारे तांदूळ अंतर्भूत असतातच. सप्त मातृकांनाही भाताचे सात वेगवेगळे प्रकार अर्पण केले जातात. मानवी जीवनातील सर्वांत महत्त्वपूर्ण प्रसंगांमध्ये तांदूळ केंद्रवर्ती भूमिका बजावतात. प्रार्थनेच्या वेळीही देवदेवतांना फुलांसह तांदूळ वाहिले जातात (हर्मिस १९८०, १६२-६४).

तांदूळ पेरणे, रोपे तयार करून लावणे आणि कापणी करणे या प्रक्रियांशी निगडित अनेक उत्सव आहेत. कापणीच्या महत्त्वाच्या उत्सवांमध्ये तामिळनाडूतील पोंगल, केरळातील ओणम आणि कूर्गमधील हुन्नी या उत्सवांचा समावेश आहे.

औषधी उपयोग

दाह होत असलेल्या भागावर निवळी लावतात. त्वचाविकारांवरही भाताचा उपयोग होऊ शकतो. पाण्यात तांदूळ शिजवून पाणी काढून टाकून, भात थंड करतात आणि मग तो वाटून एकजीव झालेल्या भाताचा लेप गळवे, सूज, दुखरे अवयव आणि त्वचाविकारांवर लावतात. मलावरोध झाल्यास एनिमा म्हणून भाताची निवळी हे प्रभावी साधन आहे (षण्मुगम १९८९, ५१५).

तुळस

वनस्पतिशास्त्रीय नाव	:	*Ocimum tenuiflorum* L.
इंग्लिश नाव	:	Sacred Basil
स्थानिक नावे	:	वृंदा, तुलसी (हिंदी), तुलसी, विष्णुप्रिया, मंजरी, वृंदा (संस्कृत)
प्रकार	:	झुडूप
विस्तार	:	भारतभर सर्वत्र, श्रीलंका, इंडोनेशिया, मलेशिया, फिलिपिन्स

Ocimum या ग्रीक शब्दावरून या वनस्पतीचे कूळनाम तयार झाले आहे. Ocimum म्हणजे गोड झुडूप. *tenuiflorum* या प्रजातीच्या नावाचा अर्थ आहे - निमुळती फुले.

तुलसी या शब्दाचा अर्थ आहे अजोड, अतुलनीय. वृंदा म्हणजे फुलांचा झुबका. 'तुलसी' हे नाव भारतभर सगळीकडे प्रचलित आहे.

ताठ आणि खूप फांद्या असणारे हे झुडूप ३०-७५ सेंमी उंच असते. बुंधा नाजूक आणि केसाळ असतो. पाने साधी आणि उग्र वासाची असतात. ही भारतातील स्थानिक वनस्पती आहे. देशभरात हे झुडूप घरासमोर आणि देवळांजवळ लावले जाते. वेगवेगळ्या हवामानाच्या स्थितीत तुळस वाढते. हिमालयात १८०० मीटर उंचीवरही ती आढळते आणि अंदमान-निकोबार बेटांवरही तिचे अस्तित्व आढळते.

तुळस दीर्घायुष्याला चालना देणारी असल्यामुळे तिला 'जीवनवर्धिनी' म्हटले जाते. तुळस हे सद्‌गुणांचे प्रतीक आहे.

तुळशीपासून काढल्या जाणाऱ्या तेलात यूजेनिक, कॅराकोल आणि कॅरीओफिलिन ही द्रव्ये असतात; त्यात सूक्ष्मजीवरोधक आणि कीटकनाशक गुणधर्म असतात (बाखरू १९९३, १०४-०६). तुळशीच्या बुंध्यापासून मणी बनवून त्याची जपमाळ हिंदू भाविक वापरतात (कृष्णमूर्ती १९९३, ४५७). तुळस पर्यावरण शुद्ध करणारीही आहे (नायर, राममूर्ती आणि अग्रवाल १९८९, १६-१७).

तुळस धार्मिक आणि औषधी हेतूंनी आणि तिच्यापासून मिळणाऱ्या तेलासाठी लावली जाते. औषधी वनस्पती म्हणून संपूर्ण दक्षिण आशियात तुळस परिचित आहे. शिवाय तिचा उपयोग करून तयार केला जाणारा हर्बल टी आयुर्वेदात वापरला जातो.

तुळस २४ तास प्राणवायूचे उत्सर्जन करते आणि चार तास ओझोनचे उत्सर्जन करते. तुळस प्राणवायूचे चक्राकार वहन नियंत्रित करते. ही यंत्रण फक्त याच वनस्पतीत आढळते (ए. नायर, 'Tulsi has environmental benefits,' *टाइम्स ऑफ इंडिया*, ८ एप्रिल २०१२).

पौराणिक आणि धार्मिक संदर्भ

हिंदू परंपरेत तुळशीखेरीज घर अपूर्ण समजले जाते. घरासमोर किंवा घराजवळ हिंदू लोक तुळस लावतातच. अनेकदा ती ६०-७५ सेंमी उंचीच्या चौथऱ्यावर (वृंदावन) लावली जाते. तिची रोज पूजा केली जाते.

घरातील सदस्यांच्या आरोग्याचा आणि दीर्घायुष्याचा स्रोत असलेल्या तुळशीची काळजी गृहिणी बारकाईने घेते.

हिंदू धर्मातील वैष्णव परंपरेत तुळस महत्त्वपूर्ण भूमिका बजावते. तुळशीची पाने किंवा रोप यांचा अंतर्भाव वैष्णव लोकांच्या पूजेत अत्यावश्यक असतो. देवी लक्ष्मीचा अवतार मानून तुळशीची उपासना केली जाते. तुळशीची पाने पाण्यात मिसळून मरणाऱ्या व्यक्तीच्या तोंडात घालतात. त्यांचा आत्मा मृत्यूनंतर स्वर्गात पोहोचावा, अशा इच्छेने हे करतात.

ळस कृष्णपत्नीही मानली गेली आहे.

तुळस

तुळशीचे तीन प्रकार आहेत. रामतुळशीची पाने फिकट हिरवी आणि आकाराने मोठी असतात. श्याम किंवा कृष्णतुळशीची पाने गडद जांभळी असतात. हनुमानाच्या पूजेत त्यांचे महत्त्व असते. वाराणसीमध्ये हनुमानाच्या मंदिरांजवळ ती लावली जाते. कारण ही सीतेची अभिव्यक्ती आहे. तिसरा प्रकार म्हणजे रानतुळस. ही हिमालयात आणि भारतीय पठारांवर आढळते. आयुर्वेदात हे तिन्ही प्रकार वापरले जात असले तरी रामतुळस आणि कृष्णतुळस यांचा वापर जास्त प्रमाणात होतो.

'फुलझाडांचा सुगंध अलौकिक असला तरी तुळशीच्या कडक तपश्चर्येची जाणीव त्यांना आहे; कारण ईश्वराने तुळशीला विशेष प्राधान्य दिले आहे, तो तुळशीच्या पानांचा हार स्वतःच्या गळ्यात घालतो,' असे *श्रीमद्‌भागवत*मध्ये (३.१५.१९) म्हटले आहे.

सर्व पापांचा नाश करू शकणाऱ्या तुळशीला आदरपूर्वक नमस्कार करून स्कंद पुराणाने तुळशीची स्तुती केली आहे. हे रोप पाहिले किंवा त्याला स्पर्श केला तरी व्यक्तीची दुःख आणि आजारातून मुक्तता होते. तुळशीची पूजा करण्याने आणि तिला पाणी घालण्याने यमदेवाच्या (मृत्युदेवाच्या) शिक्षेच्या भयापासून माणूस मुक्त होतो. जर तुळशीचे रोप लावले तर ती व्यक्ती कृष्णाची भक्त होऊन जाते. कृष्णाच्या चरणकमलांशी तुळशीची पाने वाहिली जातात.*

ब्रह्मा, विष्णू, महेश या तिघांचे तुळस हे निवासस्थान आहे, असे पद्म पुराणाने (६.२४.३१-३२) म्हटले आहे. जिथे तुळस लावलेली आहे अशा घरात किंवा गावात भगवान विष्णू निवास करतात आणि अशा घरामध्ये दारिद्र्य, रोगराई किंवा वैवाहिक समस्यांचा शिरकाव कधीच होत नाही, असेही विष्णू पुराण सांगते.**

विष्णू पुराणानुसार, समुद्रमंथनाच्या वेळी तुळस समुद्रातून अवतरली आणि ती कृष्णाला प्रिय आहे.

तुळस ही नैवेद्य म्हणून नेहमी देवदेवतांना अर्पण करायला हवी, असे गरुड पुराण सांगते. तुळशीखेरीजची पूजा, स्नान, नैवेद्य आणि पेय ही कृष्णाची पूजा मानता येणार नाही. तुळशीखेरीज देव काहीच खाणार-पिणार नाही, असेही म्हटले जाते.

तामिळनाडूमधील 'तिरुवरुर' जिल्ह्यातील तिरुविरकुडी येथील विराटेश्वर मंदिराच्या स्थळ पुराणानुसार तुलसीचा विवाह जालंधराशी झाला होता. भगवान शंकराच्या

---

* http://www.harekrsna.com/practice/sadhana/morning/tulasi-arati/tulasi-arati.htm
** http://www.vrindavan-dham.com/vrinda/worshiping-tulasi.php

समुद्रात पडलेल्या घामापासून त्याचा जन्म झाला होता. जालंधराने विष्णूची प्रार्थना करून अजिंक्यपद देण्याची विनवणी केली होती. त्याच्या तपश्चर्येमुळे प्रसन्न झालेल्या विष्णूने 'जोवर तुझी पत्नी तुझ्याशी एकनिष्ठ आहे, तोवर देवदानव यापैकी कुणीच तुला पराभूत करू शकणार नाही,' असा वर दिला होता. या वरामुळे जालंधर उन्मत्त झाला आणि त्याने सगळ्यांना त्रास द्यायला सुरुवात केली. मग विष्णूने त्याचा वध करण्याचा निर्णय घेतला. जालंधराचे रूप घेऊन तो तुळसीकडे गेला आणि तिचे पातिव्रत्य हरण केले. मग जालंधराचा सहजगत्या वध झाला. आपल्या फसवणुकीबाबत कळल्यामुळे तुळशीने विष्णूशी वाद घातला. तेव्हा ''तुझ्या पतिनिष्ठेसाठी आणि वैधव्य टाळण्यासाठी स्त्रिया तुझी पूजा करतील; आणि तू अमर होशील,'' असे विष्णूंनी तिला सांगितले. तुळशीने आपल्या पतीच्या चितेवर आत्मसमर्पण केले आणि तिच्या राखेतून तुळशीचे रोप उगवले. तेव्हापासून तिरुविरकुडी येथील मंदिराची तुळस ही पवित्र वनस्पती आहे.

आणखी एका कथेनुसार, एकदा सरस्वतीने लक्ष्मीला शाप दिला आणि तुळशीच्या रूपात पृथ्वीवर राहायला भाग पाडले. यामुळे विष्णू स्वर्गातून खाली आले आणि शाळि(साल)ग्रामाच्या रूपात तिच्याजवळ राहू लागले. म्हणून गंडकी नदीमध्ये शाळिग्राम सापडतात, याच नदीच्या काठावर साल वृक्ष वाढतो. शिवाय नर्मदेतही शाळिग्राम सापडतात. इथूनच अनेक ब्राह्मण समुदाय नंतर दक्षिण भारतात स्थलांतरित झाले.

सालग्राम (शाळिग्राम) हा तुळशीचा पती बनला. हा पवित्र दगड म्हणजे ॲमोनाईट जीवाश्म आहे. पुराणांनीही त्याचा वारंवार गौरव केलेला दिसतो.

तुळस ही राक्षसांचा आणि दुष्ट शक्तींचा विनाश करणारी आहे, अशी समजूत आहे. ग्रहणाच्या वेळी गंगेचे पाणी शिंपडलेली तुलसीपत्रे पिण्याच्या पाण्यात टाकतात. विधवा आणि वयस्कर स्त्रिया मोक्षप्राप्तीसाठी तुळशीची पूजा करतात. अविवाहित मुली सुखी वैवाहिक जीवन मिळावे, म्हणून तिची पूजा करतात. विवाहित जोडपी सुखी वैवाहिक जीवनासाठी आणि अपत्यप्राप्तीसाठी तिची पूजा करतात (चॅटर्जी १९९२, ५८-६४). दरवर्षी कार्तिक महिन्यात तुळस आणि विष्णू यांचा समारंभपूर्वक विवाह लावला जातो. हा उत्सव पाच दिवस चालतो आणि त्याची सांगता पौर्णिमेला होते. 'तुळशीचे लग्न' म्हणूनच हा विधी परिचित आहे. या दिवशी चातुर्मास संपतो आणि विवाह आणि इतर शुभकार्यांसाठीचा शुभकाळही सुरू होतो. दरवर्षीचे लग्नाचे मुहूर्त तुळशीच्या लग्नापासून सुरू होतात.

कार्तिक महिन्यात रोज संध्याकाळी तेलाचा दिवा लावताना तुळशीची पूजाही त्या विधीत अंतर्भूत आहे, कारण तुळस शुभ मानली जाते. तामिळनाडूमधील उप्पिलियप्पन मंदिराशी निगडित दंतकथांमध्ये तुळशीचाही उल्लेख आहे. उत्थान द्वादशी व्रताच्या वेळी आवळ्याच्या झाडाची फळे असलेली डहाळी तुळशीच्या रोपाशेजारी लावून दोन्हीची पूजा केली जाते. अनेक विधिविधाने आणि नवस यांमध्ये तुळशीची ताजी पाने महत्त्वपूर्ण भूमिका बजावतात.

ओरिसाच्या गंजम जिल्ह्यात राहणारे भोंडरी हे न्हावी आहेत. चैतन्य स्वामींनी रुजवलेल्या वैष्णव पंथाच्याच एका उपपंथाचे ते उपासक आहेत. 'परमार्थो मठम्' असे या पंथाचे नाव आहे. तुळशीच्या बियांची माळ ते गळ्यात घालतात. ती घातल्याखेरीज ते पूजा करत नाहीत किंवा खातही नाहीत.

बृहद् नारदीय पुराणानुसार, 'गंगेच्या नावाचा जप केल्यामुळे जसा माणूस सगळ्या ऐहिक पापांतून मुक्त होतो, तसेच तुळशीचे नामस्मरण केल्याने किंवा हरीच्या पराक्रमांचे निष्ठापूर्वक स्मरण केल्यानेही माणूस पापमुक्त होतो.' 'देवी तुळशीला स्पर्श केल्याने माणसाचा देह शुद्ध होतो,' असे स्कंद पुराणात म्हटले आहे. 'तिची प्रार्थना करण्याने सगळे आजार दूर होतात. तिला पाणी घातल्याने मृत्यूचे भय दूर होते,' असेही स्कंद पुराणाने सांगितले आहे.

वाराणसीतील 'तुलसी मानस मंदिर' हे प्रसिद्ध देवस्थान आहे. या ठिकाणी इतर देवांसह तुळशीचीही पूजा केली जाते. वैष्णव भक्त तुलसीपत्राचा आदर करतात, कारण त्यामुळे विष्णू अत्यंत प्रसन्न होतात. त्यामुळे तुळस हा त्यांच्या नैवेद्याचा अविभाज्य घटक आहे. गौडिय वैष्णव परंपरेत वृंदा देवी– वृंदावनाची देवता– हे तुळशीचे आणखी एक नाव आहे. वृंदावनात जी प्रथम प्रकटली, ती वृंदावनी (ग्रोज २०००, २१५).

विष्णूच्या मंदिरांमध्ये तुळशीचे रोप हमखास असते. काही देवळांची खास तुळशीवने किंवा राया असतात किंवा तुळशीसाठी वेगळी हरितगृहे असतात. अशा मंदिरांमध्ये कृष्णाच्या मूर्तीसाठी तुळशीच्या पानांचे मोठे हार बनवले जातात. देवाविषयी निष्ठा नसेल तर त्या ठिकाणी तुळस वाढत नाही, अशी समजूत आहे. मणी बनवण्यासाठी वैष्णव लोक तुळशीचे लाकूड वापरतात आणि या मण्यांच्या दुपदरी किंवा तिपदरी माळा गळ्याभोवती घालतात. यातून त्यांची विष्णुभक्ती अधोरेखित होते. त्यांची जपमाळही तुळशीच्या लाकडापासून तयार कलेल्या मण्यांची असते. तुळस ही वनस्पतीचे रूप घेतलेली विष्णूची विशुद्ध भक्त मानली जाते.

वैष्णव लोक वैष्णव पंथाची दीक्षा घेतल्याची खूण म्हणून तुळशीच्या बुंध्यापासून किंवा मुळापासून तयार केलेल्या जपमाळा वापरतात. या माळा घालणाऱ्यांसाठी शुभ असतात आणि त्यामुळे हनुमानाच्या संरक्षक छायेत ती व्यक्ती राहते, अशी समजूत आहे. या माळांचे वैष्णवांशी इतके घट्ट नाते आहे की हनुमानभक्त हे 'तुलसीमाला गळ्यात घालणाऱ्या व्यक्ती' म्हणून ओळखले जातात.

औषधी उपयोग

पानांचा रस ताप, जुलाब, त्वचाविकार, पोटातील जंत यांवर गुणकारी आहे. तो उलट्यांचा त्रासही कमी करतो. तुळशीच्या रसात मध मिसळून घेतल्यास थंडी, ताप, कफ, फुप्फुसाचा संसर्ग आणि तोंडाचा संसर्ग बरा होतो. तुळशीच्या पानांपासून निघणारे तेल संसर्गरोधक

आहे. तुळशीच्या मुळांचा लेप हा साप आणि विंचूदंशावरचा प्रभावी उपाय आहे (दस्तूर १९६२, १२२-२३).

आयुर्वेदिक औषधांमध्ये कित्येक हजार वर्षांपासून तुळशीचा वापर होत आला आहे. *चरकसंहिते*मध्ये याचा उल्लेख आहे. शरीरातील विविध प्रक्रियांमध्ये संतुलन आणण्यासाठी आणि तणावाशी जुळवून घेण्यासाठी तुळस उपयुक्त असल्याचे मानले जाते. उग्र गंध आणि काहीशी तुरट चव असलेली तुळस आयुर्वेदात 'जीवनवर्धिनी' म्हणून ओळखली जाते. ती दीर्घायुष्याला चालना देते.

डोकेदुखी, पचनाच्या तक्रारी, हृदयविकार, हिवताप आणि विषबाधेचे काही प्रकार बरे करण्यासाठी तुळशीची पाने वापरतात. कफ, खोकला यांसाठीही ही पाने उपयुक्त आहेत. पारंपरिकरीत्या तुळशीचा काढा, वाळवलेल्या पानांची पूड, ताजी पाने किंवा तुपासह पाने खाल्ली जातात.

तुळशीपासून मिळवले जाणारे तेल औषधी उपयोगांसाठी आणि नैसर्गिक सौंदर्य प्रसाधनांच्या निर्मितीसाठी वापरले जाते. शिवाय हे तेल जिवाणूरोधक असल्यामुळे त्वचाविकारांवरही गुणकारी आहे (गांधी आणि सिंग १९८९, १५९).

तुळशीची वाळलेली पाने साठवलेल्या धान्यात टाकतात. यामुळे कीड लागत नाही (राझ, इ. २०१२, ६७-६९).

भारतीय परंपरेत आरोग्य राखण्यासाठी तुळशीची भूमिका इतकी महत्त्वाची आहे की भारतभर सगळीकडे तुळशीचे झाड घराच्या अंगणात असतेच. घरातील सदस्यांनी त्याला पाणी घालून रोप व्यवस्थित वाढवावे अशी अपेक्षा असते.

साल

वनस्पतिशास्त्रीय नाव	:	*Shorea robusta* C.F. Gaertn
इंग्लिश नाव	:	Sal
स्थानिक नावे	:	साल, सेकुवा (हिंदी), साल, शाल, अश्वकर्ण, दीर्घफल (संस्कृत)
प्रकार	:	वृक्ष
विस्तार	:	भारतभर सर्वत्र, हिमालयाचा दक्षिण भाग, म्यानमार, बांगला देश, नेपाळ

संस्कृत 'शाल' या शब्दावरून 'साल' हा शब्द निर्माण झाला आहे. शाल म्हणजे 'बेसुमार'. केंटुकीतील वनस्पतिशास्त्रज्ञ डॉ. चार्ल्स डब्ल्यू. शोअर यांच्यावरून *Shorea* हे कूळनाम पडले आहे. *robusta* हे या प्रजातीच्या नावाचा अर्थ 'दमदार.'

साल हा दक्षिण आशियातील स्थानिक वृक्ष आहे; तो हिमालयाचा दक्षिण भाग, यानमार, बांगला देश, नेपाळ, आसाम, बंगाल, झारखंड, हरियाणातील शिवालिक कड्यांचा पश्चिम भाग, यमुनेचा पूर्व भाग या ठिकाणी आढळतो. तो पूर्व घाटात सर्वत्र गाढळतो आणि मध्य भारतातील सातपुडा पर्वतरांगांमध्ये आणि विंध्य पर्वताच्या पूर्व ागातही सापडतो.

भारतातील कठीण लाकडाच्या झाडांपैकी हा एक महत्त्वाचा वृक्ष आहे. ब्रिटिश राजवटीत जहाज आणि बोटबांधणी, पूलबांधणी, रेल्वेचे कोच, स्लिपर्स, फर्निचर आणि बैलगाड्यांची घोडागाड्यांची चाके तयार करण्यासाठी या झाडाचे लाकूड मोठ्या प्रमाणावर वापरले जाई. रवाजे आणि खिडक्यांच्या चौकटीसाठीही हे लाकूड अत्यंत योग्य आहे.

उत्तर आणि पूर्व भारतात पत्रावळी आणि द्रोण तयार करण्यासाठी साल वृक्षाची ाळलेली पाने वापरतात. विडा आणि छोटे खाद्यपदार्थ देण्यासाठीही याच्या हिरव्या पानांचा उपयोग होतो. अशी वापरलेली पाने आणि पत्रावळी नंतर शेळ्यामेंढ्या आणि गायी-म्हशी खातात.

या झाडापासून मिळणारे सुगंधी ओलिओरेझिन उदबत्तीप्रमाणे वापरतात तर फळ आणि बियांपासून मिळणारे तेल दिव्यासाठी आणि वनस्पतिजन्य चरबी म्हणून वापरतात.

पौराणिक आणि धार्मिक संदर्भ

साल हा भाग्य आणणारा वृक्ष मानला गेला आहे. साल हा पवित्र वृक्ष असल्यामुळे ब्रह्मदेशातील बौद्धधर्मीय त्याचे तुकडे जवळ बाळगतात. बौद्धधर्मीयांच्या श्रद्धेनुसार बुद्ध साल वृक्षाखाली मरण पावला; त्यामुळे या वृक्षाला पावित्र्य प्राप्त झाले आहे. ही प्रथा इतरही अनेक जातिजमातींनी आपलीशी केली आहे.

रामायणाने सालवृक्ष आणि सालाच्या जंगलांचा संदर्भ दिला आहे. तिथे अनेक महाकाय आणि रुबाबदार शाल वृक्ष होते (२.२०.३२; ३.६०.२१), त्यांची पाने मोठी आणि रुंद होती. त्यामुळे रामाची पर्णकुटी शाकारण्यासाठी त्यांचा उपयोग झाला (२.१९.१९). अयोध्येच्या सीमेवरच्या कलिंग नगराच्या परीघावर या वृक्षांची जंगले होती (२.१७.१०). जंगलाच्या अंतर्भागात हे वृक्ष आढळायचे (३.११.७४). पर्वतीय जंगलांचे दाट पर्णछत या वृक्षांनी तयार केले होते (३.१५.१३-१८). दक्षिण भारतीय किनारपट्टीवर आश्रमांच्या प्रदेशात ताड आणि तामलकी (भुई आवळी) यांसारख्या इतर उंच झाडांसह ते विपुल संख्येने होते आणि फुलांनी बहरलेले होते (३.१५.१३). त्याला असंख्य टवटवीत पाने आणि सुंदर फुले होती (४.५.१८). एका ओळीत असलेल्या सात साल वृक्षांचा दाट पर्णसंभार होता आणि अनेक फांद्यांचा आधार होता. हे वृक्ष रामाने एका फटक्यात पाडले (४.११.६७; ४.१६.२३-२४), मुळांसकट उपटले आणि युद्धातील अजस्त्र शस्त्र म्हणून वापरले (५.४४.१२-१३).

रामायणात शाल वृक्षाविषयी एक दंतकथा आहे (४.१२.२-५). रावणाने सीतेला पळवून नेल्यानंतर राम-लक्ष्मण तिच्या शोधात हिंडत होते. रानावनातून हिंडताना त्यांना पराभूत आणि हद्दपार झालेला वानरसम्राट सुग्रीव भेटला. त्याचा त्याच्या भावाने पराभव केला होता आणि त्याचे राज्य बळकावून त्याला हाकलून दिले. या भावाच्या भीतीखाली सुग्रीव जगत होता आणि एक दिवस त्याला पराभूत करण्याची इच्छा त्याच्या मनात होती. आपले राज्य आणि बायको त्याला परत मिळवायची होती. राम-लक्ष्मणाशी त्याची भेट झाली, तेव्हा त्यांनी त्याचे राज्य आणि बायको परत करण्यासाठी मदत केली तर रावणाच्या तावडीतून सीतेला सोडवण्यासाठी आपली संपूर्ण वानरसेना रामाच्या पाठीशी उभी करण्याचे वचन त्याने रामाला दिले. रामानेही सुग्रीवाची अट मान्य केली; पण वालीच्या ताकदीची आणि पराक्रमाची पूर्ण कल्पना असल्यामुळे राम आपल्या भावाशी बरोबरीने लढू शकेल की नाही, अशी सुग्रीवाला शंका होती. त्याला रामाच्या ताकदीचा अंदाज घ्यायचा होता, पण आपल्या मनातली शंका व्यक्त करून तो असभ्यपणे वागूही शकत नव्हता. एक दिवस रामाची भेट घेऊन त्याने त्याला वालीच्या ताकदीची कल्पना दिली. तिथे उपस्थित असलेल्या लक्ष्मणाला सुग्रीवाच्या मनातील शंका लक्षात आल्या. सुग्रीवाच्या मनातील शंका दूर करून त्याचा आत्मविश्वास वाढवण्यासाठी रामाने आपली ताकद दाखवावी, असे लक्ष्मणाने सुचवले. मग रामाने आपले धनुष्य वाकवले, दोरी ताणून बाण मारला आणि एका ओळीत उभे असलेले सात शाल वृक्ष भेदले. बाण त्या वृक्षांना भेदून परत रामाच्या भात्यात परतला. हा चमत्कार पाहून सुग्रीव खूश झाला आणि वालीचा वध करण्याच्या रामाच्या क्षमतेबाबत तो निःशंक झाला. त्या दिवसापासून साल वृक्षाचे विष्णूशी नाते जडले. कारण राम हा विष्णूचा अवतार आहे. तेव्हापासून साल हा हिंदूधर्मीयांसाठी पवित्र वृक्ष बनला.

बुद्ध याच झाडाखाली जन्मला आणि याच झाडाखाली त्याचा मृत्यू झाला, हे सांगणारे अनेक लिखित पुरावे आहेत. या वृक्षाशी संबंधित अनेक जातककथा आहेत. एका कथेनुसार, सहा सुळ्यांचा पांढरा हत्ती सोंडेत पांढरे फूल घेऊन, आपल्याला तीन प्रदक्षिणा घालून आपल्या गर्भात शिरला, असे स्वप्न राणी मायाला पडले. त्याच क्षणी तिच्या उदरात गौतमाचा गर्भ राहिला आणि त्याला तिने लुंबिनीच्या उद्यानात साल वृक्षाखाली, त्याची फांदी धरून उभी असताना कोणत्याही वेदनेशिवाय जन्म दिला. ही दंतकथा सांगते की जन्माला आल्याबरोबर तान्ह्या सिद्धार्थाने सात पावले टाकली आणि पुढील निवेदन केले : 'मी ज्ञानप्राप्तीसाठी, जगाच्या कल्याणासाठी जन्म घेतला आहे; भौतिक घटनांच्या जगात हा माझा शेवटचा जन्म आहे' (अश्वघोषांचे बुद्धचरित्र, २.४).

भारहूत, सांची आणि मथुरा येथील शालभंजिका म्हणजे साल वृक्षाजवळ उभ्या राहून त्याची फुले गोळा करणाऱ्या किंवा आपल्या पायाने त्याला स्पर्श करणाऱ्या मुली आहेत. तरुण मुलीच्या संपर्काने झाडाला फळवण्याच्या विधीद्वारे (दोहद) चारित्र्यसंपन्न कुमारिका आणि साल वृक्ष यांना परस्परांशी जोडणारी ही प्रतीकात्मता आहे (सेत्तर, २००३, १२-२५).

महाकवी कालिदासाने या वृक्षाशी दिलीप राजाची लना केली आहे. तो या वृक्षाइतका उंच होता, असे हून त्याने राजाचा उदंड सन्मान केला आहे.

छोटा नागपूर येथील आदिवासी त्यांच्या लग्न मारंभात साल वृक्षाचा खांब उभारतात. या वृक्षाच्या ाकडापासून बनवलेल्या चौथऱ्यावर जोपर्यंत नवरदेव सत नाही, तोपर्यंत विवाहविधी अपूर्ण असल्याचे मजले जाते.

बुद्धाचे प्रतिनिधित्व करणारा साल वृक्ष
ख्रिस्तपूर्व तिसरे शतक,
सांची, मध्य प्रदेश

साल वृक्षाला फुलांचा बहर येतो, ती घटना ारहुल' नावाच्या उत्सवाद्वारे साजरी केली जाते. हा ंपूर्ण उत्सव साल वृक्षाभोवती केंद्रित असतो. (सिन्हा, ९९३, ६५-६८) वसंत ऋतूत साल वृक्षाच्या फांद्यांवर वी फुले फुलतात, या वेळी छोटा नागपूरमध्ये सारहुल ाजरा होतो. आदिवासींचे रक्षण करणाऱ्या ग्रामदेवतेची पूजा नृत्य, संगीत आणि सालाच्या लांद्वारे केली जाते. पूजा झाल्यानंतर गावातील तरुण पुरोहिताला खांद्यावर मिरवत नेतात. यांच्यापुढे मुली नृत्य करतात. त्याच्या घरी गेल्यानंतर पुरोहिताचे पाय धुऊन त्याची ायको त्याचे स्वागत करते. पुरोहित स्वतःच्या बायकोला आणि गावकऱ्यांना साल वृक्षाची ले देतो आणि प्रत्येक घराच्या छतावर ही फुले ठेवतो. साल वृक्षाची फुले हे गावकऱ्यां-धील बंधुभावाचे आणि मैत्रीचे प्रतीक आहे. 'हंडिया' नावाची राईस बिअर (तांदळापासून ंळवलेले मद्य) प्रसाद म्हणून सगळ्या गावकऱ्यांना वाटली जाते. नृत्य-गायनाद्वारे गावकरी ारहुल उत्सवाचा दिवस मौजमजेत घालवतात.

साल वृक्षांच्या फांद्यांद्वारे बनवलेल्या मंडपात बंगालमधील बागडी आणि बौरींचा ेवाह पार पडतो. या आदिवासींसाठी हा पवित्र वृक्ष आहे, त्यात सुष्ट शक्तींचा निवास सल्याची त्यांची श्रद्धा आहे. साल वृक्षाच्या छायेतच ते मंदिरे उभारतात. गावांमध्ये ंपुत्रिक जोडपी अपत्यप्राप्तीची प्रार्थना करत फुललेल्या साल वृक्षाची पूजा करतात (एस. म. गुप्ता १९९१, ८७-९०).

ौषधी उपयोग

वचाविकार, मधुमेह आणि शरीरातील उष्णतेमुळे निर्माण होणारा पोटातील वात, यावरील पचारात या वृक्षाची राळ वापरतात. ही राळ साखरेसह घेतल्यास जुलाब थांबतात आणि मपचन थांबते (षण्मुगम १९८९, २४५). थंडीमुळे होणारा दाह किंवा फोड आणि व्रण ांवर लावण्यासाठीच्या मलमांमध्ये या झाडाचा डिंक / राळ मोठ्या प्रमाणात वापरतात दस्तूर १९६२, १५०).

चंदन

वनस्पतिशास्त्रीय नाव	:	*Santalum album* L.
इंग्लिश नाव	:	Sandalwood
स्थानिक नावे	:	चंद्रल, सफेद चंदन (हिंदी), चंदन (संस्कृत)
प्रकार	:	वृक्ष
विस्तार	:	भारत, श्रीलंका, इंडोनेशिया, मलेशिया आणि ऑस्ट्रेलियाचा उत्तर भाग- येथे सर्वत्र

Santalon या ग्रीक शब्दापासून या झाडाचे कूळनाम तयार झाले आहे. Santalon म्हणजे सँडलवुड - चंदन. albus या लॅटिन या शब्दापासून प्रजातीचे नाव तयार झाले आहे. albus म्हणजे पांढरा. यातून या झाडाची शुभ्रवर्णी साल सूचित होते.

हा परजीवी, लहान, सदाहरित वृक्ष आहे. त्याच्या फांद्या खाली झुकलेल्या असतात. हा भारतातील स्थानिक वृक्ष आहे. नाशिककडून उत्तरेकडे विस्तारणाऱ्या पश्चिम द्वीपकल्पातील हा पारंपरिक वृक्ष आहे. इंडोनेशिया, ऑस्ट्रेलिया, श्रीलंका, दक्षिण प्रशांत महासागरी प्रदेश, चिली, हवाई आणि जपानची ओगावरा बेटे या ठिकाणीही हा वृक्ष आढळू शकतो. लाल, लोहयुक्त चिकणमाती आणि मेटॅमॉर्फिक खडकांची जमीन (मुख्यत: नेस) चंदनाच्या वाढीसाठी सर्वांत उत्तम असते. उथळ खडकाळ जमीन आणि रेतीयुक्त जमिनीतही तो वाढू शकतो.

या झाडाच्या पानांचा चारा मध्यम दर्जाचा असतो. फळ खाण्याजोगे असते. सौंदर्य प्रसाधने आणि शोभेची खेळणी बनवण्यासाठी चंदनाचे लाकूड वापरतात; कारण हे लाकूड आपला मंद सुगंध दीर्घकाळ टिकवते. उदबत्त्या आणि धूप बनवण्यासाठी या लाकडाची पूड वापरतात (हॉकिंग १९९३, २९५).

पौराणिक आणि धार्मिक संदर्भ

रामायणाने या झाडाचा वारंवार उल्लेख केला आहे. सौंदर्य प्रसाधनातील लेप म्हणून चंदन वापरतात (२.१५.३३). चंदनाच्या धुंद सुगंधासह वाऱ्याची झुळूक वाहते आहे (२.७१.२८). हा पंचवटीतील वृक्ष आहे (३.१५.१८). चंदन वृक्षांच्या सौम्य रूप असलेल्या जंगलांवरून वायुमार्गाने प्रवास करत असताना रावणाला दक्षिण भारतीय किनारपट्टीलगतच्या पर्वतांवरील अरण्यात हा वृक्ष दिसला; त्याचा सुगंध मनाला सुखवणारा होता (३.३५.२१). प्रस्रवन शिखराला सुशोभित करणारा हा वृक्ष आहे (४.२७.१७).

महाभारत (१) सांगते की चंदनाच्या लाकडापासून कोरीव काम आणि खोकी तयार केली जातात.

खजिन्यातील मौल्यवान चीज म्हणून कौटिल्याच्या *अर्थशास्त्रा*ने (२.११.४३) चंदनाच्या लाकडाचा उल्लेख केला आहे. चरकाने त्याचा औषध म्हणून उल्लेख केला आहे (*चिकित्सास्थान* ३.१४३). पूजेत या लाकडाला अग्रस्थान असते. देवदेवतांच्या मूर्ती बनवण्यासाठीही हे लाकूड वापरले जाते. सर्वाधिक पवित्र समजले जाणारे हे लाकूड आहे. पूजा करताना कपाळावर चंदनाचे गंध लावतात (डागर १९९५, ३-४).

चंदन

'मिलिंद पन्हा' (ख्रिस्तपूर्व २००), 'धम्मपद', 'जातक', 'विनय' आणि 'पितक' (ख्रिस्तपूर्व ४००-३००) या प्राचीन ग्रंथांमध्ये चंदनाचे उल्लेख आहेत.

चंदनाच्या सुवासाने सर्प या वृक्षाकडे आकर्षित होतात, असे वर्णन केले जाते. या झाडातून वाहत जाणाऱ्या वाऱ्यामध्ये इतर झाडांचे रूपांतर चंदनात करण्याचा गुणधर्म असतो, अशी समजूत आहे. मलयनील– पर्वतावरून येणारी वसंत ऋतूतील थंड वाऱ्याची झुळूक– प्रेमीजनांच्या कोवळ्या हृदयांसारखी सुखद असल्याचे वर्णन अनेक संस्कृत कवींनी केले आहे.

चंदनाचे छोटे तुकडे किंवा पूड तुपात मिसळून जव आणि तिळासह अग्नीला अर्पण करतात. देवदेवतांना बळी देण्याची ही पद्धत आहे.

काही मोजक्या सुदैवी व्यक्तींची चिता चंदनाची असते. ज्यांना हे शक्य नसते ते चितेवर चंदनाचे किमान एक दोन तुकडे टाकतात. हिंदूंखेरीज पारशी लोकही घरात चंदनाचा भुस्सा जाळतात. ज्या घरात चंदनाचा सुगंध सामावलेला असतो, तिथे येण्याचे धारिष्ट्य दुष्ट शक्ती करत नाहीत, अशी सार्वत्रिक समजूत आहे. तेल आणि सुगंधी द्रव्ये मिळवण्यासाठीही चंदनाचा उपयोग होतो.

तामिळनाडूच्या नागपट्टिनम जिल्ह्यातील तिरुविलीमिल्लई येथे असलेल्या विलिनाथर मंदिराच्या स्थळ पुराणानुसार चंदन वृक्ष हा कृतयुगातील पवित्र वृक्ष आहे. या वृक्षाची विविध रूपांतरे खूप कल्पक आहेत, पण भाविक अत्यंत दृढ अशा श्रद्धेने या झाडाला महत्त्वपूर्ण मानतात.

मध्ये भारतातील चंदनसमूह चंदनाच्या झाडाची पूजा करतो आणि त्याचे कधीच नुकसान होऊ देत नाही.

इंद्राच्या स्वर्गीय उद्यानात वाढणाऱ्या पाच झाडांपैकी चंदन हे एक झाड असल्याचे मानले जाते (स्टटले १९८५, ५४).

हिंदू भाविक कपाळावर चंदनाचा टिळा लावतात.

चर्चमधील समारंभात इंडियन रोमन कॅथॉलिक्सही चंदनाचे गंध लावतात.

पारसी त्यांच्या अग्यारीमध्ये अग्नीला चंदनाची आहुती देतात.

औषधी उपयोग

अनेक शतकांपासून आयुर्वेदात चंदनाच्या तेलाचा उपयोग होत आला आहे.

चंदनाचे लाकूड चवीला कडू असते. ते हृदयविकारासाठी टॉनिक आहे आणि थंडावा देणारे आहे. ते रक्तस्राव थांबवते आणि मूत्रविसर्जन सुरळीत करते.

गुप्तरोग, अवघड आणि वेदनादायी मूत्रविसर्जन, मूत्राशयाची सूज, जठराचा दाह या आजारांवरच्या उपचारांत चंदनाची पूड आणि दुधात मिसळलेले चंदनतेल गुणकारी ठरते.

चंदनाच्या लेपामुळे डोकेदुखी थांबते आणि ताप कमी होतो.

जुलाब आणि पोटाच्या विकारांवरच्या उपचारातही चंदनाचे लाकूड उपयुक्त असते. उन्हाळ्यात येणाऱ्या पुरळावर चंदन हे उत्तम घरगुती औषध आहे. चंदनाची कोरडी पूड गुलाबपाण्यात मिसळून जास्त घाम येणाऱ्या जागी लावली जाते.

मोहरीचे तेल आणि चंदन तेल यांचे मिश्रण चेहऱ्यावरचे फोड घालवू शकतात (बाखरू १९९३, १५६-५७).

रक्तप्रवाह वाढवून, पचन सुधारून आणि श्वासोच्छ्वास नियमित राखून चंदन देहाला आणि मनाला शांतता देते. मन जागृत करण्यासाठी, भक्तिभाव वाढवण्यासाठी आणि ध्यानधारणेला चालना देण्यासाठी चंदन मदत करते. (फ्रॉले आणि लाड, १९९४, १४४)

कीटकनाशक म्हणून आणि प्रसाधनाचे साधन म्हणून चंदनाचे तेल वापरले जाते. हे सूक्ष्मजीवरोधक आणि कीटकनाशक असल्यामुळे मंदिर समूहाभोवतीचे पर्यावरण ते शुद्ध राखते (नायर, राममूर्ती आणि अग्रवाल १९८९, ३४).

करवत

वनस्पतिशास्त्रीय नाव	:	*Streblus asper* Lour.
इंग्लिश नाव	:	Sand Paper
स्थानिक नावे	:	सिओरा, करचन्ना (हिंदी), सखोटा, शखोटक, अक्षधरा (संस्कृत)
प्रकार	:	वृक्ष
विस्तार	:	भारत, भूतान, नेपाळ, श्रीलंका, थायलंड, लाओस, कंबोडिया, इंडोनेशिया, मलेशिया, फिलिपाईन्स आणि व्हिएतनाम- या ठिकाणी सर्वत्र

हा सदाहरित वृक्ष आहे. त्याचा पर्णमुकुट खूप बदलणारा आणि लहान असतो. पाने टोकाकडे

ंमुळती होत जाणारी असतात. देशाच्या आर्द्र भागातील सगळ्या ष्णकटिबंधीय जंगलांत हे झाड हमखास आढळते.

झाडाचे लाकूड टणक आणि लवचीक असते. गाड्यांची चाके नवण्यासाठी ते वापरतात. कागद बनवण्यासाठी सालीचा उपयोग ातो आणि कोवळ्या काड्या टूथब्रश म्हणून वापरतात (बिर आणि था १९८८, ११३). हस्तिदंत आणि लाकडापासून बनवलेल्या स्तूंना पॉलिश करण्यासाठी या झाडाची पाने वापरतात. फळे गोड ाणि खाण्याजोगी असतात (कृष्णमूर्ती १९९३, ५१५).

करवत

ौराणिक आणि धार्मिक संदर्भ

ेरुपराईथुरई येथील दारुकवनेश्वर मंदिराच्या स्थळ पुराणानुसार या वृक्षांच्या घनदाट जंगलाने स्थान पूर्वी आच्छादलेले होते. एका झाडाखाली देव स्वयंभू लिंगाच्या रूपात उभा होता ाणि तेव्हापासून हे स्थान आणि इथल्या देवतेला या पवित्र वृक्षावरून नाव मिळाले.

ओडिशातील गंजम जिल्ह्यामध्ये राहणारे भोंडरी (न्हावी) कृष्ण चैतन्य यांनी ेकवलेल्या वैष्णव पंथाचे अनुयायी आहेत. या जातीतील पुरुषाने आपल्या चुलत हिणीशी किंवा मामेबहिणीशी विवाह करायचा नसतो. तान्हेपणी विवाह लावण्याची ोंडरींमध्ये प्रथा आहे आणि वयात येण्यापूर्वी एखाद्या मुलीला नवरा मिळाला नाही तर ेला 'धर्म-विभा' नावाच्या दिखाऊ विवाह समारंभाला सामोरे जावे लागते. तिला सहादा कंवा शादी वृक्षाजवळ नेऊन त्याच्याशी तिचे लग्न लावले जाते. उर्वरित आयुष्यात तिने करवत वृक्षाला स्पर्श करायचा नसतो किंवा त्याची काडी दात घासण्यासाठी वापरायची सते (थर्स्टन १९०९, २३२).

औषधी उपयोग

ानांची भाजलेली राळ तुपात मिसळून, त्यात ताडाची साखर घालून दिवसातून तीन वेळा ेतल्यास जुलाब आटोक्यात येतात. हातांच्या आणि टाचांच्या भेगा या झाडाच्या चिकामुळे रून येतात (षण्मुगम १९८९, २४५). फुफ्फुसांची सूज कमी करण्यासाठी या झाडाचा ीक छातीला बाहेरून लावला जातो आणि तो पोटातही दिला जातो. डोळे आले तर ोळ्यांभोवती तो लावतात.

सालीचा अर्क लाल-मूत्र विकारावर वापरतात. झाडाच्या सालीचा अर्क कोमट ाण्यासोबत घेतला तर पोटदुखी बरी होते.

केवडा

वनस्पतिशास्त्रीय नाव	:	*Pandanus odoratissimus* L.f.
इंग्लिश नाव	:	Screw Pine
स्थानिक नावे	:	केवडा, केवरा (हिंदी), केतकी, धूलीपुष्पम (संस्कृत)
प्रकार	:	झुडूप
विस्तार	:	दक्षिण भारताचा किनारी प्रदेश, अंदमान, प्रशांत महासागरी प्रदेश

मलाया भाषेतील पंडन या शब्दापासून Pandanus हा लॅटिन शब्द तयार झाला आहे. पंडन म्हणजे केवडा. *odoratissimus* म्हणजे सुगंधाने परिपूर्ण.

हा ताठ, बारमाही वृक्ष किंवा झुडूप आहे. ५ मीटर उंचीपर्यंत तो वाढतो. पाने लांब असतात. त्यांना कडेला आणि मध्यात काटे असतात. नरपुष्पे असंख्य आणि बुंध्याला थेट जोडलेल्या आऱ्यांच्या स्वरूपात असतात. त्याला सुगंधी पुष्पसमूहाचे आवरण *(spathe)* असते; तर मादीपुष्पे मांसल कणसात *(spadix)* एकेकटी असतात. फळे लंबगोल किंवा दंडाकृती असतात. पिकल्यावर त्यांचा रंग पिवळा दिसतो. बुंध्याला पानांच्या असंख्य खुणा असतात आणि त्याला पारंब्यांचा आधार असतो.

दक्षिण भारताचा किनारपट्टीचा प्रदेश, म्यानमार आणि अंदमान या ठिकाणी केवडा जोमाने वाढतो.

गुजराती आदिवासी गीतात म्हटले आहे :

केवड्याच्या झाडामागे सूर्य उगवतो
चंद्र त्याच्या डोळ्यात काजळ घालतो
मंद चंद्रप्रकाशाने रात्र उजळली आहे

सुगंधी तेले आणि द्रव्ये बनवण्यासाठी केवड्याची सुगंधी फुले वापरतात. पदार्थांना स्वाद यावा म्हणूनही केवड्याची फुले वापरतात. या झाडाची कोवळी पाने कच्ची किंवा शिजवून खातात.

भारतात केवड्याचे फूल सुगंधासाठी प्रसिद्ध आहे. मात्र, हे झाड घराजवळ लावत नाहीत; कारण केवड्याच्या गंधाने आकर्षित होणाऱ्या सर्पांचे हे निवासस्थान असल्याचे मानले जाते. केवड्याची वाळलेली पाने चटया, टोपल्या आणि इतर शोभेच्या वस्तू बनवण्यासाठी वापरतात.

अभिजात तामिळ साहित्यात या झाडाचा वारंवार उल्लेख आढळतो. समुद्र

कनाऱ्यावरची माशांची दुर्गंधी नाहीशी करणारी फुले असणारा क्ष असे केवड्याचे वर्णन आढळते. केवड्याच्या फुलांचा ाकार हंसासारखा असतो. ती केसात माळली जातात. समुद्र कनाऱ्यावरील गावांमध्ये कुंपण म्हणून केवड्याच्या झाडाचा पयोग होतो.

केवडा

राणिक आणि धार्मिक संदर्भ

। झाडाच्या फुलांना खनिजाच्या साठ्याप्रमाणे तेलकट वळी छटा आहे, असे रामायणात म्हटले आहे (२.९४.६). चवटीतील हे फूलझाड आहे (२.१.११), हा पंपा सरोवराची ोभा वाढवणारा वृक्ष आहे (३.७५.२४); त्याला भरपूर फुले येतात (४.१.७७). समुद्र कनाऱ्यावरचा हा आकर्षक वृक्ष आहे (४.२७.१०). केवड्याच्या फुलामुळे संपूर्ण टेकडी ुगंधित होऊन जाते (४.२८.९).

शंकर वगळता सर्व हिंदू देवतांना केवड्याचे सुगंधी फूल वाहिले जाते. ब्रह्मदेवाच्या ाजूने खोटी साक्ष दिल्यामुळे शिवशंकर या फुलाचा तिरस्कार करतो, अशी समजूत आहे. ़कदा ब्रह्मा आणि विष्णू यांच्यामध्ये 'श्रेष्ठ कोण,' यावरून भांडण झाले. शेवटी भांडण तके पेटले की त्यांचे युद्धच सुरू झाले. हे पाहून घाबरलेल्या देवांनी शिवाला मध्यस्थी रण्याची विनंती केली. शिवाने वैश्विक ज्योतीचे रूप घेतले. आगीचा तो भयंकर स्तंभ ाहून विष्णू आणि ब्रह्मा दोघेही चक्रावून गेले. या ज्योतीचा आरंभ आणि अंत मोजण्याचे ाव्हान शिवाने दोघांनाही दिले. ब्रह्माने तत्काळ हंसरूप घेतले आणि तो ज्योतीचा पाया ोधायला गेला; तर विष्णूने वराहाचे रूप घेतले आणि तो भूमीच्या गर्भात खोल गेला. ोघांनी हजारो मैल शोध घेऊनही ज्योतीचा प्रारंभ किंवा अंत सापडलाच नाही. विष्णूने ापला पराभव मान्य केला. पण ब्रह्मदेव वर येत असताना त्याला केवड्याचे फूल तरंगत ाली येताना दिसले. ते कुठून आले, याबाबत ब्रह्मदेवाने चौकशी केली, तेव्हा आपल्याला काशाच्या एका महाकाय स्तंभावर ठेवले होते, असे फुलाने उत्तर दिले. ज्योतीचे वरचे ोक न सापडल्याने या फुलाला साक्षीदार म्हणून घेऊन जाऊन आपण स्तंभाच्या शेवटच्या ोकापर्यंत जाऊन आल्याचे सांगण्याचा निर्णय ब्रह्मदेवाने घेतला. त्याने विष्णूपुढे बढाई ारत आपला पराक्रम सांगितला. यामुळे शंकर संतापला. खोटे बोलल्याबद्दल त्याने ह्मदेवाला शिक्षा केली आणि लोक तुझी कधीच पूजा करणार नाहीत, असा शाप दिला देशात ब्रह्मदेवाची मंदिरे जवळपास नाहीतच. या वस्तुस्थितीमागचे कारण या दंतकथेने पष्ट केले आहे. स्कंद पुराणानुसार (१.१.६) असत्य बोलल्याबद्दल ब्रह्मदेवाने कोणत्याही कारची पूजाअर्चा नाकारली). त्याचप्रमाणे शिवाच्या पूजेत कधीही केवड्याचे फूल वापरले ाणार नाही, असा शाप केवड्याच्या फुलालाही मिळाला. म्हणून आजही शंकराला केवडा

वाहिला जात नाही (गांधी आणि सिंग १९८९, १३२-३३).

मुघल सम्राट बाबर याने *बाबरनामा*मध्ये (इ.स. १५२५) म्हटले आहे, 'कस्तुरी कोरडी असते, हा तिचा दोष आहे. याला (केवडा) ओलसर कस्तुरी म्हणता येईल. याचा सुगंध फार हवाहवासा आहे. फुलाच्या केंद्रभागातून उत्कृष्ट सुवास येतो.' जहांगिरने *तुझुक-इ-जहांगिरी* या आपल्या अनुभवकथनात भारतातील महत्त्वाच्या फुलांचे वर्णन केले आहे. केवड्याविषयी लिहिताना तो म्हणतो, 'त्याचा सुगंध इतका घमघमता आणि भेदक आहे की तो कस्तुरीच्या सुवासालाही मागे सारतो' (पटनाईक १९९३, १५४).

भगवान शंकराच्या पूजेत हे फूल वर्ज्य असले तरी भुवनेश्वरमधील लिंगराज मंदिर आणि ओडिशातील इतर शिवमंदिरात शिवरात्रीच्या दिवशी हे फूल आवर्जून वाहतात.

वरलक्ष्मीच्या मूर्तीच्या सजावटीसाठी केवड्याचे फूल वापरतात आणि ते वेणीत माळतात. वरलक्ष्मीचे केस माळल्याचा भाव त्यामागे असतो.

औषधी उपयोग

केवड्याच्या झाडाच्या प्रत्येक भागाला प्रचंड औषधी मूल्य आहे. डोकेदुखी आणि संधिवातावरील उपचारांत केवड्याचे तेल आणि या वनस्पतीचा सुगंधी अर्क वापरतात.

संसर्गरोधक म्हणून केवड्याची मुळे उपयुक्त असतात. मुळांपासून मिळणारा रस जखमा, व्रण, कुष्ठरोग बरा करण्यासाठी वापरतात (षण्मुगम १९८९, ४१९).

जास्वंद

वनस्पतिशास्त्रीय नाव	:	*Hibiscus rosa-sinesis* L.
इंग्लिश नाव	:	Shoe-Flower
स्थानिक नावे	:	गुन्हाल (हिंदी), जपा पुष्पम् (संस्कृत)
प्रकार	:	झुडूप
विस्तार	:	भारतभर लागवड

हे सदाहरित झुडूप आहे. पूर्व आशियातील ही स्थानिक वनस्पती आहे. भारतभर सगळीकडे या झुडपाची लागवड होते, ती कुंपण म्हणून आणि शोभेची वनस्पती म्हणून.

पौराणिक आणि धार्मिक संदर्भ

एका दंतकथेनुसार, दुष्ट शक्तींचा नाश करण्यासाठी, देवांनी केलेल्या विनंतीचा मान राखत देवीने कालीचे रूप घेतले. 'जसुन' हा देवीचा निस्सीम भक्त होता. त्याने कालीचा उग्रपणा वाढवण्यासाठी तिला डोळ्यांत बसवण्यासाठी लाल फुले दिली. भक्ताच्या त्यागाने प्रसन्न

झालेल्या देवीने त्याला आशीर्वाद दिला. 'लाल फूल हे माझे आवडते फूल असेल आणि ते 'जथोन', 'देवीफूल' आणि 'जपाकुसुम' या नावाने ओळखले जाईल,' असे तिने सांगितले. तेव्हापासून देवीभक्त जास्वंदीचे फूल तिला नेमाने वाहतात (गांधी आणि सिंग १९८९, १८३). देवीच्या सतेज कांतीची तुलना या फुलाच्या तेजाशी नेहमी केली जाते.

जास्वंद

या वनस्पतीचे फूल सूर्यदेवालाही प्रिय आहे. (बर्डवुड १९९२, ८७) याला पुष्टी देणारा, सूर्यस्तुती करणारा श्लोक आपल्या परिचयाचा आहे :

जपाकुसुम-संकाशम्, काश्यपेयं महा-द्युतिम् ।
तमो-रिं सर्व-पापघ्नं, प्रणतो स्मि दिवाकरम् ।।

(दिनकर्ता, पापविनाशक, काळोखाचा शत्रू, अफाट बुद्धिमंत, कश्यपांचा वंशज असणाऱ्या, जपापुष्पाप्रमाणे चमकणाऱ्या सूर्या, तुला मी नमस्कार करतो).

औषधी उपयोग

जास्वंदीचे अनेकानेक उपयोग आहेत. पानांचा आणि फुलांचा रस केसांच्या वाढीसाठी प्रभावी समजला जातो. केसांची निगा राखणारे, त्यांचा पोत सुधारणारे हे नैसर्गिक साधन शांपू आणि केसांची तेले बनवण्यासाठी मोठ्या प्रमाणात वापरले जाते. ही फुले वाटली की त्यांचा रंग काळा होतो. ही वाटलेली फुले केस आणि भुवया रंगवण्यासाठी स्त्रिया शतकानुशतके वापरत आल्या आहेत (कर्नाटक वन विभाग १९८८, ३३). बुटांना पॉलिश करण्यासाठीही हा काळा रंग वापरला जातो. म्हणून इंग्लिशमध्ये त्याला shoe-flower हे नाव मिळाले आहे.

फुलांचा अर्क मूत्रसंबंधित आजार बरे करतो आणि मानवी शरीरयंत्रणेला थंडावा देतो. या फुलांपासून बनवलेले सरबत तहान भागवते, उष्णता कमी करते आणि शरीरातील जळजळ / दाह कमी करते (सुदर्शन, यल्लप्पा रेड्डी आणि गौडा १९९३, १०२). अपचन, मलावरोध, मूत्रमार्गातील संसर्ग यावरही हे सरबत गुणकारी आहे. भोवळ आलेल्या स्थितीत पानांचा अर्क दिलासादायक असतो (षण्मुगम १९८९, ३८५).

सोम

वनस्पतिशास्त्रीय नाव	:	*Cynanchum viminale* (L) Bassi / Ephedra sinica
इंग्लिश नाव	:	Soma
स्थानिक नावे	:	सोमलता (हिंदी), सोम (संस्कृत)
प्रकार	:	वर चढत जाणारी वेल
विस्तार	:	आफ्रिका, भारतीय द्वीपकल्प, म्यानमार, थायलंड, व्हिएतनाम, फिलिपाईन्स

मूळ वनस्पतीची ओळख नेमकी काय असावी, याबाबत अनेक तर्कवितर्क आहेत. पण याबाबत अद्यापही ठोस एकमत नाही. अर्थात, वैदिक आणि इंडो-युरोपिअन धार्मिक परंपरांच्या बाहेरचे बहुतांश पाश्चिमात्य तज्ज्ञ आता *Ephedra*, बहुधा *Ephedra sinica* हीच मुळातील सोम वनस्पती आहे, असे मानतात. सोम वनस्पतीची ओळख फक्त संस्कृत साहित्यात मिळते. ही केवळ वनस्पती नाही, तर काहीशी मुरडत वर चढत जाणारी वेल किंवा झुडूपवजा वनस्पती आहे. तिला क्रमाने अनेक पर्णहीन फांद्या फुटतात. त्यात किंचित आम्ल असणारा, उग्र चवीचा दुधाळ रस असतो. दुसऱ्या बाजूने सोम या वनस्पतीला पर्याय शोधण्यासाठी झालेल्या प्रयत्नांचे पुरावे वैदिक युगातच सापडतात. त्यावरून, ही मूळ वनस्पती अभावानेच उपलब्ध असल्याचे किंवा नामशेष झाल्याचे सूचित झाले आहे. सोम वनस्पतीला लोंबणारी फांदी आहे, ती पर्णहीन आहे. बाहेरच्या तंतुमय आवरणात किंचित तुरट, दुधाळ रस विपुल प्रमाणात आहे (बेकल्स २००३).

सोम वाढवणारे प्रदेश दूरस्थ आणि वैदिक आर्यांना अपरिचित असल्याचे ऋग्वेदाच्या प्रारंभीच्या भागात म्हटले आहे. सोम वनस्पती वाढवणाऱ्या भागातील पुरोहितांनी सोम वनस्पती आणि तिच्याशी निगडित विधिविधानांची ओळख वैदिक आर्यांना करून दिली. सोम ही फार-फार दूरच्या प्रदेशातील वनस्पती आहे (ऋग्वेद, ४.९६.६; ९.६८.६; १०.११.४; १४४.४). त्वस्त्राच्या निवासस्थानाच्या प्रदेशातील ही वनस्पती आहे (ऋग्वेद, ४.१८.३). वैदिक मांदियाळीतील ही सर्वांत अप्रसिद्ध देवता वैदिक टोळ्यांच्या क्षेत्राबाहेरून त्यांच्या विश्वात आली. त्वस्त्र हा सोमाचा रक्षक / पालक आहे. याला 'त्वस्त्राचे कुरण' असेही म्हटले जाते (ऋग्वेद, ४.२६.६; २७.३,४; ८.१००.८; ९.६३.२७; ६६.३०; ७७.२; ८६.२४ इ.). सोम वनस्पतीबद्दल उपलब्ध असणारी नेमकी माहिती केवळ एवढीच की ती पर्वतांवर वाढते (ऋग्वेद, १.९३.६; ३.४८.२; ५.४३.४; ८५.२; ९.१८.१; ६२.४; ८५.१०; ९५.४; ९८.९, इ) (मॅकेन्झी १९१३, ६३).

सोम वनस्पती कुठे वाढते हे ऋग्वेदाच्या कूळमंडलांमध्ये स्पष्ट सांगितलेले नाही पण हा सुसोमा आणि अर्जिकिय नद्यांच्या जवळच्या प्रदेश असावा, असा अंदाज आपण

ातील वर्णनांवरून वर्तवू शकतो (सुसोमा आणि अर्जिकिय नद्या– पंजाबच्या उत्तरेकडे भाणि काश्मीरच्या वायव्येकडे असणाऱ्या सिंधू नदीच्या उपनद्या सोन आणि हारो) (ऋग्वेद ..६४.११). या नद्यांना पर्वतांनी जन्म दिला आहे (ऋग्वेद, ८.७.२९). सर्वोत्तम ोमवेल मुजावंत पर्वतावर वाढते. मुजावंत आदिवासी म्हणजेच गांधार लोक (अथर्ववेद, ..२२.१४). महाभारतानुसार, मुजावंत पर्वतावर वाढणाऱ्या सोमवेलीला लांब देठ आहेत भाणि ती पिवळ्या किंवा तपकिरी रंगाची आहे. तिच्यापासून दुधी, उग्र चवीचा, गुंगी आणणारा स मिळतो (१०.७८५; १४.१८०). वैदिक भारतात सोमवेलीच्या रसात दूध, लोणी, जव भाणि पाणी घालून झिंग आणणारे पेय बनवले जात होते. इंद्र देवाच्या सन्मानासाठी वैदिक त्रेधिविधानांमध्ये या पेयाचा उपयोग केला जायचा. ती दाबून रस काढण्याआधी एका पवित्र थानावर ठेवली जात असे. सोमवेलीतून रस काढण्याची प्रक्रिया अभिशव म्हणून ओळखली जात असे आणि या प्रक्रियेत पवित्र मंत्रोच्चारणही केले जात असे.

भारतातील प्राचीन ऋग्वेद ग्रंथात ज्या सोम वनस्पतीचा उल्लेख आहे, ती वस्तुतः ल्लाय ॲगॅरीक *(Amanita muscaria)* ही एक प्रकारची बुरशीवर्गातील वनस्पती आहे, असे अमेरिकेतील, बुरशीचे जातनिहाय संशोधन करणारे तज्ज्ञ गॉर्डन वॅसन यांनी सुचवले आहे. मानववंशशास्त्रज्ञांनी या सिद्धान्ताचे खंडन केले असले तरी १९६८ मध्ये हे संशोधन थम प्रसिद्ध झाले, तेव्हा बऱ्याच लोकांना त्याबाबत खात्री ाटली होती.

सोम

उत्तर भारतात आवडीने प्यायली जाणारी भांग हे ऋग्वेदातले सोम वनस्पतीचे गुणवाचक विशेषण आहे. भांग *(Cannabis sativa)* हे औषधी झुडूप हिमालय आणि ाकिस्तानच्या कमी उंचीच्या प्रदेशात वाढवले जाते. सोम नस्पतीसाठीचे हे सर्वांत संभाव्य स्पष्टीकरण आहे. *सुश्रुत संहिता* (५३७-३८) आणि *चरक संहिता* (२९.२८-३१) ांनी सर्वोत्तम सोमवेलीचे स्थान सिंधू नदीचा वरचा भाग आणि काश्मीर प्रांत असल्याचे ांगितले आहे.

झोरोस्ट्रिअन मंदिरांमध्ये पर्शिअन मंदिरांमध्ये सोमरस तयार करताना शिल्लक राहिलेला ोथा आणि बियांच्या खुणा असलेली भांडी आणि खल बॅक्ट्रिआ येथे सापडल्याचा ावा ग्रीको-रशियन पुरातत्त्वशास्त्रज्ञ व्हिक्टर सरिआनिदी याने केला आहे. मात्र पुढील पासाने त्याच्या या दाव्याला पुष्टी दिलेली नाही (सरिआनिदी २००३, खंड ९). सोमाच्या ोथ्याखेरीज अफूच्या बिया आणि खसखशीचे अवशेषही भांग तयार करण्याच्या प्रक्रियेत ापडले होते. भांग-की-ठंडाई हे उत्सवाच्या वेळी बनवले जाणारे पेय बनवण्यासाठी काही ेळा खसखशीचे दाणेही त्यात घातले जातात.

सोम नावाने परिचित असणाऱ्या प्राचीन सोम वनस्पतीची नेमकी ओळख हे भारताच्या

धर्मेतिहासातील न उलगडलेल्या कोड्यांपैकी एक मोठे कोडे आहे. प्राचीन भारत आणि पर्शिया या दोहोंच्या धार्मिक साहित्यात पवित्र सोम वनस्पतीला देवतेचा मान होता. सोम वेल दाबून तिच्यापासून सोमरस मिळवला जायचा आणि तो पिणाऱ्या प्राचीन भाविकाला देवाच्या सामर्थ्यशाली गुणवैशिष्ट्यांची प्राप्ती व्हायची.

पौराणिक आणि धार्मिक संदर्भ

देवता, पेय आणि वनस्पती म्हणून सोमाचे विविध प्रकारे वर्णन केले गेले आहे. वैदिक देवतांच्या मांदियाळीत तिला महत्त्वपूर्ण स्थान आहे. ही वनस्पती आणि तिचा रस या दोन्हींमध्ये दैवी शक्ती असल्याचा वैदिक परंपरेचा विश्वास होता आणि सोम (अत्यंत लाडके वैदिक दैवत, चंद्र आणि तारका आणि वनस्पतींचा देव) देवतेचा अवतार म्हणून तिची आणि सोमरसाची पूजा केली जात होती.

ऋग्वेदाचे नववे मंडल सोम वनस्पतीला वाहिलेले आहे. मूळ सोम वनस्पती स्वर्गातील वनस्पती होती. अग्नीप्रमाणे अतिमानवी शक्तींनी तिला पृथ्वीवर आणले, अशी श्रद्धा आहे. यातील काही ऋचा पुढीलप्रमाणे (मराठी अनुवाद) :

सोमा, आमचे मन, आमचे हृदय, आमची बुद्धी पवित्र कर.
आणि रसरशीत कुरणातील गायीगुरांप्रमाणे
तुझ्या भक्तांना तुझ्या सहवासात आनंदी ठेव,
यज्ञदेवाने निर्मिलेल्या तुझ्यासोबत आम्हाला चिरकाळ जगू दे.
कारण तू बलाढ्य आहेस.
जोरदार वाऱ्यांनी झाडे हलवावीत, तसे सोमाच्या घोटांनी मला वर उचलले आहे.
कारण मी नेहमीच सोमरस पीत आलो आहे.
गाय आपल्या लाडक्या वासराला चाटण्यासाठी खाली झुकते,
तशी भाविकाची स्तुती माझ्यापर्यंत येऊन पोहोचली आहे.
कारण मी नेहमीच सोमरस पीत आलो आहे
स्वर्ग आणि पृथ्वी हे दोन्ही माझ्या अर्धांगाइतके नाहीत,
कारण मी नेहमीच सोमरस पीत आलो आहे.
मी सूर्य आहे, विश्वाचा सर्वेसर्वा, अवकाशात उंच असणारा;
कारण मी नेहमीच सोमरस पीत आलो आहे.

ऋग्वेदाचे नववे मंडल 'सोममंडल' म्हणूनच ओळखले जाते; त्यात सोम पवमानाला (शुद्ध केलेल्या सोमाला) उद्देशलेल्या सर्व ऋचा आहेत. सोमरसाचे वाटप गंधर्व करत असत. सुशोम, अर्जिकिय आणि इतर काही प्रदेशांशी सोमाची सांगड ऋग्वेदाने घातली आहे

८.७.२९; ८.६४.१०-११). शरण्यवताचे वर्णन करताना 'हिरवी छटा असलेले' आणि रूप चकाकणारे' अशी विशेषणे वापरली आहेत; त्यावरून शरण्यवत हे तळे किंवा सरोवर सावे आणि त्याच्या काठावर सोम वनस्पती आढळत असावी (ऋग्वेद ९.४२.१; .६१.१७). ऋग्वेदाने (८.४८.३) म्हटले आहे (मराठी अनुवाद) :

आम्ही सोमरस प्यायलो आहोत आणि अमर झालो आहोत.
आम्हाला प्रकाश मिळाला आहे, देवांचा शोध आम्हांला लागला आहे.
आता शत्रूंचा दुष्टपणा आमचे काय नुकसान करू शकणार?
अरे अमर झालेल्या माणसा, आता मर्त्य माणसाच्या
फसवणुकीचा काय पाडाव लागणार?

सोम हे इंडो-इराणी लोकांसाठी विधिविधानांच्या वेळी पिण्याचे महत्त्वपूर्ण पेय होते. या पेयाचा उल्लेख जसा ऋग्वेदात वारंवार आहे, तसे 'झेंड अॅवेस्ता' या वनस्पतीला आणि याला अनेक ऋचा वाहिल्या आहेत. प्रोटो-इंडो-इराणी भाषेतील sauma या शब्दापासून सोम' आणि 'अॅव्हेस्टन हाओम' हे शब्द तयार झाले आहेत. 'हौम वर्ग' या भटक्या इराणी थिअन जमातीचे नाव उघडउघड 'हौम' या शब्दाशी निगडित आहे आणि कदाचित ते धीशीही निगडित असेल. संस्कृत भाषेत साव / सु म्हणजे दाबणे. म्हणजेच sau-ma वनस्पतीचा देठ दाबून तयार केलेले पेय आहे. वैदिक आणि झोरोस्ट्रिअन या दोन्ही रंपरांमध्ये वनस्पतीचे आणि पेयाचे नाव एकच आहे, तिन्ही मिळून एक धार्मिक किंवा राणिक एकता तयार होते.

ऋग्वेदाने (९.४२.२) या वनस्पतीला 'देवांचा देव' म्हणून इंद्र आणि इतर देवतांपेक्षाही ग्रस्थान दिले आहे.

सोम ही वनस्पती चंद्राशी निगडित आहे आणि सोमवार या वाराचे नावही त्यावरूनच ले गेले आहे. मॅकेन्झी यांच्या मते, 'सोम पूजा 'जीवन रक्तात आहे', या श्रद्धेशी निगडित ोती, असे वाटते. वनस्पतींचे रक्त म्हणजे त्यांच्या आतील रस (जो प्रत्येक भागाला न्नाचा पुरवठा करतो). या वनस्पतीचा रस जलयुक्त होता, किंवा सोमाने चैतन्यमय ालेला होता, जी वनाचे सार होता. जलपूजा आणि सोमपूजा बहुधा एकसारख्याच होत्या; ंद्र हा जीवनजलाचा मूलस्रोत असल्याने वाढ आणि आर्द्रतेचा स्रोत मानला जात होता एस. एम. गुप्ता १९९१, ८६).

दक्षिण भारतात सोमयज्ञाचा विधी आजही केला जातो. हिमालयातून सोमवेली हानशा प्रमाणात मिळवली जाते आणि तिचा रस काढला जातो. आयुर्वेदात आणि सिद्ध औषधातही ही वनस्पती अनादी काळापासून वापरली जाते आहे. *Cynanchum viminale* औषधी झुडूप सोम म्हणून वापरले जाते.

कलांमध्ये सोम बैल किंवा पक्षी म्हणून दाखवला जात असे, नंतर त्याची उत्क्रांती होत ही चंद्रवंशीय देवता बनली. चंद्र हा देवदेवता ज्यातून सोमरस पितात, तो पेला आहे. कारण पौर्णिमेच्या दिवशी सोम वनस्पती गोळा करून त्यापासून दैवी पेय तयार केले जाते. सोमाच्या सत्तावीस पत्नी म्हणजे सत्तावीस नक्षत्रे. या सगळ्या दैवी पूर्वज दक्षाच्या मुली. सत्तावीस बहिणींपैकी रोहिणीकडे सोम जास्त लक्ष पुरवतो, असे त्यांनी वडिलांना सांगितले. त्यामुळे दक्षाने सोमाला सुकून मरण्याचा शाप दिला. पण त्याच्या पत्नींनी गयावया केल्यामुळे त्याचा मृत्यू तात्पुरता आणि ठरावीक कालावधीनंतर होऊ लागला. चंद्राच्या कला याच शापाचे सूचन करतात. संस्कृत आणि इतर भारतीय भाषांमध्ये सोमवार हा चंद्राचा दिवस आहे.

औषधी उपयोग

वाळलेले देठ हे उलट्यांना कारणीभूत ठरणारे औषध आहे. श्वानदंशावर या वनस्पतीच्या मुळांचा अर्क उपयुक्त असतो.

बेलफळ

वनस्पतिशास्त्रीय नाव	:	*Crateva adansonii* DC
इंग्लिश नाव	:	Steaved Tree
स्थानिक नावे	:	वर्ण, बेलपत्री (हिंदी), वरुण, अजपावरुण (संस्कृत)
प्रकार	:	वृक्ष
विस्तार	:	आशिया (समशीतोष्ण आणि उष्णकटिबंधीय) ऑस्ट्रेलिया, प्रशांत महासागरी प्रदेश

हा लहान किंवा मध्यम आकाराचा पानगळीचा वृक्ष आहे. साल गुळगुळीत, फिकट राखाडी असते. जवळपास सगळ्या जिल्ह्यांमध्ये हे झाड आढळतेच. नद्या किंवा ओढे-नाले यांच्या काठावर अनेकदा तो लावला जाते. भारतीय द्वीपकल्पातील हा स्थानिक वृक्ष आहे.

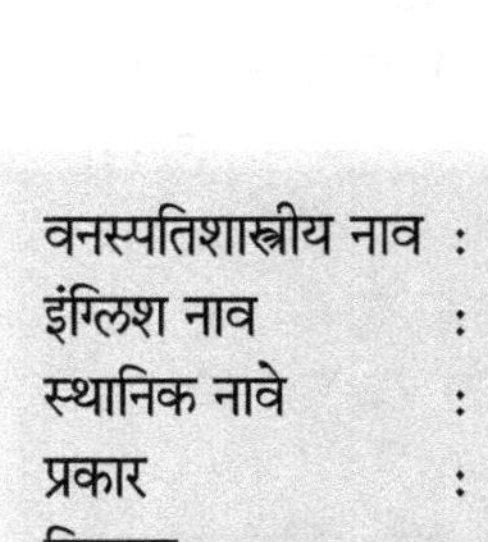

सोम

रंगउद्योगात रंग पक्का करणारा पदार्थ म्हणून याच्या फळाचा उपयोग करतात. झाडाचे लाकूड बऱ्यापैकी टणक असते आणि ढोल, कंगवे आणि लेथवर तयार होणाऱ्या वस्तू बनवण्यासाठी या लाकडाचा उपयोग होतो. साल हा टॅनिन आणि सॅपोनिनचा उत्तम स्रोत आहे (वन विभाग १९८३, १३).

पौराणिक आणि धार्मिक संदर्भ

वरुण ही अगदी प्रारंभीच्या आणि सर्वात महत्त्वाच्या वैदिक देवदेवतांपैकी एक देवता आहे. अवेस्त देवता अहुर याझदा हिच्याशी वरुणाचे साम्य आहे. वरुण हा आदित्यांपैकी एक आहे; म्हणून तो स्वर्गीय व्यवस्थेशी आणि ऐहिक नीतिमत्तेशीही निगडित आहे. पर्जन्यदाता म्हणून तो गौरवला गेला आहे. तो स्वतः बेलफळाचा वृक्ष आहे; त्याच्याकडे औषधी आणि जादुई असे दोन्ही गुणधर्म आहेत, असे मानले जाते. त्याच्या लाकडापासून ताईत बनवले जातात (अथर्ववेद, ६.८५, १).

हे झाड त्रिमूर्तीला आणि शिवाला प्रिय आहे (बर्डवुड १९९२, ८७). 'वरुण' या संस्कृत नावाचा अर्थ 'समुद्राचा देव' आणि हे शिवाच्या एक नावांपैकी एक आहे (मोनिअर विल्यम्स १९८१, ९२१).

औषधी उपयोग

पित्तविकारांवर या झाडाची साल औषध म्हणून वापरतात. संधिवातातील सूज आणि गळवे या आजारांमध्ये बाह्योपचारात साल आणि पाने हे प्रभावी औषध आहे. सालीचा काढा नियमित घेतल्यास जुने व्रण आणि वृषणाची सूज बरी होते. नाकाशी संबंधित विकार बरे करण्यासाठी सालीची पूड वापरतात (षण्मुगम १९८९, ६७३). प्रसूतीनंतरच्या वेदना कमी करण्यासाठी सालीचा रस बाळंतीण स्त्रियांना देतात (असोलकर, कक्कर आणि चक्रे १९९२, २३६).

ऊस

वनस्पतिशास्त्रीय नाव	:	*Saccharum officinarum* L.
इंग्लिश नाव	:	Sugarcane
स्थानिक नावे	:	पुंदिया, पौंदा, गन्ना (हिंदी), इक्षू, धान्य शर्करा, कंद (संस्कृत)
प्रकार	:	गवत
विस्तार	:	भारतात लागवड, उष्णकटिबंधीय आणि उपउष्णकटिबंधी प्रदेशात मोठी लागवड. जगभरात सर्वत्र लागवड

मुख्यतः गूळ आणि साखरेच्या उत्पादनासाठी भारतात उसाची लागवड होते. मळी, उसाचा रस आणि इतर उपउत्पादने आंबवून नंतर ऊर्ध्वपातन प्रक्रियेद्वारे मद्य तयार केले जाते. उसाचा चोथा सरपण म्हणून उपयुक्त असतो आणि कागद तयार करण्यासाठी कच्चा माल

उसाचा दांडा हातात धरलेली देवी राजराजेश्वरी

म्हणूनही तो वापरला जातो. अनेक औद्योगिक रसायनांच्या निर्मितीतही तो उपयुक्त असतो. फळे आणि मांस टिकवण्यासाठी साखर वापरली जाते. पाने किंवा उसाच्या दांड्यावरची आवरणे छप्पर शाकारण्यासाठी वापरतात.

पौराणिक आणि धार्मिक संदर्भ

'इक्षू' हे उसाचे संस्कृत नाव प्रथम अथर्ववेदात आणि नंतरच्या संहितांमध्ये उल्लेखलेले आढळते (मॅक्डोनेल आणि केथ १९८२, ७४). ही वनस्पती सुफलन अधोरेखित करते आणि ती गणपतीशी निगडित आहे. हातात ऊस– इक्षू-कर्मुख धरलेला गणपती अनेकदा आढळतो. देवी, कृष्ण आणि स्कंद या देवतांशीही या वनस्पतीचे नाते आहे. गणेश चतुर्थीच्या उत्सवात गणपतीला ऊस आवर्जून वाहिला जातो.

देवी राजराजेश्वरी आणि कांचीपुरमची कामाक्षी देवी यांच्या हातात नेहमीच उसाचा दांडा असतो. दक्षिण भारतात उसाच्या लागवडीची ओळख चीनमुळे झाली (म्हणून साखरेला 'चिनी' हे नाव आहे) आणि ऊस लागवडीच्या प्रारंभाचा कालखंड आणि या दोन्ही देवींच्या विकासाचा कालखंड (अंदाजे सहावे-सातवे शतक) यांत ठळक परस्परसंबंध आहेत.

कामदेवाचे धनुष्य उसापासून बनवले गेलेले आहे; त्यावर मधमाशा आहेत (स्टटले १९८५, ५६).

औषधी उपयोग

त्वचाविकार आणि मूत्रविसर्जन मार्गाचा संसर्ग बरा करण्यासाठी आयुर्वेदिक औषधांत ऊसच वापरतात. याशिवाय फुप्फुसांचा संसर्ग, हृदयविकार, कफ, रक्तक्षय आणि मलावरोध यांच्यावरील आयुर्वेदिक उपचारांतही उसाचा उपयोग होतो.

उसाचा रस रक्त शुद्ध करण्यासाठी मदत करतो (केअस १९८९, ८९). उसाच्या रसामुळे जखमा भरून येतात आणि प्रतिकार यंत्रणेला चालना मिळते.

कच्चा ऊस खाण्याने किंवा उसाचा रस प्यायल्याने दंतक्षय रोखला जातो. साखर आणि धुण्याचा साबण एकत्र करून तयार केलेला लेप गळवांवर बाह्य उपचार म्हणून उपयुक्त असतो.

मांदार

वनस्पतिशास्त्रीय नाव	:	*Calotropis procera* (Aiton) W.T. Aiton
इंग्लिश नाव	:	Swallow Wort
स्थानिक नावे		अकडा, मांदार (हिंदी), अर्क, अर्कपर्ण, अर्कवृक्ष (संस्कृत)
प्रकार	:	झुडूप
विस्तार	:	आशिया (उष्णकटिबंधीय, समशीतोष्ण), आफ्रिका. इतरत्रही रुजला आहे.

: झाडाइतके उंच वाढणारे झुडूप आहे. झुडपाचा बुंधा आणि फांद्या पिवळसर पांढऱ्या गाच्या आणि सुरकुतल्यासारख्या असतात. कोवळ्या डहाळ्या, पाने आणि देठ या ागळ्यावर सुती धाग्यांसारखे आवरण असते. हे सगळे भाग मोडले की त्यातून खूप ुधी स्राव बाहेर येतो. सामान्यतः हे झुडूप कोरड्या, अंशतः रखरखीत हवामानात वाढते. ारतीय पठारांवर हमखास आढळणारे हे झुडूप अनेक ठिकाणी आता धोक्यात आले आहे.

झुडपाची पाने आणि देठ हिरवे खत म्हणून वापरतात. देठांतील तंतू दोऱ्या तयार रण्यासाठी वापरतात. फळातून मिळणारे धागे स्टफिंग मटेरिअल म्हणून वापरतात कृष्णमूर्ती १९९२, ३८२, ३९७, ४५०).

सांडपाणी प्रक्रिया प्रकल्पांभोवती वाढवण्यासाठी योग्य अशी ही वनस्पती आहे स्टअले १९८५, १२, ५६). पाने, फुले, मूळ आणि सालीचे तेल सूक्ष्मजीवरोधक आणि ृमिनाशक म्हणून प्रभावी आहे (डायमॉक, वॉर्डेन आणि हूपर १८९१, ४२८-३७).

ौराणिक आणि धार्मिक संदर्भ

अर्क म्हणजे सूर्याशी संबंधित; याचा अर्थ किरण आणि धार्मिक समारंभ असाही आहे.

अर्कपर्ण हे सर्प राक्षसाचे नाव आहे. अर्कपुत्र म्हणजे शनी.

अर्क वनस्पतीचे रुद्राशी जवळचे नाते आणि म्हणून ती शुभ आहे, असे अर्थववेदाने ्हटले आहे (६.७२.१).

शतपथ ब्राह्मणात या वनस्पतीचा वारंवार उल्लेख आहे (९.१.१.४, ९). श्रवण क्षत्राशी या वनस्पतीचे नाते आहे.

महाभारतातील उल्लेखानुसार (१.७१६) मांदाराच्या जवळ जाणाऱ्याला हे झुडूप अंधत्व देईल.

मांदार काही वेळा सूर्यपंथात वापरला जातो, असे अग्नि पुराणाने म्हटले आहे. एखाद्या राजपुत्राने जर मांदाराची पाने परिधान केली, तर त्याला त्याच्या मोहिमेत हमखास यश

मांदार

मिळते. यज्ञविधीत वापरल्या जाणाऱ्या नऊ लाकडांमध्ये मांदाराच्या लाकडाचा समावेश आहे.

'शिवमंजरी'नुसार, शिवाच्या प्रातःकालीन पूजेत वापरल्या जाणाऱ्या आठ फुलांपैकी एक फूल मांदाराचे आहे.

नारद पुराणानुसार हे दुधी (चीक देणारे) झुडूप आहे आणि त्याची फुले शंकराच्या पूजेत वापरतात. विष्णूचे जन्म नक्षत्र असलेल्या श्रवणापासून ही वनस्पती उगम पावली, असे म्हटले जाते. अर्क किंवा मांदार केवळ वैदिक देवतांशीच निगडित नाही तर ग्राम- देवतांशीही त्याचे नाते आहे. यक्कला देवीशी त्याचे नाते आहे, तिलाच 'अर्कम्मा' असे म्हणतात (ओपर्ट १९७२, ५०१).

वृद्धाचलम् येथील पलमलईनाथाची पूजा सगळे देवगण अनादी काळापासून करत आले आहेत. देवगण एरुकथंपुलियूर या ठिकाणी आले, भगवान कुमरेशाची त्यांनी पूजा केली आणि मोक्ष मिळवला. हे कळल्यावर नैमिषारण्यातील ऋषी इथे झाडाचे रूप घेऊन राहायला आले आणि त्यांनी कुमरेशाची पूजा सुरू केली. त्या ठिकाणी राहणारे शिकारी झाडांची एकदम झालेली वाढ बघून खूश झाले आणि उपजीविकेसाठी त्यांनी झाडे तोडायला सुरुवात केली. मग सगळ्या ऋषींनी कुमरेशाकडे गाऱ्हाणे मांडले आणि शिकाऱ्यांपासून वाचवण्याची विनंती केली. मग ईश्वराने त्यांचे रूपांतर 'वेल्लेरुक्कू' म्हणजेच मांदाराच्या झुडपांमध्ये केले. इथल्या मुख्य देवतेजवळचे मांदाराचे झुडूप आजही पाहायला मिळते. असे म्हणतात की नैमिषारण्यातील ऋषिमुनी आजही कुमारेशाची उपासना करतात आणि मोठे औषधी मूल्य असलेल्या मांदाराच्या रूपात राहतात (स्थळ पुराण).

तैत्तिरीय विचारधारेनुसार, सूर्यदेवासाठीचा एक विधी पार पाडत असताना उकळत्या दुधाने भरलेल्या कुंभातील दूध पृथ्वीवर सांडले. या दुधापासून मांदार / अर्कपर्णी हे झुडूप उगवले आणि सूर्यावरून त्याला अर्क हे नाव दिले गेले.

मांदाराच्या दुधी चिकात असलेल्या विषाबाबत एका प्राचीन आदिवासी समूहाने दिलेला सावधगिरीचा इशारा हिंदू पुराणकथांमध्ये आढळतो; पण धार्मिक विधींमध्ये शिवाला मांदाराची पाने वाहण्याने भाविकाला उत्तम आरोग्य मिळते, अशीही श्रद्धा आहे. सूर्याला अर्घ्य देण्यासाठी ही पाने वापरतात आणि नंतर जाळून टाकतात (पटनाईक १९९३, ६६).

रथसप्तमीच्या दिवशी आंध्र प्रदेश आणि कर्नाटकातील अनेक समुदाय मांदाराची पाने आणि तीळ डोक्यावर ठेवून स्नान करतात. स्नानाच्या वेळी उत्तम आरोग्य आणि समृद्धी मिळावी म्हणून *सप्त सप्ते महा सप्ते, सप्तमे रथ सप्तमे* हा मंत्र म्हणतात. या दिवशी सूर्य सात घोड्यांच्या रथावर आरूढ होऊन आग्नेयेकडून ईशान्येकडे जातो आणि दक्षिण भारताला वसंत ऋतूची देणगी देतो.

काही विशिष्ट विधी करून मांदाराचे पान त्याच्या झुडपापासून मिळवले तर प्रसूती वघड होत नाही, अशी पश्चिम भारतात नवलपूर्ण अंधश्रद्धा प्रचलित आहे. त्या स्त्रीच्या त्रिणी सुपाऱ्यांचे पाकीट, पान आणि पैसे घेऊन मांदार वृक्षाकडे जातात. त्याच्यापुढे सर्व स्तू ठेवून त्याला अत्यंत आदरपूर्वक संबोधून त्या झाडाची प्रार्थना करतात आणि लवकरच रत येण्याचे आश्वासन देतात. मग त्याचे एक पान घेऊन प्रसूत होणाऱ्या स्त्रीच्या डोक्यावर वतात. तिथे अगदी काही क्षण राहणारे ते पान मग झाडाला पुन्हा परत दिले जाते. ही प्रथा रुत उपासनेशी संबंधित असावी किंवा रुद्रासाठी केलेली ही किन्नरांची पूजा असावी. मांदार क्ष या देवांना प्रिय आहे. मरुताची उपासना शनिवारी केली जाते, त्या दिवशी त्याला मांदार लांचा हार वाहिला जातो. मांदाराच्या काटक्या समिधा म्हणून वाहिल्या जातात, तर पाने सूतीच्या देवतेला प्रसन्न करण्यासाठी शक्तिपूजेत वापरली जातात.

भंडारी जमातीचा हा कूळवृक्ष आहे. ताडाच्या बागा जोपासून त्यांचा रस काढणे, हा जमातीचा व्यवसाय आहे.

ज्या पुरुषाच्या तीन बायका मरण पावल्या असतील, त्याने मांदाराशी लग्न करून मग ढचा विवाह करावा, अशी प्रथा हिंदू परंपरेत आहे (डायमॉक, वॉर्डन आणि हूपर १८९१, २८-३७).

मांदाराच्या काष्ठाचा ताईत पौरुषत्व बहाल करतो, अशी समजूत आहे.

ौषधी उपयोग

ौषध म्हणून सुश्रुताने आणि इतर वैद्यकतज्ज्ञ लेखकांनी Calotropis अर्थात रुईचा ल्लेख केला आहे. यापैकी काही जणांनी अर्क आणि अलर्क या दोन प्रकारांचा उल्लेख ला आहे. अलर्क– म्हणजे पांढरी फुले असलेली वनस्पती– रुई.

दमा आणि फुफ्फुसाच्या संसर्गात जाळलेल्या पानांची राख वापरतात (षण्मुगम ९८९, १०३). जळणाऱ्या पानांचा धूर श्वासात भरून घेतल्याने दमा आणि कफाचा प्रकार बरा होतो. वाळलेल्या पानांची पूड जखमा, व्रण आणि फोडांवर टाकतात. ांदाराच्या पानांचे तेल अर्धांगवायू झालेल्या रुग्णाच्या रोगग्रस्त अवयवांसाठी वापरतात. ोड्या भाजलेल्या पानांचे पोटीस दाह होणाऱ्या अवयवांवर आणि दुखरे स्नायू आणि सांधे ांवर बांधतात. त्वचारोग आणि मुलांना तोंडात फोड येणे, यासाठी पानांचा रस उपयुक्त सतो (दस्तूर १९६२, १५०).

दीर्घकालीन अल्सर किंवा कुष्ठरोगाने ग्रस्त झालेल्या त्वचेवर, मुळांपासून तयार लेल्या कोळशात एखादे सौम्य तेल मिसळून तयार केलेला लेप लावतात. मांदाराचा दुधी स कुष्ठरोगावरील उपचारात वापरतात.

काही ज्वर आणि वर्षानुवर्षे छळणारे गुप्तरोग यांवरील उपचारात मांदार उपयुक्त नसल्याने त्याला 'व्हेजिटेबल मर्क्युरी' म्हटले जाते.

सुकलेला चीक मज्जारज्जूंचे टॉनिक म्हणून आणि स्नायूंचे आकुंचन रोखणारे औषध म्हणून वापरतात. डोक्याच्या त्वचेला झालेला नायटा बरा करण्यासाठी, सांध्यातील वेदना शमवण्यासाठी, सूज आणि मूळव्याधीला तोंड देण्यासाठी आणि नकोशा केसांची वाढ रोखण्यासाठी मांदाराचा चीक नेहमी वापरला जातो. दातदुखी थांबवण्यासाठी मधात मिसळलेला चीक हे प्रभावी औषध आहे. सुकलेल्या फुलांचे एक-दोन दाणे कुष्ठरोग बरा करण्यासाठी देतात (तिरुज्ञान १९९५, ४२-४५). सर्पदंशावर मांदाराचा चीक उपयुक्त आहे (असोलकर, कक्कर आणि चक्रे १९९२, १५८-५९).

कण्हेर

वनस्पतिशास्त्रीय नाव	:	*Nerium indicum* Miller
इंग्लिश नाव	:	Sweet-Scented Oleander
स्थानिक नावे	:	चांदनी, कणिर (हिंदी), करवीर, अश्वमरक, करवीर भेद (संस्कृत)
प्रकार	:	झुडूप
विस्तार	:	आफ्रिका, आशिया (समशीतोष्ण), भारत, नेपाळ, पाकिस्तान. इतरत्रही लागवड.

हे सदाहरित, ताठ उभे राहणारे झुडूप आहे. भूमध्यसागरी प्रदेशातील ही स्थानिक वनस्पती आहे. कोवळ्या देठांमधून दुधी चीक पाझरतो. या झुडपाला वर्षभर पाने-फुले असतात.

पौराणिक आणि धार्मिक संदर्भ

या वनस्पतीच्या फुलांनी पंपा सरोवराला वेढले आहे, असे रामायणात (३.७५.२३, २४) म्हटले आहे.

शिव आणि विष्णू दोघांनाही ही वनस्पती प्रिय आहे. सुवासिक फुले शंकराला वाहिली जातात (बर्डवुड १९९२, ८७).

कण्हेर

श्रावण महिन्यात देवाला करवीर फुले, शुद्ध लोणी वाहावे आणि उशा आणि कण्हेरीच्या डहाळ्यांचे टूथब्रश त्याला अर्पण करून त्याची पूजा करावी. पूजा करताना 'ॐ हे गदाधारी देवा, तुला उगम नाही, तुला नमस्कार असो,' या मंत्राचे पठण करावे.

औषधी उपयोग

या झुडपाचे मूळ विषारी आहे पण त्याचा काळजीपूर्वक उपयोग

केल्यास ते हृदयासाठी उत्तम टॉनिक ठरू शकते. व्रण, कुष्ठरोग, त्वचारोग, विंचूदंश आणि सर्पदंशावर मुळांचा लेप बाह्योपचार म्हणून उपयुक्त ठरतो (बोर आणि रैझादा १९९०, २१७-१९, शिवरंजन आणि भालचंद्रन १९९४, २२३-२५).

डोळ्यांची सूज कमी होऊन दृष्टी सुधारण्यासाठी ताज्या पानांचा रस 'आय ड्रॉप्स' म्हणून वापरतात.

वातावरणातील धूलिकण आणि वायुरूप प्रदूषके यांचा निचरा करण्याचे काम हे झुडूप करते. सांडपाण्याची गटारे, खूप वाहतूक असणारे रस्ते आणि औद्योगिक क्षेत्रात लावण्यासाठी हे योग्य झुडूप आहे.

चिंच

वनस्पतिशास्त्रीय नाव	:	*Tamarindus indica Linn*
इंग्लिश नाव	:	*Tamarind*
स्थानिक नावे	:	अमली, इमली (हिंदी), टिंट्रणी, टिंट्रिणी (संस्कृत)
प्रकार	:	वृक्ष
विस्तार	:	उष्णकटिबंधीय आफ्रिकेतील स्थानिक वृक्ष, भारतीय उपखंड, आग्नेय आशिया आणि वेस्ट इंडिजमध्ये प्रचंड वाढ

Tamarind ही संज्ञा मूळ मादागास्करमधील आहे. Tamar-i-Hind या पर्शियन शब्दापासून ही संज्ञा तयार झाली आहे. 'तमर-इ-हिंद'चा अर्थ भारताचा खजूर.

चिंच हा मोठा, देखणा, सदाहरित वृक्ष आहे. त्याला दाट आणि विस्तारणारा पर्णमुकुट असतो. उंची २४-३० मीटर असते. सालीला उभ्या सुरकुत्या आणि आडवे तडे (भेगा) असतात. उष्ण कटिबंधीय आफ्रिकेतील हे स्थानिक झाड आहे. फळासाठी त्याची लागवड होते. रस्त्याच्या दुतर्फा ते लावले जाते.

चिंच

चिंचेचे लाकूड टणक असते आणि शेतीची अवजारे, इतर साधने, मुठी, चाके, लाकडी हातोडे, लाकडी घाणे, मुसळ, लेथवर बनवल्या जाणाऱ्या वस्तू, प्रिंटिंग ब्लॉक्स, तंबूचे वासे अशा अनेक वस्तू बनवण्यासाठी ते वापरले जाते. बांधकामातही ते वापरले जाते आणि सागवान लाकडाला हा उत्तम पर्याय असतो. सरपण म्हणून हे लाकूड चांगले असते. त्यापासून उत्तम प्रतीचा कोळसा बनतो. बंदुकीची दारू म्हणून त्याचे मूल्य मोठे आहे

(हॉकिंग १९९३, ३०७).

चिंचेची पाने गुरांना चांगले खाद्य पुरवतात आणि त्यात १२-१५ टक्के प्रथिने असतात (सिंग १९८२, ३४०-४३). या पानांपासून लाल रंग मिळतो.

वस्त्र आणि ताग उद्योगात 'सायझिंग'साठी चिंचेच्या बिया वापरतात, तर प्लायवुड उद्योगात चिकटपणा देणाऱ्या पदार्थांमध्ये मधल्या जागा भरून काढण्यासाठीही चिंचोके वापरतात. चिंचोक्याच्या आवरणात टॅनिन असते. कातडे कमावण्यासाठी हे वापरतात. चिंचोक्यांपासून पिवळसर रंगाचे तेल मिळते. मूर्ती रंगवण्यासाठी वापरले जाणारे वॉर्निश त्यापासून बनते. जॅम आणि जेली बनवण्यासाठी तसेच गोळ्या चॉकलेट्स तयार करण्याच्या उद्योगात, मसाले, व्यंजने तयार करण्यासाठी चिंचोके वापरतात (हॉकिंग १९९३, ३०७).

चिंचेच्या फळांपासून मिळणारा आम्लयुक्त गर चटण्या, आमटी, सांबार इत्यादी पदार्थांत वापरतात.

चिंच हा सावली देणारा वृक्ष आहे. पूर्ण वाढलेली झाडे दुष्काळ आणि हिमवर्षावातही टिकून राहतात. किंचित अल्कयुक्त किंवा खारवट जमिनीतही हे झाड तग धरते.

पौराणिक आणि धार्मिक संदर्भ

एका आदिवासी दंतकथेनुसार, या झाडाला मोठी आणि रुंद पाने होती. राम-लक्ष्मण आणि सीतेने वनवासात याच झाडाखाली कुटी उभारली. या झाडामुळे ऊनपावसापासून आणि थंडीवाऱ्यापासून त्यांचे रक्षण झाले; पण वनवासात त्यांनी सगळ्या गैरसोयी आणि त्रास सहन करणे अपेक्षित होते. त्यामुळे रामाने चिंचेच्या पानांना बाण मारून त्यांची लहानलहान दले करायला लक्ष्मणाला सांगितले. रामाच्या आदेशानुसार लक्ष्मणाने आपल्या धनुष्यबाणाने चिंचेची रुंद मोठी पाने विदीर्ण केली. तेव्हापासून चिंचेची पाने छोटी झाली (बरुआ १९९२, ५८-५९).

आणखी एका मिथककथेनुसार, देवाने चिंचेचे झाड लावून जेव्हा जोपासले, तेव्हा त्याला लांब, बोटासारखे फळ लागले. त्याला या फळाची चव आवडली आणि त्याने मानवजातीसोबत हे फळ वाटून घ्यायचा निर्णय घेतला. पण त्याने पक्ष्यांना मात्र याबाबत सांगितले नाही. कारण कदाचित माणसांनाच ही फळे पुरेशी होणार नव्हती. देवाने माणसाला बोलावले आणि चिंचेच्या झाडाची व्यवस्थित काळजी घ्यायला सांगितली. हे झाड डोंगर टेकड्यांवर लावले तर त्याला लाभदायी ठरेल, असेही देवाने बजावले (पटनाईक १९९२, ११०).

संबलपुरी दंतकथेनुसार फार-फार पूर्वी देवदानव दोघेही पृथ्वीवर वास्तव्याला होते. दानवांच्या सैन्याचा प्रमुख होता भस्मासुर. त्याने शंकराला द्वंदयुद्धाचे आव्हान दिले. जो कुणी या युद्धात जिंकेल तो पृथ्वीचा स्वामी बनेल, असे ठरले. महादेवाने हे आव्हान स्वीकारले. दोघांचे घनघोर युद्ध झाले. भस्मासुर अनेक वेळा जखमी झाला. जीव वाचवण्यासाठी तो

ळाला आणि जंगलात शिरून लपण्यासाठी जागा शोधायला लागला. त्याला मोठी पाने गाणि विस्तारणाऱ्या फांद्या असलेला चिंचेचा वृक्ष दिसला. त्या झाडावर घाईने चढून ानांमध्ये त्याने स्वत:ला झाकून घेतले. असुर कुठेच दिसेनासा झाला म्हटल्यावर महादेवाने याचा शोध सुरू केला. चिंचेच्या झाडाजवळून तो जात असताना भस्मासुर घाबरून थोडा लला. त्यामुळे पानांची सळसळ झाली. महादेवाने वर पाहिले. आपला शत्रू इथे आहे, त्याला कळले, पण त्याला तो पाहू शकत नव्हता. त्याने आधी एका डोळ्याने आणि तर दोन्ही डोळ्यांनी त्याला बघण्याचा प्रयत्न केला. पण चिंचेच्या पानांनी त्याला संपूर्ण ष्टिआड केले होते. आता शंकराचा संयम संपला होता. संतापून त्याने आपला तिसरा ोळा उघडला. त्यामुळे चिंचेच्या मोठ्या पानांचे विघटन होऊन लहान तुकडे झाले. मग हादेवाला भस्मासुर दिसला आणि त्याने या राक्षसाचा वध केला. असुरापासून पृथ्वीचे क्षण झाले. पण तेव्हापासून चिंचेची पाने लहानच राहिली.

ओरॅओन्स लोकांना चिंचेच्या झाडाविषयी अतिशय आदर आहे. मृत व्यक्तीला ते ाच झाडाच्या सावलीत पुरतात. प्रारंभीच्या मुस्लीम जेत्यांना चिंचेचा वृक्ष विशेष प्रिय ोता. त्याचे अप्रतिम नमुने त्यांच्या दफनभूमींमध्ये आणि त्यांच्या मूळ वसाहतींजवळ ापडतील (क्रूक १९२६, १०९).

तामिळनाडूमधील तिरुनेलवेली आणि तिरुचेंदूर या दोन्हींच्या मधे असलेल्या अलवर तिरुनगरीचा चिंच हा पवित्र वृक्ष आहे. या मंदिरातील हा वृक्ष उत्तरेकडच्या प्राकारात उभा ाहे आणि त्याला सात रूक्ष फांद्या आहेत. या झाडाला फुले आणि कोवळ्या चिंचा ागतात. पण त्या कधीच पिकत नाहीत आणि या झाडाची पाने कधीच मिटत नाहीत. पण ोक या झाडाला 'उरंगापुली' (कधीच न झोपणारे चिंचेचे झाड) असे संबोधतात. हा या ठिकाणचा सर्वात प्राचीन वृक्ष असल्याचे मानले जाते. म्हणून स्थानिक लोक त्याचे चांगल्या कारे संरक्षण-संवर्धन करतात.

तिरुकुरुंगुडीच्या स्थळ पुराणानुसार आदिशेषाने चिंचेच्या झाडाचे रूप घेऊन ईश्वराला ाया दिली.

चिंचेचे झाड कृष्णाला प्रिय होते, अशी समजूत आहे. 'नम्मलवर' या महान वैष्णव ंतांचा जन्म याच झाडाखाली झाला (ओपर्ट, १९७२, ५०१). नम्मलवरांनी या ाडाखाली ध्यानधारणा केली आणि श्रीविष्णूंची स्तुती करणारे अभंग गायले. चिंचेच्या ाडाखाली बसलेल्या कृष्णाचे ध्यान संत चैतन्यांनीही केले.

देवी पार्वतीची दत्तक कन्या उषा, हिच्याशीही चिंचेच्या झाडाचे नाते आहे. आणखी का दंतकथेनुसार चिंच ही तेजपूरच्या बनसौरची कन्या, ती देवी पार्वतीला दत्तक दिली ोती. या झाडाचे फळ म्हणजे ब्रह्मदेवाच्या पत्नीचे प्रतीक मानले जाते.

चिंचेच्या फुलापानांची चव आंबट असल्याने शुभकार्यात ती कधीही वापरली जात ाहीत (एस. एम. गुप्ता १९९१, २४-२७).

तामिळनाडूमध्ये, या झाडावरून जिला नाव मिळाले आहे ती ग्रामदेवता पुलीविडई 'वलियम्मा' म्हणून ओळखली जाते. देवी मरिअम्माही याच झाडाखाली निवास करते.

मृतात्मे चिंचेच्या झाडावर राहतात, अशी समजूत असल्याने रात्रीच्या वेळी चिंचेच्या बनात जाणे टाळतात आणि चिंचेच्या झाडाखाली लोक झोपतही नाहीत. वैज्ञानिकदृष्ट्या, हे झाड इतरांपेक्षा जास्त कार्बन डायऑक्साईड उत्सर्जित करते, हे सत्य प्राचीन भारतीयांना उमगले असणार.

औषधी उपयोग

पित्तदोषामुळे उद्भवणारा ताप आणि मूत्रविसर्जनाच्या वेळी होणारी जळजळ कमी करण्यासाठी चिंचेच्या पानांचा रस दिला जातो. पानांचा काढा मुलांना पोटातील जंत नाहीसे करण्यासाठी दिला जातो. काविळीवरही तो गुणकारी आहे. वाळलेल्या पानांची पूड चिघळलेले व्रण, जखमा यांवर टाकतात आणि डोळे आल्यासही ती उपयुक्त आहे. गुळण्या करण्यासाठीही तिचा उपयोग होतो.

झाडाची साल 'बाइंडर' म्हणून वापरली जाते; ताप कमी करण्यासाठी आणि संसर्गरोधक म्हणूनही ती गुणकारी आहे. ग्लानी, मद्याचा अंमल, पित्ताच्या उलट्या, ताप आणि जुलाब यांवर चिंचांचा गर दिला जातो. सूज आणि दाह होणाऱ्या अवयवांवर चिंचेचे गरम पोटीस बांधतात; तर चिंचेच्या गरात मीठ मिसळून ते मिश्रण स्नायू आणि सांध्यांच्या वेदनांसाठी वापरतात.

घसा दुखत असल्यास चिंचेचे पाणी गुळण्या करण्यासाठी वापरतात (दस्तूर १९६२, १५०; सुदर्शन, यल्लप्पा रेड्डी आणि गौडा १९९२, १३).

चिंचोके पाण्यात वाटून त्यात मीठ घालून तयार होणारा लेप हे विंचूदंशावरील प्रभावी औषध आहे (षण्मुगम १९८९, ६०७).

वृक्षपाडळ

वनस्पतिशास्त्रीय नाव	:	*Stereospermum suaveolens* DC
इंग्लिश नाव	:	Trumpet Flower
स्थानिक नावे	:	पाडल, पाडरिया (हिंदी), पातल, पातली (संस्कृत)
प्रकार	:	वृक्ष
विस्तार	:	भारतभरात सर्वत्र

हा मोठा, पानगळीचा वृक्ष आहे. फांद्या २५ मीटर उंचीपर्यंत, वर जाणाऱ्या असतात. साल गुळगुळीत, राखाडी रंगाची असते. उष्णकटिबंधीय आणि उपउष्णकटिबंधीय भागातील

वृक्ष आहे. विविध प्रकारच्या जमिनींमध्ये अगदी त्रताळ जमिनीमध्येही हा वृक्ष वाढतो. याची पाने हे नावरांसाठीचे उत्तम खाद्य असते. लाकडाचा मात्र ारसा उपयोग नसतो.

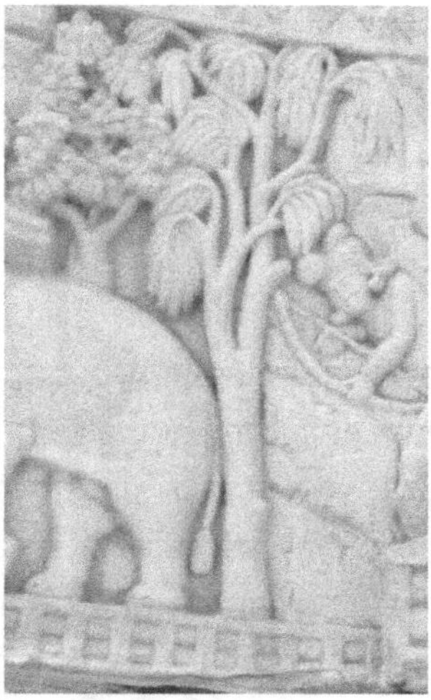

वृक्षपाडळ, ख्रिस्तपूर्व तिसरे शतक, सांची, मध्य प्रदेश

राणिक आणि धार्मिक संदर्भ

मायणात म्हटल्यानुसार, हा जंगलात आढळणारा क्ष आहे (१.२४.१५). हा पंचवटीतील वृक्ष ाहे (३.१५.१८), फुले असलेला हा आकर्षक क्ष आहे (४.१.८०). आणि जंगलातील हे सुरेख ुलझाड आहे (६.४.८०).

बौद्धधर्मीयांसाठी हा पवित्र वृक्ष आहे. कारण ांची येथील स्तूपावरील कथांमध्ये तो विपासिनाचे गौतमाचे पूर्वजन्मीचे रूप) प्रतीक मानला गेला आहे.

अकरावे जैन तीर्थंकर वसुपूज्य यांच्याशीही क्षपाडळीचे नाते आहे. कारण त्यांना याच वृक्षाखाली दैवी ज्ञानाची प्राप्ती झाली. आणखी का दंतकथेनुसार, जैन यक्ष आणि त्याची पत्नी अनंतमती (अंकुशा) हेही या वृक्षाशी ागडित आहेत (बी. सी. भट्टाचार्य १९७४, ४८).

वायूपुराणानुसार उमेने–शिवपत्नीने–हिमावत पर्वताच्या दक्षिणेकडे तपश्चर्या सुरू केली. पर्णा म्हणून तिने अन्नसेवनाबाबत अतिशय कठोर संयम बाळगला होता. एकपर्णा म्हणून ने फक्त पाने खाल्ली आणि एकपता म्हणून तिने फक्त पातलीची (पाडळीची) फळे आणि ले खाल्ली. चरक, सुश्रुत आणि वराहमिहिरानेही पाडळीचा उल्लेख केला आहे.

तामिळनाडूमधील कडलोर जिल्ह्यात तिरुप्पढिरीपुलियूर येथे पाडळीश्वराचे मंदिर ाहे. या मंदिराच्या स्थळ पुराणानुसार, एप्रिल ते जून या कालावधीत या वृक्षाला बारा कारची फुले येतात. फुले अतिशय सुवासिक आणि गोड वासाची असतात आणि ती क्त देवपूजेतच वापरली जातात. या वृक्षाखाली देवी पार्वतीने पूजा केली होती, असे हटले जाते.

या पवित्र वृक्षाविषयीची एक दंतकथा मात्र अगदी वेगळी आहे. या झाडाचे विविध ाग ही विभिन्न वैश्विक शक्तींची रूपे आहेत. उदाहरणार्थ, वेद, आगम, पंचाक्षर, वायू पुराण ाणि विशुद्ध ज्ञान. या वृक्षाची मुळे नादकलेचे (वैश्विक संगीताचे) प्रतिनिधित्व करतात, ोड ऊर्जा अधोरेखित करते, पाने हे वेदांचे प्रतीक आहे, फुले आगमांचे प्रतिनिधित्व रतात आणि फुलांचा सुगंध पंचाक्षर स्तोत्राचे प्रतीक आहे. हे सर्व विशुद्ध ज्ञानाचे घटक ाहेत. स्थळ पुराणात या सर्व घटकांचा उल्लेख आहे. या मंदिरात पूजा करण्यासाठी अनेक

भाविक येतात आणि पाडळीच्या फांद्यांना पाळणा बांधून पुत्रप्राप्ती, उत्तम पती आणि संपत्ती मिळावी, यासाठी प्रार्थना करतात. पूजेची ही प्रथा आजही पाळली जाते.

हा वृक्ष शक्तिदेवतेशी निगडित आहे.

औषधी उपयोग

पाने, साल, फुले आणि कोवळी फळे औषधांत वापरली जातात. गर्भाशयाच्या तक्रारींसाठी पानांचा काढा उपयुक्त असतो. फुले रक्तस्राव आणि अतिसार नियंत्रणात आणतात आणि घशाच्या विकारांसाठी उपयुक्त असतात. उचकी आणि रक्तविकारांसाठी या झाडाचे फळ उपयुक्त आहे. मुळांचा अर्क पोटदुखी थांबवतो (शिवरंजन आणि बालचंद्रन १९९४, ३६२-६३). हा अर्क शरीराला थंडावा देतो, मूत्रविसर्जनासाठीचे टॉनिक म्हणून वापरला जातो आणि सामान्यतः इतर औषधांसोबत तो दिला जातो. अल्कयुक्त पाणी आणि कॉस्टिक पेस्ट्स तयार करण्यासाठी या वनस्पतीची राख वापरली जाते (सिंग आणि पांडा, २००५, ७९९). सालीपासून मिळणारा पदार्थ पोटदुखी, कफ, रक्तक्षीणता बरा करतो. हा पदार्थ मिळवण्यासाठी साल १:१० या प्रमाणात एक तास पाण्यात भिजवतात. यातील १५ मिलिलीटर द्रव दिवसातून दोन वेळा घेणे आवश्यक आहे (षण्मुगम १९८९, ५५९).

हळद

वनस्पतिशास्त्रीय नाव	:	*Curcuma Longa* L.
इंग्लिश नाव	:	Turmeric
स्थानिक नावे	:	हल्दी (हिंदी), हरिद्र (संस्कृत)
प्रकार	:	झुडूप
विस्तार	:	भारत. इतरत्र लागवड

teramerita (योग्यता असणारी पृथ्वी) या लॅटिन शब्दापासून turmeric हा शब्द तयार झाला आहे.

हळद हे बारमाही झुडूप आहे. ginger कुळातील ही वनस्पती आहे. उष्णकटिबंधीय दक्षिण आशियातील ही स्थानिक वनस्पती आहे. भारतभरात तसेच आशियाच्या दक्षिण भागात तिची लागवड होते. हळदीच्या वाढीसाठी बऱ्यापैकी वार्षिक पर्जन्याची आवश्यकता असते. मूलस्कंदासाठी (rhizome) ही वनस्पती दरवर्षी गोळा केली जाते. पुढच्या मोसमात या मूलस्कंदापासूनच पुन्हा हळद वाढवली जाते.

हळदीचा मूलस्कंद, म्हणजेच हळकुंड भारतीय पाककलेत मसाला म्हणून मोठ्या प्रमाणात वापरले जाते. पदार्थांना रंग आणि स्वाद देण्यासाठी ते उपयुक्त असते. अनेक

सौंदर्य प्रसाधनांमध्येही हळदीची पूड वापरतात.

मध्ययुगीन युरोपात हळदीला 'भारतीय केशर' म्हटले जात असे. कारण केशर महाग असल्याने त्याला पर्याय म्हणून हळद वापरली जाई.

पौराणिक आणि धार्मिक संदर्भ

हळद अत्यंत शुभ मानली जाते आणि हजारो वर्षांपासून तिचा विविध भारतीय समारंभांमध्ये उपयोग होत आला आहे. देशाच्या कानाकोपऱ्यात प्रत्येक विवाह प्रसंगी आणि धार्मिक कार्यांमध्ये तिची उपस्थिती असते.

हिंदू आणि बौद्धांच्या धार्मिक समारंभांमध्ये हळदीची महत्त्वपूर्ण भूमिका असते. शुद्धता, समृद्धी आणि सुफलनाचे हळद हे प्रतीक आहे. अभिषेकाचा भाग म्हणून हळदयुक्त पाणी मंदिरांमध्ये देवतांच्या मूर्तींवर ओततात. हळदीचा लेपही मूर्तींना, विशेषतः दक्षिण भारतीय मंदिरांमधील मूर्तींना लावला जातो. याला मंजलकाप्पू (हळदीचा लेप) म्हणतात.

धार्मिक कार्यक्रमांत आणि इतर शुभ प्रसंगी निमंत्रित स्त्रियांना हळद-कुंकू लावतात.

भारतीय विवाहांमध्ये तर हळद ही अत्यावश्यक बाब आहे. भारताच्या अनेक भागांमध्ये लग्नाच्या आधी वधू-वरांना हळद लावण्याची प्रथा आहे. पश्चिम बंगालमध्ये या विधीला 'गयेहोलूद' (शरीरावर पीत रंग) म्हणतात. हा विधी लग्नाच्या आधी एक किंवा दोन दिवस होतो. मित्रमंडळी वधू-वरांना दुधात किंवा पाण्यात भिजवलेली हळद लावतात. यामुळे त्वचा मऊ पडते, पण मुख्यतः त्यांच्या कांतीवर एक विशिष्ट पिवळी छटा येते. यामुळेच या विधीला 'गयेहोलूद' हे नाव मिळाले आहे.

हिंदू विवाहांमध्ये, वाळलेले हळकुंड, हळदीने पिवळ्या केलेल्या दोऱ्याला बांधून वर वधूच्या गळ्यात बांधतो. याला मंगलसूत्र किंवा ताली म्हणतात. लग्नाच्या पवित्र बंधनाने दोन जीव एकत्र आल्याची ही खूण असते. हल्ली हळकुंडाऐवजी सोन्याचे पदक असते. हे पदक त्या-त्या कुळाच्या धार्मिक आणि जातीय प्रथांनुसार बदलणारे असते. हिंदू विवाह कायद्याने या प्रथेला (मंगळसूत्र घालण्याच्या) मान्यता दिली आहे. भारताच्या पश्चिम किनारपट्टीवरील महाराष्ट्रीयन आणि कोकणी विवाहांमध्ये वधू-वर एकमेकांच्या मनगटांवर हळकुंडाचे कंकण बांधतात. 'कंकण बंधन' नावानेच हा विधी ओळखला जातो. देवी पार्वतीने हळदीच्या लेपापासून एका मुलाची मूर्ती तयार केली आणि त्यात प्राण ओतले. गणेशाचा जन्म असा झाला, अशी समजूत आहे. आजही कोणत्याही हिंदू समारंभात लोक हळदीने गणेशाची लहानशी मूर्ती

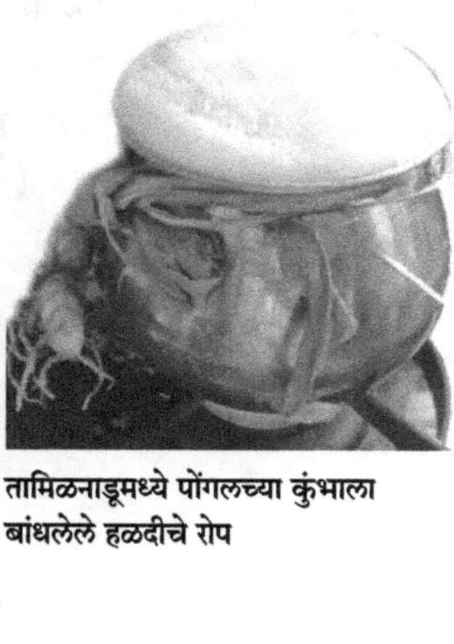

तामिळनाडूमध्ये पोंगलच्या कुंभाला बांधलेले हळदीचे रोप

काढतात (एस. सुरेश, 'सीझन ऑफ प्लेंटी,' *द हिंदू*, १४ जानेवारी २००२).

सगळ्या शुभ प्रसंगी हळदीची पूड वापरली जाते, यावरून लोकांनी हळदीला बहाल केलेले पावित्र्य स्पष्ट होते. देवत्वाचे प्रतीक म्हणून हळदीला उठाव देऊन तिचा वापर वाढवला गेला (बी. एन. हरीश, 'रोड मॅप टू बिल्ड अ पीसफुल सोसायटी,' *द हिंदू*, ५ ऑक्टोबर २००४).

पोंगल या तामिळ सणाच्या वेळी, ताज्या हळकुंडांसह हळदीचे संपूर्ण रोप सूर्याला कृतज्ञता म्हणून वाहिले जाते. पोंगलचा नैवेद्य बनवला जातो, त्या पवित्र कुंभालाच हे रोप बांधले जाते.

औषधी उपयोग

भारतात २५०० वर्षांहून अधिक काळ हळदीचा उपयोग होत आला आहे आणि आयुर्वेदिक औषधांचा हा महत्त्वाचा आणि मोठा घटक आहे. प्रथम रंग म्हणून हळदीचा उपयोग केला गेला आणि नंतर तिच्या औषधी गुणधर्मांमुळे विविध प्रकारे ती उपयोगात आली.

अन्नाचे शरीराला आवश्यक घटकांमध्ये अंतिम रूपांतर करणाऱ्या प्रक्रियेचा ऱ्हास आणि कर्करोग यांच्याशी लढण्यासाठी एक ग्रॅम हळकुंडाचे नियमित सेवन उपयुक्त ठरते. हळकुंडापासून मिळणारे तेल संधिवातरोधक, बुरशीनाशक, दाहशामक आणि जिवाणूरोधक आहे.

कफ, थंडी, त्वचाविकार यांसाठी हळकुंड हा घरगुती उपाय आहे. कांजिण्या किंवा देवी आल्यास कडुनिंबाची पाने आणि हळदीचा लेप फोडांवर लावतात (दस्तूर १९६२, ६९-७०).

हळदीपासून मिळणारे तेल सुगंधी द्रव्ये आणि औषधे तयार करण्यासाठी वापरतात. ते जिवाणूरोधक, बुरशीनाशक, दाहशामक आहे. त्यात अँटिऑक्सिडंट गुणधर्मही आहेत. पारंपरिक औषधांमध्ये या तेलाचा वापर होतो. (पटनाईक १९९३, १३७)

भारतात स्मृतिभ्रंश (अल्झायमर) रोगाचे प्रमाण कमी असण्याचे कारण हळदीचा वापर असल्याचे म्हटले जाते. हळदीमधील 'करक्युमिन' हा घटक डिमेन्शिया आणि स्मृतिभ्रंश या आजारांना तोंड देण्यासाठी मदत करतो.

मदनबाण

वनस्पतिशास्त्रीय नाव	:	*Jasminum sambac* (L) Aiton
इंग्लिश नाव	:	Tuscan Jasmine
स्थानिक नावे	:	मोगरा (हिंदी), मल्लिका (संस्कृत)
प्रकार	:	झुडूप
विस्तार	:	भारत

नरेबिक आणि पर्शियन शब्द यास्मिन किंवा यासमन या शब्दापासून Jasmine हे कूळनाम यार झाले आहे. त्यामुळे या नावाने प्रथम ओळखली जाणारी वनस्पती ही अरेबिअन ास्मिन असावी किंवा त्यामुळेच *Jasminum Sambac* हे वनस्पतिशास्त्रीय नाव या ुडपाला दिले असावे. *sambac* हे प्रजातीचे नाव, हे या प्रजातीचे प्राचीन भारतीय नाव नाहे. मोगरा वर्गातील हे झुडूप आहे. हे काहीसे उभे वाढणारे झुडूप दक्षिण आशियातील थानिक झुडूप आहे आणि भारत, श्रीलंका, म्यानमार या ठिकाणी ते सापडते. फिलिपाईन्स नाणि इंडोनेशिया या देशांचे ते राष्ट्रीय फूल आहे. दक्षिण भारतातील ही मूळ वनस्पती नसल्याची समजूत आहे. तिथे त्याची लागवड होते. पाहुण्यांच्या स्वागतासाठी मदनबाणाचे ार वापरतात; तसेच धार्मिक कार्यक्रमांमध्ये देवांना वाहण्यासाठी आणि सजावटीसाठीही या ुलांचा उपयोग होतो.

मदनबाणाची फुले केसातही माळतात. या फुलांपासून मिळणारे तेल सुगंधी द्रव्ये आणि भौषधांत वापरतात. या झुडपाच्या पानांमध्ये राळ, सॅलिसिलिक ॲसिड आणि जास्मिनाईन ावाचे अल्कलॉईड असते. हे अल्कलॉईड ॲस्ट्रिंजंट असल्याने रक्तस्राव थांबवते.

मदनबाणाची झुडपे मंदिरांच्या प्रांगणात वाढवली जातात. त्यांच्या सुगंधामुळे ुजणाऱ्या सेंद्रिय पदार्थांचा दुर्गंध नष्ट होऊन वातावरण स्वच्छ होते (नायर, राममूर्ती आणि नग्रवाल १९८९, ३६).

ौराणिक आणि धार्मिक संदर्भ

ादनबाणाचे अत्तर दैवी समजले जाते. संतुलन, आत्म वेश्वास, आकर्षकपणा आणि मानसिक चेतनेची जाणीव ा विकसित करते. शंकराच्या पूजेत ते वापरले जाते. हिम ल्याच्या पायथ्याकडील भागातील घनदाट जंगलांच्या ांधाशी या अत्तराचे नाते आहे, असे म्हटले जाते. याच ठेकाणी शिव आपल्या गणांसह राहायचा, अशी समजूत भाहे. *Jasminum sambac, Jasminum undulatum*

मदनबाण

आणि इतर काही प्रजाती शंकराला वाहिल्या जात नाहीत. पण तांत्रिक पूजेमध्ये मात्र ही फुले शंकराला वाहतात. शक्तिपूजेतील त्यांच्या विचित्र प्रतीकात्मतेमुळे ती वाहिली जातात (बर्डवुड, १९९२, ८७).

मदनबाणाचा उल्लेख रामायणात आहे (४.१.७६). 'पंपा सरोवराच्या काठावर मोगरा, कण्हेर आणि कुमुदिनीची फुले वाढली आहेत.' पांढरी सुवासिक फुले विष्णूला प्रिय मानली जातात आणि त्याच्यासाठी या फुलांचे हार बनवले जातात.

तामिळनाडूच्या नागपट्टिनम जिल्ह्यात तिरुचिक्कल येथे नवनिदिश्वराचे देऊळ आहे. त्याच्या स्थळ पुराणानुसार वसिष्ठ ॠषींनी कामधेनूच्या दुधापासून तयार केलेल्या लोण्यापासून शिवलिंग बनवले आणि त्याची पूजा केली. हे ठिकाण 'मल्लिगई वनम्' या नावाने ओळखले जाते, कारण इथे एके काळी मोगऱ्याची खूप झुडपे होती. एका झुडपाखाली स्वतः शिव (नवनिदिश्वर) उभा होता. तिथेच वसिष्ठांनी लिंगाची पूजा केली. नंतर तिथे देऊळ उभारले गेले. अखेर वसिष्ठ मुनींना मोक्षप्राप्ती झाली.

भारतीय साहित्यात कामदेवाच्या बाणांच्या टोकांवर मदनबाणाची फुले असतात. त्यांच्या सुगंधाने हृदये विदीर्ण होतात. त्याच्या धनुष्यातून त्याने सोडलेल्या सुगंधांपैकी एक मदनबाणाचा आहे (मिलर १९९०, ७४).

औषधी उपयोग

पोटातील जंत नष्ट करण्यासाठी संपूर्ण वनस्पती वापरतात. मूत्रविसर्जनालाही हे झुडूप चालना देणारे आहे. मानसिक विकार, कावीळ आणि गुप्तरोग यांवरील उपचारांसाठी या वनस्पतीच्या फुलांपासून मिळणारा सुगंधी द्रव उपयुक्त असतो (बोर आणि रायझादा १९९०, २४४-४६).

विंचूदंशासाठी मदनबाणाचा रस उपयुक्त ठरतो. व्रण, पिटिका, गळवे, त्वचाविकार आणि डोळ्यांचे विकार यांवर उपचार करताना फुलांच्या कळ्या गुणकारी ठरतात (सुदर्शन, यल्लप्पा रेड्डी आणि गौडा १९९३, १०४).

पानांचा अर्क जिवाणूरोधक आहे आणि स्तनांच्या कर्करोगावर तो प्रभावी ठरतो (असोलकर, कक्कर आणि चक्रे १९९२, ३७६).

अंजन / अर्जुन

वनस्पतिशास्त्रीय नाव	:	*Terminalia arjuna* (Roxb.ex.DC) Weight and Arn.
इंग्लिश नाव	:	White Marudh
स्थानिक नावे	:	अंजन, अर्जन (हिंदी), अर्जुन, ककुध (संस्कृत)
प्रकार	:	वृक्ष
विस्तार	:	भारत, श्रीलंका, म्यानमार

झाडाचे संस्कृत नाव आहे अर्जुन. त्याचा अर्थ पांढरा / शुभ्र. हे पाच पांडवांपैकी एका वाचेही नाव आहे. या ठिकाणी अर्जुन (शुभ्र) हे नाव झाडाची पांढरी साल सूचित करते.

हा कोरड्या हवामानाच्या प्रदेशातील सदाहरित वृक्ष आहे. पर्णमुकुट रुंद असतो, ळे खोल जाणारी नसतात. झाडाची उंची २०-३० मीटर असते. सामान्यत: हे झाड द्यांच्या खोऱ्यामध्ये आणि पठारांवर आढळते. समुद्रसपाटीपासून १२०० मीटर उंचीपर्यंत याचे अस्तित्व दिसते. पाण्याच्या प्रवाहांलगत किंवा दलदलीच्या पट्ट्यांमध्ये, गाळाच्या मिनीतही हा वृक्ष वाढतो. अल्कयुक्त जमिनीत वाढवण्यासाठी हे झाड योग्य आहे.

अंजनाचे लाकूड टणक आणि मजबूत असते. शेतीची अवजारे, खांब, बैल-घोडा ड्यांची चाके, बोटी आणि इमारतबांधणीसाठी त्याचा उपयोग होतो. हवेचे प्रदूषण सहन रण्याची ताकद या वृक्षामध्ये आहे. वातावरणातील धूलिकणांचा निचरा तो करतो. नाचा दर चौरसमीटर पृष्ठभाग ४.४९ ग्रॅम धूळ शोषून घेतो, अशी नोंद पांडे आणि सलीम १९९४) यांनी केली आहे. नायर, राममूर्ती आणि अग्रवाल (१९८९) यांच्या मते हे झाड र्यावरण शुद्धीकरणाचे काम करते आणि सूक्ष्मजीवरोधक अशीही त्यांची भूमिका आहे.

प्रारंभिक संस्कृत साहित्यात अर्जुन वृक्षाचा उल्लेख आहे. नदिसर्ज या नावाने हा ल्लेख आहे. प्राचीन वैद्यकतज्ज्ञ वाग्भट्ट याने या झाडाची साल हृदयविकारावरील औषध हणून सुचवली होती. नंतर चक्रदत्त या आणखी एका प्रख्यात भारतीय वैद्यकतज्ज्ञाने टॉनिक ाणि रक्त थांबवणारा घटक म्हणून त्याचे वर्णन केले आणि हृदयविकारासाठी पाणी आणि धासह अर्जुनाच्या सालीचा काढा घ्यावा किंवा लोणी किंवा तुपासोबत ही साल सेवन रावी, असे सांगितले होते (सुदर्शन, यल्लप्पा रेड्डी आणि गौडा १९९३, २१).

ौराणिक आणि धार्मिक संदर्भ

erminalia arjuna या प्रजातीचा रामायणात उल्लेख आहे. या वृक्षाच्या फुलांमुळे सीतेला वृक्ष आवडायचा (३.६०.१४). प्रस्त्रवन पर्वताला शोभा आणणारा हा वृक्ष होता ४.२७.१०). चंदनांच्या झाडासोबत अर्जुनाची झाडे इतक्या मोठ्या संख्येने आणि ओळीने ाढतात की त्याच्या पानांचे खूप उंचावर दाट आच्छादन तयार होते आणि मावळतीचा सूर्य

जेव्हा त्यांच्या फुलांवर आपल्या तेजाची पखरण करतो, तेव्हा ते दृश्य अत्यंत रम्य असते (४.२८.४१). पावसाच्या वाऱ्यांमधून अर्जुनाचा सुगंध वाहतो आहे (४.३०.२५). मोठी झाडे पूल बांधण्यासाठी वापरतात (६.२२.५६). रामाच्या राजवाड्यातील उद्यानाला या वृक्षाने शोभा आणली आहे (७.४२.४).

भागवत पुराणातील कथेनुसार, यक्षांचा राजा आणि देवांचा खजिनदार असलेल्या कुबेराला नलकुबेर आणि मणिग्रीव नावाचे पुत्र होते. सत्तासामर्थ्यामुळे ते उन्मत्त झाले होते. प्रत्येकाशी ते अनादराने वागायचे. एकदा मद्यधुंद अवस्थेत ते एका नदीत गंधर्व कन्यांसह संपूर्ण विवस्त्र होऊन क्रीडा करत होते. जवळून नारद जात होते. पण सत्तेने धुंद झालेल्या दोघा भावांनी त्यांच्याकडे पूर्ण दुर्लक्ष केले. नारदांनी त्यांना धडा शिकवायचा ठरवला. इतक्या गर्विष्ठ भावांना धडा शिकवण्याचा एकमेव मार्ग म्हणजे दारिद्र्य, असा विचार नारदांनी केला. लोकपाल कुबेराचे हे पुत्र अज्ञान, उद्धटपणा आणि मद्यात बुडालेले असल्यामुळे नारदांनी त्यांचे अर्जुनाच्या झाडांमध्ये रूपांतर करून त्यांना शिक्षा दिली. पण त्यांची स्मृती मात्र नारदांनी घालवली नाही. उलट 'अजून १०० देववर्षांनी कृष्णाचा स्पर्श तुम्हांला या शापातून मुक्त करेल,' असे त्यांनी सांगितले. या शापाचा परिणाम म्हणून ते कुबेरपुत्र व्रजभूमीतील दोन अर्जुन वृक्ष बनले. एकदा कृष्णाला दगडी मुसळाला बांधून ठेवले होते. त्याचे लक्ष या जोडीने उभ्या असलेल्या अर्जुनाच्या झाडांकडे गेले. त्याला नारदाचे शब्द आठवले. ते शब्द खोटे ठरू नयेत म्हणून कृष्ण मुसळ ओढत या झाडांजवळ गेला आणि दोन झाडांच्या मधे जाऊन त्याने ते दोन्ही वृक्ष मुळासकट उपटले. कड्कड् आवाज करत वृक्ष पडले आणि त्यातून दोन दिव्य आकृती अवतरल्या. त्यांच्या तेजाने ती जागा उजळून निघाली. कृष्णाची प्रार्थना करून ते अवकाशाच्या दिशेने जात दिसेनासे झाले. गावातील गोपी घरकामात गुंतलेल्या होत्या. पण त्या दोन महाकाय वृक्षांच्या कोसळण्याच्या आवाजाने त्या सावध झाल्या. हा चमत्कार गोपजनांनी स्वत:च्या डोळ्यांनी पाहिला होता. व्रजवासीयांना त्यांनी घडलेला प्रकार सांगितला : अर्जुन वृक्षातून कुबेर पुत्रांची झालेली मुक्तता आणि ही दोन्ही मुले या अर्जुन वृक्षांमध्ये १०० देववर्षे राहिल्यामुळे पवित्र झालेले वृक्ष, ही वार्ता सर्वत्र पसरली (एस. एम. गुप्ता , १९९१, ९२). आश्चर्याची बाब म्हणजे मोहेंजोदारो येथील एका मुद्रेवर दोन अर्जुन वृक्षांना परस्परांपासून जोरात दूर करणारी पुरुषाकृती दिसते. म्हणजेच, ही दंतकथा किती प्राचीन असेल याचा अंदाज आपण बांधू शकतो.

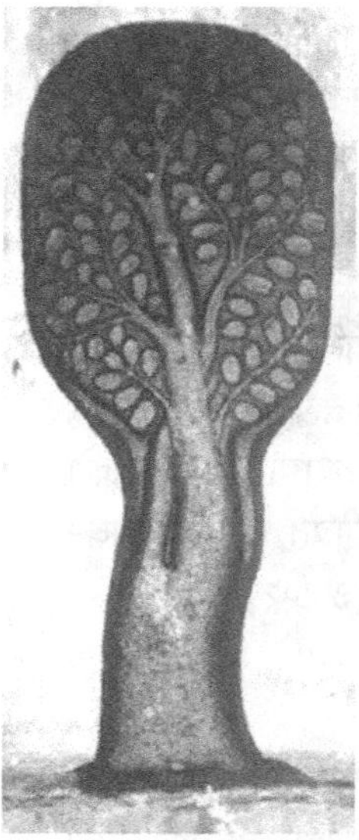

अर्जुन, मरुधीश्वरर मंदिर, तिरुविडईमरुदूर, तंजावर जिल्हा, तामिळनाडू

तामिळनाडूच्या कोइंबतूर जिल्ह्यात मरुधमलय येथे

ंडायुधपाणी हे मंदिर आहे. या मंदिराचा अर्जुन हा पवित्र वृक्ष आहे. प्राचीन काळी त्या ठिकाणी असलेल्या मरुधवनामुळे येथील टेकडी आणि जवळपासच्या स्थानांना मरुधमलय ह नाव मिळाले असावे. या झाडाला नैवेद्य वाहून लोक त्याची पूजा करतात.

या झाडाशी निगडित लोककथांमुळे, या ठिकाणचे एखादे झाड तोडायचे असले तरी या आधी काही विधी करावे लागतात. या झाडाविषयीचा आदर यातून दिसतो. जे झाड तोडण्याचा निर्णय झाला असेल, ते तोडण्याच्या आधीच्या रात्रभर त्या झाडाची आराधना केली जाते. मग पहाट झाल्यावर त्याच्यावर पवित्र पाणी शिंपडले जाते. करवतीच्या पात्याला लोणी आणि मध लावला जातो आणि तोडलेल्या लाकडापासून अवजार बनवण्यापूर्वी धार्मिक महत्त्वाची एखादी मूर्ती त्यातून कोरून काढली जाते.

औषधी उपयोग

या झाडाच्या सालीतून मिळणारे औषध थंडावा देणारे असते. त्यात कफ बाहेर टाकण्याचा गुणधर्मही आहे, ते ताप कमी करते. हृदयविकारासाठीचा हा अत्यंत मौल्यवान उपाय आहे. सालीचा काढा किंवा पूड दूध आणि गुळासह दररोज सकाळी नियमितपणे घेतल्यास हृदयक्रिया उत्तम राहते. दमा बरा करण्यासाठीही साल उपयुक्त असते. मधासह सालीचे सेवन केल्यास तुटलेल्या हाडांना बळकटी येते. सालीचा काढा जुलाबांवरही उपयुक्त आहे. सालीच्या लेपात मध मिसळून लावल्यास पुटकुळ्या आणि त्वचेवरचे फोड बरे होतात. सालीची राख विंचूदंश झालेल्या भागावर लावतात (दस्तूर १९६२, १५०). शिवाय सालीची पूड दुधासह काही काळ नियमितपणे घेतल्यास ती कामोत्तेजना वाढवते (षण्मुगम १९८९, ६५८).

कवठ

वनस्पतिशास्त्रीय नाव	:	*Limonia acidissima* L.
इंग्लिश नाव	:	Wood Apple
स्थानिक नावे	:	बेली, काटबेल, कविता (हिंदी), कपित्था (संस्कृत)
प्रकार	:	वृक्ष
विस्तार	:	भारत, चीन, पाकिस्तान, श्रीलंका, म्यानमार, थायलंड

हा पानगळीचा वृक्ष भारतातील कोरड्या, उष्णकटिबंधीय जंगलांमध्ये सर्वत्र आढळतो. हा मूळ दक्षिण भारतातील वृक्ष आहे. त्याच्या फांद्या काटेरी असतात आणि पाने पिच्छाकृती असतात.

फांद्या आणि बुंध्याच्या सालीपासून मिळणारा डिंक डिंकाला पर्याय म्हणून वापरला

कवठ

जातो (कृष्णमूर्ती १९९३, २४५). पानांच्या अर्कापासून तेल मिळते.

कवठाची फळे खातात; त्यात कॅल्शिअम, फॉस्फरस, लोह, कॅरोटीन, थिआमाईन, रिबोफ्लेविन, निआसिन आणि 'क' जीवनसत्त्व असते. शिवाय त्यात ऑक्झॅलिक, मॅलिक, सायट्रिक आणि टॅनिक ॲसिड्‌सचे प्रमाण भरपूर असते.

या झाडापासून तेल मिळत असल्याचा उल्लेख कौटिल्याच्या *अर्थशास्त्रात* आहे (२.१५.३९).

पौराणिक आणि धार्मिक संदर्भ

बृहत्संहितेत हे झाड लावण्याच्या पद्धतीचे वर्णन केले आहे (*बृहत्संहिता,* 'वृक्षायुर्वेद' २२).

भारद्वाज ऋषींच्या आश्रमाजवळ भरताच्या सेनेला विश्वकर्म्याच्या अनेक सुंदर निर्माणकृती दिसल्या; तिथे बिल्व, कवठ, फणस, लिंबू, आवळा आणि आंबा हे फळांनी लगडलेले वृक्ष होते, असे रामायणात (२.९१.३०) म्हटले आहे. कूर्म पुराणानुसार (२१७.२३; १४.७८) या झाडाच्या सावलीत अध्ययन करू नये, असे म्हटले आहे.

गणेश 'कवठ आणि जांभळाचा रस प्राशन करणारा' आहे, असे त्याचे वर्णन केले जाते. ही फळे हत्तींना प्रिय आहेत.

*श्रीमद्‌भागवत*मध्ये म्हटले आहे (२.१४-१९), त्रिकूट पर्वताच्या दरीत वरुणाच्या मालकीचे ऋतुमत नावाचे उद्यान आहे; तिथे सर्व ऋतूंमध्ये फळाफुलांचा बहर असतो. त्यामध्ये कुमुद, उत्पल आणि शतपत्राचा समावेश आहे. या फुलांनी पर्वताचे सौंदर्य वाढवले आहे. शिवाय बिल्व, कपिथ, जंबिर आणि भल्लतक वृक्षही आहेत.

हा वृक्ष शिवाला प्रिय आहे.

औषधी उपयोग

कच्च्या फळाचा गर रक्तस्राव थांबवतो. कच्च्या किंवा पिकलेल्या फळाच्या गरातून बिया काढून तो कुस्करला आणि त्यात वेलदोडा, मध आणि जिरे घालून खाल्ला तर जुलाब थांबतात. स्तनांच्या आणि गर्भाशयाच्या कर्करोगाला प्रतिबंध करण्यासाठी आणि वंध्यत्वावर उपचार करण्यासाठीही त्याचा उपयोग होतो (बाखरू १९९३, ३२-३४). पिकलले फळ शिरा, हाडे, हृदय आणि पोषणनलिका यांची ताकद वाढवते. हृदयाचे ठोके नियमित ठेवण्यासाठी आणि यकृत आणि प्लीहेच्या तक्रारी दूर करण्यासाठीही त्याचा उपयोग होतो (षण्मुगम १९८९, ७४०).

सालीची पूड किंवा त्यापासून तयार केलेला काढा पित्तविषयक तक्रारी दूर करतो. कोवळ्या पानांचा रस दूध आणि साखरेसह मुलांना दिल्यास जठराच्या तक्रारी दूर होतात.

बुंध्यातून स्रवणारा डिंक त्वचेला आणि श्लेष्म आवरणाला मऊपणा देतो.

ताज्या पानांच्या रसात जिरे मिसळून घेतल्यास ॲलर्जीचा त्रास कमी होतो. हा रस ित्तामुळे अंगावर उठणाऱ्या फोडांवरही लावता येतो.

रुद्राक्ष

वनस्पतिशास्त्रीय नाव	:	*Elaeocarpus sphaericus* (Geartn.) K.Schum.
इंग्लिश नाव	:	Wooden Beggar - Bead
स्थानिक नावे	:	रुद्राक्ष, रुद्रक (हिंदी), रुद्राक्ष (संस्कृत)
प्रकार	:	वृक्ष
विस्तार	:	आशिया (उष्णकटिबंधीय), भारतीय उपखंड, इंडो-चीन, मलेशिया, ऑस्ट्रेलिया, नैर्ऋत्य प्रशांत महासागरी प्रदेश

ा झाडाच्या गडद रंगाच्या फळांना रुद्राक्ष असे म्हटले जाते. शैवपंथीयांच्या जपमाळा ाणि गळ्यातील माळा रुद्राक्षाच्या असतात. पंचमुखी रुद्राक्ष हे शिवाच्या पाच मुखांचे तीक मानले जाते (स्टटले १९८५, ११९). नेपाळ, पूर्व हिमालय, अरुणाचल प्रदेश, बेहार, मध्य प्रदेश आणि पश्चिम भारतातील कोकण घाटात ही वनस्पती आढळते (चटर्जी, ९९६, ८५-८६).

या झाडाचे पांढरे लाकूड अतिशय बळकट असते. बांधकामासाठी त्याचा व्यावसायिक तरावर वापर होतो. विमानाचे पंखे हलके, पण बळकट असण्याची गरज असते. ते नवण्यासाठी या झाडाचे लाकूड हा आदर्श कच्चा माल आहे.

हिमालयीन प्रदेशात वटवाघळांचे खाद्य म्हणजे या झाडाची फळे. मात्र या झाडाचा ुख्य उपयोग म्हणजे त्याच्या बिया– रुद्राक्ष. लोक मनगटावर, दंडावर आणि गळ्यात याच्या माळा परिधान करतात.

ौराणिक आणि धार्मिक संदर्भ

द्राक्ष हा शब्द दोन संस्कृत शब्दांपासून तयार झाला ाहे. रुद्र हे शिवाचे एक नाव आहे आणि अक्ष हणजे डोळा. शिवाने मानवजातीच्या कल्याणासाठी यान केले आणि त्याच्या डोळ्यांतून करुणा, शांतता ाणि आनंदाचे अश्रू ओघळले, असे म्हटले जाते. अश्रू पृथ्वीवर पडले आणि त्यांचे स्फटिकीकरण ोऊन त्याच्या रुद्राक्ष बिया तयार झाल्या. प्राचीन

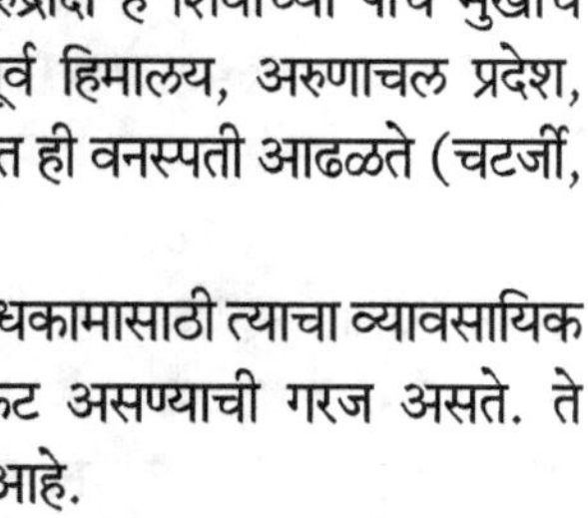

रुद्राक्षमणी

हिंदू ग्रंथांमध्ये रुद्राक्ष मण्यांच्या दैवी गुणांची प्रथम नोंद झाली. हे मणी मानसिक शांतता देतात, वाईट व्यक्ती आणि दुष्ट शक्तींपासून संरक्षण देतात, स्वास्थ्य आणि समृद्धी देतात. महाभारतानुसार, शिवाच्या अश्रूंचे रूपांतर रुद्राक्ष मण्यांमध्ये झाले. शंकराने धनुष्याची प्रत्यंचा ताणून त्रिपुरांत बाण सोडले; आणि कल्याणनिर्मितीसाठी दानवांचा नाश केला (पटनाईक १९९३, ३३). स्कंद पुराणानुसार (११), मानवजातीच्या कल्याणासाठी शिवाच्या डोळ्यांतून जे अश्रू झरले त्यातून रुद्राक्षांचा उगम झाला (हज्रा, १९५८, ३२५-२६).

रुद्राक्षमणी परिधान करण्याची पद्धत आणि त्यांचे प्रकार, याचे वर्णन खुद्द शिवानेच केले आहे, असे अग्नी पुराण सांगते (दत्त १९६७, १२०९). दोऱ्यात पक्क्या ओवलेल्या सम संख्येच्या रुद्राक्ष मण्यांची माळ माणसाने घालावी. त्याला एक, तीन किंवा पाच मुखे असावीत. दोन, चार किंवा सहा मुखांचा, न तुटलेल्या खवल्यांचा (काट्यांचा) आणि एकही भोक नसलेला रुद्राक्ष सर्वात शुभ समजला जातो. रुद्राक्ष मण्यांचे चार गट आहेत– शिव, शिखा, योती आणि सवित्रा. आत्मसाक्षात्काराच्या दैवी मार्गावर पुढे जात राहण्यासाठी आवश्यक अशी मानसिक दक्षता, शारीरिक आरोग्य आणि उत्तम तब्येत मिळावी, म्हणून ऋषिमुनी अनेक शतकांपासून रुद्राक्ष परिधान करत आले आहेत, असे म्हटले जाते. रुद्राक्ष शिवाशी निगडित असल्यामुळे हे मणी शिवभक्त पवित्र मानतात.

रुद्राक्षाच्या गाठीसारख्या बियांपासून जपमाळा, मनगट्या आणि अक्षरमाला तयार करतात (कूर्म पुराण, २.१८.७८).

गरुड पुराणात म्हटले आहे, 'सांध्यवंदनेसाठी, माणसाने कुशासनावर बसावे आणि गळ्यात स्फटिक, कमळ बी आणि रुद्राक्ष किंवा पुत्रजीवाच्या मण्यांची माळ घालावी.'

पद्म पुराणात (५७) भगवान शंकराने आपला पुत्र कार्तिकेय याला रुद्राक्षाचे महत्त्व स्पष्ट करून सांगितले आहे: 'रुद्राक्ष पाहण्याने लाखभर पुण्य मिळते. तो परिधान करण्याने दहा कोटी पुण्य मिळते आणि त्याच्या साहाय्याने जप केल्यास अमर्याद पुण्य मिळते.'

रुद्राक्ष मण्यांना खाचा आणि कडा असतात; यालाच मुख असे म्हणतात. या मुखांवरूनच त्यांचे गट पडतात. रुद्राक्षाला फक्त एक किंवा एकवीसपर्यंत मुखे असू शकतात. प्रत्येक संख्येला स्वतःचा असा विशिष्ट अर्थ आहे. उदाहरणार्थ, एकमुखी रुद्राक्ष अत्यंत दुर्मीळ असतो. तो परिधान केल्याने ब्राह्मणहत्येचे पातक क्षम्य ठरते. (पंचपातकांपैकी 'ब्राह्मणहत्या' हे एक पातक आहे) अकरा मुखी, चौदा मुखी आणि एकवीस मुखी रुद्राक्षही दुर्मीळ आहेत. दोन मुखी रुद्राक्ष अर्धनारीश्वर रूपातील शिवाचे प्रतीक आहे. सगळ्या शैवपंथीयांनी तो परिधान करावा, अशी अपेक्षा असते. असे केल्याने कळत नकळत हातून घडलेल्या पापांतून मुक्त मिळते, अशी समजूत आहे.

रक्तदाब नियंत्रणात ठेवण्यासाठी रुद्राक्ष परिधान करावा, असे म्हटले जाते.

रुद्राक्ष घातला असेल तर वाईट नजरेचा प्रभाव नष्ट होतो आणि मृत्युसमयी रुद्राक्ष

तला असेल तर त्या व्यक्तीची पुनर्जन्मातून मुक्तता होते, अशी श्रद्धा आहे.

रुद्राक्ष जपलोपनिषद सांगते, 'रुद्राक्षाच्या कवचात ब्रह्मदेवाचा निवास असतो, त्याच्या कळीत विष्णू आराम करतो आणि त्याच्या आत शिव असतो, तर त्याच्या बिंदूमध्ये गळ्या स्वर्गीय देवतांचा वास असतो' (हज्रा, १९२८, ३२५-२६).

आणखी एका सुपरिचित दिव्यकथेने रुद्राक्षाचे नाते शिवपत्नी पार्वतीशी जोडले आहे. वाहानंतर पार्वतीच्या लक्षात आले की शिव एखाद्या साधूप्रमाणे जगतो. त्याची तपश्चर्या तत चालू असते आणि स्त्रीसौंदर्य आणि स्त्रियांची दागिन्यांविषयीची आवड त्याच्या यानीमनीही नसते. अशा ऐहिक गोष्टींचे शिवाच्या लेखी कणभरही महत्त्व नव्हते. उलट बालिश वर्तनामुळे पार्वतीला रागवायचा. एवढेच नव्हे, तर वैश्विक महत्त्वाचे उपदेश कण्यात वेळ व्यतीत कर, असेही त्याने पार्वतीला खडसावले. यामुळे पार्वती चिडली आणि दागदागिने आणि ऐहिक सुखांविषयीची तिची अभिलाषा वाढली. जेव्हा वसंत ऋतूचे आगमन झाले, तेव्हा आकाशाची निळाई गडद झाली, असंख्य रंगच्छटांची फुले फुलली, धमाशा आणि फुलपाखरांची मध गोळा करण्यासाठी या फुलावरून त्या फुलावर धावपळ रू झाली आणि या सगळ्या उत्फुल्लतेतून चिरंतन आनंद ओसंडून वाहू लागला. मग र्वतीची दागिन्यांची हौस आणखी उफाळून आली आणि तिने पुन्हा शंकराकडे हट्ट केला. वेळी मात्र शिव विरघळला. त्याने हात पुढे केले आणि स्वर्गातून रुद्राक्षाची फळे त्याच्या तात पडली. त्याने ती पार्वतीला दिली आणि त्याच्या माळा, बांगड्या, बाजूबंद आणि र्णफुले करून घालायला त्याने पार्वतीला सांगितले (बरुआ १९९२, ६८-७३).

शिवाच्या सूर्यनेत्रातून बारा, चंद्र नेत्रातून सोळा आणि अग्निनेत्रातून दहा प्रकारचे द्राक्ष आले. पहिले रक्तवर्णी होते, दुसरे पांढरे शुभ्र होते, तर तिसरे काळे होते (एस. एम. ता १९९१, ३६-३७). शिवाशी निगडित असणारा रुद्राक्ष हिंदू परंपरेत अत्यंत पवित्र नला जातो. माथ्यावर, दंडावर आणि हातात रुद्राक्ष परिधान केलेले शिवरूप हिंदू परंपरेला रिचयाचे आहे.

ौषधी उपयोग

द्राक्ष धारण करण्याने मानसिक ताकद, उत्तम आरोग्य आणि समृद्धी मिळते, अशी समजूत ाहे. रक्तदाब नियंत्रणात ठेवून मानसिक शांतता, आत्मविश्वास, आध्यात्मिक प्रगती, च्च प्रतीची सदसद्‌विवेकबुद्धी आणि ध्यानाची ताकद रुद्राक्षामुळे मिळते, असे म्हटले ाते.

अपचन, मळमळ, शारीरिक जखमा, अपस्मार अशा विविध विकारांवरील उपचारात द्राक्षाची 'बी' वापरली जाते.

वनस्पतींची भारतीय भाषेतील नावे

मराठी	इंग्लिश	हिंदी	संस्कृत
नागचंपा / सुलतान चंपा, उंडी	Laurel Alexandrian	सुलतानचंपा, सुरपन, सुरपंका, उंडी	नागचंपा / पुन्नग
अशोक	Ashoka	अशोक	अशोकम, मधुपुष्पम
बांबू	Bamboo	बांस	वेणू
वड	Banyan	वट	न्याग्रोध
गोरखचिंच	Baobab	गोरक चिंच	गोरक्षी, सर्पदंडी
बेल	Bengal Quince	बेल	बिल्व
दूर्वा	Bermuda Grass	धूब, दूब, हरियालिल	दूर्वा
पान / नागवेल	Betel Vine	पान	तांबुली, तांबुलवली, नागिनी, नागवल्ली
गूळवेल	Bile Killer	गिलोय, गुडुची	अमृत
माकडलिंबू	Bombay Atalantia	बंजामिर निंबू, बननिंबू	अटवी-जंबिरा
करे / पातले	Bottle Flower Tree	बिंगी पापडी	परपत
गोकर्ण, सुपली	Butterfly Pea	अपराजित	अपराजिता
कैलासपती	Cannonball	शिवलिंग, शिक्कमल, कैलासपती, नगलिंग	नागपुष्पम्
एरंड	Castor Oil Plant	एरंड, अरंडी	एरंड
चाफा	Champaka	चंपा	चंपक
निवळी	Clearing Nut Tree	निर्मळी	कटक
उंबर	Cluster Fig	गुलर, अंबर, दूमर	औदुंबर, हेमदुग्धक, जंतुफळ, सदाफळ, यज्ञांग
नारळ	Coconut	नारियल	नरिकेल
कदंब	Common Bur-Flower	कदम, कदंब	कदंबर्या, हरिप्रिया, कदंब
दर्भ	Cotton-Wool Grass	दभ, दर्भ	दर्भ, कुश
तगर	Crape Jasmine	चांदनी	नंदीवृक्ष
खसखस	Cus-cus	खसखस, खस	उशिर, उसिर, रशिर
सीताफळ	Custard Apple	अटोआ, सिताफल, शरीफा	सिताफल, गंडगत्र, शुभ

मराठी	इंग्लिश	हिंदी	संस्कृत
खैर, कात	Cutch Tree	काथ, कैर	खदिर
देवदार	Deodar	देबदार, देबोदार	देव-दारू
कुंद	Downy Jasmine	कुंदफूल, चमेली	कुंद, कुंदा
पळस	Flame of the Forest	धक, पलस	पलाश, किंशुक
तीळ	Gingelly	तिल	तिली, तिल
द्राक्ष	Grapevine	दाख, द्राख	द्राक्ष, मृदविक
मूग	Green Gram	मूंग	मुद्कपर्णी
मधुमालती	Hiptage	माधवीलता, मधुमालती	माधवी, अतिमुक्त
करंज	Indian Beech	दिथौरी	करंज
मोह	Indian Butter Tree	महुवा	मधु-दूध, महुआ
चेकुर्टी	Indian Cadapa	कोढब, डबी, कडहब	चेकुर्टी
भोकर	Indian Cherry	बरा-लसोरा, चोकरगोंड, लसुरा	श्लेष्मातक
आवळा	Indian Gooseberry	आमला, अमलिका	अमलक, धत्री
बोर	Indian Jujube	बेर, पेंडिबेर	बदरी, बदरा, करकंदू
अमलताश / बहावा	Indian Laburnum	किरल, अमलताश	अरग्वध
नंदीवृक्ष	Indian Laurel Fig	कामरूप, पिन्वल	प्लक्ष, नंदीवृक्ष
रातराणी	Indian Lavender	सुगंधित वृक्ष	हिन्म, धरू
कमळ	Indian Lotus	पद्म, कमल, कुमुद	अब्ज, सरोज, पुंडरिक, कमल
शमी	Indian Mesquite	खेजडी, शमी	शमी, अग्निगर्भा
बकुळ	Indian Medaller	बकुल, बोलसरी, मऊलसरऊ	बकुल / वकुल, चिरपुष्प
टेंभुर्णी	Indian Persimmon	गौब / गाब	तिंडुक
शिरीष	Indian Siris	सिरीस, शिरीष	मधुपुष्प, बऱ्हापुष्प
नीलकमल	Indian Blue Water Lily	नीलकमल	कुमुद, कृष्णकमलम्
हिरडा	Ink-Nut/Chebulic Myrobalan	बल्हर, हरद	अभय, हरितकी
फणस	Jackfruit	कटहर, कठन, पनस	पनस, फल-वृक्षक, अतिबृहत् फल

मराठी	इंग्लिश	हिंदी	संस्कृत
आकाशमुळी	Javanese Wool Plant	गोरखगनिया, गोरखबुंदी, कपुरीजडी	अस्तमबैदा, पशनभेद
सरांटा / माळवी गोखरू	Krishna's Butter Cup	माखनकटोरी	वट
लिंबू	Lemon	बरनिंबू, जमिरी निंबू	जंबिर, महा-जंबिरफलम्
पुत्रंजीव	Lucky Bean	जीवपुत्रक, पटजी, पुत्रंजीवा	गर्भद, जीवनपुत्र, पुत्रजीवा, पुत्रंजीव
आंबा	Mango	आम	आम्र
खारफुटी / तिवर	Mangrove (Blinding Tree)	तेजबाल, गंगिव	अगरू, तिल्वक, उगारू
झेंडू	Marigold	गेंदा, गेंदू	स्थूलपुष्प
देवकांचन / रक्तकांचन	Mountain Ebony	बरिअल, कचनार	रक्तकांचन, रक्तपुष्प, गंदरी, युगपत्रक, कंटर, कोविदर
जुई	Needle Flower Jasmine	जूही, जूबी	जती, हेमपुष्प
कडुनिंब	Neem	नीम, निंब, निंगच्च	निंब, निंबिक
प्राजक्त, पारिजात	Night Jasmine	हार, हारसिंगर	पारिजात, हारशिंगार पुष्पक
पनई-ताड	Palmyra Palm	ताल, तलतर	ताल, तालद्रूम
पिंपळ	Pipal	पिपल	अश्वत्थ
केळे / केळी / केळ	Plantain	केला, मौझ	कदली, रंभा, मोचा
डाळिंब	Pomegranate	अनार	दालिमा, दादिमा
आघाडा	Prickly Chaff Flower	चिरचिट, लटजिरा, ओंगा	अधशल्य, दुर्ग्रह, अपमार्ग
तांदूळ	Rice	चावल	व्रिही, धान्य, अन्नम्
तुळस	Sacred Basil	वृंदा, तुलसी	तुलसी, विष्णुप्रिया, मंजरी, वृंदा
साल	Sal	साल, सेकुवा	साल, शाल, अश्वकर्ण, दीर्घफल
चंदन	Sandalwood	चंद्रल, सफेद चंदन	चंदन
करवत	Sand Paper	सिओरा, करचन्ना	सखोटा, शखोटक, अक्षधरा
केवडा	Screw Pine	केवरा, केवडा	केतकी, धूलिपुष्पम
जास्वंद	Shoe-Flower	गुन्हाल	जपापुष्पम्

मराठी	इंग्लिश	हिंदी	संस्कृत
ोम	Soma	सोमलता	सोम
ेलफळ	Steaved Tree	बर्ण, बेलपत्री	वरुण, अजपवरुण
ऊस	Sugarcane	पुंदिया, पौंदा, गन्ना	इक्षु, धान्य-शर्करा, कंद
ांदार	Swallow Wort	अकडा, मांदार	अर्क, अर्कपर्ण, अर्कवृक्ष
कण्हेर	Sweet-Scented Oleander	चांदनी, कणिर	करवीर, अश्वमरक, करवीरभेद
िंच	Tamarind	अमली, इमली	टिंट्रणी, टिंट्रिणी
ृक्षपाडळ	Trumpet Flower	पाडळ, पाडरिया	पातल, पातली
हळद	Turmeric	हल्दी	हरिद्र
मदनबाण	Tuscan Jasmine	मोगरा	मल्लिका
अंजन	White Marudh	अंजन, अर्जन	अर्जुन, कुकुध
कवठ	Wood Apple	बेली, काटबेल, कविता	कपित्था
रुद्राक्ष	Wooden Beggar-Bead	रुद्राक्ष, रुद्रक	रुद्राक्ष

संदर्भ

- Abbott, J. 2003. *Keys of Power: A Study of Indian Religion and Belief.* Whitefish, USA: Kessinger Publishing LLC.
- Aerts, R. 2007. 'Church Forests in Ethiopia'. *Frontiers in Ecology and the Environment* 5 (2): 66.
- Agharkar, S.P. 1991. *Medicinal Plants of Bombay Presidency*. Jodhpur: Scientific Publishers.
- Agrawala, V.S. 1970. *Ancient Indian Folk Cults*. Varanasi: Prithivi Prakashan.
- Aiyer, A.K. Yegna Narayan. 1956. *The Antiquity of Some Field and Forest Flora of India*. Bangalore: Bangalore Printing and Publishing Co.
- Akhtar, Jamnadas, ed. 1972. *Matsya Purana*. Part 1. Delhi: Oriental Publishers.
- Ali, Ghulam M.; S. Yasumoto; and M. Katsuta. 2007. 'Assessment of Genetic Diversity in Sesame (*Sesamum indicum* L.) Detected by Amplified Fragment Length Polymorphism (AFLP) Markers'. *Electronic Journal of Biotechnology* 10 (1): 12–23.
- Amirthalingam, M. 2005. 'Sacred Trees of Tamil Nadu'. In *Ecological Traditions of Tamilnadu*, edited by N. Krishna, 66. Chennai: C.P.R. Environmental Education Centre.
- Amirthalingam, M.; and P. Sudhakar. 2013. *Plant and Animal Diversity in Valmiki's Ramayana*. Chennai: C.P.R. Environmental Education Centre.
- Asolkar, L.V.; K.K. Kakkar; and O.J. Chakre. 1992. *Glossary of Indian Medicinal Plants with Active Principles*. New Delhi: Publication and Information Directorate.
- Bahadur, Mutua. 2003. 'Rice Culture in Manipur, India'. In *The Art of Rice*, edited by Roy W. Hamilton, 89–100. Los Angeles: UCLA Fowler Museum of Cultural History.
- Bakels, C.C. 2003. 'The Contents of Ceramic Vessels in the Bactria-Margiana Archaeological Complex, Turkmenistan' *Electronic Journal of Vedic Studies* 9 (1C): 3.
- Bakhru, H.K. 1993. *Herbs That Heal: Natural Remedies for Good Health*. Delhi: Orient Publishers.
- Barooah, P.P. 1992. *The Tale of Trees*. New Delhi: Publication Division, Ministry of Information and Broadcasting, Government of India.
- Bennet, S.S.R.; P.C. Gupta; and R. Vijendra Rao. 1992. *Venerated Plants*. Dehradun: Indian Council of Forestry Research and Education.
- Bhat, M.R., trans. 1981. *Varahamihira's Brihat Samihita*. Part I and II. New Delhi: Motilal Banarsidass Publishers.
- Bhatla, N.; T. Mukherjee; and G. Singh. 1984. 'Plants: Traditional Worshipping'. *Indian Journal of the History of Science* 19 (1): 37–42.
- Bhattacharya, A.K. 1994. 'Efficiency of Tree Species towards Gaseous Pollutants and Its Significance in Air Pollution Control by Plantation of Pollution Resistant Trees'. *The Indian Forester* 120 (8): 658–69.

Bhattacharya, B.C. 1974. *The Tirthankaras, Jaina Iconography*. New Delhi: Motilal Banarsidass Publishers.
Bir, S.S.; and G.S. Chatha. 1988. *Forest Vegetation Characteristics of Indian Hills (Palani Hills and South India)*. New Delhi: Today and Tomorrow's Printers and Publishers.
Birdwood, G.C.M., ed. 1992. *The Art of India*. Calcutta: Rupa and Co.
Biswas, T.K.; and P.K. Debnath. 1972. 'Asoka (*Saraca indica* Linn)—a Cultural and Scientific Evaluation'. *Indian Journal of History of Science* 7 (2): 99–114.
Blench, Roger. 2004. 'Savanna Woodlands of Northern Ghana: Sacred Forests and Management of Trees'. Paper presented at the Conference on Trees, Rain and Politics in Africa, organized by Oxford University, Oxford, 29 September to 1 October.
Bor, N.L.; and M.B. Raizada. 1990. *Some Beautiful Indian Climbers and Shrubs*. Bombay: Bombay Natural History Society.
Brokensha, D.; and A.H.P. Castro. 1988. 'Common Property Resources'. Paper presented at the FAO Expert Consultation on Forestry and Food Security, Rome, 15–20 February.
Buddhadasa; and P. Kirtisinghe. 1984. 'The Mango: Spiritually and Culturally Indian but Universally a Gourmet's Delight'. *The India Magazine* 4 (6): 38–42.
Bussagli, Mario; and Calembus Sivaramamurti. 1978. *5000 Years of the Art of India*. New York: Harry N. Abrams, Inc.
Caius, J.F. 1989. *The Medicinal and Poisonous Legumes of India*. Jodhpur: Scientific Publishers.
Champion, H.G.; and S.K. Seth. 1968. *A Revised Survey of the Forest Types of India*. New Delhi: Publication Division, Government of India.
Chandrashekar, C.; and V.R. Kulkarni. 2011. 'Isolation Characterization and Antimicrobial Activity of Annona Squamosa Leaf'. *Journal of Pharmacy Research* 4 (6): 831–32.
Chatterjee, A.; and S.C. Pakrashi. 1994. *The Treatise on Indian Medicinal Plants*. Vol. 3. New Delhi: Publications and Information Directorate.
Chatterjee, G. 1992. 'Tulsi: Vishnu's Consort on Earth'. *The India Magazine* 12:175–76.
1996. *Sacred Hindu Symbols*. New Delhi: Sundeep Prakashan.
Chaturvedi, B.K. 2004. *Shiva Purana*. New Delhi: Diamond Pocket Books.
Coomaraswamy, A.K. 1927. *History of Indian and Indonesian Art*. New York: E. Weyhe. (1928) 1980. *Yaksas*. Reprint, New Delhi: Munshiram Manoharlal Publishers Pvt. Ltd.
Cowen, D.V. 1984. *Flowering Trees and Shrubs in India*. Bombay: Thacker and Co. Ltd.
Crooke, W. (1896) 2004. *The Popular Religion and Folklore of Northern India*. Vol. 11. Reprint, New Delhi: Munshiram Manoharlal Publishers.
1926. *Religion and Folklore of Northern India*. New Delhi: S. Chand and Co.
1993. *Folklore of India*. New Delhi: Aryan Books International.
Cunningham, A. (1879) 1962. *The Stupa of Bharhut: A Buddhist Monument Ornamented with Numerous Sculptures Illustrative of Buddhist Legend and History in the Third Century B.C.* London. Reprint, Varanasi: Indological Book House.
Dagar, J.C. 1995. 'Trees and Shrubs in Religion and Mythology'. *Tree World* 3 (6): 3–4. Newsletter of Peekay Tree Crops Development Foundation, Kerala.
Das, Sasmita; and Pramila Prasad. 2010. 'Seasonal Variation in Air Pollution

Tolerance Indices and Selection of Plant Species for Industrial Areas of Rourkela'. *Indian Journal of Environmental Protection* 30 (12): 978–88.

- Dash, Durgamadhab. 2008. 'Images of Sri Jagannath Installed outside the Sanctum Sanctorum in the Grand Temple at Puri'. *Orissa Review* (July): 19–22.
- Dash, V.B. 1999. *Fundamentals of Ayurvedic Medicine*. New Delhi: Sri Satguru Publications.
- Dastur, J.F. 1962. *Medicinal Plants of India and Pakistan*. Bombay: D.B. Taraporevala Sons and Co.
- Dikshitar, V.R.R. 2003. *The Purana Index*. Delhi: Motilal Banarsidass Publishers Pvt. Ltd.
- do Rego, Fernando. 2010. 'Mangoes . . . the Goan Inheritance—4'. http://www.colaco.net/1/FdeR_GoaMango4.htm (accessed 12 January 2010).
- Dubois, J.A. 1906. *Hindu Manners, Customs and Ceremonies*. Oxford: Clarendon Press.
- Dutt, M.N., trans. 1967. *Agni Purana*. Vol. 2. Varanasi: Chowkhamba Sanskrit Series Office.
- Dwivedi, A. 2011. 'The Sacred Tree in Early Indian Art'. In *Proceedings of Indian Art History Congress*, XIX Session, Kanyakumari, 39–46.
- Dwivedi, O.P.; and B.N. Tiwari. 1989. 'Environmental Protection in the Hindu Religion'. In *World Religions and the Environment*, edited by O.P. Dwivedi. New Delhi: Gitanjali Publishing House.
- Dymock, W.; C.J.H. Warden; and D. Hooper. 1891. *A Pharmacographia Indica*. Vol. 2. Dehradun: M/s Bishan Singh, Mahendra Paul Singh; Delhi: M/s Periodical Experts.
- Elwin, V. 1949. *Myth of Middle India*. Bombay: Oxford University Press.
- Faroda, A.S.; and A.N. Singh. 1972. 'A Note on the Performance of Sheep Fed on Some Top-Feed Species'. *Indian Journal of Animal Production* 3:56–57.
- Fergusson, J.A. 1971. *Tree and Serpent Worship*. Varanasi: Indological Book House.
- Forest Department, Government of Tamil Nadu. 1983. *List of More Common Plants of Tamil Nadu and Their Uses*. Madras.
- Forlong, G.R.J. 2008. *Encyclopaedia of Religion*. Vol. 3. New York: N–Z, Cosimo Inc. Publications.
- Foucher, A. 1914. *The Beginnings of Buddhist Art and Other Essays in Indian and Central Asian Archaeology*. Paris: Paul Geuthner.
- Frawley, D.; and Vasant Lad. 1994. *The Yoga of Herbs: An Ayurvedic Guide to Herbal Medicine*. Delhi: Motilal Banarsidass Publishers.
- Frazer, J.G. 1971. *The Golden Bough: A Study in Magic and Religion*. Vol. 1. London: Macmillan and Co.
- Gadgil, M.; and V.D. Vartak. 1973. 'Groves Dedicated to Gods'. *Illustrated Weekly of India* 35:19–21.
- Gandhi, Maneka; and Y. Singh. 1989. *Brahma's Hair: On the Mythology and Religious Associations of Indian Plants*. New Delhi: Rupa and Co.
- Githiro, A. 1998. 'Institutional Challenges in Conservation: The Case of the Sacred Kaya Forests of Kenya Coast'. The World Bank/WBI's CBNRM Initiative.
- Glover, Ian C. 1977. 'The Late Stone Age in Eastern Indonesia'. *World Archaeology* 9 (1): 46–61.
- Gopinatha Rao, T.A. 1971. *Elements of Hindu Iconography*. Varanasi: Indological Book

House.
- Growse, F.S. 2000. *Mathura-Brindaban: The Mystical Land of Lord Krishna*. New Delhi: Diamond Pocket Books.
- Gupta, R.K. 1993. *Multipurpose Trees for Agroforestry and Wasteland Utilization*. Delhi: Oxford and IBH.
- Gupta, S.M. 1987. 'Floral Motifs Based on Legends'. In *A Manual of Ethnobotany*, edited by S.K. Jain. Jodhpur: Scientific Publishers.
  . 1991. *Plant Myths and Traditions in India*. Delhi: Munshiram Manoharlal Publishers.
  . 1996. *Plants in Indian Temple Art*. Delhi: B.R. Publishing.
- Gupta, S.P., ed. 1985. *Kushana Sculptures from Sanghol*. Vol. 1. New Delhi: National Museum, Janpath.
- Gupte, R.S. 1972. *Iconography of the Hindus, Buddhists and Jains*. Bombay: D.B. Taraporevala Sons and Co. Pvt. Ltd.
- Hamilton, Roy W. 2003. 'The Goddesses of Rice'. In *The Art of Rice*, edited by Roy W. Hamilton. Los Angeles: UCLA Fowler Museum of Cultural History.
- Hastings, James. 1915. *Encyclopaedia of Religions and Ethics*. Vol. 8. Edinburgh: T & T Clark.
- Haug, M., ed. and trans. 1922. *Aitareya Brahmana*. Allahabad: Sacred Books of the Hindus.
- Hazra, R.C. 1958. *Studies in the Upapuranas*. 2 vols. Calcutta: Sanskrit College Research Series, Sanskrit College.
- Hermes, G.G. 1980. *An Illustrated Manual of Philippine Materia Medica*. Vol. 1. Manila: National Research Council of Philippines, Tagig, Metro Manila.
- Hocking, D., ed. 1993. *Trees for Drylands*. New Delhi: Oxford and IBH Publishing Co. Pvt. Ltd.
- Hopkins, E.W. 1968. *Epic Mythology*. Varanasi: Indological Book House.
- Hughes, J.D. 1990. 'Artemis: Goddess of Conservation'. *Forest and Conservation History* 34 (4): 191–97.
- Huyler, S.P. 1994. 'A Survey and Case Study of Ritual Terracotta Planters for Tulsi the Goddess Incarnate as a Basil Bush in Coastal Orissa'. In *Living Traditions Studies in the Ethenoarchaeology of South Asia*, edited by Bridget Alchin. Delhi: Oxford and IBH Co. Pvt. Ltd.
- Jain, S.K. 1962. 'Studies in Ethnobotany: Plants Used in Medicine by the Tribals of Madhya Pradesh'. *Bulletin of Regional Research Laboratory Jammu* 1 (2): 126–28.
- Jha, V.; and P.K. Basak. 1994. 'Ethnobotanical Aspects of Mithila Painting'. *Ethnobotany* 6: 9–18.
- Jobes, Gertrude. 1949–50. *Dictionary of Folklore Mythology and Symbols*. Vols. 1 and 2. Lanham, USA: Scarecrow Press.
- Johannessen, Carl L.; and Wang Siming. 1998. 'American Crop Plants in Asia before A.D. 1500'. *Pre-Columbiana: A Journal of Long-Distance Contacts* 1:9–36.
- Kaler, P.L. 2012. 'Sacred Trees of Punjab'. In *Ecological Traditions of Punjab*, edited by N. Krishna, 5–8. Chennai: C.P.R. Environmental Education Centre.
- Kanitkar, Kumud. 2011. 'Sculptural Art of Maharashtra'. In *Proceedings of Indian Art History Congress*, XIX Session, Kanyakumari, 2010.
- Karnataka Forest Department. 1988. *Sacred Plants: A Book on Vratas, Gardens, and the*

Connected Plants Described in Our Vedas and Puranas. Bangalore.

- Khan, Shafaat Ahmad. 1927. *John Marshall in India: Notes and Observations in Bengal, 1668–1672*. London: Oxford University Press.
- Kosambi, D.D. 1964. *The Culture and Civilization of Ancient India in Historical Outline*. London: Routledge and Kegan Paul.
- Krishna, Nanditha. 1980. *The Art and Iconography of Vishnu-Narayana*. Bombay: D.B. Taraporevala Sons and Co., Pvt. Ltd.

  . 1999. 'From Chaitya Vriksha to Sthala Vriksha'. In *Platinum Jubilee Volume of the Journal of Indian History*, 53–62. Trivandrum: University of Kerala.

  . 2003a. 'Ponniyamman, a Tamil Rice Goddess from South India'. In *The Art of Rice*, edited by Roy W. Hamilton, 273–76. Los Angeles: UCLA Fowler Museum of Cultural History.

  . 2003b. 'Rice in the Human Life Cycle'. In *The Art of Rice*, edited by Roy W. Hamilton, 393–407. Los Angeles: UCLA Fowler Museum of Cultural History.

  . 2009. *Madras-Chennai*. Chennai: C.P.R. Publications.

  . 2012. 'Radha in South Indian Tradition'. In *Radha: From Gopi to Goddess*, edited by Harsha V. Dahejia, 181–87. Ottawa: Carleton University Press.
- Krishna Sastri, H. 1916. *South-Indian Images of Gods and Goddesses*. Madras: Madras Government Press.
- Krishnamurthy, T. 1993. *Minor Forest Products of India*. Delhi: Oxford and IBH Publishing, Co. Pvt. Ltd.
- Krishnan, M. 2005. 'The Physical and Traditional Attributes of the 5 Thinais'. In *Ecological Traditions of Tamil Nadu*, edited by N. Krishna. Chennai: C.P.R. Environmental Education Centre.
- Kumar, N. 1998. 'New Roles for Old Neem'. *Kurukshetra* 47 (3): 29–31.
- Kumar, Romesh. 2003. *Durva-Kusha Ghas: Rituals and Legends*. Jammu: Kashmir Sentinel.
- Lakshmi, S.M.; A. Saravana Kumar; S. Srikanth; K. Tejo Vidyulatha; G. Jyothi; D. Choudari; Mounica; and O. Lavanya. 2010. 'Anti-diabetic and Anti-hyperliperlipidemic Activity of Ficus Krishnae L. in Alloxan Induced Diabetic Rats'. *International Journal of Preclinical and Pharmaceutical Research* 1 (1): 14–18.
- Lal, Hari Shankar; Sanjay Singh; and P.K. Mishra. 2014. 'Trees in Indian Mythology'. *Discovery* 12 (29): 16–23.
- Lal, Ramji. 1993. 'Grow Neem Tree to Sustain Ecological Balance'. *Kisan Word* 20:15–17.
- Laurie, M.V. 1945. *Fodder of India*. Indian Forest Leaflet 82 (Silviculture), Forest Research Institute, Dehradun.
- Little, P.D.; and D.W. Brokensha. 1987. 'Local Institutions, Tenure and Resource Management in East Africa'. In *Conservation in Africa: People, Policies and Practices*, edited by D. Anderson and R. Grove. Cambridge: Cambridge University Press.
- MacDonell, A.A.; and A.B. Keith. 1982. *Vedic Index*. Vol. 1. New Delhi: Motilal Banarsidass Publishers.
- MacKenzie, D.A. 1913. *Indian Myth and Legends*. London: Gresham.
- Mahdihassan, S. 1987. 'Three Important Vedic Grasses'. *Indian Journal of History of Science* 22 (4): 286–91.

Mahour, K.; A. Kumar; and V.S. Andvihan. 2008. 'Antimicrobial Activity of Cordia Dichotama Plant Leaves Extract with Their Pharmacognostical Investigation'. *Electronic Journal of Pharmacology and Therapy* 1:11–13.

Mathauda, G.S. 1965. '*Pongamia pinnata* (L.) Pierre (Syn. *Pongamia glabra* Vent.) Fam. Leguminosae-Papiloneae'. *Indian Forester* 81 (9): 563–65.

McWilliam, A. 2001. 'Prospects for the Sacred Grove: Valuing Lulic Forests on Timor'. *The Asia Pacific Journal of Anthropology* 2 (2): 89–113.

Meyyappan, S. 1998. *Chidambaram Temple*. Madras: Manivasagar Pathippagam.

Miller, Iona. 1990. *The Magical and Ritual Use of Perfumes*. Dorset, UK: Destiny Books.

Misra, S.N. 2007.'Jagannath and the Orissan Society'. *Orissa Review* 63 (11–12): 67–69.

Mitra, R. 1994. 'The Sacred Aswatha: The Most Worshipped Tree in India'. *Journal of Society of Ethno Botanist* 6 (1–2): 95–98.

Monier Williams, M. 1981. *A Sanskrit–English Dictionary*. Delhi: Motilal Banarsidass Publishers.

Mudaliar, A. Singaravelu. 1923. *Abithana Chintamani: The Encyclopaedia of Tamil Literature*. New Delhi: Asian Educational Services.

Mullaly, F.S. 1892. *Notes on Madras Criminal Classes or Tribes of Madras Presidency*. Madras: Government Press.

Muralidhar Rao, D. 1995. *Hidden Treasure of Vastu Shilpa Shastra and Indian Traditions*. Bangalore: Sapna Book House.

Nambiar, K.D. 1979. *Narada Purana : A Critical Study*. Varanasi : All-India Kashiraj Trust.

Nayar, N.P.; K. Ramamurthy; and V.S. Agarwal. 1989. *Economic Plants of India*. Vol. 1. Calcutta: Botanical Survey of India.

Nene, Y.L. 2006. 'Indian Pulses through the Millennia'. *Asian Agri-history* 10 (3): 179–202.

Nickel, L.G. 1959. 'Antimicrobial Activity of Vascular Plants'. *Economic Botany* 13:281–318.

Oppert, G.S. 1972. *On the Original Inhabitants of Bharatvarsha or India*. Delhi: Oriental Publishers.

Padhy, S. 2008. 'Ethno Biological Analysis from Myth to Science, IX: Pancha Yajnya (Five Sacrifices), the Composite Principle for Applied Human Ecological Environment'. *Journal of Human Ecology* 23 (2): 151–58.

Pai, G.K. 1975. *Cultural History from the Kurma Purana*. Cochin: Sukrtindra Orient Research Institute.

Pandey, D.K.; and M. Saleem. 1994. 'Controlling Air Polluting through Tree'. *Yojana* 38 (10): 13–14.

Pandey, J.; and A. Chasta. 2006. 'Evaluation of Air Pollution Phytotoxicity in Urban Environment of Udaipur, Rajasthan'. *Plant Archives* 6 (1): 93–96.

Patnaik, Naveen. 1993. *The Garden of Life: An Introduction to the Healing Plants of India*. New York: Doubleday.

Pearson, Richard. 1988. 'Palasha: The Flame of the Forest'. *The Heritage* 4 (3): 42–43.

Penzer, N.M. 1968. *The Ocean of Story*. Vol. 2. Delhi: Motilal Banarsidass.

Pokharia, A.K.; B. Sekar; J. Pal; and A. Srivastava. 2009. 'Possible Evidence of Pre-Columbian Transoceanic Voyages Based on Conventional LSC and AMS ^{14}C Dating of Associated Charcoal and a Carbonized Seed of Custard Apple (*Annona squamosa* L)'. *Radiocarbon* 51 (3): 923–30.

- Puri, A.; R. Saxena; R.P. Saxena; K.C. Saxena; V. Srivastava; and J.S. Tandon. 1994. 'Immunostimulant Activity of Nyctanthes arbor-tristis L'. *Journal of Ethnopharmacol* 42 (1): 31–37.
- Raaz, Maheswari; Bina Rani; Rajesh Kumar Yadav; and Magan Prasad. 2012. 'Usage of Holy Basil for Various Aspects'. *Bulletin of Environment, Pharmacology and Life Sciences* 1 (10): 67–69.
- Ragozin, Z.A. 1961. *Vedic India as Embodied Principally in the Rig-Veda*. New Delhi: Munshiram Manoharlal Publishers.
- Ram Manohar, P. 1994. *Nomenclature and Taxonomy in Vrikshayurveda*. Monograph No. 11. Madras: Lok Swasthya Prampara Samvardhan Samithi.
- Raman, K.V. 2005. 'Ecological Tradition in Tamil Literature and Epigraphy'. In *Ecological Traditions of Tamil Nadu,* edited by N. Krishna. Chennai: C.P.R. Environmental Education Centre.
- Ramayya, N.V. 1985. *An Essay on the Origin of the South Indian Temple*. New Delhi: Asian Education Services.
- Randhawa, M.S. 1964. *The Cult of Trees and Tree-Worship in Buddhist-Hindu Sculpture*. New Delhi: All India Fine Arts and Crafts Society.

  . 1982. *A History of Agriculture in India*. Vol. 2. New Delhi: Indian Council for Agricultural Research.

  . 1983. *Flowering Trees*. New Delhi: National Book Trust.
- Rao, M. 2011. 'Vivid Forms of Lotus at Sanchi Stupa'. In *Proceedings of the Indian Art History Congress,* Section XIX, 2010. Gauhati.
- Rao, P.R.R. 1956. *The Art of Nagarjunakonda*. Madras: Rachana.
- Rawat, G.S. 1992. 'Rare Plants and Endangered Species'. *The India Magazine* (August): 66–69.
- *Rayapasenaijja*. 1894. Becaradas Jivraj Dosi.
- Roy, P.C. 1956. *Translation of the Mahabharata*. Calcutta: Oriental Publishing.
- Russell, R.V.; and R.B.H. Lai. 1995. *The Tribes and Castes of the Central Provinces of India*. New Delhi: Asian Educational Services.
- Sambamurthy, A.V.S.S.; and N.S. Subramaniyam. 1989. *A Text Book of Economic Botany*. Delhi: Wiley Eastern Company.
- Sangwan, S.; D.V. Rao; and R.A. Sharma. 2010. 'A Review on *Pongamia pinnata* (L.) Pierre: A Great Versatile Leguminous Plant'. *Nature and Science* 8 (11): 130–39.
- Santapau, H. 1966. *Common Trees*. Delhi: National Book Trust.
- Saraswat, K.S.; G. Rajagopalan; and G.V. Ravi Prasad. 2006. 'A Pivotal Evidence of Custard Apple: Evocative of Some Pre-Columbian Network of Contact between Asia and America'. *Pragdhara* (18): 283–307.
- Sarianidi, V.I. 2003. 'Margiana and Soma-Haoma'. *Electronic Journal of Vedic Studies* 9 (1c). http://www.heritageinstitute.com/zoroastrianism/merv/sarianidi.htm.
- Sastry, T.C.S.; and K.Y. Kavathekar. 1990. *Plants for Reclamation of Wastelands*. New Delhi: Publications and Information Directorate.
- Sehgal, Sunil. 1999. *Encyclopaedia of Hinduism*. New Delhi: Sarup and Sons.
- Settar, S. 2003. 'Hoysala Heritage'. *Frontline* 20, no. 8 (April): 12–25.

Shah, Natubhai. 1998. *Jainism: The World of Conquerors*. Oregon, USA: Sussex Academic Press.
Shanmugam, N.K. 1989. *Mooligai Kalai Kalanjiyam*. Madras: Nakkeeran Publishers.
Sharma, P.C.; V. Bhatia; N. Bansal; and A. Sharma. 2007. 'A Review on Bael Tree'. *Natural Product Radiance* 6 (2): 171–78.
Shashi, S.S. 1999. 'The Tree Cult'. In *Encyclopaedia Indica*, 241–46. New Delhi: Anmol Publications.
Shaw, M.E. 2006. *Buddhist Goddesses of India*. Woodstock: Princeton University Press.
Shikhamany, S.D. 2001. *Grape Production in India*. Rome: Food and Agriculture Organization of the United Nations (Asia and the Pacific).
Singh, K.N.; and Brij Lal. 2006. 'Notes on Traditional Uses of Khair (*Acacia catechu* Willd.) by Inhabitants of Shivalik Range in Western Himalaya'. *Ethnobotanical Leaflets* 10:109–12.
Singh, M.P.; and H. Panda. 2005. *Medicinal Herbs with Their Formulations*. Vol. 2. New Delhi: Daya Publishing House.
Singh, R.V. 1982. *Fodder Trees of India*. Delhi: Oxford and India Book House Pub. Co. Pvt. Ltd.
Singh, S.K.; and D.N. Rao. 1983. 'Evaluation of Plants for Their Tolerance to Air Pollution'. In *Proceedings of the Symposium on Air Pollution Control*, 218–24, Indian Association for Air Pollution Control, New Delhi.
Sinha, R.P.N. 1993. *Our Trees*. New Delhi: Publication Division, Ministry of Information and Broadcasting, Government of India.
Sinha, R.V.; D. Valani; and S. Sinha. 2009. *Study of Micromediation, Phytoremediation and Vermiremediation Biotechnologies for Contaminated Land and Soil by Environmentally Adapted Microbes, Plants and Earthworms*. New York: Nova Science Publishers.
Sivananda, Swami. 1997. *Hindu Fasts and Festivals*. Rishikesh, India: The Divine Life Trust Society.
Sivarajan, V.V.; and Indra Balachandran. 1994. *Ayurvedic Drugs and Their Plant Sources*. New Delhi: Oxford University Press and India Book House Publishing Co. Pvt. Ltd.
Smith, B.L. 1976. 'The Izhavas of Kerala and Their Historic Struggle'. In *Regional and Social Conflict in South Asia*, 26–30. The Netherlands: E.J. Brill.
Sorenson, J.L.; and C.L. Johannessen. 2004. 'Scientific Evidence for Pre-Columbian Transoceanic Voyages'. *Sino-Platonic Papers* (133): 62–66.
South Indian Inscriptions. (1932) 1986. Vol. VII.399. Reprint, Madras: Archaeological Survey of India.
Srinivasa Iyengar, P.T. 1982. *History of the Tamils from the Earliest Times to 600 AD*. New Delhi: Asian Educational Services.
Srivastava, A.L. 1983. *Life in Sanchi Sculpture*. New Delhi: Abhinav Publications.
Stutley, M. 1985. *The Illustrated Dictionary of Hindu Iconography*. London: Routledge and Kegan Paul.
Subrahmanyam, T.V. 1979. 'Medicinal Role of Betel Leaf'. *The Indian Review* 75 (8): 22–27.
. 1982. 'Some Facts about Sami Tree'. *The Indian Review* 79 (10): 18.
Subramania Pillai, G. 1948. *Tree Worship and Ophiolatry*. Chidambaram: Annamalai

University Publications.
- Sudharshan, S.R.; A.N. Yellappa Reddy; and B. Gowda. 1993. *Oshadhi Kosha: Cyclopaedia of Medicinal Plants*. Vol. 1. Bangalore: Kalpatharu Research Academy.
- Swami, Krishna Balaram. 1986. *Ekadasi: The Day of Lord Hari*. Bombay: Bhakti Vedanta Institute Press.
- *Tamil Lexicon*. 1982. Madras: University of Madras.
- Tanwani, D. 1997. 'Marriage among Various Communities'. In *Marital Adjustment in Tribal and Non-working Women*. New Delhi: M.D. Publications.
- Thurston, E. 1909. *Castes and Tribes of South India*. Vol. 1 (A–B). Madras: Government Press.
- Tin Hla, M.A. 1956. 'The Meaning of Samannaphala in the Light of the Buddha's Discourse'. *The Light of the Buddha* 1 (1): 31–33.
- Tirugnanam, S. 1995. *Temple Trees and Its Medicinal Uses*. Tiruchirapalli: Selvi Publishers.
- Upadhyay, K.D. 1964. 'Indian Botanical Folklore'. *Folklore* 5 (3): 15–34.
- Vaidya, Prem. 1992. 'The Neem Tree: The Plant That Purifies'. *The India Magazine for Her People and Culture*: 76–77.
  . 2005. 'Neem Tree and the Patent War'. *Organiser* 56 (48): 34.
- Wakankar, V.S. 1975. 'Pre-historic Cave Paintings'. *Marg* 28 (4): 19–27.
- Warrier, P.K.; V.P.K. Nambiar; and C. Ramankutty, eds. 1994. *Indian Medicinal Plants*. Vol. 5. Madras: Orient Longman.
- Watson, Burton. 1993. *The Lotus Sutra*. New York: Columbia University Press.
- Watt, George. 1885. *A Dictionary of the Economic Products of India*. Vol. 1. Calcutta: Superintendent of Government Printing.
- Wilson, H.H., trans. 1961. *Vishnu Purana*. Calcutta: Punthi Pustak.
- Zimmer, H. 1953. *Myths and Symbols of Indian Art and Civilization*. Bolligen Series 6. New York: Pantheon Books.

निवडक ग्रंथसूची

- *Atharva Veda*. Hoshiarpur: Vishveshvaranand Indological Series, 1960–64.
- *Rig Veda*. Hoshiarpur: Vishveshvaranand Indological Series, 1963–66.
- Amirthalingam, M. *Sacred Trees of Tamil Nadu*. Chennai: C.P.R. Environmental Education Centre, 1998.
- Shamasastri, R., trans. *Arthashastra*. Mysore: Wesleyan Mission Press, 1929.
- Sharma, P.V., trans. *Sushruta Samhita*. Varanasi: Chaukhambha Visvabharati, 2004.
- Sharma, R.K.; and V.B. Dash., trans. *Charaka Samhita*. Varanasi: Chowkhamba Sanskrit Series, 2004.

www.ingramcontent.com/pod-product-compliance
Lightning Source LLC
LaVergne TN
LVHW050841051026
849532LV00006BA/2066